சித்திர பாரதி

சித்திர பாரதி

ரா. அ. பத்மநாபன்

பாரதி அறிஞர் என்று போற்றப்படும் ரா. அ. பத்மநாபன் அவர்களின் அரை நூற்றாண்டுக்கும் மேற்பட்ட பாரதி தேடல் 1937இல் தொடங்கியது. ஹிந்துஸ்தான் பாரதி மலர்கள், *பாரதி புதையல்* தொகுதிகள், *பாரதி புதையல் பெருந்திரட்டு, பாரதியின் கடிதங்கள், பாரதி பற்றி நண்பர்கள், பாரதி கவிநயம்* ஆகிய முதன்மை ஆதாரங்கள்கொண்ட தொகுதிகளிடையே சுடர்விடும் மகுடமாக விளங்குவது *சித்திர பாரதி.* 1957இல் வெளிவந்த இதன் முதல் பதிப்பு தமிழ்ப் புத்தக வெளியீட்டு வரலாற்றில் ஒரு மைல்கல். 1982இல் இரண்டாம் பதிப்பு வெளிவந்தது. முதல் இரண்டு பதிப்புகளைவிடப் பெரிய அளவில், மிக நேர்த்தியாக வெளிவரும் மூன்றாம் பதிப்பு இது.

ரா. அ. பத்மநாபனின் அரிய முயற்சியில் முதன்முறையாகக் கண்டெடுக்கப்பட்ட பாரதியின் கையெழுத்துப் படிகள், பழம் இதழ்கள், பாரதியின் சமகாலத்தவருடைய படங்கள் - நேர்காணல்கள், அரை நூற்றாண்டுக்கும் முன் எடுக்கப்பட்ட அரிய படங்கள் முதலானவற்றோடு அமைந்த பாரதியின் ஆதாரபூர்வமான வரலாறு இது.

ரா. அ. பத்மநாபன் (1917) தமது பதினாறாம் வயதிலேயே தமிழ்ப் பத்திரிகை உலகில் நுழைந்துவிட்டவர். *ஆனந்த விகடன், ஜெயபாரதி, ஹநுமான், ஹிந்துஸ்தான், தினமணி கதிர்*, அகில இந்திய வானொலி, அமெரிக்கத் தூதரகச் செய்திப் பிரிவு ஆகியவற்றில் பணியாற்றியிருக்கிறார்.

வ.உ.சி., சுப்பிரமணிய சிவா, வ.வே.ஸு. ஐயர், நீலகண்ட பிரம்மச்சாரி ஆகிய தேசிய இயக்கப் பெருமக்களைப் பற்றிய வரலாறுகளையும் ரா. அ. பத்மநாபன் எழுதியுள்ளார். இவருடைய *தமிழ் இதழ்கள், பாரதியின் கடிதங்கள்* ஆகியவை ஏற்கெனவே காலச்சுவடு பதிப்பக வெளியீடுகளாக வெளிவந்துள்ளன.

தமிழக அரசு 2003ஆம் ஆண்டுக்கான பாரதி விருதை இவருக்கு வழங்கி கௌரவித்துள்ளது.

அன்பார்ந்த வாசகருக்கு,

வணக்கம்.

காலச்சுவடு நூலை வாங்கியமைக்கு நன்றி.

நூலின் உள்ளடக்கம், உருவாக்கம், அட்டைப்படம் இன்ன பிற அம்சங்கள் பற்றிய உங்கள் கருத்துகளையும் ஆலோசனைகளையும் காலச்சுவடு வரவேற்கிறது. தகவல், எழுத்து, வாக்கியப் பிழைகள் தென்பட்டால் அவசியம் தெரிவித்து உதவுங்கள். நூல் தயாரிப்பில் கடும் குறைபாடு இருப்பின் மாற்றுப் பிரதி உங்களுக்குக் கிடைக்கக் காலச்சுவடு ஏற்பாடு செய்யும்.

மின்னஞ்சல்: **publisher@kalachuvadu.com**

காலச்சுவடு நாகர்கோவில் அலுவலகத்திற்குக் கடிதம் அனுப்பலாம்.

தங்கள்
எஸ்.ஆர். சுந்தரம் (கண்ணன்)
பதிப்பாளர் — நிர்வாக இயக்குநர்

சித்திர பாரதி

220 அரிய படங்களுடன்
ஆதாரபூர்வமான பாரதி வாழ்க்கை வரலாறு

ரா. அ. பத்மநாபன்

காலச்சுவடு பதிப்பகம்

சித்திர பாரதி ◆ ஆதாரபூர்வமான பாரதி வாழ்க்கை வரலாறு ◆ ஆசிரியர்: ரா.அ. பத்மநாபன் ◆ ©திருமதி மைதிலி பத்மநாபன் ◆ முதல் பதிப்பு: 1957 ◆ காலச்சுவடு முதல் பதிப்பு: டிசம்பர் 2006, எட்டாம் பதிப்பு: நவம்பர் 2025 ◆ வெளியீடு: காலச்சுவடு பப்ளிகேஷன்ஸ் (பி) லிட்., 669, கே. பி. சாலை, நாகர்கோவில் 629001

cittira paarati ◆ Documentary Biography of C. Subramania Bharati ◆ Author: R.A. Padmanabhan ◆ © Mrs. Mythili Padmanabhan ◆ Language: Tamil ◆ First Edition: 1957 ◆ Kalachuvadu First Edition: December 2006, Eighth Edition: November 2025 ◆ Size: demy 1×4 ◆ Paper: 18.6 kg maplitho ◆ Pages: xxiv + 216

Published by Kalachuvadu Publications Pvt.Ltd., 669, K.P. Road, Nagercoil 629001, India ◆ Phone: 91-4652-278525 ◆ e-mail: publications@kalachuvadu.com ◆ Cover Design: N. Ramesh kumar ◆ Printed at Mani Offset, Chennai 600077

ISBN: 978-81-89359-61-4

11/2025/S.No.174, kcp 6117, (8) 9ss

பொருளடக்கம்

பட அட்டவணை

மூன்றாம் பதிப்பின் முகவுரை

குறிஞ்சி மலர் பன்னிரண்டு ஆண்டுகளுக்கு ஒரு முறை மலருமாம். 'சித்திர பாரதி' இருபத்தைந்து ஆண்டுகளுக்கு ஒரு முறை மறுபதிப்பு காணும் அதிசயமாக விளங்குகிறது.

'சித்திர பாரதி' முதல் பதிப்பு 1957இல் பாரதி நாளில் வெளிவந்தது. இரண்டாம் பதிப்பு 1982இல் பாரதி நூற்றாண்டு விழாக் குழுவின் வெளியீடாக வந்தது. மூன்றாம் பதிப்பு இப்போது உங்கள் கையில் உள்ளது.

மூன்று பதிப்புகளும் மூன்று வெவ்வேறு அச்சு முறைகளில் அச்சடிக்கப்பட்டு வெளிவந்துள்ளன. முதல் பதிப்பு, 'லெட்டர் பிரஸ்' என்ற முறையில் அச்செழுத்துகளும் 'ஸ்கிரீன் ப்ளாக்கு'களுமாக, எழுத்துப் பக்கங்கள் சாதா வெள்ளைத்தாளிலும் படப்பக்கங்கள் உயர்தர ஆர்ட் தாளிலும் செவ்வனே அச்சிடப்பெற்று வெளிவந்தது. நூலுக்குச் 'சித்திர பாரதி' என்ற பெயரை சிபாரிசு செய்தவரும், நூலைச் சிறப்புற அச்சிட்டு ஒன்றுசேர்ப்பதில் தளரா சிரத்தை எடுத்துக்கொண்டவருமான அமுத நிலையம் மேலாளர் காலம் சென்ற ஸ்ரீ ரா. ஸ்ரீ. ஸ்ரீகண்டனுக்கு முதற்கண் நன்றி செலுத்துகிறேன்.

இரண்டாம் பதிப்பை வெளியிடும்போது 'ஆஃப்ஸெட்' அச்சுமுறை கையாளப்பட்டது. இதில் 'ப்ளாக்கு'கள் கிடையாது. படங்களும் எழுத்துகளும் ஒரே 'நெகடி'வாக எடுத்து அச்சிடப்பட்டது. அச்சகக் குறைபாடுகளால் இரண்டாம் பதிப்பின் அச்சில் பல சிக்கல்கள் தோன்றின. முடிவில் மூன்று அச்சகங்களின் ஒத்துழைப்புடன் ஒருவாறு நூல் அச்சாயிற்று. ஆனால், முதல் பதிப்பு போல அச்சு சிறக்கவில்லை.

தற்போதைய மூன்றாம் பதிப்பிற்கான அச்சு வேலைகள், அச்சுத் தொழிலில் மேலும் முன்னேற்றம் கண்டதான 'ஸ்கானிங்' என்ற முறையில் நடைபெற்றுள்ளன. இம்முறையில், முன்பெல்லாம் இல்லாதவாறு படங்கள் தத்ரூபமாக அமையும் என்று சொல்லப்படுகிறது. நூலின் அளவும் கிரவுன் குவார்ட்டோவுக்குப் பதிலாக டெமி குவார்ட்டோ அளவில் பெரிதாக அமைந்துள்ளது. எந்த அளவுக்கு வெற்றி கண்டுள்ளோம் என்பதை நீங்களே பார்த்துக் கொள்ளலாம்.

மூன்றாம் பதிப்பு வெளிவருவதில் முக்கியமாக இரண்டு பேருக்கு நன்றி செலுத்த வேண்டும் – 'காலச்சுவடு' பதிப்பக அதிபர் ஸ்ரீ எஸ். கண்ணன் அவர்களுக்கும், டாக்டர் ஆ. இரா. வேங்கடாசலபதி ('சலபதி') அவர்களுக்கும். இவர்கள் இருவரும் இப்புதிய பதிப்பு வெளிவருவதில் காட்டிய ஆர்வத்துக்கும் எடுத்துக்கொண்ட சிரத்தைக்கும் நன்றி செலுத்துகிறேன்.

இந்த மூன்றாம் பதிப்பைத் தமிழ்நாட்டின் தவப்புதல்வரும் பாரத ஜனாதிபதியுமான மேதகு டாக்டர் அப்துல் கலாம் அவர்கள் திருக்கரத்தால் வெளியிட ஏற்பாடு செய்துள்ளதற்கு நன்றி செலுத்துகிறேன். ஜனாதிபதி அவர்கள் தமது சலியா அலுவல்கள் நடுவே இந்நிகழ்ச்சியில் பங்குகொள்ள இசைந்ததற்கு அவருக்கு மனமார்ந்த நன்றி தெரிவிக்கிறேன்.

'சித்திர பாரதி' மகாகவி பாரதியைப் பற்றிய தகவல் களஞ்சியம். பாரதியை அறிந்தவர்களைத் தேடிக் கண்டு, நினைவுக் குறிப்புகளும் கிடைத்தற்கரிய பழைய படங்களும் சேகரித்து, மேலும் பல ஊர்களில் புதிதாகப் புகைப்படங்கள் எடுத்து, பாரதியை வாசகர் முன்பு முழுமையாக நிறுத்துகின்ற பெருமுயற்சி. இந்தச் சந்தர்ப்பத்தை எனக்களித்து, இதைச் செய்து முடிக்கும் வாய்ப்பையும் எனக்களித்த ஆண்டவனுக்கு உளமார நன்றி செலுத்துகிறேன்.

வாழ்க பாரதி! வாழ்க பாரதம்! வாழ்க வையகம்!

ரா. அ. பத்மநாபன்
24. 11. 2006

H - 112/4
18ஆவது குறுக்குச்சாலை
பெஸண்ட் நகர்
சென்னை 600090
தொ.பே.: 24462769

நன்றியுரை

'சித்திர பாரதி' என்ற இந்நூல் இவ்வாறு இருபத் தைந்தாண்டுகளுக்குப் பின் இரண்டாம் பதிப்பு வெளிவருவதாலும், முதல் பதிப்பே அதற்கு முன் இருபதாண்டுகள் ஆராய்ச்சியின் பின் வெளிவந்த படியாலும் இந்நூல் உருவாவதற்கு உதவியவர்கள் அனைவரையும் நினைவுகூர்வதுகூட சிரமமாக உள்ளது. ஆதலால், எனக்கு உதவிபுரிந்த எண்ணற்ற பாரதி பக்தர்கள் அனைவருக்கும் எனது மனப்பூர்வ மான நன்றியைச் செலுத்துகிறேன். அவர்களில் பலர் எனக்கு முன்பின் தெரியாதவர்கள் பாரதி பக்தி என்ற ஒரே ஈடுபாட்டில் உதவிய உத்தமர்கள்.

பத்திரிகைத் துறையில் எனது முதல் ஆசிரியரும், பாரதிப் பணியில் நான் ஈடுபடக் காரண மானவரும், 1954இல் சென்னைத் தமிழ் எழுத்தாளர் சங்கத் தலைவர் என்ற முறையில் எனது பாரதி ஆராய்ச்சிகளுக்குத் தங்க மெடல் அளித்து ஊக்குவித்தவருமான 'கல்கி' ரா. கிருஷ்ணமூர்த்தி அவர்களுக்கு எனது தனிப்பட்ட நன்றி உரியதாகும்.

முதிய பத்திரிகையாளரும், 'ஜெயபாரதி', 'ஹிந்துஸ்தான்' பத்திரிகை ஆசிரியருமான ரா. நாரா யணய்யங்கார் எனக்கு பாரதித் தொண்டில் அளித்த வாய்ப்புகள் அனந்தம். 1938 முதல் 1941 முடிய 'ஹிந்துஸ்தான்' வெளியிட்ட பாரதி மலர்களுக்காக நான் புதுவைக்குப் பல தடவை சென்று படமெடுத் தும் பலரைப் பேட்டி கண்டும் இந்நூலின் ஆரம்பப் படங்களைச் சேர்க்க வகை செய்த அப்பத்திரிகை ஸ்தாபகரும் பாரதி நண்பருமான யூ. சுப்பராய காமத், அதன் ஆசிரியர்கள் ஈ.ஆர். கோவிந்தன், ரா. நாராயணய்யங்கார் ஆகியோருக்கு நான் மிகவும் கடமைப்பட்டுள்ளேன்.

பாரதி சீடர் குவளைக் கண்ணன் என்ற குவளையூர் கிருஷ்ணமாச்சாரியார் 1938–39ல் தந்த பல விளக்கங்கள் எனக்குப் பற்பல சந்தேகங்களை நிவர்த்திசெய்து, பல புதிய விஷயங்களை உணரச் செய்தன. அவருக்கும், அதேபோல் தமது முதுமை யிலும் ஊக்கமிக்க இளைஞர் போலப் பல அரிய யோசனைகளை அளித்தவரும், பாரதியின் புதுவை 'இந்தியா'வை நடத்தியவரும், நாட்டுக்காக ஒப்பற்ற தியாகங்கள் புரிந்தவருமான ஸ்ரீரங்கப்பட்டண (மண்டயம்) ஸ்ரீநிவாஸாச்சாரியாருக்கும் பாரதி அன்பர்கள் இவ்வமயம் அஞ்சலி செலுத்துவது பொருந்தும். இந்நூலின் முதற் பதிப்புக்கு அவர் அளித்துள்ள முகவுரை அரிய கருத்துகள் கொண் டது. அவருக்கு என் விசேஷமான நன்றியைச் செலுத்துகிறேன்.

புதுவையில், பாரதி அடிச்சுவடுகளைத் தேடும் பணியில் தனித்த உதவி புரிந்த வேணுகோபால் நாய்க்கர் (அம்மாக்கண்ணுவின் மூத்த புதல்வர்), இந்நூலிலுள்ள படங்களும் விஷயங்களும் சேகரிக்க உதவியது மறக்கவொண்ணாதது. மேலும், இந்தப் பணியில் எனக்கு உற்சாகமான ஊக்கம் அளித்த வ.ரா., பரலி. சு. நெல்லையப்பர், பாரதியின் தாய் மாமன் ரா. சாம்பசிவய்யர், பாரதி மனைவியார் செல்லம்மா, புதல்வியர் தங்கம்மா, சகுந்தலா, இளைய சகோதரர் சி. விசுவநாத ஐயர், உறவினர் வி. ஹரிஹர சர்மா, உடன் பணிபுரிந்த என். நாகசாமி, பாரதியின் நண்பர் 'பிரம்மராய ஐயர்' என்ற புரொபஸர் என். சுப்பிரமணிய ஐயர், சாமிநாத தீக்ஷிதர் குடும்பத்தார், பாரதியின் உற்ற நண்பர் கள் எஸ். துரைசாமி ஐயர், கே. எஸ். வெங்கட ராமன், பாரதியிடம் பரிவுமிக்க 'அமிர்தா' என்ற டி. ஆராவமுதன், பொன்னு முருகேசம் பிள்ளையின் மூத்த புதல்வர் ராஜாபகதூர், பாரதியின் இளம் நண்பர் டி. விஜயராகவாச்சாரியார், பாரதியின் நண்பரும் புரட்சி வீரரும், புரியாதிருந்த பல புதிர் களைத் தெளிவித்தவரும், என்னிடம் தனிஅபிமானம் கொண்டிருந்தவருமான ஸத்குரு ஓம்கார் என்ற நீலகண்ட பிரம்மச்சாரி, பாரதி – மகாத்மா காந்தி சந்திப்பு பற்றிய சந்தேகங்களை நிவர்த்தி செய்து, 'சித்திர பாரதி' பக்கத்தின் 'ப்ரூப்'பைத் திருத்திக் கொடுத்த அருந்தலைவர் ராஜாஜி அவர்களுக்கும் எனது உளமார்ந்த நன்றியைத் தெரிவித்துக்கொள்ளு கிறேன்.

மேலும், மதுரை சேதுபதி பள்ளியில் பாரதியுடன் உழைத்த ப.ரா. அய்யாசாமி ஐயர், பாரதியைத் தம் இல்லத்தில் உபசரித்த கானாடுகாத்தான் வயி. சு. சண்முகம், செட்டிநாட்டு விஜயம் பற்றி விளக்கம் தந்த சொ. முருகப்பா, கடயம் வாழ்க்கையைப் பற்றி அரிய தகவல்களையும் கடிதங்களையும் தந்து தவிய ரா. ஸ்ரீநிவாஸவரதன், சுப்பிரமணிய சிவத்தின் 'ஞானபாநு' பத்திரிகையில் வந்த பாரதி விஷயங் களைத் தேடி உதவிய பாரதித் தொண்டர் வி.ஜி. சீனி வாசன், 'எங்கள் காங்கிரஸ் யாத்திரை', 'புதிய கட்சி யின் கொள்கைகள்' முதலிய அரிய பொக்கிஷங் களைத் தந்துதவிய 'சங்கு' சுப்பிரமணியன், சுப்பிர மணிய சிவத்தின் படங்கள் உதவிய அவரது இளைய சகோதரர் எம்.ஆர். வைத்தியநாத சர்மா, எஸ். என். திருமலாச்சாரியார் படம் உதவிய அவரது புதல்வர் டாக்டர் எஸ்.டி. நரசிம்மன், எம்.சி. அழகிய சிங்கப் பெருமாள் படம் உதவிய அவரது புதல்வர் எம்.சி. கிருஷ்ணன், வ.வே.சு. ஐயர் படம் உதவிய

அவரது புதல்வர் டாக்டர் வ.வே.சு. கிருஷ்ணமூர்த்தி, சுரேந்திரநாத் ஆர்யா படம் உதவிய பச்சையப்பன் ட்ரஸ்ட் நிர்வாகிகளுக்கும், 1914 புதுவைப் போலீஸ் உளவாளி டயரியும், வீரத்தியாகி வாஞ்சிநாதன் படமும் கிடைக்க உதவிய வில்லியனூர் கண்ணுப் பிள்ளைக் குடும்பத்தாருக்கும், முக்கியமாக அவரது புதல்வர் சுந்தரமூர்த்திக்கும், மாடசாமி படமும், பாரதி 'மரண சர்ட்டிபிகேட்'டும் உதவிய 'ரகமி' (டிவி. ரங்கஸ்வாமி)க்கும், 'சக்ரவர்த்தினி' பொருளடக்கப் பக்கப் படம் உதவிய சீனி. விசுவநாதனுக்கும், 'விஜயா' முதல் பக்கப் படம் உதவிய பாண்டிச்சேரி ஹிஸ்டாரிகல் சொஸைட்டிக்கும், இன்னும் பற்பல படங்களை உதவியுள்ள நன்மக்களுக்கும் எனது நன்றி.

பாரதி, சிவம், திரு.வி.க., வ.வே.சு. ஐயர் நால்வருடனும் பழகியுள்ள அமரர் வெ. சாமிநாத சர்மா கொடுத்த 'சந்திரிகையின் கதை' கடைசிப் பக்கங்களைக் குறிப்பாகச் சொல்ல வேண்டும். இதே போல பாரதியாரே உபயோகித்ததான 'இந்தியா' அலுவலகத்தின் 'இந்தியா' தொகுதியை அன்பளிப்பாக வழங்கிய ஸ்ரீநிவாஸாச்சாரியாருக்கும், அதைப் பாதுகாத்துவைத்திருந்த வேங்கட ஆரியாவுக்கும் என் வந்தனத்தைச் செலுத்துகிறேன். ஸ்ரீநிவாஸாச்சாரியார் இல்லத்திலிருந்த பாரத மாதா பொம்மை படம் தந்த அவரது புதல்வர் பார்த்தசாரதிக்கு நன்றி.

பாரதி காலத்து 'ஹிந்து,' 'சுதேசமித்திரன்' இதழ்களைப் பார்த்து, விவரங்கள் சேகரித்து வெளியிட அனுமதித்த 'ஹிந்து,' 'மித்திரன்' அலுவலகத்தாருக்கு நன்றி உரியது.

பாரதியார் சங்கத்தின் நெடுநாள் செயலாளரும், பாரதி விழாவைப் பல்லாண்டுகள் ஒப்பற்ற வகையில் நடத்தியவரும், பாரதிப் பொருட்காட்சி அமைக்க மூலகாரணமாக இருந்தவருமான ஆக்கூர் அனந்தாச்சாரிக்கும், பொருட்காட்சிக்காக அல்லும் பகலும் பிரதிபலன் எதிர்பாராது உழைத்த ஓவியர் பார்த்தன் அவர்களுக்கும் எனது மனமுவந்த நன்றிகள்.

பாரதிப் பணியில் நான் ஈடுபட்டு என் இல்லறக் கடமைகளையெல்லாம் மறந்தபோதும் பொருட்படுத்தாது, எக்காலத்தும் பாரதி பணிகளில் தாமும் தொண்டராக ஊக்கத்துடன் உழைத்துள்ள எனது குடும்பத்தாரை நான் மறக்க இயலாது. காலம் சென்ற எனது முதல் மனைவி ஜானகி பத்மநாபனும், மூத்த குழந்தைகள் சுதர்ஸன், மீரா, மோஹன் மூவரும் பாரதிப் பொருட்காட்சிக்காக அல்லும்பகலும் உழைத்துள்ளனர். இளைய மனைவி மைதிலி பத்மநாபனும், இளைய குழந்தைகள் சுபத்திரா, ஒப்பிலி, ஹேமா மூவரும் பாரதி பாலர் சங்கத்தைத் தொடர்ந்து நடத்தியும், எனது ஆராய்ச்சிகளில் உதவி புரிந்தும் பாரதித் தொண்டில் திளைக்கின்றனர். அவர்களது ஒத்துழைப்புக்குப் பாராட்டு.

கடைசியாக பாரதிப் பணியில் என்னை இடையறாமல் ஈடுபடச் செய்து, என் வாழ்க்கை பயனுறுமாறு செய்த எல்லாம் வல்ல இறைவனுக்கு அஞ்சலி செய்து, இனி வருங்காலத்திலும் பாரதிப் பணி பன்மடங்கு பெருகி, பாரதி நற்கருத்துகளும் தேமதுரத் தமிழோசையும் உலகெங்கும் பரவ வேண்டுமெனப் பிரார்த்திக்கிறேன். வாழ்க பாரதி! வாழ்க தமிழ்! வாழ்க பாரதம்!

ரா. அ. ப.

முதல் பதிப்பு முகவுரை

இச்சித்திர பாரதிக்கு முகவுரை அவசியமில்லை. ஆயினும் ஆசிரியரின் வேண்டுகோளை மறுக்க முடியவில்லை. அவர் இதற்காகப் பட்டுள்ள பாடு இவ்வளவு அவ்வளவன்று. பாரதியாரைச் சித்தரித்துக் காட்டும் படங்கள் இதில் பல இருப்பதோடு அவரைப் பற்றி வரைந்துள்ள சொற்சித்திரங்கள் பெரிதும் போற்றத்தக்கனவாகும். பாரதியார் சம்பந்தப்பட்ட பத்திரிகைகள், புத்தகங்கள், புகைப்படங்கள், கைப் பிரதிகள் சேகரிப்பதில் இவ்வாசிரியர் காட்டியுள்ள ஊக்கமும் உடல் உழைப்பும் சிறிதன்று. இவற்றின் பொருட்டு ஊர்ஊராய் அலைந்து திரிந்து, மூலை முடுக்குகளில் போய், பாரதியாருக்கு அறிமுகமானவர்களையும் அவருடன் நெருங்கிப் பழகிய நண்பர்களையும் கண்டு பிடித்துள்ளார். அவர்களோடு பாரதியார் கூடிக் குலாவிப் பேசிக் குலுங்கச் சிரித்தும், வம்புகள் பேசியும் விளையாடிப் பிரிந்த செய்திகளில் கிடைத்தமட்டும் நேரில் சேர்த்துள்ளார். பாரதியாரின் நடையுடை பாவனைகளுக்கு இந் நூலாசிரியரைத்தான் தற்காலப் பொக்கிஷம் எனலாம். தாம் இப்படி வருந்திச் சேர்த்த இரத்தினங்களை உலகமெல்லாம் படித்தும் கேட்டும் களிப்படைய புத்தக ரூபமாய்ப் பகிர்ந்து கொடுக்க முன்வந்துள்ளார். இந்நூலின் பொருட்டுத் தமிழ் உலகம் அவருக்குக் கடமைப்பட்டிருக்கிறது. சென்ற வருஷம் நான் குடும்பத்தோடு சென்னை சென்றபோது, இந் நூலாசிரியர் தாம் பாரதியார் விஷயமாய் சேர்த்துள்ள பொருள்கள் யாவற்றையும் ஒன்றுவிடாது அயர்வின்றி ஒருநாள் முழுதும் சுவையோடு எமக்குக் காட்டி விளங்க வைத்தார். அவருக்கு பாரதியாரிடமுள்ள அன்பும் ஆர்வமும் பக்தியும் அன்று எனக்கு விளங்கிற்று.

○

'இந்தியா' பத்திரிகை சென்னையில் வெளிவர ஆரம்பித்த கொஞ்ச நாட்களுக்கெல்லாம் பாரதியார் அதில் வந்துசேர்ந்தார். இதற்கு முன்பே 'பால பாரதா' என்னும் ஓர் ஆங்கிலப் பத்திரிகையில் அவர் எழுதியிருந்த ஒரு கட்டுரையைப் படித்து அவர் திறமையை நான் அறிந்திருந்தேன். பின்பு அவரைச் சந்தித்ததிலிருந்து எங்கள் நட்பு வெகு சீக்கிரத்தில் வளர ஆரம்பித்தது. அந்நாட்களில் அவரை நாங்கள் 'பாரதி, பாரதி' என்று அழைத்து வந்தோம். மகா காவியங்கள் இயற்றி, வரகவியாய், கவிச்சக்கரவர்த்தியாய் விளங்கும் இந்நாட்களில் எல்லாரும் அவரை 'பாரதியார்' என்று அழைக்கும் போது, 'இவர் யார்? நம்மோடு சகஜமாய்ப் பழகி, குழந்தை போல், 'சி.சு. பாரதி' என்று சொல்லிக் கொண்டிருந்தோமே அவரா?' என்று கேட்கும்படி ஆகிவிட்டது.

ஸ்ரீ.ஸ்ரீ. ஆசார்ய

(மண்டயம் ஸ்ரீநிவாஸாச்சாரியார்)

சென்னையில் அவரோடு ஓரிரண்டு வருஷங்கள் பழகி இருந்தாலும் நாங்கள் அன்னியோன்யமாய் நெருங்கிப் பழகியது புதுச்சேரி சென்ற பிறகுதான். அங்கு எங்கள் சிறு கூட்டத்தில் அவர்தான் ராஜா. நாங்கள் சதுரங்கம், சீட்டு முதலியன ஆடியதுண்டு; பெரும்பாலும் வ.வே.சு. ஐயர் ஜயம் பெறுவார். இருந்தாலும் எங்கள் ஆட்டம் பாரதியார் இல்லாவிட்டால் சுவை பெறாது. ஆட்டத்தின் ஜயத்தில் எங்களுக்குச் சுவையில்லை. அங்கு நடக்கும் சம்பாஷணையில் உள்ள ரஸம் எங்களுக்கு வேண்டியிருந்தது. கடற்கரையில் அரை இருள் படர்ந்து வரும் அந்திப் பொழுதில் கணீரென்று அவர் பாட ஆரம்பித்தால் அவர் மாத்திரமன்று, அவரைச் சுற்றியுள்ள நாங்களும், எங்களைச் சுற்றியுள்ள சராசரப் பொருள்களும்கூட அசைவற்று மெய்ம் மறந்து அவரது இன்னொலியில் ஈடுபட்டிருப்பது போல் தோன்றும்.

○

சிறு வயதிலிருந்தே பாரதியார் தம் நாவில் தமிழணங்கு உலாவுவதை உணர்ந்திருந்தார். ஆனால் அவருடைய தகப்பனார் சின்னசாமி அய்யருக்குத் தமிழைவிட ஆங்கிலம், கணிதம் போன்றவைகளில் தம் மகன் முன்னுக்கு வரவேண்டும் என்பது கருத்து. அவர் தகப்பனார் என்ற தோரணையில் மகன்மேல்

தம் அதிகாரத்தைச் செலுத்தப் பார்த்தார். ‘சிங்கக் குட்டிக்குப் பசும்புல்லை உணவாகக் கொடுத்து வளர்க்க முயன்றது போலாயிற்று’ என்று பாரதியாரே இதை ஏளனம் செய்திருக்கிறார். அவ்விதமாகத் தமக்கு இயல்பாயில்லாத வழியில் ஆங்கிலத்தைப் புகட்டும் முயற்சியை வெறுக்க ஆரம்பித்தார்.

இவ்வெறுப்பைத்தான் பிற்காலத்தில் தம் காவியங்களில் கூறியுள்ளார். இதனால் அவருக்கு இங்கிலீஷ் பாஷை தெரியாதென்றும், அதிலுள்ள பேரெண்ணங்களை அவர் இகழ்ந்தாரென்றும் எண்ணலாகாது. அது ராஷ்டிர பாஷை என்று நம் தாய்மொழிகளுக்கும்முன் அதைச் சிறுவர் களுக்கு வலுவில் புகட்டுவது தவறு என்பதே அவர் கருத்து. அவருக்குத் தக்க வயது வந்து காசியில் வசித்தபோது சொற்ப காலத்தில் ஷெல்லி, கீட்ஸ், வேர்ட்ஸ்வொர்த் என்னும் பெரிய பெரிய ஆங்கிலேய இயற்கைக் கவிகளைச் சுவையோடு படிக்கலானார். அதன் பயனாக ஆங்கிலக் காவியங்களையும் தமிழ்க் காவியங்களையும் ஒப்பிட்டுப் பார்த்து, மற்றவை களுக்கு ஒரு சிறிதும் குறைவில்லாத தமிழ்க் காவியங் களும் அந்த ஆங்கிலக் காவியங்கள் போல் உல கனைத்தும் பரவாமல் மறைந்து கிடக்கின்றனவே என்று பெரிதும் குறைப்படுவார்.

யாமறிந்த மொழிகளிலே தமிழ் மொழி போல்
இனிதாவதெங்கும் காணோம்;
பாமரராய் விலங்குகளாய் உலகனைத்தும்
இகழ்ச்சி சொலப் பான்மை கெட்டு
நாமமது தமிழர் எனக் கொண்டிங்கு
வாழ்ந்திடுதல் நன்றோ ? சொல்லீர்!
தேமதுரத் தமிழோசை உலக மெலாம்
பரவும் வகை செய்தல் வேண்டும் . . .

என்று உலகிலுள்ள மூலை முடுக்குகளில்கூட ஒலிக்க வேண்டிய ‘தமிழோசை’யை மூடிவைத்துக்கொண்டு ‘பாமரராய், விலங்குகளாய், நாமமது தமிழரென’ப் பெருமையோடு வெட்கமின்றித் திரிகின்றோமே என்று மனம் கசிந்து வருந்தினார். அவர் இப் பாட்டை எழுதி அரை நூற்றாண்டுக்கு மேலாகிறது. நம் நாடு சுதந்திரம் பெற்றுப் பத்து வருஷங்களா கின்றன. அவர் காலம் சென்ற கால் நூற்றாண்டில் சுதந்திரம் பெற்ற தமிழ்நாடு அவர் கூறிய நிலை யிலேயே இன்னும் இருப்பதைக் காண்பாரானால் அவர் மனம் எப்படித் துடிக்குமோ என்பதை நினைக்கவே பயமாயிருக்கிறது!

❍

நம் நாடு சுதந்திரம் பெற்றதிலிருந்து தமிழ்த்தாய் தன் மக்களிடையே புதிய வழியில் தவழ்ந்து விளையாட ஆரம்பித்திருப்பதைக் காண்கிறோம். ஆனால் சொற்ப தினங்களில் பூமண்டலம் சுற்றி வரும் நிலையிலிருக்கும் நாம் நம் தாய்மொழியின் திருவிளையாடல்களை இக்குறுகிய சிறு தமிழ் நாட்டில் அடக்கி வைத்து வேடிக்கை பார்ப்பது தகுமா? கிரேக்க நாட்டினர் தாம் குறுகிக்கிடந் தாலும் தம் உயர்ந்த தாய்மொழியின் பெருமையை உலகம் போற்றும்படி செய்துவிட்டார்கள். ஸாக்ரடீஸ், ப்ளேட்டோ, அரிஸ்டாட்டில் போன்ற மாபெரும் மேதாவிகள் மூலம் உலகில் அடைந்த தன் உச்சஸ்தானத்தை அம்மொழி இன்றைக்கும் பாதுகாத்து வருகிறது. அதன் அக்காடெமி *(Academy)* என்னும் பண்டிதக் குழுவுக்கு நம் தமிழ்ச்சங்கம் சிறிதும் குறைந்ததன்று. நீர்வள, நிலவளங்களிலும் விஸ்தீரணத்திலும் தமிழ்நாடு கிரேக்க தேசத்திற்குக் குறைந்ததில்லை. நம் கவிவாணர் அப் பண்டைக் காலப் புலவர்க்கு எவ்விதத்திலும் ஈடு கொடுக்க வல்லவரே. சிவபிரான் ஆதியில் தந்த தமிழ்மொழி இன்று நேற்றையதன்று. மனிதன் குகைவாசியாய் இருந்ததற்கும் முன்பு விருக்ஷவாசியாய் இருந்தபோது அப் பண்டையினும் பண்டைக் காலத்தில் அவன் உச்சரித்த சொற்கள் பல இன்றைக்கும் தமிழில் காணக்கிடக்கின்றன.

நிலப் பரப்பில் மலைகளும் பள்ளத்தாக்குகளும் மாறிமாறி உயர்ந்தும் விரிந்தும் கிடப்பதுபோல் நமது இலக்கியப் பெருக்கிலும் காணக் கிடக்கின்றன. அதனால் மனம் குன்றாது பேரிலக்கியங்களைப் பரப்பப் பாடுபட்டு வருவோமானால் நம் தாய் மொழி ஓங்காமல் இராது. அதை வெளிநாடுகளில் பரப்புவதால் அந்நாட்டினர்க்கு நாம் புதிய கண்களை அளித்தது போலாகும். அவர்கள் உலகைப் புது நோக்கோடு காண்பார்கள். அவர்கட்குத் தமிழின் பெருமையும் அதனால் விளங்கும்.

❍

உதாரணமாக, திருக்குறளைச் சீராகப் படித்தறிந்த வெளிநாட்டுப் பேரறிஞர்கள் ஒரே குரலாய் அதன் பெருமையைப் போற்றுவதைக் காண்கிறோம். உலகில் எந்த பாஷையிலும் இம்மாதிரி நூல் கிடையாது என்று அவர்களே கூறுகிறார்கள். ஆனால், எவ்வளவு திறமையோடு மொழிபெயர்த்தாலும் முதல் நூலின் அழகும் சுவையும் மொழிபெயர்ப்பு பெறுவதில்லை.

‘தொட்டனைத்தூறும் கேணி’ போலத் தோண்டத்தோண்டச் சுரக்கும் தன்மையை மொழிபெயர்ப்பில் கொண்டுவர முடியாது.

யாமறிந்த புலவரிலே கம்பனைப்போல்
வள்ளுவர்போல் இளங்கோவைப்போல்
பூமிதனில் யாங்கணுமே பிறந்ததில்லை,
உண்மை, வெறும் புகழ்ச்சி யில்லை

என்கிறார் பாரதியார். இப்படிப்பட்ட மிக்குயர்ந்த இரத்தினங்களைக் கையில் வைத்துக்கொண்டு,

ஊமையராய்ச் செவிடர்களாய்க் குருடர்களாய்
வாழ்கின்றோம், ஒரு சொற்கேளீர்!
சேமமுற வேண்டுமெனில் தெருவெல்லாம்
தமிழ் முழக்கம் செழிக்கச் செய்வீர்!

தெருவெல்லாம் என்றது தமிழ்நாட்டுத் தெருக்கள் மாத்திரமன்று, மற்ற இந்தியப் பிராந்தியங்களிலும், விரிந்த இவ்வுலகிலுள்ள வெளிப் பிரதேச நகரங்களிலும் உள்ள தெருக்களில் எல்லாம் 'தமிழ் முழக்கம் செய்வீர்' என்றே பாரதி தமிழ் மக்களைத் தூண்டுகிறார்.

பாரதியாரின் இக்கட்டளையை நிறைவேற்றவே இச்'சித்திர பாரதி' வெளி வந்துள்ளது. இந்திய நாடுகள் மாத்திரம் அன்று, இவ்விரி உலகில் 'தேமதுரத் தமிழோசை உலகமெலாம் பரவும் வகை' இது செய்தே தீரும் என்று எதிர்பார்க்கலாம். இதன் ஆசிரியரும், அந்நிய தேசத்தினர் தம் கலைகளை நம் நாட்டில் பரவச் செய்துவரும் முறைகளை நன்கறிந்தவரே. அம்முறைகளைப் பின்பற்றித் தலை சிறந்த தமிழ் நூல்களை வெளி நாட்டினர் சுவைக்கச் செய்து பாரதியார் மனதைக் குளிரச் செய்வது அவருக்கு எளிதென்றே நம்புகிறோம்.

இதில் இவர் முயற்சி திருவினையாகுக!

7/8 ஈஸ்ட் படேல் நகர் **ஸ்ரீ.ஸ்ரீ. ஆசார்ய**
புது தில்லி 12
21. 5. 1957

இரண்டாம் பதிப்பின் முன்னுரை

பாரதியாரது 76ஆம் பிறந்த நாளன்று 1957இல் வெளியான 'சித்திர பாரதி' நூலின் மறுபதிப்பு, கவியரசரின் நூற்றாண்டு விழா நிறைவேறும் இத்தருணத்தில் வெளிவருவது மகிழ்ச்சிக்குரிய விஷயமாகும். நூலின் முதல் பதிப்பு வெளியானபின் சென்றுள்ள இருபத்தைந்து ஆண்டுகளில் நமக்குக் கிடைத்துள்ள புதிய தகவல்களும் படங்களும் அனந்தம். இவைகளின் மூலமாக நாம் பாரதியாரின் வாழ்க்கை பற்றியும், தமது இலட்சியங்களுக்காக அவர் அல்லும் பகலும் இடையறாது உழைத்தது பற்றியும் முன்னிலும் நன்றாக அறிந்து கொள்ள முடிகிறது.

இந்த இரண்டாவது பதிப்பில் பல புதிய விஷயங்கள் சேர்க்கப்பட்டுள்ளன. பல அரிய புகைப்படங்கள் சேர்ந்துள்ளன. உதாரணமாக, லோகமானிய திலகருக்கு பாரதி 1908இல் எழுதிய கடிதம், பாரதியாரை ஆசிரியராகக் கொண்டு நடந்த 'பால பாரதா' ஆங்கில மாதப் பத்திரிகை, 'சக்ரவர்த்தினி' (தமிழ் மாதர் மாதப் பத்திரிகை), 'கர்மயோகி' (தமிழ் மாதப் பத்திரிகை), 'விஜயா' (தமிழ் நாளிதழ்) முதலியவைகளின் விவரங்கள் (படத்துடன்), புதுவையில் பாரதியார் முதலிய சுதேசித் தலைவர்களை வேவு பார்த்த ஒரு பிரிட்டிஷ் இந்தியப் போலீஸ் உளவாளியின் 'டயரி'யில் அவன் இந்த தேசபக்தர்களைப் பற்றிக் குறித்து வைத்திருந்த குறிப்புகளின் விவரமும் படங்களும், புதுவை கரடிக்குப்பத்தில் துப்பாக்கிப் பயிற்சி நடத்திய இந்தியப் புரட்சி வீரர்களுடன் வீரன் வாஞ்சிநாதன் இருக்கும் படம், வ.உ.சி.யின் துணைவர் மாடசாமி, புரட்சிவீரர் நீலகண்ட பிரம்மச்சாரி, எம்.ஸி. அழகிய சிங்கப் பெருமாளய்யங்கார் முதலியவர்களது படங்கள், பாரதியாரின் மாமனார், மாமியார், மனைவி செல்லம்மா முதலியவர்களது இதுவரை வெளியாகாத 1917 புகைப்படங்கள், பாரதி இருந்தபோது கடயத்தில் எடுக்கப்பட்ட கடயம் தெரு புகைப்படம், ஈரோடு கே.எம். தங்கப்பெருமாள் பிள்ளைக்கு பாரதி எழுதிய ஆங்கிலக் கடிதம், குத்தி பி. கேசவ பிள்ளைக்கு எழுதிய ஆங்கிலக் கடிதம் – இவ்வாறு இதுவரை வெளிவராத பலப் பல அரிய புதிய விஷயங்களும் படங்களும் 'சித்திர பாரதி' நூலின் இந்த விரிவான, திருத்திய பதிப்பில் இடம்பெற்றுள்ளன.

பாரதியாரையோ, அவர் காலத்தவர்களான வ.வே.சு. ஐயரையோ, வ.உ. சிதம்பரம் பிள்ளையையோ, சுப்பிரமணிய சிவாவையோ நான் நேரில் காணும் வாய்ப்பு பெறவில்லை. ஆனால், அதிர்ஷ்டவசமாக, அவர்களது நெருங்கிய சகாவான புரட்சி வீரர் நீலகண்ட பிரம்மச்சாரியை முதிய வயதில் அவர் ஸ்ரீஸத்குரு ஓம்கார் என்ற ஸாதுவாக விளங்கிய காலத்தில் சந்தித்துப் பல்லாண்டுகள் நெருங்கிப் பழகும் வாய்ப்பும், சென்றுபோன நாட்களைப் பற்றித் துருவித்துருவிக் கேட்டுச் சரியான விவரங்களும் விளக்கங்களும் பெறும் பாக்கியமும் பெற்றேன். அதனால், பாரதியார் காலத்துச் சம்பவங்கள் பல வற்றில் புரியாதிருந்த புதிர்களெல்லாம் தெளிவாயின. அந்த விதம் நான் பெற்ற விளக்கத்தின் பலனையும் நூலின் இப்பதிப்பில் காணலாம்.

பாரதி நூற்றாண்டை முன்னிட்டு நூலின் மறுபதிப்பு கொண்டுவர நான் பல்லாண்டுகளாகச் செய்துவந்த முயற்சிகள் பலிக்கவில்லை. செலவைக் கருதிப் பல வெளியீட்டாளர்கள் தயக்கம் காட்டியதால் நான் மனம் குன்றிச் சோர்வுற்றிருந்த காலை, வாடும் பயிர்க்கு வான்மழையென இப்பெரும் பணியைப் பூர்த்தி செய்துவைக்க முன்வந்தார் பொள்ளாச்சிப் பெருவள்ளல் நா. மகாலிங்கம் அவர்கள். இதை பாரதியார் சங்க நூற்றாண்டு விழா வெளியீடாகக் கொண்டு வரவும் அவர் வகை செய்தது இரட்டிப்பு மகிழ்ச்சியாகும். தமிழுக்கும் இறைப்பணிக்கும் தன்னை அர்ப்பணித்துக் கொண்டுள்ள தகைமையாளர் மகாலிங்கம் அவர்களுக்கும், அவர்களை நான் அணுகி அவர் ஆதரவு பெறுவதற்கும், அதன்பின் நூலின் அச்சுவேலை முதலிய சகல காரியங்களுக்கும் உற்சாகத்துடன் உதவிபுரிந்துள்ள எனது நெடுநாள் அன்பர் பகீரதன் அவர்களுக்கும் எனது மனமார்ந்த நன்றியைத் தெரிவிக்க விரும்புகிறேன்.

பாரதப் பண்பாட்டின் ஆணிவேர் ஆத்ம சித்தியாகும். நானும் வந்தேன் ஒரு சித்தன் இந்த நாட்டினிலே என்று தம்மை ஒரு சித்த புருஷனாக விவரித்துக் கொண்டார் பாரதியார். செத்தபிறகல்ல இன்றே, இப்பொழுதே முக்தி என்றார். அத்தகைய ஆத்ம சித்திக்கான இலக்கியமாக விளங்கும் அவரது நூல்களையும், அவரது நிகரற்ற வாழ்க்கைச் சாதனைகளையும் நாம் மீண்டும் மீண்டும் துய்த்து நாமும் வீர வாழ்வு வாழ்ந்து விடுதலை பெறுவதே நாம் அப்பெரு மகனுக்குச் செலுத்தக்கூடிய மிகச் சிறந்த காணிக்கையாகும். அப்பணியில் 'சித்திர பாரதி' உதவும், திண்ணம்.

ரா.அ. பத்மநாபன்

'பாரதி நிலையம்'
40ஏ, சந்தான
பஜனை கோவில் தெரு
விழுப்புரம் 605602
29.10.1982

நூல் தோன்றிய கதை

சரித்திர பூர்வமான ஆராய்ச்சி நூலாக பாரதியின் வாழ்க்கை வரலாறு ஒன்று எழுத வேண்டும் என்று எனக்குப் பல வருஷங்களாக ஆசை. அது இன்று நிறைவேறுகிறது.

*1934*ஆம் ஆண்டு, நான் 'ஆனந்த விகட'னில் உதவியாசிரியராக இருந்த சமயம் முதன்முதலாக பாரதியார் புகைப்படம் ஒன்றைப் பார்த்தேன். புதுவை அன்பர் எஸ்.ஆர். சுப்பிரமணியம் கொண்டு வந்து கொடுத்த அப்புகைப்படத்தைப் பிரதி யெடுத்துத் தரும்படி ஆசிரியர் 'கல்கி' பணித்தார். அப்போது எடுத்த அப்படத்தின் பிரதிகள் பிற பத்திரிகைகளுக்கும் உதவப்பட்டன. என்னிடம் வந்துசேர்ந்த முதல் பாரதிச் சின்னம் என்று இதைக் கூறலாம்.

வேங்கட ஆரியா

*1937*ஆம் ஆண்டில் 'ஜெய பாரதி' என்ற தேசிய தினசரியில் நான் பணிபுரிந்து வந்தேன். *1909 – 10*இல் பாரதியுடன் அவரது 'இந்தியா' பத்திரிகையில் மாற்று ஆசிரியராக இருந்த வேங்கட ஆரியா என்பவரும், திருவல்லிக்கேணியில் பாரதியுடன் பழகியவரான கி. சடகோபன் என்பவரும் அப்போது 'ஜெய பாரதி'யில் உதவியாசிரியர்களாக இருந்தனர். இவர்களில், வேங்கட ஆரியாவுடன் நான் அதிகம் பழகுவதற்குள் அவர் ரஜாவில் போனார்; நோய் வாய்ப்பட்டுத் திரும்பவேயில்லை. சடகோபனிடம் பாரதியைப் பற்றிப் பல விஷயங்களை அறிய சந்தர்ப்பம் கிடைத்தது.

'ஜெய பாரதி' தினசரியின் வாரப் பதிப்புக்கு ஆசிரியனாக நான் வேலை பார்த்துவந்த காலத்தில், ஒரு நாள் இரவு கடுமழை பெய்தது. மழைச் சாரலிலிருந்து பழம் பத்திரிகைகள் சிலவற்றை ஒதுக்கி வைக்கப்போனபோது, 'வேங்கட ஆர்யன்' என்று மேலே பெயர் எழுதியிருந்த காகிதக் கட்டொன்று கிடைத்தது. ஆரியாவினுடைய காகிதங்கள் என்று அதை எடுத்துவைத்தேன்.

இது நடந்த சின்னாட்களில் வேங்கட ஆரியா நோய்வாய்ப்பட்டுக் காலமாகிவிட்டார். ஆனால், அப்போதும் அவர் பெயரிட்ட கட்டில் என்ன இருக்கிறதென்று நான் பார்க்கவில்லை. வெகுநாட் களுக்குப் பின் ஒரு சமயம் கட்டைத் திறந்து பார்த்தபோது, 'இந்தியா' என்ற பழைய புதுவைப் பத்திரிகையின் பிரதிகள் வரிசையாக இருப்பதைக் கண்டேன். ஆரியாவின் உறவினர் எவரேனும் வந்தால் தருவோமென்று இதைப் பத்திரமாய் வைத்திருந்தேன்; ஆனால் எவரும் வரவில்லை.

பாரதி கோழையா ?

*1933-34*இல் முதன்முதலாக வ.ரா. வைச் சந்தித்தேன். அப்போது அவர் 'மணிக்கொடி' வாரப் பத்திரிகையின் ஆசிரியராக இருந்தார். அவருக்கு பாரதி என்றால் உயிர் என்பது அவருடைய பேச்சிலும் எழுத்திலும் தெரிந்தது. அக்காலத்தில் பாரதி சரித்திரம் ஏதும் கிடையாது. பாரதி தினக் கொண்டாட்டங்களில் நடக்கும் பிரசங்கங்களி லிருந்து பாரதி ஒரு தீர புருஷர் என்றும், ஆனால் ஏனோ அரெஸ்ட்டுக்குப் 'பயந்து' புதுச்சேரிக்கு ஓடிப்போனார் என்றும் மட்டும் அறிந்திருந்தேன். அவரது கவிதைகள் எளிதில் புரிந்தன; விவரிக்க வொண்ணா இன்பத்தையும் தெம்பையும் வீரா வேசத்தையும் கொடுத்தன. இத்தகைய வீராவேசப் பாடல்களைப் பாடியுள்ள ஒருவர் பயந்துகொண்டு புதுவைக்கு ஓடிப் போயிருப்பாரா என்ற சந்தேகம் மட்டும் எனக்கிருந்தது.

இந்தச் சந்தர்ப்பத்தில்தான் 'காந்தி' மாதப் பத்திரிகையில் வ.ரா. 'சுப்பிரமணிய பாரதியார்' என்ற தலைப்பில் பாரதியின் வாழ்க்கைச் சரி தத்தைத் தொடர்கதை போல எழுதவாரம்பித்தார். ஒவ்வொரு மாதமும் கட்டுரை எப்போது வரு மென்று காத்திருந்து படிப்பேன். வ.ரா.வின் கட்டுரைகளில் பல புது விஷயங்கள் தெரிந்தன. பாரதி என்ற மேதையின் பலதரப்பட்ட தன்மை களை ஒருவாறு உணர்ந்தேன். ஆனால், வ.ரா.வின் கட்டுரைகளில்கூடப் பல இடங்களில் வருஷம் தேதி முதலான விவரங்கள் சரிவர ஞாபகமில்லை யென்று அவரே குறிப்பிட்டிருந்தது ஆதாரபூர்வ மான விவரங்களைத் தேடத் தூண்டுதலாயிற்று.

*1936*இல் ஆக்கூர் அனந்தாச்சாரியார் வெளி யிட்ட 'பாரதி சரித'மும், பிறகு சக்திதாஸன் சுப்பிரமணியன் வெளியிட்ட 'பாரதி லீலை' என்ற சிறு நூலும் முழுமையான பாரதி சரிதம் வேண்டு மென்ற ஊக்கத்தை வளர்த்தன.

அக்காலத்தில் பாரதி தினம், வ.வே.சு. ஐயர் தினம் முதலியவற்றுக்கான கூட்டங்கள் பழைய காங்கிரஸ் மாளிகையில் நடக்கும். அதில் வழக்க மாக வரும் இருபது முப்பது பேர்களே இருப் பார்கள். இந்தக் கூட்டங்களில் 'லோகோபகாரி' ஆசிரியர் பரலி சு. நெல்லையப்பரைச் சந்தித்தேன்.

நெல்லையப்பரின் பத்திரிகையில் ஒரு சில பாரதி கட்டுரைகள் திரும்பத்திரும்ப வெளியிடப்படுவதும் கண்டேன்.

இந்தச் சமயத்தில் நான் சந்தித்த இன்னொரு பாரதி அன்பர் மண்டயம் ஸ்ரீநிவாஸாச்சாரியாராகும். பாரதியின் தேசிய முயற்சிகளுக்கெல்லாம் உறுதுணையாகவிருந்த மண்டயம் குடும்பத்தைச் சேர்ந்த இந்த அடக்கமிகுந்த பெரியவர் அப்போது சென்னையில் வசித்துவந்தார்.

மண்டயம் ஸ்ரீநிவாஸாச்சாரியார், வ.ரா., நெல்லையப்பர் முதலியோருடன் பழகியதிலிருந்து பாரதியை நேரில் அறிந்த மற்றும் பலர் புதுவையில் வாழ்கிறார்கள் என்றும், பாரதியின் கவிதை, கதை, கட்டுரைகளில் இன்னும் பல வெளியாகாமலிருக்கின்றன என்றும் அறிந்தேன். புதுவை சென்று பாரதி இருந்த இடங்களைப் பார்க்க வேண்டும் என்ற ஆசை இதனால் பிறந்தது.

புதுவைப் பயணம்

*1938*இல் இதற்கேற்ற சந்தர்ப்பமும் ஏற்பட்டது. பாரதியை நேரில் அறிந்தவரும், பாரதியைப் போலவே திலகரை அரசியல் குருவாகப் பின்பற்றியவருமான 'ஸண்டே டைம்ஸ்' தமிழ் வாரப் பத்திரிகை 'ஹிந்துஸ்தான்' உதவியாசிரியராக இருந்த நான், என்னைப் புதுச்சேரிக்கு அனுப்பினால் பாரதி சம்பந்தமான பல விவரங்களையும் படங்களையும் கொண்டுவர இயலுமென்றும், இவற்றைக் கொண்டு செப்டம்பர் 11ஆம் தேதி இதழை விசேஷ 'பாரதி மல'ராக வெளியிடலாமென்றும் தெரிவித்தேன். 'ஹிந்துஸ்தான்' ஆசிரியர்கள் ஈ.ஆர். கோவிந்தனும், ரா. நாராயணனும் இதை ஆர்வத்துடன் ஆமோதித்தனர். காமத்தும் உற்சாகத்துடன் இதை ஏற்றார். காரியாலயப் புகைப்படக்காரரான யூ.என். ஸிங் என்பவரும் நானும் புதுவை சென்றோம். முன் ஜாக்கிரதையாக நானும் ஒரு காமிரா எடுத்துச் சென்றேன்.

புதுவை போகுமுன் சென்னையிலேயே குவளைக் கண்ணன் என்ற பாரதி சீடரைச் சந்திக்கும் பாக்கியம் பெற்றிருந்தேன். பாரதியின் உயிர்த் தோழரான அவர் அச்சமயம் திருவல்லிக்கேணியில் வாழ்ந்துவந்தார். வியப்புறு ஞாபகசக்தி படைத்தவர் அவர். பாரதி நண்பர்கள் பலரைப் பற்றி அவர் விவரம் சொன்னார்; அப்போது பிரசுரமாயிராத பாரதி பாடல்கள் பலவற்றை வரி பிசகாமல், எழுத்துப் பிசகாமல் மனப்பாடமாய்ச் சொன்னார். இப்பாடல்களில் சில பின்னர் புத்தகமாக வெளிவந்ததும் ஒப்பிட்டுப் பார்த்தபோதுதான் அவரது ஞாபக சக்தியின் பெருமை புலனாயிற்று.

பாரதி சீடர் வ. ரா.

புதுவையில் முதன் முதலாக அம்மாக்கண்ணு என்ற கிழவியைக் கண்டோம். பொன்னு முருகேசம் பிள்ளை என்ற தனவான் வீட்டுப் பணிப்பெண்ணாகிய இவளுக்கு பாரதியிடம் வாஞ்சை அதிகம். நாங்கள் போன சமயம் (*1938*), அம்மாக்கண்ணு தள்ளாமையடைந்துவிட்டாள்; காது கேட்கவில்லை. அவளிடம் பேசி அதிக விஷயங்கள் அறிய முடியவில்லை.

அம்மாக்கண்ணுவின் புதல்வர் வேணு என்ற வே. வேணுகோபால் நாயக்கர் எங்களைப் புதுவையில் பாரதி சம்பந்தப்பட்ட இடங்களுக்கெல்லாம் அழைத்துச்சென்று காட்டினார். மற்றும் புரொபஸர் என். சுப்பிரமணிய ஐயர் ('பிரம்மராய ஐயர்'), ஆறுமுகம் செட்டியார் ('எலிக் குஞ்சு செட்டியார்'), பொன்னு முருகேசம் பிள்ளையின் புதல்வர் ராஜாபகதூர் முதலிய பாரதி நண்பர்களையும் அவர் அறிமுகப்படுத்தி வைத்தார். 'பாரதிதாசன்' என்ற வாத்தியார் கனகசுப்புரத்தினத்தையும் தேடிச் சென்றோம்; துரதிர்ஷ்டவசமாய் அவர் ஊரில் இல்லை.

'பிரம்மராய ஐயர்'

பாரதி காலத்தில் புரொபஸர் சுப்பிரமணிய ஐயர் வீட்டுத் திண்ணையில் 'இடிப்பள்ளிக்கூடம்' என்று பெயர் பெற்ற அரட்டைக் கச்சேரி நடக்கும் என்று ஒரு கட்டுரையில் பாரதி குறித்திருக்கிறார். இந்தக் கச்சேரி இருபது வருஷங்களுக்குப் பின் நாங்கள் போன சமயமும் நடந்துகொண்டிருந்தது.

ஆனால், வீட்டுத் திண்ணைக்குப் பதிலாக மாடியில் நடந்தது; முன்பு நடந்ததுபோல புரொபஸரின் இடியோசை கேட்கவில்லை. அடக்கமாக, சீட்டுக் கச்சேரியாகத் திகழ்ந்திருந்தது.

பாரதியார் விஷயமாக நாங்கள் வந்திருக்கிறோமென்று அறிந்ததும் புரொபஸர் சுப்பிரமணிய ஐயர் வெகு நேரம் அளவளாவிக்கொண்டிருந்தார். பாரதியின் ஞாபகார்த்தமாகத் தாம் வைத்திருந்த 'பொன் வால் நரி' *(The Fox with the Golden Tail)* என்ற ஆங்கிலப் பிரசுரத்தின் பிரதி ஒன்றையும், 'விஜயா' என்ற புதுவை தினசரியில் வந்த தலையங்கமொன்றையும் கொடுத்தார். 'விஜயா' தலையங்கத்தைக் கையிலெடுத்தவர் அதைத் தமது உரத்த குரலில் படித்துக் காட்டிக் களிக்கவும் ஆரம்பித்து விட்டார். அவ்வளவுதான். அவருக்குப் பழைய ஞாபகங்கள் அலைமோதிக்கொண்டு வந்துவிட்டன. 'வி. கிருஷ்ணஸ்வாமி ஐயர் நீதிபதி பதவி ஏற்றதைக் கண்டித்து இந்தத் தலையங்கம் எழுதிவிட்டு, பாரதியார் இதை எங்களிடம் எப்படிப் படித்துக் காட்டிக் குதூகலித்தார் தெரியுமா!' என்று கடகடவென்று சிரித்தார்.

அடக்கவொடுக்கமான ஆறுமுகம் செட்டியார் தம் நினைவாக, வ.வே.சு. ஐயரின் 'பாலபாரதி' பத்திரிகை, தமக்கு அது தபாலில் வந்த மேலுறையுடன் கொடுத்தார்.

'ஹிந்துஸ்தான்' பாரதி மலர்கள்

புதுவையில் எடுத்த படங்களும் தேடிச் சேகரித்த பல தகவல்களும் 'ஹிந்துஸ்தான்' பாரதி மலராக வெளிவந்தபோது, பல பாரதி அன்பர்கள் பாராட்டி, ஊக்குவித்தார்கள். இந்த ஊக்கம் காரணமாக, மறு வருஷமும் புதுவை போய்ப் பல புதிய தகவல்களையும் கடிதங்களையும் படங்களையும் கொண்டுவந்தேன். 1939ஆம் ஆண்டு பாரதி மலரில், 'சென்னை மாகாணத்தின் அரசியல் விழிப்பு' *(Political Evolution in the Madras Presidency)* என்ற இன்றும் வெளியாகாத பாரதியின் ஆங்கில நூலின் முதல் அத்தியாயத்தின் மொழி பெயர்ப்பு உட்படப் பல விஷயங்கள் வெளியிடப் பெற்றன. இதை பாரதியின் இளைய சகோதரர் சி. விசுவநாதன் அனுப்பி உதவினார்.

1940, 1941ஆம் ஆண்டுகளிலும் 'ஹிந்துஸ்தான்' சிறந்த பாரதி மலர்களை வெளியிட்டு, அதுவரை வெளிவராத பல புதிய விஷயங்களை வெளிக் கொணர்ந்தது.

பாரதி வாழ்க்கைச் சுவடுகளை வெளிப்படுத்தி, பாரதியைத் தமிழ் மக்கள் சரிவரப் புரிந்துகொள்ளச் செய்யவேண்டும் என்ற இக்கருத்தில் வேறு பல 'பாரதி நினைவு'களும் வெளிவரலாயின. ஆனால் அவ்வப்போது பத்திரிகைகளில் வெளியான இந்த நினைவுக் குறிப்புகளை ஒன்றுசேர்த்து நூலாக்கி, பாரதி கடிதங்களையும் தொகுத்து வெளியிடுவதில் தமிழ்நாட்டில் எவரும் இதுவரை ஊக்கம் காட்டவில்லை.

பாரதி பொருட்காட்சி

'ஹிந்துஸ்தான்' பத்திரிகையில் பணிபுரிந்ததற்குப் பன்னிரண்டு வருஷங்களுக்குப் பின்னர் மீண்டும் நான் சென்னைக்குத் திரும்பியபோது, என்னிடமுள்ள பாரதி நினைவுப் பொருட்களையெல்லாம் சேர்த்து ஒரு பாரதி பொருட்காட்சியாக அமைத்துப் பலரும் கண்டுகளிக்கச் செய்ய விரும்பினேன். முடிவில், 1953 செப்டம்பரில் பாரதியார் சங்கம் சென்னை ஹிந்தி பிரசார சபைக் கட்டடத்தில் நடத்திய பாரதி விழாவில் இத்தகைய பொருட்காட்சி ஒன்று அமைக்க வாய்ப்புக் கிடைத்தது. இதை அமைப்பதற்கு, பாரதியார் சங்க காரியதரிசி ஆக்கூர் அனந்தாச்சாரி ஊக்கமளித்தார். 'பார்த்தன்' எனப்படும் ஜி. பார்த்தஸாரதி என்ற இளம் சித்திரக்காரர் இரவுபகலாய் உழைத்துப் பெரும் உதவி புரிந்தார்.

பாரதி பொருட்காட்சி எதிர்பார்த்ததைவிட அதிகமான உற்சாகத்தை எங்களுக்கு உண்டாக்கியது. பொதுமக்களுக்கும் இக்காட்சி பாரதியிடம் புது உற்சாகம் பிறக்கும்படி செய்வதாயிருந்தது. பாரதியை அறிந்த பலர் மேன்மேலும் பல தகவல்களைக் கொடுக்க முன்வந்தனர்; பாரதியைப் பற்றிய பல புதிய ஆதாரங்கள் இருக்குமிடம் தெரிந்தது. இதே காட்சி மேலும் சிறப்பான முறையில் 1953ஆம் ஆண்டு இறுதியில் நடந்த சென்னை காங்கிரஸ் பொருட்காட்சியிலும் இடம் பெற்றது. இந்த பாரதி பொருட்காட்சியைக் கண்ட தலைவர் ராஜாஜி, 'இது ஒரு பெரு முயற்சி. மகிழ்ச்சி தருகிறது' என்று பாராட்டினார்.

நூல் யோசனை

பாரதி பொருட்காட்சியின் சேவையைச் சகோதரத் தமிழ் எழுத்தாளர்களும் பாராட்டினார்கள். சென்னை தமிழ் எழுத்தாளர் சங்கம், தனது 1954ஆம் வருஷ மாநாட்டில், இதற்கென இந்நூலாசிரியருக்கு ஒரு தங்கப்பதக்கம் அளித்து கௌரவித்தது.

பாரதி பொருட்காட்சி மேலும் சில புதிய சேர்க்கைகளுடன் 1954ஆம் ஆண்டு அண்ணாமலை நகரில் நடந்த அகில இந்திய எழுத்தாளர் மாநாட்

டிலும், அதே ஆண்டு செப்டம்பரில் பாரதி தினத்தன்று சென்னை அமெரிக்கத் தகவல் ஸ்தாபனமான யுனைட்டெட் ஸ்டேட்ஸ் இன்பர்மேஷன் ஸெர்விஸின் நூல் நிலையத்திலும் காட்டப்பெற்றது.

கிடைத்தற்கரிய அசல் பாரதி கடிதங்களும் கையெழுத்துப் பிரதிகளும் பழம் பத்திரிகைகளும், அச்சில் இல்லாத பல பாரதி நூல்களும், பாரதியன்பர்களின் புகைப்படங்களும் இன்னும் பல விஷயங்களும் பாரதி பொருட்காட்சியில் வைக்கப்பட்டிருந்தன. இந்த அரிய பொருள்களை அடிக்கடி பொருட்காட்சியாய் வைப்பதில் சில சிரமங்கள் இருக்கின்றன. தொட்டால் பொடித்து விழும் பழம் தாள்களை இவ்வாறு அடிக்கடி எடுத்துவைப்பதால் மேலும் சேதமடைகின்றன. இதற்கு என்ன செய்வோமென்று நினைத்திருந்த சமயம், 'அமுத நிலையம்' நிர்வாகி ரா.ஸ்ரீ. ஸ்ரீகண்டன், பொருட்காட்சியிலுள்ள விஷயங்களையும் படங்களையும் சேர்த்து ஒரு நூலாக வெளியிடலாம் என்றார்.

இது சிறந்த யோசனையென்று சம்மதித்தேன். ஆனால், நூலாக வெளியிடுவதென்றால் கூடுமானவரை முழுமையான தொடர் உருவம் கொண்டதோர் நூலாக இருக்கவேண்டும் என்றும், அதற்காக மேலும் கிடைக்கக் கூடிய விஷயங்களையெல்லாம் சேகரிக்க வேண்டும் என்றும், படங்களையெல்லாம் தேடிக் கண்டுபிடிக்க வேண்டும் என்றும் தோன்றிற்று. உண்மையில் நூலாக வெளியிடுவது என்று ஒப்பமானதற்குப் பின் எனது முயற்சிகளை முன்னைவிடப் பன்மடங்கு அதிகமாக்க வேண்டியிருந்தது!

மூன்று வருஷமாக

மூன்று வருஷ இடையறாத முயற்சிக்குப் பின், இன்று ஒருவாறு திருப்தியடைந்து இந்நூலை வெளியிடுகிறோம். இந்த மூன்று வருஷங்களும் வீண்போகவில்லை. பாரதி பொருட்காட்சியில் இருந்ததைப் போல இரண்டு மடங்கு படங்களும் அதற்குப் பன்மடங்கு அதிகமான அரிய தகவல்களும் இப்போது சேர்ந்து இந்நூல் தயாரிப்பதில் உபயோகிக்கப்பட்டுள்ளன. இன்னும்கூடப் பல அபூர்வமான 'பாரதிச் சுவடுகள்' எதிர்பாராதபடியெல்லாம் கிடைத்துக்கொண்டேயிருக்கின்றன என்பதும் குறிப்பிடத்தக்க விஷயமாகும். உதாரணமாக, இந்நூலின் விஷயப் பக்கங்கள் அச்சாகிவந்த சமயம், பாரதி 1907இல் வெளியிட்ட 'எங்கள் காங்கிரஸ் யாத்திரை', 'புதிய கட்சியின் கொள்கைகள்' என்ற இரு கிடைத்தற்கரிய பிரசுரங்களின் பிரதிகள் கிடைத்தன! மேலும், காணாமற்போய் விட்டதெனக் கருதப்பட்ட 'சந்திரிகையின் கதை' கடைசி இரு அத்தியாயங்களின் கையெழுத்துப் பிரதி கிடைத்துள்ளது – பாதியாய்க் கிழிந்து!

இதிலிருந்து ஒன்று நிச்சயமாய்த் தெரிகிறது. போன காலதாமதமெல்லாம் போகட்டுமென்று நாம் இப்போதாவது விரிவானதோர் தேடுதல் முயற்சியை மேற்கொண்டோமானால் இன்று கிடைக்காத இன்னும் பல பாரதி எழுத்துகள் கிடைப்பது சாத்தியமே. ஆனால் தனிப்பட்ட ஒருவரது முயற்சி மட்டும் போதாது. தமிழிலும் பாரதியிலும் ஊக்கமுள்ள பலரும், பாரதி பதிப்புக் குழு, ஸர்வகலாசாலைகள், பாரதிச் சங்கங்கள் போன்ற பலவித ஸ்தாபனங்களும் பாரதிச் சின்னங்களையும் எழுத்துகளையும் தேடும் ஆராய்ச்சி முயற்சிக்கு ஆதரவு அளித்தால் இன்னும் எவ்வளவோ காரியங்களைச் சாதிக்க முடியும்.

ஏனெனில், இத்தகைய தேடுதல் ஆராய்ச்சி வேலைக்கு நிறைய அவகாசம் வேண்டும்; செலவும் ஆகிறது. இந்த நூலுக்குப் புது விஷயங்கள் சேகரிப்பதற்காகச் சென்ற மூன்றரை ஆண்டுகளில், பாரதி இருந்த எட்டயபுரம், கடயம், மதுரை, புதுவை முதலிய ஊர்களுக்குப் போய் அங்கங்கே தங்கியிருந்து விசாரித்துப் பார்த்துள்ளேன். புதுவை போன்ற ஊர்களுக்கு ஒரு தடவைக்குப் பல தடவை போய் வரவேண்டியிருந்தது. பாரதியை அறிந்த சிலரைச் சந்திப்பதற்காக வேறு பல ஊர்களுக்கும் போய்வந்தேன். சில சமயங்களில் நெடுந்தூரம் பயணம் செய்தும் பயனின்றித் திரும்பிய அநுபவமும் கிட்டிற்று.

பலவகை ஆதாரங்கள்

வெளியூர்கள் போய்வருதல் மட்டுமல்ல, சென்னை நகரிலேகூட ஆராய்ச்சி நடத்துதற்குரிய பல விஷயங்கள் இருக்கின்றன. இந்நூலுக்காக, 'சுதேச மித்திரன்', 'ஹிந்து' முதலிய பத்திரிகைகளின் பாரதி காலத்து இதழ்களைப் புரட்டிப்பார்த்துப் பல விவரங்கள் சேகரித்துள்ளேன். அவகாசம் இருந்திருந்தால் இன்னும் சில ஆராய்ச்சிகள் செய்திருக்க முடியும்.

பிரபலஸ்தர்களும் அல்லாதாருமான பலரைச் சந்தித்து அவர்கள் அறிந்தபடி அவர்கள் கூறும் பாரதி பற்றிய விவரங்களைச் சேர்த்தும், ஏற்கெனவே வெளியாகியுள்ள பாரதி நூல்கள், பாரதி சரிதங்கள், பாரதி நினைவு நூல்கள் முதலியவற்றில் கிடைக்கும் விவரங்களைச் சேர்த்தும், எல்லாவற்றையும் ஒன்றாக்கி, ஒப்பிட்டுப்பார்த்து, எது சரியாயிருக்குமென்று தீர்மானித்து, என் கருத்துகளை இந்நூலில் வெளியிட்டிருக்கிறேன்.

பாரதி வாழ்க்கை விவரங்களில் பல வருஷமாக ஈடுபட்டிருந்தும், சென்ற சில ஆண்டுகளாக விசேஷ மான ஆயத்தங்கள் செய்துகொண்டும்கூட, நூலை எழுதத் தொடங்கியபோதுதான் இத்தகைய ஆய்வு நூல் எழுதுவதிலுள்ள சிரமம் தெரிந்தது. இருப் பினும், துணிந்து இந்நூலை ஓர் ஆராய்ச்சி வரலா றாக எழுத முற்பட்டேன்.

இந்நூல் சாட்சிபூர்வமான நூலாக இருக்க வேண்டும் என்பதற்காக, இதில் கற்பனைப் படங் களுக்கு இடமளிப்பதில்லையென முதன்முதலாக முடிவு செய்தேன். அதையொட்டி, இந்நூலில் உள்ள 183 படங்களில் நாலைந்து போக மற்றெல்லாப் படங்களும் புகைப்படங்களாகவே இருக்கின்றன. புகைப்படங்களிலும், கிடைத்தவரை பாரதி காலப் படங்களையும், அவற்றிலும் கூடுமானவரை அசல் படங்களையுமே உபயோகித்திருக்கிறேன்.

இன்றைய தமிழர் கடமை

இந்நூலில் காணப்பெறும் முடிபுகள் பலதரப் பட்ட அத்தாட்சிகளைச் சீர்தூக்கிப் பார்த்து நானறிந்தவரை சரியெனக் கொண்டவையென் றாலும், சரித்திர ஆராய்ச்சியில் இறுதியான முடிவு என்பது கிடையாது. புதுப்புது அத்தாட்சிகள் கிடைக்கக்கிடைக்கச் சரித்திரமே மாறிவருவது நாம் கண்கூடாகக் காணும் உண்மை. அதேபோல, பாரதி வாழ்வில் இன்று தெரியாத பல உண்மைகள் மேன் மேலும் தெரியத்தெரிய அந்த ஆதாரங்களுக்குத் தக்கபடி நமது கருத்துகளையும் மாற்றியமைத்துக் கொள்ள வேண்டும்.

இதே சமயம், பாரதியின் வாழ்க்கை விவர ஆதாரங்களைப் போலவே பாரதியின் கையெழுத்து களையும் அவர் எழுத்துகள் வெளியான பழம் பத்திரிகைகளையும் தேடிக் கண்டுபிடித்துக் காக்க வேண்டும். எனக்குத் தெரிந்த இந்த இருபத்தைந்து ஆண்டுகளுக்குள்ளாகப் பல பாரதி கையெழுத்துப் பிரதிகளும் அவரது கதை, கட்டுரை, கவிதைகள் வெளியான அக்காலப் பத்திரிகை இதழ்களும் நமது அஜாக்கிரதையினால் போன இடம் தெரியா மல் போய்விட்டன. இவற்றுள், இன்று வேறு கிடைக் காமல், பெரும் பொக்கிஷங்களானவை சில. இத் தகைய அரிய பொருள்கள் பழம் காகிதக் கடைக்குப் போயிருக்கின்றன என்பதை நினைத்தால் தமிழ் மக்கள் பாரதியை உண்மையிலேயே விரும்புகிறார் களா என்ற ஐயம்கூட எழுந்துவிடுகிறது! ஆனால் ஒரு சிலர் இப்படி அலட்சியத்தால் தவறு செய்து விட்டபோதிலும் தமிழ் மக்களில் பெரும்பாலோர் பாரதியை விரும்புகிறார்கள் என்பது உறுதி.

எனது இம்முயற்சியினால் தூண்டப் பெற்றுத் தமிழ்நாட்டு அறிஞர்களும் உற்சாக மிக்க இளைஞர் களும் பாரதி வாழ்க்கை பற்றிப் பலப் பல புதிய ஆதாரங்களையும் இதுவரை வெளியாகாத பாரதி எழுத்துகளையும் தேடிக் கண்டுபிடிப்பார்களானால் அதுவே இந்நூல் கண்ட பயனாகக் கருதுவேன்.

பழைய பத்திரிகைகளும் கையெழுத்துப் பிரதி களும் கல்வெட்டுகளல்ல, அஜாக்கிரதையையும் கால வேகத்தையும் எதிர்த்து நிற்க. எளிதில் சேதப்பட்டு அழிந்துபோகும் தன்மை வாய்ந்த அவற்றைக் காலத்தில் தேடிக் காப்போமானால் நாமும் பயனுறுவோம், எதிர்காலச் சந்ததிகளும் நம்மை வாழ்த்துவர். ஒரு முந்திய தலைமுறை பாரதியை அறியாது தவிக்கவிட்டதென அங்கலாய்க் கிறோம். அன்று பாரதிக்கு நேர்ந்த கதி இன்று அவரது எழுத்துகளுக்கு நேர்ந்துவருகிறது. இதற்கு இன்றையத் தமிழ்த் தலைமுறை சரியான வழி செய்ய வேண்டாமா?

ரா.அ. பத்மநாபன்
8. 3. 1957

'பாரதி நிலையம்'
32, மூஸா ஸேட் தெரு
தியாகராய நகர்
சென்னை 17

சி. சுப்பிரமணிய பாரதி

C. Subramania Bharati

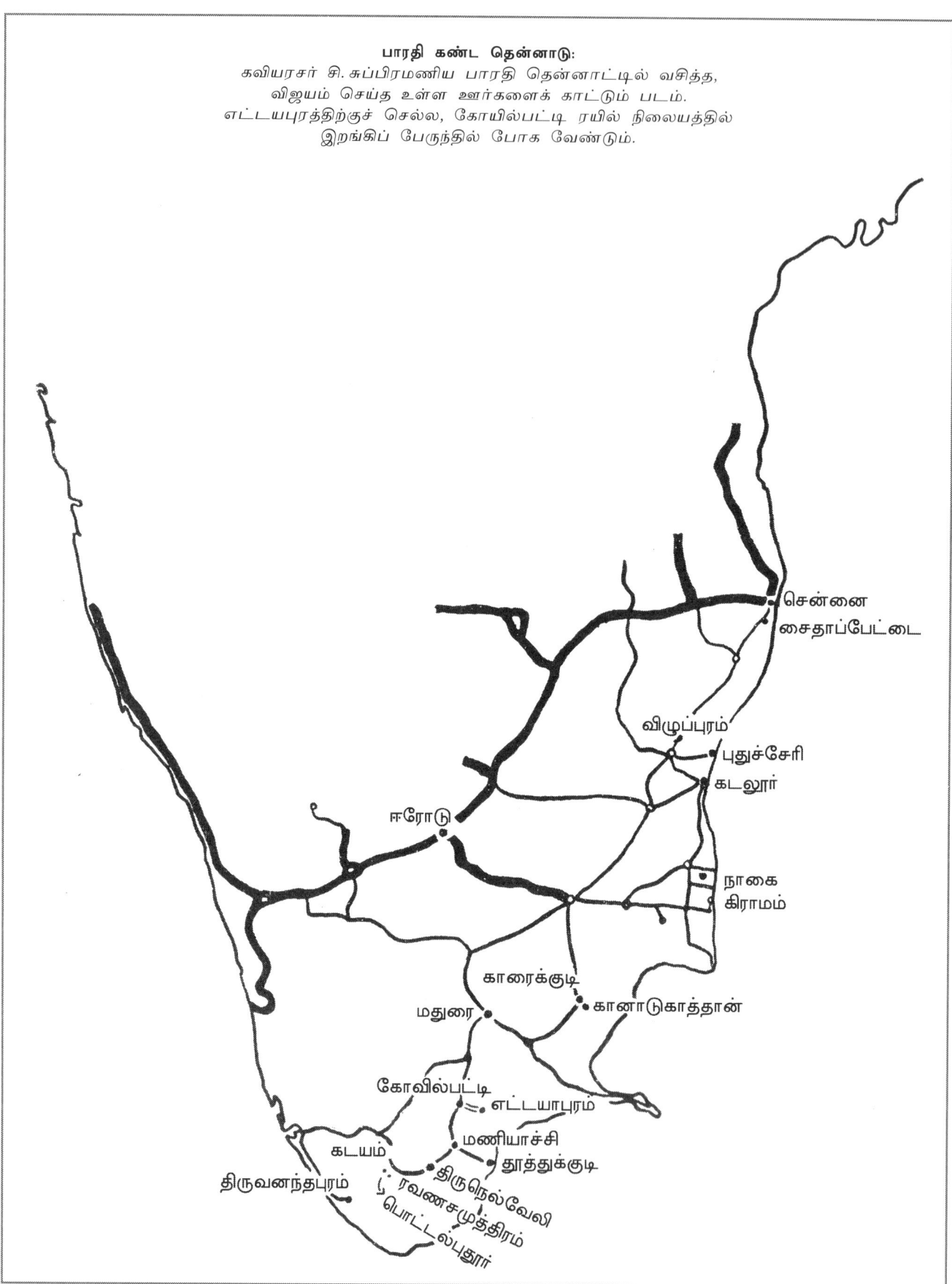

பாரதி கண்ட தென்னாடு:
கவியரசர் சி. சுப்பிரமணிய பாரதி தென்னாட்டில் வசித்த,
விஜயம் செய்த உள்ள ஊர்களைக் காட்டும் படம்.
எட்டயபுரத்திற்குச் செல்ல, கோயில்பட்டி ரயில் நிலையத்தில்
இறங்கிப் பேருந்தில் போக வேண்டும்.

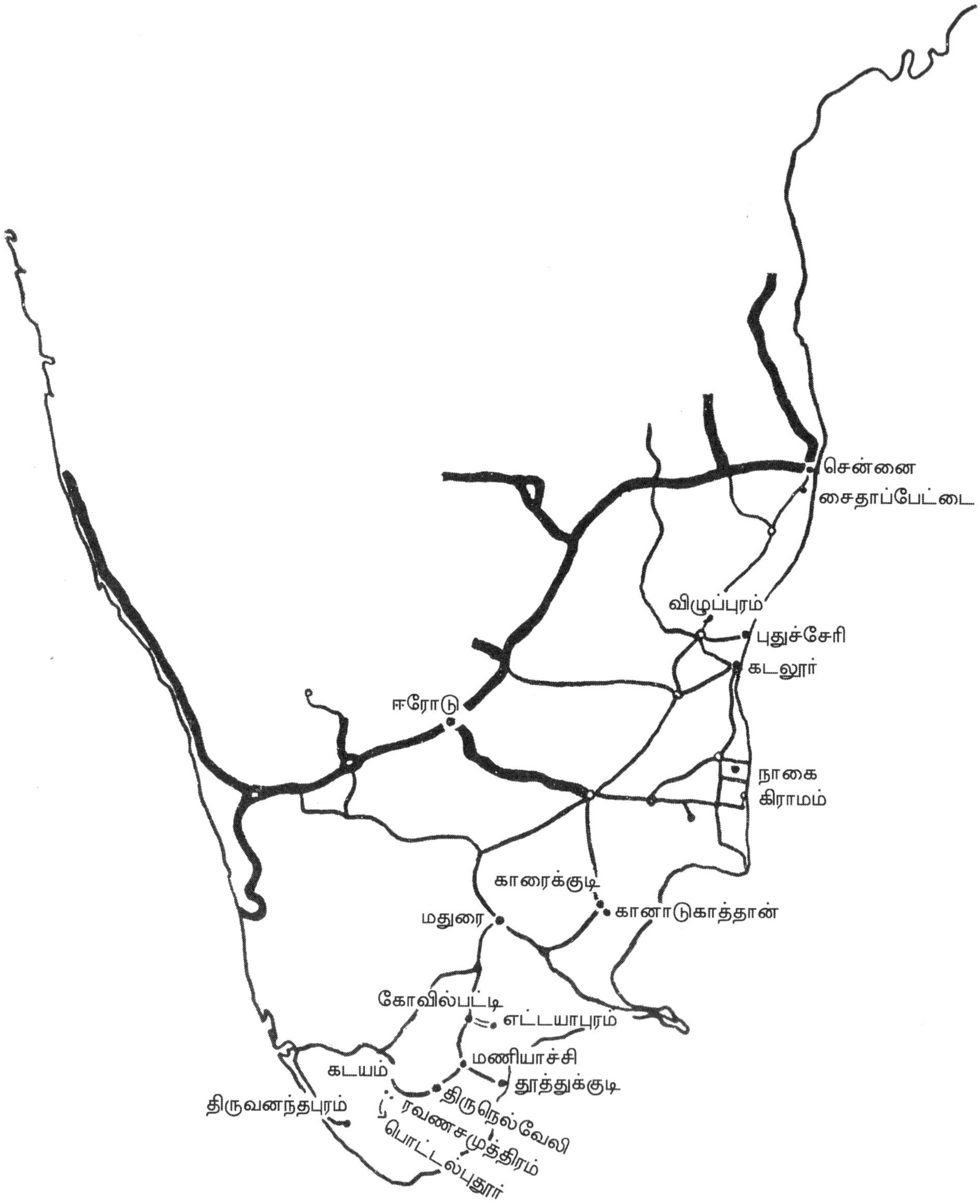

19ஆம் நூற்றாண்டில் தமிழ்நாடு

பத்தொன்பதாம் நூற்றாண்டின் பிற்பகுதியில் வெள்ளையர் ஆட்சி நாட்டில் வலுவாக ஏற்பட்டது.

முதன்முதலில், பதினெட்டாம் நூற்றாண்டின் இறுதியில், தென் தமிழ்நாட்டில் ஆதி சுதந்திரப் போராட்டம் நடந்தது. 'பாளையக்காரர் சண்டை' என்று அதை வெள்ளையர் வர்ணித்தனர். அக்காலத்திய ஆங்கிலம் படித்த அறிவாளிகளும் அதை அப்படியே ஏற்றனர். ஆனால் கட்டபொம்மனும் ஊமைத்துரையும் சிவத்தையாவும் நடத்தியது நமது சுதந்திரப் போராட்டத்தின் ஆரம்பம் என்று பிற்காலத்தவர் உணர்ந்துவிட்டனர்.

கட்டபொம்மன் சம்பவம் நடந்து ஐம்பது ஆண்டுகளுக்குப் பின் இரண்டாவது சுதந்திர முயற்சி நடந்தது. அதையும், ஏளனமாக, 'சிப்பாய்க் கலகம்' என்றனர் ஆங்கிலப் பண்டிதர்கள். ஹிந்துவும் முஸ்லிமும் ஒன்று சேர்ந்து, சகோதர பாவத்துடன் அந்நியரை எதிர்த்த சுதந்திரப் போர் என்று இதையும் பிற்காலத்தில் மக்கள் உணர்ந்தனர்.

இந்தப் போராட்டமும் வாள் வலிமையால் ஒடுக்கப்பட்டபோது, பிரிட்டிஷ் ஆட்சி இந்நாட்டில் ஸ்திரமாக வேரூன்றிற்று. 'கும்பினி ஆட்சி' முடிந்து, 'மாட்சிமை தங்கிய விக்டோரியா மகாராணியின் கருணை மிக்க ஆட்சி' ஏற்பட்டது. பழைய கும்பினிக் கவர்னர் ஜெனரல்கள் போய், ராஜப் பிரதிநிதிகள் வந்துசேர்ந்தனர். இந்தியாவின் தலைவிதிக்கு பிரிட்டிஷ் பார்லிமெண்ட் முழுப் பொறுப்பு ஏற்றது.

ஆனால், இந்திய மக்களைப் பொறுத்தவரையில் நிலைமையில் விசேஷமான லாபம் ஏதுமில்லை. இந்திய சுதந்திரப் போராட்டத்தை ஒடுக்கவென ஏற்பட்ட கெடுபிடிகள் ஒருபுறம் நீடித்து வந்தன. மறுபுறம், 'காட்டுமிராண்டி' இந்தியர்களுக்கு ஆங்கிலக் கல்வி மூலம் மேலை நாகரிக வாசனை உண்டாக்கி, படிப்படியாக இவர்களை மனிதர்களாக்குவதான 'சீர்திருத்த' முயற்சிகள் நடந்துவந்தன. ஏமாளி இந்திய மக்களும் பிரிட்டிஷ் அரசாங்கத்தை யாராலும் அசைக்க முடியாதென்றும், இந்தக் கருணை மிக்க ஆட்சி இல்லாவிட்டால் பெருங்கேடுதான் விளையும் என்றும் நம்பிவந்தார்கள். அது ஒரு வினோதமான காலம்.

அது, நகர வாழ்க்கை பரவாத காலம். கிராம வாழ்க்கை பாழாகாத காலம். காப்பிக் கடைகள் தோன்றாத காலம். சினிமாக்கள் இல்லாத காலம். நாடக மேடைகூட இல்லாத காலம். தெருக்கூத்துகளும், சதிர்க் கச்சேரிகளுமே இருந்த காலம். தேரும் திருவிழாவுமே மக்கள் மனதைக் கவர்ந்த காலம். ரூபாய்க்கு இருபது படி அரிசி விற்ற காலம். நோட்டுகள் பரவாத காலம். மேல் உத்தியோகங்களெல்லாம் வெள்ளைக்காரரே வகிக்கத்தக்கவை என்றிருந்த காலம். தாசில் என்றால் இந்திரலோகப் பிறவி என ஜனங்கள் நினைத்த காலம். கோச்சு வண்டியும் சாரட்டு வண்டியும் மிகப் பெரிய செல்வத்தின் சின்னங்களாய்க் கருதப்பட்ட காலம். மோட்டார்கள் ஏற்படாத காலம். சலங்கை கட்டிய இரட்டை மாட்டு வண்டிகள் ஜல்ஜல்லென்று பாதைகளில் முழங்கிய காலம். யந்திரக் கைத்தொழில்கள் தோன்றாத காலம். நாட்டுக் கைத்தொழில்கள் நலிந்த காலம்.

'விதி, விதி' என்று ஏழ்மை முதல் நோய்வரை எல்லாவற்றையும் மந்திர தந்திரத்தால் போக்க முயன்ற காலம். இகம் பரமென்று வாயளவில் பேசிக்கொண்டே, பட்டம் பதவிகளுக்குப் பத்தாயிரம் சலாம் போட்ட காலம். குட்டி ஜமீன்தார்களெல்லாம் ராஜ மகாராஜாக்களாய் விளங்கிய காலம். நம் மதம், நம் கலாசாரம் என்ற உணர்வே இல்லாத காலம். சீமைப் படிப்பு, சீமை மனோபாவம் இவையே சிறந்தவை என்ற காலம், வெள்ளைக்காரனைப் போல நாமும் யந்திர சக்தியைக் கையாளக் கற்றால்தான் முன்னேற முடியும் என்ற உலகாயத வாதம் தோன்றிய காலம்.

ராமன் ஆண்டாலென்ன, ராவணன் ஆண்டாலென்ன என்றும், பிரிட்டிஷ் ராஜ்யமே ராமராஜ்யம் என்றும், ஆளும் சக்ரவர்த்தினிக்கு அடிபணிவதே தேச பக்தி என்றும் கொள்கை மலிந்திருந்த அக்காலத்திலும், இந்தப் பழம் பெரும் நாட்டில் பல பெரும் மணிச்சுடர்கள் தோன்றின. ராஜா ராம் மோஹன் ராயும், கேஷப் சந்தர ஸென்னும், ராமகிருஷ்ண பரமஹம்ஸரும், விவேகானந்தரும், வள்ளலாரும் இந்தியப் பண்பாட்டின் பெருமையை, இந்திய மதங்களின் பெருமையை வலியுறுத்தினர். பண்பாட்டின் பக்தியோடு தேச பக்தியும் வளரலாயிற்று. 1885இல் இந்திய தேசிய காங்கிரஸ் மகாசபை தோன்றிற்று. அதற்கு மூன்று வருஷம் முன்னால், 1882இல் தென்பாண்டி நாட்டில் எட்டயபுரம் என்ற ஜமீனில் சுதந்திர தேவியின் திருவவதாரமாய்ப் பிறந்தது ஓர் ஆண் குழந்தை. முன்னர் கட்டபொம்மனைக் காட்டிக் கொடுத்த கும்பலைச் சேர்ந்த எட்டயபுரத்தில் இக்குழந்தை பிறந்ததே விதியின் விளையாட்டுகளில் ஒன்று.

எட்டயபுரம்

பத்தொன்பதாம் நூற்றாண்டின் பிற்பகுதியில் எட்டயபுரம் ஜமீன் மிகுந்த கீர்த்தியுடன் விளங்கியது. அரசியலில் அதிக சிரத்தை காட்டாவிட்டாலும், சுதந்திரம் என்ற பேச்சு துளியும் இல்லாவிட்டாலும், அங்கே தாய்மொழிக்கு மரியாதை இருந்தது. எட்டயபுர மன்னர் தமது ஜமீனை இரண்டாவது மதுரை ஆக்கிவிட விரும்பினார். இதில் அவருக்கு உறுதுணையாக அவரது சிற்றப்பன் வெங்டேசுர எட்டப்பன் நின்றார்.

இவர்கள் காட்டிய ஊக்கத்தால் தமிழ்ப் புலவர்களும் சங்கீத மணிகளும் எட்டயபுரத்தை நாடினார்கள்.

'தென்பாண்டி நாட்டிலே, பொதிய மலைக்கு வடக்கே இருபது காத தூரத்தில் பூமி தேவிக்குத் திலகம் (வைத்து அது உலர்ந்துபோயிருப்பது) போலக் கவுண்டபுரம் என்ற நகரம் திகழ்ச்சி பெற்றது. அதைத்தான் பாமர ஜனங்கள் கவுண்டனூர் என்பார்கள். இந்நகரத்தில் நமது கதை தொடங்கும் காலத்திலே, மகா கீர்த்திமானாகிய ராமசாமிக் கவுண்டரவர்கள் அரசு செலுத்தி வந்தார்கள். வெளியூர்ப் பாமர ஜனங்கள் இவரை 'ஜமீன்தார்' என்பார்கள். கவுண்டபுரத்திலே இவருக்கு மகா ராஜா என்று பட்டம்....ராமசாமிக் கவுண்டர் (இவருடைய முழுப் பெயரைப் பட்டங்கள் சகிதமாகப் பின்பு சொல்கிறேன்.) தமிழில் அபிமானமுள்ளவராதலால் கவிதை பாடத் தெரிந்தவர்களுக்கு அவ்வூரில் மிகுந்த மதிப்புண்டு.'

பாரதியாரது சுயசரிதம் எனத்தக்க 'சின்னச் சங்கரன் கதை'யில் கவுண்டனூர் அரசரின் அன்றாட வாழ்க்கை, அவரது சபையை அலங்கரித்த பண்டிதப் புலவர்கள், அவர்களிடையே சின்னச் சங்கரன் (பாரதி) இடம்பெற்றது, பண்டிதர்களது பொறாமை, அவர்களிடையே சூழ்ச்சிகள்முதலியன விவரிக்கப்பெற்றுள்ளன.

'சின்னச் சங்கரன் கதை'யில் விவரிக்கப்பட்டுள்ள எட்டயபுரம் ராஜசபை, அந்த ஜமீனில் அக்காலத்தில் இருந்த ஊழல்களை நன்கு எடுத்துக் காட்டுகிறது. ஊரிலுள்ள அனைவர் வீட்டிலிருந்தும் உணவுப் பதார்த்தங்களைத் தருவித்தல், கோழிச் சண்டை, சிங்காரரஸப் பாடல்களை – முக்கியமாக 'கூளப்ப நாய்க்கன் காதல்' என்ற பாடலை – ரஸித்தல், தமக்கு வரும் மனுக்களுக்கு யதேச்சாதிகாரமாய் உத்தரவிடுதல் – இத்தகைய விஷயங்கள் அங்கு சகஜமாய் நடந்தேறிவந்தன.

எட்டயபுரம் மன்னரின் அரண்மனையில் காலை முதல் இரவு பத்து மணிவரை தமிழ் வித்வான்கள், தெலுங்கு வித்வான்கள், ஸமஸ்கிருத வித்வான்கள், ஸங்கீத வித்வான்கள் குழாம் மொய்த்துக் கொண்டிருக்கும். எப்பொழுதும் வித்வத் விஷயமாய் விவகாரங்களும் யுத்தங்களும் நடந்துகொண்டேயிருக்கும்.

எட்டயபுரம் அறிஞர்களுக்கு உறைவிடமாய் விளங்கியதால், அங்கு சென்று முன்னுக்கு வரலாமென்று, தம் சொந்த ஊராகிய சீவலப்பேரியை விட்டு எட்டயபுரத்துக்கு வந்தார் சின்னச்சாமி ஐயர் என்ற அறிஞர். பிரஹசரண பிராமணராகிய இவர் தமிழில் சிறந்த பண்டிதர். ஆங்கிலத் தேர்ச்சியும் கலாசாலை உதவியின்றியே அடைந்தவர். மேனாட்டுக் கணித முறைகளில் நிபுணர். தர்க்கத்தில் நிகரற்றவர். இவ்வளவும் போதாதென்று நவீன யந்திர சாஸ்திர ஆராய்ச்சியில் திறமை படைத்தவர். எந்த யந்திரமானாலும் அக்கக்காய்ப் பிரித்துப் பார்த்து, மீண்டும் பூட்டி ஓட்டும் சாமர்த்தியசாலி.

அறிவாளி சின்னசாமி அய்யருக்கு எட்டயபுரம் அரசவையில் முதல் ஸ்தானம் கிடைத்தது. அவர், தமது திறமைக்கு அறிகுறியாக, சுமார் 1890ஆம் ஆண்டிலேயே பஞ்சு அரைக்கும் ஆலை ஒன்றை எட்டயபுரத்தில் நிறுவிப் புகழெய்தினார்.

எதிரே உள்ள பக்கத்தில், மேலே, ஆண் சிங்கமெனத் தோற்றமளிப்பவரே பாரதி பிறந்த சமயம் எட்டயபுரம் மன்னராக இருந்தவர். 'சின்னச் சங்கரன் கதை'யில் வரும் ராமசாமிக் கவுண்டர் இவரே. பாரதி இளைஞராக இருந்த சமயம் அவருடைய துடுக்குப் பேச்சிலும் பாட்டிலும் லயித்துப்போனவர் இவர். பிற்காலத்தில், காசியிலிருந்த பாரதியை, 1902இல், மறுபடியும் எட்டயபுரம் அழைத்து வந்தவரும் இவரே.

மன்னரின் சிற்றப்பனும், அவர் சந்ததியின்றிக் காலமானபின் பட்டத்துக்கு வந்தவருமான வெங்கடேசுர எட்டப்ப நாய்க்கர் படம் கீழே உள்ளது. மன்னரிலும் சிறந்த தமிழ்ப் பற்றுள்ள இவரும் இளம் பாரதியின் மேதையில் மோகித்துப் போனவர். பாரதி ஆறேழு வயதில் இயற்றியதோர் பாடலை இவர் அச்சிட்டுப் போற்றியதாகத் தெரிகிறது; ஆனால் அப்பாடல் இப்போது கிடைக்கவில்லை. 1919இல் புதுவையிலிருந்து திரும்பியபின் பாரதி சீட்டுக்கவி அனுப்பியது இம்மன்னருக்கே.

எட்டயபுரம் மன்னர்:
'ராஜா மகாராஜா' ராம வெங்கடேசுர
எட்டப்ப நாய்க்கர்

'தாத்தா மகாராஜா':
வெங்கடேசுர எட்டப்ப நாய்க்கர்.
தமிழறிந்த மன்னர்; இவருக்கே பாரதி
*1919*இல் சீட்டுக்கவி அனுப்பினார்.

எட்டயபுரம் அரண்மனை:
பாரதி பாடல் முதன்முதலாகப் பாராட்டு
பெற்ற இடம்.

பாரதி குடும்ப வமிசாவளி

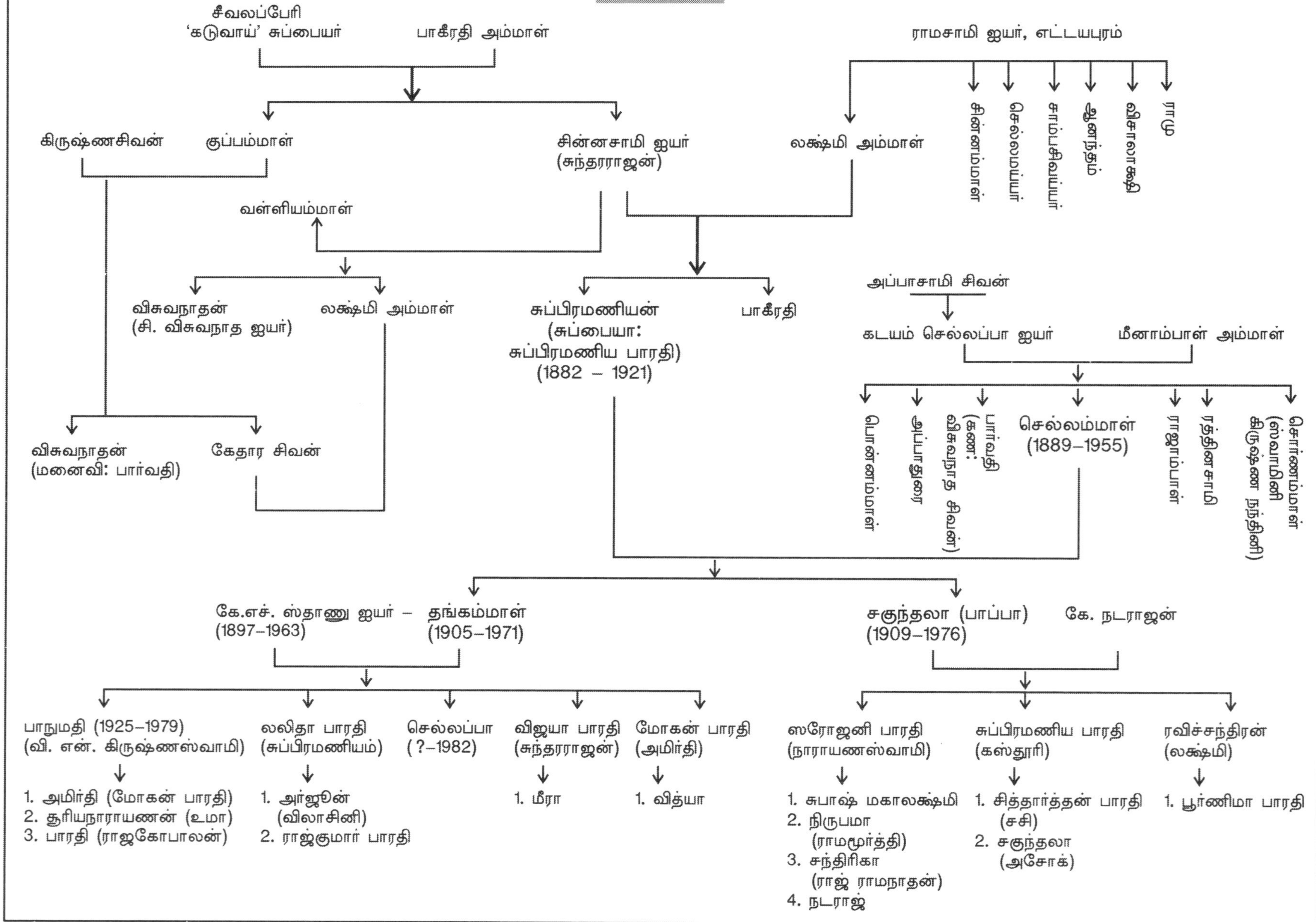

சீவலப்பேரியும் கடயமும்

தென்பாண்டி நாட்டில் திருநெல்வேலி மாவட்டத்தில் சீவலப்பேரி என்ற ஊர்தான் சுப்பிரமணிய பாரதியின் முன்னோர்களின் ஊர். உண்மையில், சீவலப்பேரி சு. சுப்பிரமணிய பாரதி என்பதே பாரதியின் சரியான பெயராகும்.

சீவலப்பேரியில் 'கடுவாய்' சுப்பையர் என்று ஒருவர் இருந்தார். அவர் பாகீரதி அம்மாள் என்பவரை மணந்தார். அவர்களுக்குப் பிறந்த புதல்வர் சின்னச்சாமி ஐயர் எனப்பட்ட சுந்தர ராஜன். இவர் தமது தாய்மாமன் மகளாகிய எட்டயபுரம் லக்ஷ்மி அம்மாளை மணந்தார். இவர்களுக்குப் பிறந்தவர் இருவர். மூத்தவரே சுப்பிரமணிய பாரதி எனப் புகழ்பெற்ற கவிக் கோமான். இளையவர் பெண்; பாகீரதி என்ற பெயருடையவர்; இளமையிலேயே காலமானார்.

சின்னச்சாமி ஐயர் கல்வி கேள்விகளில் சிறந்தவர். தமது கல்வி கேள்விகளால் முன்னுக்கு வரும் நோக்கத்துடனே இவர் தமது மாமனார் ஊரான எட்டயபுரத்துக்குக் குடிபெயர்ந்தார். 1890இலேயே எட்டயபுரத்தில் ஒரு பஞ்சு அரவை ஆலை நிறுவிய பெருமையுடையவர் இவர்.

பாரதியின் தாய்மாமன்மார் இருவரில் மூத்தவர் சாம்பசிவய்யர். இவர் பாரதியைவிட மூன்று வயது பெரியவர். பாரதியின் நெருங்கிய இளமைத் தோழர்.

பாரதியின் தாயார் காலமான பின் தந்தை சின்னச்சாமி ஐயர் வள்ளியம்மாள் என்பவரை மணந்தார். இவர்களுக்குப் பிறந்தவர் இருவர். மூத்தவர், சி. விசுவநாத ஐயர்; பாரதியின் ஒன்று விட்ட சகோதரர். இவர் பி.ஏ., எல்.டி. படித்து, பள்ளித் தலைமை ஆசிரியராக இருந்து ஓய்வு பெற்று, மானாமதுரையில் வாழ்ந்தவர்.

சின்னச்சாமி ஐயரின் மாமனார் பெயர் ராமசாமி ஐயர். இவர் எட்டயபுரத்தில், கோவிலுக்குத் தென்புறமுள்ள வீதியில் வசித்துவந்தார். பெரிய வீடு; மாடி உள்ளது.

ராமசாமி ஐயருக்கு ஏழு குழந்தைகள். நான்கு பெண்கள், மூன்று பிள்ளைகள். இவர்களில் மூத்தவர் லக்ஷ்மி அம்மாள்; சின்னச்சாமி ஐயரை மணந்தவர்; பாரதியின் தாயார். இவர் கவியரசைப் பெற்று, அவரது ஐந்தாம் பிராயத்தில் அவரைத் தாயற்றவராக்கிவிட்டு, மறைந்து போனார்.

அதே திருநெல்வேலி மாவட்டத்தில், சற்று மேற்கே, தென்காசிக்கு முன்னால், கடயம் என்று ஒரு சிற்றூர்.

கடயம் பொதிய மலைச்சாரலில் உள்ள அழகான ஊர். தென்காசி, குற்றாலத்தில் புகழ் பெற்ற சாரல் மழை இங்கும் உண்டு. கடயத்தின் இயற்கை அழகைச் 'சாரல்' என்ற கட்டுரையில் பாரதி வர்ணித்துள்ளார்.

கடயம் பாரதியின் மனைவி செல்லம்மாவின் ஊர்.

செல்லம்மாவின் தந்தை, பாரதியின் மாமனார், செல்லப்பா ஐயர். கடயம் அப்பாசாமி சிவன் புதல்வர் இவர்.

செல்லப்பா ஐயருக்கும் மீனாம்பாள் அம்மாளுக்கும் ஏழு குழந்தைகள் பிறந்தன. ஐந்து பெண்களும் இரண்டு பிள்ளைகளும். செல்லம்மா மூன்றாவது பெண்.

பாரதியின் மைத்துனன்மார் இருவரில் மூத்தவரான கே.ஆர். அப்பாதுரை பாரதியிடம் மிக்க ஈடுபாடு கொண்டவர். முதலில் தபால் இலாகாவில் வேலை பார்த்த இவர், தமது தேசிய ஆர்வத்தினால் வேலையிலிருந்து நீக்கப்பெற்றார். புதுவையிலிருந்து பாரதியை வெளியேற்றிக் கடயம் கொண்டுசேர்த்தவர் இவரே. தபால் இலாகா வேலை போனபின், ஆண்டிப்பட்டி ஜமீன்தாரின் முக்கிய காரியஸ்தராக இருந்தார்.

'செல்லம்மாவையும் குடும்பத்தையும் நான் பார்த்துக்கொள்கிறேன், நீங்கள் தேச சேவையில் கவலையின்றி ஈடுபடுங்கள்' என்று பாரதியிடம் கூறிய பெருந்தன்மை படைத்த அப்பாத்துரை, பாரதி இறந்தவுடன் சென்னையில் பாரதி ஆச்ரமம் என்ற பெயரில், செல்லம்மாவுடன் சேர்ந்து, பாரதி நூல்கள் சில கொணர்ந்தார். நூல்கள் விற்பனையாகாததால், தொடர்ந்து இப்பணி நடக்கவில்லை. இவர் 1940இல் காலமானார்.

சித்திரபாநு, கார்த்திகை, மூலம்

கலை, தொழில் இரண்டிலும் புகழெய்திய சின்னச்சாமி ஐயர் தமது தாய்மாமன் மகளான லக்ஷ்மி அம்மாளை மணந்திருந்தார். லக்ஷ்மி அம்மாள் அழகிலும் அருளிலும் பெயருக்கேற்பச் சிறந்திருந்தார்.

இந்தத் தம்பதிகளுக்குச் சித்திரபாநு வருஷம் கார்த்திகை மாதம் 27ஆம் தேதி மூல நட்சத்திரத்தில் (1882 டிசம்பர் 11) மூத்த குழந்தை பிறந்தது. பிள்ளைக் குழந்தை. சுந்தர வடிவம். சுப்பிரமணியன் என்று பெயரிட்டனர். செல்லப்பிள்ளை. வீட்டாராலும் ஊராராலும் பிரியமாக 'சுப்பையா' என்றழைக்கப் பெற்றான். இவனே பிற்காலத்தில் ஊரும் உலகும் பெருமைப்படும்படி சுப்பிரமணிய பாரதி ஆக விளங்கினான்.

சுப்பையா பிறந்த நேரத்தை யாரும் சரியாய்க் குறிக்கவில்லை. ஆகையால், பாரதியாருக்கு ஜாதகம் இல்லாமல் போய்விட்டது.

சுப்பையா நாளில் பெரும்பகுதியைத் தாய் வழிப் பாட்டனார் ராமசாமி ஐயர் வீட்டிலும் சிறுபகுதியைப் பெற்றோர் வீட்டிலும் கழிப்பான். தாயின் உடன் பிறந்த சகோதரிகளும் சிறுவனை மிகச் செல்லமாக வளர்த்தார்கள். சிறுவனும் துடுக்கும் மிடுக்குமாகப் பேசுவான். எல்லாரும் அவனுடன் உரையாடுவதை விரும்பினர்.

சுப்பையாவுக்கு வயது ஐந்து. திடீரெனப் பேரிடி வீழ்ந்தது. சுப்பையாவின் தாய் காலமாகி விட்டாள். தாயில்லாக் குழந்தை என்று பாட்டனார் வீட்டில் இன்னும் அதிகச் செல்லம் காட்டினார்கள்.

தாம் தாயின் அன்பை இழந்து விட்டதால், பிற்காலத்தில், வயதுவந்து காளைப் பருவமெல்லாம் தாண்டிய பிறகுகூட, சுப்பையா 'அம்மா' என்ற சொல்லைக் கேட்டால் ஒரு கணம் துடித்துப் போவாராம். இளமையில் தாயை இழந்த அவர், பிற்காலத்தில் அன்னை பராசக்தியையே தம் இஷ்ட தெய்வமாகக் கொண்டதும் இக்காரணத்தினால் தானோ என்னவோ?

சுப்பையாவின் தாய் காலமான இரு ஆண்டுகளில் தந்தை மறுமணம் செய்து கொண்டார். தமது மறுமணத்தின்போது புத்திரன் சுப்பையாவுக்கு உபநயனமும் செய்வித்தார் சின்னச்சாமி ஐயர். மாற்றாந்தாய் வள்ளியம்மாள் குணவதி. சுப்பையாவைத் தன் குழந்தை போலவே அன்போடு நடத்தினாள். சுப்பையா சங்கோஜி. தந்தையிடம் எதிரே நின்று பேசவும் பயப்படும் சுபாவமுள்ளவராயிருந்தார் என்று செல்லம்மா பாரதி கூறுகிறார். பாரதி தமக்கு ஆகவேண்டிய காரியங்களைத் தந்தையிடம் கேட்டுப் பெறுவதற்குப் பதிலாகச் சிற்றன்னையிடமே தாராளமாய்க் கேட்டுப் பெற்றுவந்தாராம்.

சுப்பையாவின் இளமைத் தோழர்களில் ஒருவர் அவருடைய தாய்மாமன் சாம்பசிவ ஐயர். சுப்பையாவைவிட மூன்று வயது பெரியவர் இவர். இரு சிறுவர்களும் சேர்ந்து ஊர் சுற்றுவார்கள். ஆர். சாம்பசிவய்யர் அயர்வறியாத் தொண்டர்.

இளமையில் ஒரு சமயம் சுப்பையா உயிர் தப்பியதைச் சாம்பசிவய்யர் கூறியிருக்கிறார்.

பாரதியின் தந்தை சின்னச்சாமி ஐயர் நடத்திய பஞ்சாலைக்குச் சுப்பையாவும் சாம்பசிவமும் அடிக்கடி போய்வருவார்கள். தம் மகன் யந்திரக் கலை பயில இது ஊக்கமளிக்குமெனச் சின்னச்சாமி ஐயர் மகிழ்வார். ஒரு சமயம், சாயந்திரம் அந்தி வேளையில், இரு சிறுவர்களும் பஞ்சாலைக்குள் சுவரேறிக் குதித்து உள்ளே சென்றார்கள். அங்கே சின்னச்சாமி ஐயரின் மேஜை திறந்திருந்தது. காசு கிடைக்குமாவெனச் சிறுவர்கள் மேஜையைக் குடைந்தனர். காசு இல்லை. பளபளப்பான குழாய் ஒன்று இருந்தது. அது ஒரு சுழல் துப்பாக்கி. சிறுவர்களுக்கு அது என்னவென்று தெரியாது. சாம்பசிவம் அதை எடுத்து விஷமம் செய்துகொண்டிருந்தான். துப்பாக்கிக் குதிரையை டப் டப்பென்று அழுத்தினான். காலி அறைகள் போன சமயம் வெறும் சத்தம் கேட்டது. அடுத்தாற்போல் தோட்டா இருந்த ஒரு அறை வந்ததும், டபார் என்று வேட்டுப் பறந்தது. எதிரேயிருந்த பாரதியின் தலைக்கருகில் குண்டு பாய்ந்து சென்றது. பாரதி மயிரிழையில் பிழைத்தார்!

சின்னச்சாமி ஐயர் தம் புதல்வன் நன்றாகப் படித்து ஆங்கிலக் கல்வியில் தேறி பெரிய உத்தியோகம் பார்க்க வேண்டுமென்று விரும்பினார். குழந்தையாக ஆடிப் பாடி, தோழர்களுடன் உறவாடி ஊர் சுற்றி வரவேண்டிய இளம் வயதில் பாடம், படிப்பு, புஸ்தகம் என்று தந்தையின் உத்தரவினால் தவித்தான் பாரதி. பகற் கனவுகள் காண்பதிலும், கவிகள் இயற்றுவதிலும், இயற்கை எழிலை நுகர்வதிலுமே அவனுக்கு விருப்பமிருந்தது. பள்ளிக்கூடத்துக்குக் கொண்டுபோகும் பலகை, குச்சி, புத்தகங்களை அவன் மறந்தே விடுவான். பாடங்களைக் கவனிக்கமாட்டான். உபாத்தியாயர் தம்மை நிற்கச் செய்து திட்டினால், அவர் உபயோகித்த சொற்களுக்கு அடுக்குமொழிகளைச் சொல்லிப்பார்த்துக் கொள்வானே தவிரப் பாடத்தைக் கவனிக்க மாட்டான்.

பாரதி ஜாதகம்:

ஸ்வஸ்திஸ்ரீ சித்திரபாநு ௵ கார்த்திகை மாதம் 27ஆம் தேதிக்குச் சரியான ஆங்கிலத் தேதி 11–12–1882, திங்கட்கிழமை சுக்லபக்ஷ பிரதமை, மூல நக்ஷத்திரம் 54 நாழிகை, உதயாதி நாழிகை 37:15க்கு (இரவு 9:30 மணிக்கு) கடக லக்னத்தில் தனுர் ராசியில், ஸ்ரீ சின்னச்சாமி ஐயருக்கு எட்டயபுரத்தில் பிள்ளைக் குழந்தை சுப ஜனனம்.

கேது மகாதசையில் இருப்பு 1௵ 10௴ 15நாள்.

ஹரித கோத்திரம்

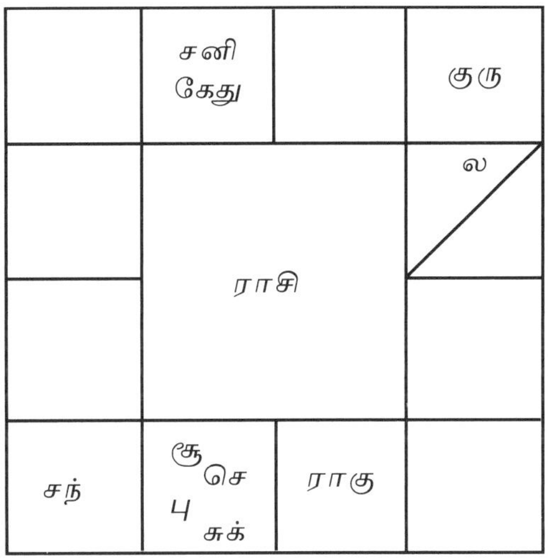

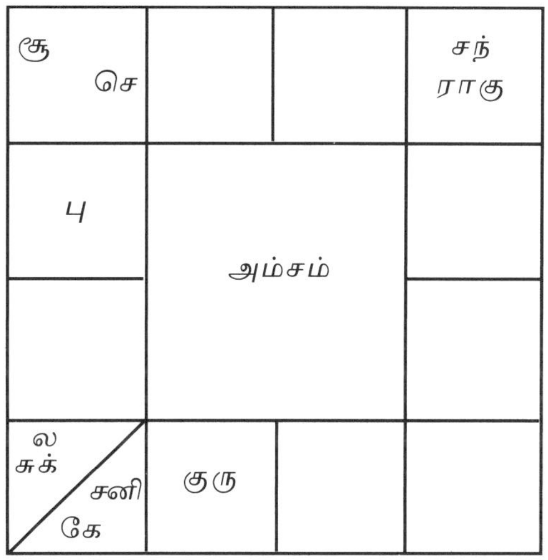

பாரதியின் மைத்துனர் அப்பாதுரையின்
டயரியில் கண்டுபிடித்தபடி.
ஜாதகம் கணித்தது பாரதியின் பேரன் என். ரவிச்சந்திரன்.

பாரதி பிறந்த வீடு (1954)

பாரதி பிறந்த அறை (1980)

பாரதி பிறந்த வீடு (1980)

பிறந்த அறை: பாரதி பிறந்த அறையை அவரது தாய்மாமன் ரா. சாம்பசிவய்யர் சுட்டிக்காட்டுகிறார் (1954இல்)

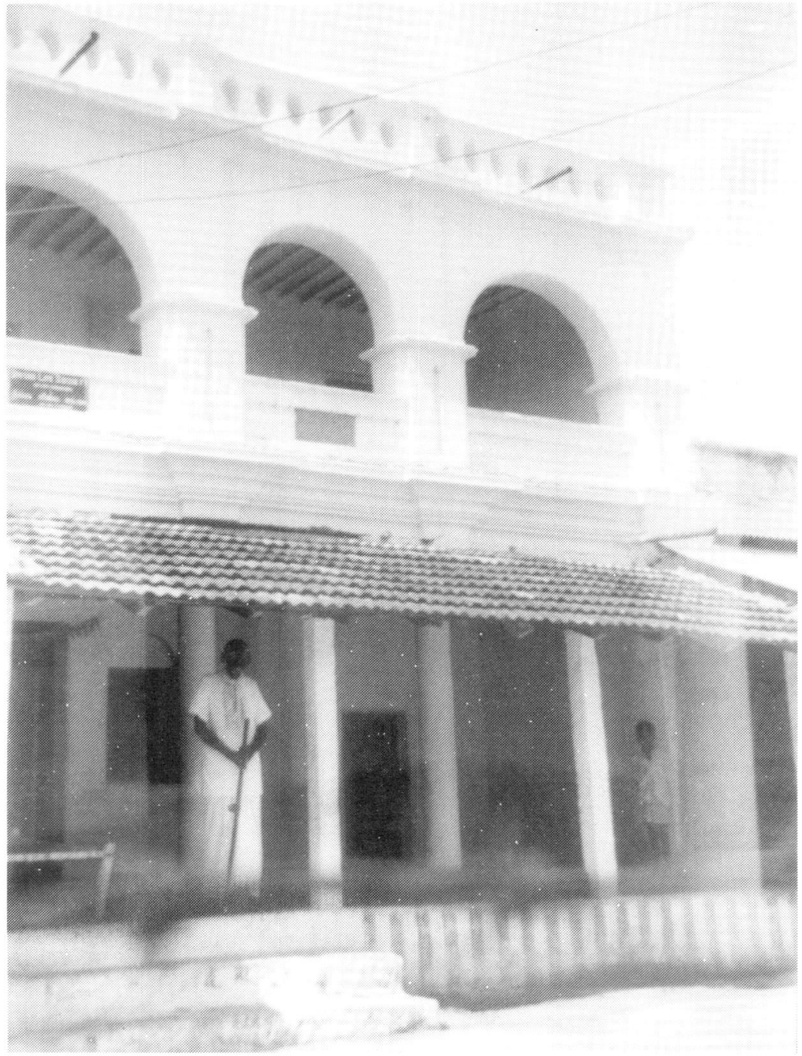

பாரதி பிறந்த வீடு: எட்டயபுரத்தில் அவருடைய தாய்வழிப் பாட்டனார் இல்லம் (1954இல்)

சுப்பையா 'பாரதி' ஆனது

தந்தை எவ்வளவுக்கெவ்வளவு நவீன ஆங்கிலக் கலை, கணிதம், யந்திர அறிவு முதலியவற்றை வற்புறுத்தினாரோ அவ்வளவுக்கவ்வளவு இளம் சுப்பையாவுக்கு அவை வேப்பங்காயாக இருந்தன. தமிழ் இலக்கியமும் புலவர் விவாதங்களும் அவனுக்கு மிகவும் பிடித்திருந்தன. வயதான புலவர் பேச்சுகளில் சிறுகுழந்தையான அவனும் கலந்து கொள்வான். இது தகப்பனார் இல்லாத சமயம் நடக்கும். தமிழபிமானமுள்ள மன்னரும் அவருடைய சிற்றப்பனும் சுப்பையாவின் ஆர்வத்தை ஊக்குவித்தார்கள். சிறுவன் சொந்தமாய்க் கவிதை புனைந்து, மன்னர் மகிழப் பாடிக்காட்டுவான்!

எட்டயபுரத்தில் கம்ப ராமாயணத்துக்குப் பெயர்போன ஒரு கிழட்டுப் பண்டிதரிடம் பாரதி இலக்கியப் பாடம் கேட்டான். இளமைத் தோழர் சோமசுந்தர பாரதியும் அவனுமாகத் திருட்டுத்தனமாய்க் கோயில் பல்லக்குகளின் நடுவே உட்கார்ந்து கொண்டு தமிழ் இலக்கியம் படித்தார்களாம். 'எங்கள் இருவருடைய வீட்டிலும் நாங்கள் தமிழ் படிக்க அவ்வளவு தடை இருந்தது. தமிழ் படித்துக் கெட்டுப் போகிறான்களே என்ற வசவு கிடைக்கும்' என்று சோமசுந்தர பாரதி சொல்கிறார்.

சுப்பையாவின் தாய்வழிப் பாட்டனார் மட்டும் தந்தை போலின்றி அவன் தமிழ் படிப்பதற்கு ஊக்கமளித்தார். தந்தைக்கும் மகன் தமிழ் கற்க வேண்டாமென்ற கருத்தல்ல; புதிய கலைகளை முதலில் கற்கவேண்டுமென்றே எண்ணம். ஆனால் கம்பனையும் வள்ளுவனையும் சுவைத்த சுப்பையா அவர்களைப் போல் புகழெய்தவே விரும்பினான்.

சுப்பையாவின் இளமை பற்றி சோமசுந்தர பாரதி பல அழகான சம்பவங்களை விவரித்துள்ளார். அவர் கூறுகிறார்:

'பாரதியார் தமது ஏழாவது பிராய முதலே அருமையான தமிழ்க் கவிகளை விளையாட்டாக விரைந்து கவனஞ் செய்வதைக் கண்ட வித்வான்கள் நமது கவியின் தந்தையாரைப் புகழ்ந்திருப்பதை நான் நேரில் அறிவேன். எட்டு ஒன்பது ஆண்டுகளில் ஸர்வசாதாரணமாய், கொடுத்த ஸமஸ்யைகளை வைத்து அற்புதமான கவிகளைப் பூர்த்தி செய்து பெரிய புலவர் கூட்டங்களைப் பிரமிக்கச் செய்த பல காலங்களிலும் நான் கூட இருந்திருக்கிறேன்.'

குமரகுருபரர், ஞானசம்பந்தர் போல் அருள் பெற்ற கவி பாரதி என்பது சோமசுந்தர பாரதியின் அபிப்பிராயம்.

பதினொரு வயதில் சுப்பையாவுக்கு பாரதி என்ற பட்டம் கிடைத்தது. இளம் புலவனைச் சோதிக்க ஒரு பெருஞ்சபை கூடியது. பெரும் புலவர்கள் புதிது புதிதாகக் கொடுத்த அடிகளைக் கொண்டே பூர்ணமான கவிதைகளைப் பாடி, சபையோரை வியப்பித்தான் சுப்பையா. சிறுவனுடைய கவித்திறனையும் அமிர்த வாக்கையும் கண்ட புலவர்கள் 'பாரதி' (சரஸ்வதி) என்ற பட்டத்தை அவனுக்களித்தனர்.

சுப்பையாவுக்கு ஏற்பட்ட பெருமையை எல்லாருமே மகிழ்வுடன் ஏற்கவில்லை. அவனை மட்டம் தட்டும் எண்ணத்துடன் சிலரும் அவன் பெருமையை அறியும் கருத்துடன் சிலரும் அவனைச் சோதித்தார்கள். ஒரு பண்டிதர் வாழை, கமுகு இரு பொருள்களும் ஒரே பாட்டில் வரும்படி பாடச் சொன்னார். அவர் கேட்டு வாய்மூடு முன்னே பாரதி பாடிவிட்டான். மற்றொரு சமயம், எட்டயபுரம் மன்னரும் புலவோரும் அண்ணாமலை ரெட்டியார் காவடிச் சிந்துபோல் பாடுதல் யாராலும் முடியாதென்றனர். அன்று மாலையே 'பச்சைத் திருமயில் வீரன்' என்று தொடங்கும் ஒரு சிந்தைப் பாடினான் பாரதி. அதே போல, படிக்காசுப் புலவர் பாடலொன்றைக் கேட்டதும், 'செல்வத்துட் பிறந்தனமா' என்று தொடங்கும் பாடலைப் பாடினான்.

பாரதி எட்டயபுரத்தில் ஆங்கிலோ – வெர்னாகுலர் ஸ்கூலில் படித்துவிட்டு, திருநெல்வேலி ஹிந்து கல்லூரிக்கு அனுப்பப்பட்டான். அங்கே மூன்று வருஷங்கள் ஐந்தாம் படிவம் வரை படித்தான். ஹிந்து கல்லூரி தமிழ்ப்பண்டிதர் சிவராம பிள்ளைக்கும் பாரதிக்கும் நடந்த வாக்குவாதங்கள் பல. வகுப்பில் காலரியில் உயரமான இடத்தில் உட்கார்ந்திருந்த பாரதியிடம் ஒரு சமயம் பண்டிதர், 'மேகம் போல் கவி பொழிவதாகப் புகழப்படுகிறீர். உயரேயும் இருக்கிறீர். கேள்விக்குக் காளமேகம் போல் பதில் பொழியாமல் இருப்பதேன்?' என்று கிண்டலாகக் கேட்டார். உடனே பாரதி, 'பண்டிதரவர்களுக்கு மேகத்தின் ஸாமான்ய குணம்கூடத் தெரியவில்லையே. காளமேகம் தனக்குத் தோன்றியபொழுது பொழிவதன்றிப் பண்டிதர் உத்தரவுக்குப் பயந்து பெய்வதில்லை!' என்றான்.

காந்திமதிநாதப் பிள்ளை என்ற உயர் வகுப்பு மாணவர், தமிழ் கற்றிருக்கும் மமதையில், 'பாரதி சின்னப் பயல்' என்ற ஈற்றடியைக் கொண்டு ஒரு வெண்பா பாட முடியுமாவென பாரதியைக் கேட்டார். அப்படியே பாடினான் பாரதி.

> காரதுபோல் நெஞ்சிருண்ட காந்திமதி நாதனைப்
> பார் அதி சின்னப் பயல்!

என்று முடிந்தது அந்தப் பாடல்!

சிறுதாயார்: தாயற்ற பாரதியை அன்புடன் பராமரித்த சிறுதாயார் (தாயின் தங்கை) சின்னம்மாள்

தாய்மாமன்: பாரதியின் இளமைத் தோழரும் அவரைவிட மூன்று வயது பெரியவருமான தாய்மாமன் ரா. சாம்பசிவய்யர் *(1956)*

படித்த பள்ளிக்கூடம்:
பாரதி சில ஆண்டுகள் படித்த திருநெல்வேலி ஹிந்து கல்லூரி (பிறகு ம.தி.தா. ஹிந்து கல்லூரி ஆனது)

இளமைத் தோழர்: ச. சோமசுந்தர பாரதி. பாரதியும் இவரும் ரசசியமாகக் கோவில் வாகனங்களில் ஒளிந்து தமிழ் படித்தார்கள்!

காசியில் கங்கைக்கரை: *காசியிலிருந்த பாரதிக்கு கங்கை நதியின் அழகில் ஈடுபாடு அதிகம்.*

திருமண வைபவம்

1897 முதல் 1904 முடிய எட்டு ஆண்டுகளுள் பாரதியின் வாழ்க்கை இன்பமும் துன்பமும் கலந்த பற்பல சுழல்களைக் கண்டது.

1897 ஜூன் மாதம் (ஆனி 15ஆம் தேதி என்று சோமசுந்தர பாரதி குறிப்பிடுகிறார்) பாரதிக்கும் கடயம் செல்லப்பா அய்யரின் குமாரி செல்லம்மாளுக்கும் அதிவிமரிசையாக நாலு நாள் கல்யாணம் நடந்தது. அதே சமயம், பாரதியின் மூன்று வயது தங்கை லக்ஷ்மிக்கும், செல்லம்மாளின் தமக்கைக்கும்கூடத் திருமணம் நடந்தது. நான்கு நாட்களும் ஊர்வலம். ஹரிகேசவ நல்லூர் முதலிய ஊர்களிலிருந்து சங்கீத வித்வான்களும் தமிழ் வித்வான்களும் வந்திருந்தனர்.

கல்யாண விமரிசையைச் செல்லம்மா பாரதி பின்வருமாறு விவரிக்கிறார்: 'கிருஷ்ண சிவன் (பாரதியின் அத்தை கணவர்) அவர்களின் நண்பர்களான ராமநாதபுரம் ராஜாவிடமிருந்தும், சேத்தூர், தலைவன்கோட்டை ஜமீன்தார்களிடமிருந்தும் பட்டும் பட்டாவளியுமாகச் சால்வைகள், மோதிரங்கள், முத்து மாலைகள் முதலிய வெகுமதிகள் ஏராளமாய் வந்தன. தங்க நாதஸ்வர வித்வான் ரத்னசாமியை ராமநாதபுரம் ராஜா அவர்கள் அனுப்பியிருந்தார்கள். அந்தச் சமயம் கியாதியடைந்திருந்த திருநெல்வேலி அம்மணி பரதநாட்டியம். பாரதியாருக்கு பால்ய விவாகத்தில் அவ்வளவாகப் பிரியமில்லாவிடினும் ரசிக்கத் தகுந்த கேளிக்கைகள் மிகுதியாயிருந்தமையால் விவாகத்தில் உற்சாகமாகவே காணப்பட்டார்.' அப்போது பாரதிக்கு வயது 14½; செல்லம்மாவுக்கு வயது 7.

விவாகமானவுடன் கணவன் மனைவி பேசுவது வழக்கமாக இல்லாத அந்தக் காலத்திலேயே பாரதி தமது புதிய கருத்துக்களைக் காட்டத் தொடங்கினாராம். எல்லாருக்கும் எதிரில்,

> தேடக் கிடையாத சொன்னமே – உயிர்ச்
> சித்திரமே! மட அன்னமே! . . .
> கட்டியணைத் தொரு முத்தமே – தந்தால்
> கை தொழுவேன் உனை நித்தமே

என்று காதல் பாட்டுகள் பாடினாராம்.

'நான் நாணத்தால் உடம்பு குன்றி, எல்லாரையும் போல் சாதாரணமான ஒரு கணவன் கிடைக்காமல், நமக்கென்று இப்படி ஓர் அபூர்வமான கணவர் வந்து வாய்க்க வேண்டுமா என்று எண்ணித் துன்புறுவேன். கிராமத்தில் பழகிய, ஒன்றும் தெரியாத ஏழு வயதுச் சிறுமிக்குக் கவிஞர்களின் காதல் ரஸ அனுபவம் எப்படிப் புரியும்?' என்று செல்லம்மா கூறுகிறார். மேலும்,

'விவாகத்தின் நாலாம் நாள், ஊர்வலம் முடிந்து, பந்தலில் ஊஞ்சல் நடக்கிறது. ஓர் ஆசுகவி இயற்றினார். அதை இனிய ராகத்தில் பாடி, பொருளும் உரைத்துக் குட்டிப் பிரசங்கம் ஒன்றும் செய்தார். கல்யாண விமரிசையைப் புகழ்ந்து, அதை நடத்தியவர்களின் சலியா உழைப்பையும், என் தகப்பனார் கல்யாணத்திற்குக் கஞ்சத்தனமின்றி மிகத் தாராளமாகச் செலவு செய்ததையும் வியந்து, வித்வான்களின் சங்கீதத் திறமையை மெச்சி இயற்றிய பாடல் அது. அதைக் கேட்டு யாவரும் 'பலே பேஷ்!' என்று ஆரவாரித்து, 'மாப்பிள்ளை வாய்த்தாலும் செல்லப்பா அய்யருக்கு வாய்த்தது போல் வாய்க்க வேண்டும். மணிப்பயல், சிங்கக் குட்டி!' என்றெல்லாம் அவரவர் போக்கின்படி புகழ்ந்தார்கள். என் தகப்பனார் மாப்பிள்ளையைக் கண்டு உள்ளம் பூரித்து, உடல் பூரித்து மகிழ்ச்சியடைந்தார்.'

இவ்வளவு கோலாகலமான கல்யாணம் நடந்த மறு வருஷம் பாரதிக்குப் பெருந்துயரம் நேர்ந்தது. வெள்ளை வர்த்தகர் சூழ்ச்சியினால், தமது பஞ்சாலை இயந்திரங்களுக்கு உதிரி பாகங்கள் கிடைக்காமல் பாரதியின் தந்தை ஆலையை மூட நேர்ந்தது; பெரு நஷ்டத்தினால் மனமுடைந்து, அதே ஆண்டு அவர் காலமானார். தாயற்ற பாரதி தந்தையற்றவனும் ஆனான். தந்தை இறக்குமுன், 14 வயது பாரதி, 1897இல், எட்டயபுரம் அரசரின் சிற்றப்பன் வெங்கடேசுர எட்டப்பனுக்கு ஒரு கவிதைக் கடிதம் அனுப்பினான் – தன் விருப்பத்துக்கு மாறாக ஆங்கிலக் கல்வி படிக்க நேர்ந்ததென்றும், படிக்கப் பண உதவி வேண்டுமென்றும். நமக்குக் கிடைத்துள்ள பாரதி எழுத்துக்களில் மிகப் பழமையானது இதுவே.

தந்தை இறந்த சிறிது காலத்தில், குடும்பத்தின் சீர்கெட்ட நிலைமையினால், பாரதி, காசியிலிருந்த தனது அத்தை குப்பம்மாளுடன் வசிக்கச் சென்றான். காசியில், மிஷன் காலேஜ், ஜெய் நாராயண் காலேஜ் இரண்டிலும் கல்லூரிப் படிப்பு படித்தான்.

அத்தை குப்பம்மாளின் கணவர் கிருஷ்ண சிவன் வைதிகமான சிவபக்தர். காசியில் ஹநுமந்த கட்டத்தில் உள்ள சிவ மடம் அவருடையது.

பிரசுரமான முதல் பாடல்

அத்தை அழைத்துக் காசி போனாரென்றாலும், அங்கே படிப்பு எளிதாயிருக்கவில்லை. அலகாபாத் சர்வகலாசாலையின் பிரவேசப் பரீட்சைக்காக பாரதி புதிதாக ஹிந்தியும் ஸமஸ்கிருதமும் கற்பது அவசியமாயிற்று. இரு பாஷைகளையும் கற்று, ஓரளவு புலமை பெற்று, பரீட்சையிலும் தேறினார்.

காசியில் எதிர் வீட்டில் இருந்தவரும் பாரதிக்கு நண்பராக விளங்கியவருமான பண்டிட் எஸ். நாராயண ஐயங்கார், காசியில் சுப்பையாவைப் பற்றிப் பின்வருமாறு விவரிக்கிறார்:

'சுப்பையா மிக்க வறுமையில் ஆழ்ந்திருந்தார். ராஜீய விஷயங்களில் எவ்விதச் சம்பந்தமும் அவருக்கு அப்போது கிடையாது. சுப்பையா அரசியல் விஷயத்தில் கொஞ்சமும் அறிவு இல்லாமலே இருந்துவந்தது எனக்கு வியப்பைத் தந்தது. அக்காலத்தில் காசியில் தங்கியிருந்த அன்னி பெஸண்ட் அம்மையாருடன் சர்ச்சை செய்யப் போவார். அம்மையார் பதில்களில் திருப்தி கொள்ளாமல் அம்மையார் அறிவைப் பற்றி கேலி செய்வார்.

'காசியில் அவர் கடைசியாக ஒரு பள்ளியில் ஆசிரியர் பதவி பெற்று மாதம் இருபது ரூபாய் சம்பாதித்துவந்தார். அக்காலத்தில் அவருக்குத் தமிழ் இலக்கியம் தெரியும் என்றோ, கவி பாடும் திறமை பெற்றவர் என்றோ நான் நினைக்கச் சந்தர்ப்பம் வாய்க்கவில்லை. கையில் எப்பொழுதும் ஷெல்லியின் ஆங்கிலக் கவிதைப் புத்தகத்தை வைத்துக்கொண்டு படிப்பார். ஓய்வு நேரங்களில் கங்கைக் கரையில் படிக்கட்டில் உட்கார்ந்து ஷெல்லி பாடல்களைப் படித்து அர்த்தம் சொல்லுவார். வடமொழியில் அவருக்குப் பயிற்சி அல்பமே. ஆனால் வடமொழிக் கவிகளின் அர்த்தத்தைக் கேட்டு ரசிப்பதில் நிகரற்றவர்.'

காசியில் சரஸ்வதி பூஜையன்று பாரதி ஒரு கூட்டம் கூட்டி, 'பெண் கல்வி' என்பது பற்றித் தமிழில் பேசினார். பெண்கள் கல்வியின்றித் தேசம் முன்னுக்கு வராது என்று அடித்தும் பேசினாராம். 'பெண்களின் சமத்துவத்தைப் பற்றி அடிக்கடி வற்புறுத்துவது அவர் வழக்கம். பெண்கள் கல்வி, சமத்துவம், இந்த இரு விஷயங்களைத் தவிர அப்போது வேறு எதிலும் அவர் அதிக கவனம் செலுத்தவில்லை' என்று பண்டிட் நாராயண ஐயங்கார் எடுத்துக் காட்டுகிறார்.

காசியிலிருந்த சமயம்தான் பாரதி அதுவரை இருந்த சிகையை எடுத்துவிட்டுக் கிராப் வைத்துக் கொண்டார். வட இந்தியர் போல் வால்விட்ட தலைப்பாகையும் மீசை வைத்துக்கொள்ளும் பழக்கமும் இச்சமயம் ஏற்பட்டதே.

ஏழாம் எட்வர்டு முடிசூட்டலையொட்டி லார்டு கர்ஸன் நடத்திய டெல்லி தர்பாருக்கு எட்டயபுர மன்னரும் வந்தார். திரும்பிச் செல்கையில் ஜமீன்தார், தமது பரிவாரங்களுடன் காசிக்கு வந்தார். ஜமீனைச் சேர்ந்த பலர் சுப்பையாவை எட்டயபுரம் அழைத்துச் செல்லவேண்டும் என்றும் ஜமீனில் உத்தியோகம் தரவேண்டும் என்றும் ஜமீன்தாரிடம் சொன்னார்கள். ஜமீன்தாரும் இசைந்தார். ஜமீன் உத்தியோகம் நீடிக்குமென்ற நம்பிக்கை இல்லாவிட்டாலும், எட்டயபுரத்தில் இருந்த செல்லம்மாவை மீண்டும் பார்ப்போம், சேர்ந்து குடித்தனம் நடத்துவோம் என்ற காரணத்தினால் பாரதிக்கு ஓரளவு உற்சாகம் இருந்தது.

காசியிலிருந்து திரும்பிய பாரதி, எட்டயபுரத்தின் வரண்ட உலகில் உண்மைக் கவிதை ரசனையை உண்டாக்க முயன்றார். கவிதையென்றால் சிருங்கார ரசம் என்பதே மன்னர் அறிந்தது; யமகம் திரிபுகளே எட்டயபுரப் பண்டிதர் அறிந்தது. இரண்டையும் தவிர்த்த உணர்ச்சிப் பெருக்கான உயர் சுவைக் கவிதைகளுக்கு ஆதரவாளர் இல்லை. பாரதி ஆங்கிலக் கவி ஷெல்லியின் கவிதை நயங்களை நண்பர்கள் உணரும்பொருட்டு 'ஷெல்லியன் கில்டு' என்ற ரசிகர் குழு அமைத்தார். 'ஷெல்லி தாஸன்' என்ற புனைபெயரில் கட்டுரைகளும் எழுதினாராம்.

ஆங்கிலக் கவிதை வடிவமான ஸானெட் என்ற 14 வரிப் பாடலைத் தமிழில் அமைக்க பாரதியும் முயற்சி செய்தார். (ஏற்கனவே 1902இல் 'பரிதிமாற் கலைஞன்' வி.கோ. சூரியநாராயண சாஸ்திரி இவ்வாறு தமிழ் ஸானெட் நூலொன்று வெளியிட்டிருந்தார்.)

இத்தகைய ஸானெட் ஒன்று, 'தனிமை இரக்கம்' என்ற பாடல், மதுரையிலிருந்து கந்தசாமி கவிராயர் நடத்திவந்த 'விவேகபாநு' பத்திரிகையில் 1904 ஜூலை இதழில் பாரதியின் பெயருடன் பிரசுரமாயிற்று. நாமறிந்தவரை முதன்முதலாகப் பிரசுரமான பாரதி பாடல் இதுவே. இது வெளியான சமயம் பாரதி எட்டயபுரத்தை விட்டுக் கிளம்பவில்லை.

இந்தப் பாடலின் கடுமையான பண்டித நடைக்கும், இரண்டு வருஷங்களுக்குப் பின் வெளியான வந்தே மாதரம் பாடல் மொழிபெயர்ப்பின் சரள நடைக்கும் உள்ள வித்தியாசம் கவனிக்கத்தக்கது.

தனிமை யிரக்கம்.

குயிலனாய்! நின்னொடு குலவியின் கலவி
பயில்வதிற் கழித்த பன்னாள் நினைந்துபின்
இன்றெனக் கிடையே எண்ணில் யோசனைப்படும்
குன்றமும் வனமும் கொழிதிரைப் புனலும்
மேவிடப் புரிந்த விதியையும் நினைந்தால்
பாவியேன் நெஞ்சம் பகீரெனல் அரிதோ?
† கலங்கரை விளக்கொரு காவதம் * கோடியா
மலங்குமோர் சிறிய மரக்கலம் போன்றேன்
¶ முடம்படு தினங்காள்! முன்னர்யான் அவளுடன்
உடம்பொடும் உயிரென உற்றுவாழ் நாட்களில்
|| வளியொப் பறந்தநீர் மற்றியான் எனது
கிளியினைப் பிரிந்துழிக் கிரியெனக் கிடக்கும்
செயலையென் இயம்புவல் சிவனே
மயலையிற் றென்றேவர் வகுப்பரங் கவட்கே.

முற்றும்.

இங்ஙனம் எட்டயபுரம்,
ஸி. சுப்பிரமணியபாரதி.

---

† கப்பல்கட்கு வெளிச்சங்காட்டுங் கடற்கரை விளக்குதனை Light-house என்பர்.

* கோடியாக. ¶ காலக்கழிவின் அருமையைக் குறிப்பித்
|| காற்று.

அச்சில் வந்த முதல் பாடல்

பாரதி எட்டயபுரத்தில் இருந்தபோதே
மதுரை 'விவேகபாநு' (ஜூலை 1904, தொகுதி 3, புத்தகம் 7)
மாத இதழில் வந்த பாடல்.
கடும் பண்டித நடையில் உள்ளது!

திலே கொன்று விடுவாராயின், அஃதெனக்கு இதனைக்காட்டிலும் நன்றேயாம். (46)

ஸஞ்ஜயன் சொல்லுகிறான்;—இங்ஙனம் சொல்லி, அர்ஜுனன், சோகத்தினால் நொந்த மனத்தினனாய், அம்பையும் வில்லையும் எறிந்து விட்டுத் தேர்ப் பீடத்தின் மேல் உட்கார்ந்து கொண்டான். (47)

சின்னச் சங்கரன் கதை.

(சாவித்திரி என்னும் நமது கிருபசேயர் எழுதியது.)

முதலாவது குட்டியத்தியாயம்.

படிப்பவர்களுக்கு ஒரு வார்த்தை.

நமது நாட்டுக் கதைகளிலே பெரும்பாலும் அடிதொடங்கிக் கதா நாயகனுடைய ஊர், பெயர், குலம், கோத்திரம், பிறப்பு வளர்ப்பெல்லாம் கிரமமாகச் சொல்லிக்கொண்டு போவது வழக்கம். நவீன ஐரோப்பியக் கதைகளிலே பெரும் பகுதி அப்படியல்ல. அவர்கள் நாடகத்தைப்போலே கதையை நட்ட நடுவில்தொடங்குகிறார்கள். பிறகு போகப்போகக் கதாநாயகனுடைய பூர்வ விருத்தாந்தங்கள் தெரிந்துகொண்டே போகும். எங்கேனும் ஒரு காட்டில், ஒரு குளக்கரையில், ஒரு தனி மேடையில் இவன் தனது காதலியுடன் இருப்பான். இல்லாவிட்டால் யாரேனுமொரு சிநேகிதனுடன் இருப்பான். அப்போது கதையின் ஆரம்பங்களை எடுத்து விரிப்பான். இது அவர்களுடைய வழி.

நான் இக்கதையிலே மேற்படி இரண்டு வழிகளையும் கலந்து வேலை செய்யப்போகிறேன். சின்னச் சங்கரன்—நம்முடைய கதா நாயகன்—விருத்தாந்தங்களை மாத்திரம் பூர்வத்திலிருந்து கிரமமாகவே சொல்லிவிட்டு, கதையில் வரும் மற்றவர்கள் விஷயத்திலே கொஞ்சம் ஐரோப்பிய வழியைத் தழுவிக்கொண்டு செல்லக் கருதுகிறேன். ஸர்வகலா நிதியாகிய ஸரஸ்வதி தேவி எனது நூலில் கடைக்கண் வைத்திடுக.

இரண்டாம் அத்தியாயம்.

பிஞ்சிலே பழுத்தது.

சின்னச்சங்கரன் பிஞ்சிலே பழுத்து விட்டான். நம்முடைய கதா நாயகன் பெயர் அத்தனை நயமில்லையென்றும் கொஞ்சம்

சுயசரிதை:
தம் எட்டயபுர இளமை நினைவுகளை பாரதி நகைச்சுவையுடன் விவரிக்கும் 'சின்னச் சங்கரன் கதை' (சுப்பிரமணிய சிவத்தின் 'ஞானபாநு' 1913 மே இதழில் வெளிவந்தது)

மன்னருக்குத் தோழர்

காசியிலிருந்து எட்டயபுரம் திரும்பிய பாரதி அரண்மனையில் இரண்டு வருஷம் உத்தியோகம் பார்த்தார். அவருக்குக் கடுமையான வேலை ஏதுமில்லை. ஓரளவு சுதந்திரமாக இருக்க முடிந்தது.

பாரதியின் உத்தியோகம் மன்னருக்குத் தோழராக இருப்பதுதான். பெரிய மனுஷர்கள் சகவாசம் சிலருக்கே இயற்கையாக அமைகிறது. துல்லியமான உணர்ச்சிகளை உடையவர்களுக்கு இது மிகவும் சிரமமான காரியம். அதுவும், கவிகளுக்கு மிகமிகச் சிரமமான சமாசாரம்.

மன்னருக்கு ஒழிந்த வேளைகளில் அன்றாடப் பத்திரிகைகளைப் படித்துக் காட்டுவதும், சம்பாஷிப்பதும், சல்லாபிப்பதும், இலக்கிய விவாதங்களில் ஈடுபடுவதும்தான் பாரதியின் உத்தியோகம். உத்தியோகப் பொறுப்பு பிரமாதமில்லை. ஆனால் பாரதி போன்ற நுண்ணறிவாளிக்கு வேலையில்லாமல் உத்தியோகம் பார்ப்பதே பெரும் பாரமாக இருந்திருக்க வேண்டும்.

எட்டயபுரம் மன்னருக்கும் தமக்கும் இருந்த உறவு நிலையைப் பாரதியாரே பிற்காலத்தில் நண்பர்களிடம் விளக்கியிருக்கிறார். புதுவையில் 'சின்னச் சங்கரன் கதை' எழுதிய காலத்தில் வ.ரா. முதலிய நண்பர்களுக்குக் கதையைப் படித்துக் காட்டி, விளக்கமும் செய்வார் பாரதி. (இதை வ.ரா. தமது 'மகாகவி பாரதியார்' நூலில் விவரித்திருக்கிறார்.) மன்னரின் ரசனைச் சுவை, உறுதியற்ற மனப்போக்கு, நிர்வாகத் திறமையின்மை முதலிய வற்றைச் 'சின்னச் சங்கரன் கதை'யில் பாரதி விவரித்திருக்கிறார். 'ராக்கப் பிள்ளைக்கு நிலம் கொடுக்கவும்' என்று மொட்டையாக ஓர் உத்தரவு போடுவாராம் மன்னர். எந்த ராக்கப் பிள்ளை, எவ்வளவு நிலம், எந்த மாதிரி நிலம், நஞ்சையா புஞ்சையா, எந்த இடத்தில், எந்த நிபந்தனைகளின் பேரில் – ஒரு விவரமும் இராது. அரண்மனை நிர்வாகிகள் மன்னரிடம் விளக்கம் கேட்பதும் பெரிய தவறு! ஏதோ, அவரவர் இஷ்டப்படி, அவரவருக்குத் தெரிந்த வழியில் உத்தரவு 'நிறைவேற்ற'ப்படும்!

இதையெல்லாம் நண்பர்களிடம் சொல்லி, 'இந்தக் கண்மூடி ராஜ்யத்தில் நான் எப்படிக் காலந்தள்ள முடியும்?' என்று கேட்பாராம் பாரதி.

'கூளப்ப நாயக்கன் காதல்' என்ற சிருங்கார ரஸம் மலிந்த பாடலிலும், நாட்டியக் கூத்துக் களிலும், காதல் என்ற கண்காணாப் பொருளிலும் அவர் லயித்திருந்தது மன்னரின் ரசனைச் சுவைக்கு உதாரணங்கள்.

மன்னருக்கு பாரதி இல்லாமல் பொழுதே போகாது: தம்முடைய அபூர்வமான சிந்தனைச் சுடர்களையெல்லாம் கேட்க ஓர் ஆள், விஷயம் தெரிந்த ஆள் வேண்டாமா? ஆனால், பாரதியோ அத்தகைய வேஷத்துக்குப் பொருத்தமில்லாத பேர்வழி! அவரால் கூழைக்கும்பிடு போட முடியாது; மற்றவர்களைப் போல அரண்மனைச் சம்பிரதாயங்களை அப்படியே ஏற்று நடந்து கொள்ளவும் வளைந்து கொடுக்காது அவர் உள்ளம்.

மன்னர் சற்றுக் கடின சுபாவமுள்ளவர். அவருடன் பழகுவது எளிதல்ல. அவரெதிரே வருபவர்கள் மேல் அங்கவஸ்திரத்தை இடுப்பில் கட்டிக்கொண்டு, மரியாதை செய்துவிட்டு, பேசும்போது இடையிடையே 'மகாராஜா! மகாராஜா!' என்று சொல்லிக்கொண்டிருக்க வேண்டும். மன்னர் புவியரசரானால் தாம் கவியரசர் என்ற சமத்துவ மனோபாவம் வளர்ந்துகொண்டிருந்தது பாரதியின் உள்ளத்தில். அவருக்கு இம்மாதிரியான 'நரியுயிர்ச் சேவகர்' வேஷம் பிடிக்கவில்லை: அருவருப்பாகவும் இருந்தது. இவற்றை எல்லாம் அறிந்தும் ஊர்போய்ப் பரீட்சை செய்து பார்ப்போம் என்றே காசியிலிருந்து எட்டயபுரம் வந்திருந்தார்.

அப்படியிப்படி இரண்டு வருஷங்களை எட்டயபுரத்தில் தள்ளினார்.

மன்னர் தெருவில் போகும்போது மற்றவர்கள் போல் பாரதி எழுந்து நிற்கவில்லை என்று ஒரு புகார். 'எட்டயபுரம் மன்னன் சுண்டைக்காயளவு பூமி வைத்திருக்கிறான். உலகம் பெரியது!' என்று பாரதி தம்மைக் குறை கண்ட ஒருவரிடம் சொன்னாராம். மன்னர் காதுக்கு இது எட்டியது. பாரதியை அரண்மனை வேலையிலிருந்து நீக்கிவிட்டார்.

அந்தச் சமயம் எட்டயபுரத்தில் ஒரு பெருந் தீவிபத்து நேர்ந்தது. அது பற்றி பாரதி ஒரு சிலேடைக் கவிதை பாடினார். முன்பு, இலங்கை வேந்தன் ஒரு கவிக்கு (கவி – குரங்கு) தீங்கு செய்தான்; இலங்கை அழிந்தது. எட்டயபுரம் அரசன் ஒரு கவிக்குத் (கவி – கவிஞர்) தீங்கு செய்தான்; எட்டயபுரம் மயானமாயிற்று என்பது கவிதை. இதைப் பாடிவிட்டு, எட்டயபுரத்தைவிட்டு, வேலை தேடி, மதுரைக்குப் போனார் பாரதி.

நமக்குக் கிடைக்காமற்போன இளமை பாரதி பாடல்களில் இதுவும் ஒன்று.

மதுரைத் தமிழ்ப் பண்டிதர்

மதுரை வந்த பாரதிக்கு அந்நகரில் ஒன்றிரண்டு நண்பர்கள் இருந்தனர். அவர்களில் மதுரைக் காலேஜ் பிராஞ்சு தமிழ்ப் பண்டிதர் எம். கோபால கிருஷ்ணய்யர் ஒருவர். இவரிடம் பாரதி வேலை விஷயமாகப் பேசியபோது, சேதுபதி ஹைஸ்கூல் தமிழ்ப் பண்டிதர் சண்முகம் பிள்ளையைக் (அரசன் சண்முகனார்) கண்டுவரும்படி பாரதியை அனுப் பினார். துணைக்கு, ப.ரா. அய்யாசாமி அய்யரென்ற தமிழாசிரியரையும் அனுப்பினார். சண்முகம் பிள்ளை இவர் யாரென்று கேட்டதற்கு அய்யாசாமி ஐயர், 'இவர் எட்டயபுரம் கவிஞர்' என்றார். உடனே சண்முகம் பிள்ளை, 'நான் உடல் நலமில்லாததால் விடுமுறையில் போகிறேன். இவர் என் ஸ்தானத்துக்கு வருவாரா?' என்றார். பாரதி சம்மதித்தார். *1904* ஆகஸ்ட் முதல் தேதியன்று பாரதி சேதுபதி ஹைஸ் கூலில் தற்காலிகத் தமிழ்ப் பண்டிதரானார். மாதச் சம்பளம் ரூ. *17½*.

பாரதி இயற்கைக் கவி; இலக்கணப் பண்டிதரல்ல. யமகம் திரிபுகள் தெரியுமென்றாலும், இலக்கணத்தை விட இலக்கியத்திலேயே பற்றுதல் வைத்தவர். எப்படியோ தமிழ்ப் பண்டிதராக வகுப்பு நடத்தினார். அவருடைய மாணாக்கர்களில் ஒருவர் மதுரை தேச பக்தர் ஏ. வைத்தியநாதய்யர். 'அப்போதே பாரதியுடைய கண்களில் ஏதோ ஒரு விசேஷ சக்தி இருப்பது தெரிந் தது. ஆனால் அவருடைய பெருமை முழுவதும் தெரிய வில்லை' என்று வைத்தியநாதய்யர் கூறியுள்ளார்.

மூன்று மாதம் பத்து நாள் ஆனதும் பாரதியின் தற்காலிக வேலை முடிந்தது. *1904* நவம்பர் *10*ஆம் தேதியோடு பாரதி தமிழ்ப் பண்டிதர் வேலையை விட்டார்.

இந்த மூன்று மாதத்துக்கு முன்பிருந்தே பாரதி வேறு வேலைக்கு முயன்று வந்தார். தம் நண்பராகி விட்ட தம் பள்ளி சகோதர ஆசிரியர் அய்யாசாமி அய்யரிடம் வேலை பற்றி வற்புறுத்தி வந்தார். அய்யாசாமி அய்யரின் தாய்மாமன் ராஜாராமய்யர் என்பவர் 'ஹிந்து' முதலிய பத்திரிகைகளின் நிருபரா யிருந்தார். அவருக்கு 'சுதேசமித்திரன்' ஆசிரியர் ஜீ. சுப்பிரமணிய ஐயரை நன்கு தெரியும். எம். கோபால கிருஷ்ணய்யர் ராஜாராமய்யரை நெருங்கி 'சுதேசமித் திரனில் உதவியாசிரியர் வேலை காலியாக இருக் கிறது. அதற்கு நீங்கள் பாரதியைச் சிபாரிசு செய்ய வேண்டும்' என்றார். ராஜாராமய்யர் யாருக்கும் ஒன்றும் செய்யமாட்டார். தாட்சணியம் பொறுக் காமல் அவர் ஜீ. சுப்பிரமணிய அய்யருக்குக் கடிதம் கொடுத்தார். இதன் வழியாகவே பாரதிக்குச் சென்னை யில் வேலை கிடைத்தது. (இவ்விவரங்களை, இக் கடிதத்தைத் தாமே நேரில் வாங்கி பாரதியிடம் கொடுத்த அய்யாசாமி ஐயர் தெரிவிக்கிறார்.)

பாரதியார் 'சுதேசமித்திர'னில் எப்படிச் சேர்ந் தார் என்பதைப் பற்றி மாறுபட்ட விவரங்களும் தெரிவிக்கப்பட்டுள்ளன. பாரதி மதுரையில் தமிழ்ப் பண்டிதராக இருந்த சமயத்தில் ஜீ. சுப்பிரமணிய ஐயர் மதுரைக்கு வந்ததாகவும், அப்போது அவருக்கு பாரதி அறிமுகமானதாகவும், பாரதியின் மேதையை உடனே அறிந்துகொண்ட அவர் எப்படியாவது அவரைச் சென்னையில் தம் பத்திரிகைக்குக் கொண்டு செல்ல விரும்பியதாகவும், அதன்படி பாரதியைச் சென்னைக்கு வந்துவிடுமாறு சொன்னதாகவும் வ.ரா. கூறுகிறார்.

சேதுபதி ஹைஸ்கூல் வேலை முடியும் சமயம், பாரதி தமது உறவினரும் சென்னை போதனா முறைக் கல்லூரி வைஸ் பிரின்ஸ்பாலுமான லக்ஷ்மண ஐயர் என்ற சென்னை வாசிக்கு எழுதியதாகவும், லக்ஷ்மண ஐயர் தமது நண்பரொருவர் மூலம் விசாரித்து, மிகுந்த சிபாரிசின்பேரில் வேலை வாங்கிக் கொடுத்ததாயும் சிலர் கருதுகிறார்கள்.

ஆனால், இவ்விவரங்களெல்லாம் இவ்விஷயத் தில் நேரிடையாகச் சம்பந்தப்படாதவர்களாலேயே கூறப்பட்டுள்ளன. இந்த விஷயத்தில் சம்பந்தப்பட்ட ப. ரா. அய்யாசாமி ஐயர் தெரிவிக்கும் செய்திகளி லிருந்து, அவர் கூறுவதே சரியாயிருக்கும் என்று தோன்றுகிறது.

எது எப்படியானாலும், தமிழ்த் தினசரியான 'சுதேசமித்திர'னில் பாரதிக்கு வேலை கிடைத்துவிட் டது. தமிழ்ப்பண்டிதர் வேலை முடிந்த பின் என்ன செய்வதென்ற கவலை நீங்கியது.

ஜீ. சுப்பிரமணிய ஐயர் தமிழ்நாட்டுக்குத் தேச பக்தி ஊட்டிய முதல்வர். அவர் *1904*இல் தமது பத்திரிகைக்கு ஆங்கில ஞானமும் தமிழ் அறிவும் கொண்ட சிறந்த ஒருவரைத் தேடிக்கொண்டிருந் தார். பாரதியைப் பார்த்தமாத்திரத்தில் அவர் பாரதியிடம் மோகித்துப்போனார். தமிழாசிரியர் என்ற குறுகிய வரம்பை மீறி, தமிழ்ப் பத்திரிகை உலகம் வாயிலாகத் தமிழ் எழுத்துலகிலும் இந்திய தேசிய உலகிலும் பாரதியை இட்டுச்சென்ற பெருமை ஜீ. சுப்பிரமணிய அய்யருடையது.

மதுரை மீனாட்சி கோயில் கோபுரம்

மதுரை சேதுபதி உயர்நிலைப் பள்ளியில் பாரதி சிலை
(1980)

சேதுபதி உயர்நிலைப் பள்ளி: பாரதி மூன்று மாதம் தமிழாசிரியராகப் பணிபுரிந்த பள்ளி

முதல் ஆசிரியர்: *பத்திரிகைத் தொழிலில் பாரதியின் முதல் ஆசிரியர் 'சுதேசமித்திரன்' பத்திராதிபர் ஜீ. சுப்பிரமணிய ஐயர்*

1904இல் 'சுதேசமித்திரன்' இருந்த இடம். *அரமனைக்காரத் தெரு தென் கோடியில். ஏற்கனவே இது சிறு கட்டடமாக இருந்தது.*

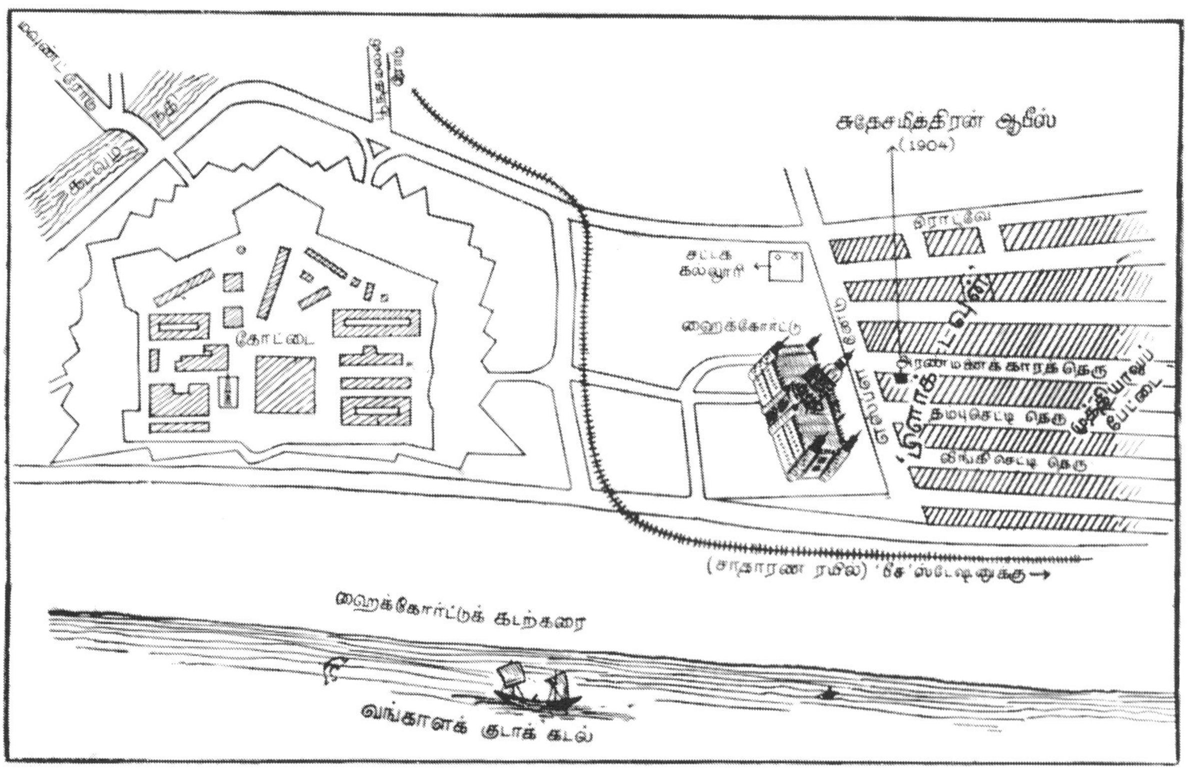

பழைய சென்னை நகரம் (1904). *1906இல் ப்ளாக் டவுன் ஜார்ஜ் டவுன் ஆயிற்று.*

‘சுதேசமித்திரன்’ உதவியாசிரியர்

1904 நவம்பர் மாதம் பாரதி சென்னைக்கு வந்து ‘சுதேசமித்திர’னில் சேர்ந்தார். முன்பின் பழக்கமில்லாத பத்திரிகை வேலை யென்றாலும், ஏற்கனவே எட்டயபுரத்திலும் மதுரையிலும் பார்த்த வேலைகள் ஒத்துவரவில்லையென்றாலும், வந்தவுடனேயே பாரதி தமக்கும் பத்திரிகைத் தொழிலுக்கும் நிறைய பாந்தவ்யம் இருப்பதை உணர்ந்து விட்டார்.

தமிழ்த் தினசரிப் பத்திரிகைகளில் முக்கியமான வேலை ஆங்கிலத்தில் வரும் செய்திகளைத் தமிழில் வேகமாய் மொழி பெயர்ப்பதேயாகும். ஆங்கிலத்தில் வரும் பல புதுப்புதுச் சொற்களுக்குத் தகுந்த தமிழ்ச் சொற்கள் கண்டுபிடிப்பதும் உண்டாக்குவதும் ஒரு பெரிய தலைவலி. பாரதிக்கு இந்த வேலை சுலபத்தில் பழகிவிட்டது. எவ்வளவு கடினமான செய்தியானாலும், எவ்வளவு நீளமான பிரசங்கமானாலும் அசல் தமிழிலேயே முதலில் வந்தது போல அழகான எளிய நடையில் வேகமாகவும் மொழி பெயர்ப்பதில் பாரதி சமர்த்தரானார். ஆசிரியருக்கு பாரதியிடம் தனி அபிமானம் ஏற்பட்டுவிட்டது. பாரதியை நயமாய் ‘ஏய்த்து’ வேலை வாங்குவாராம் அவர்.

பாரதி இதைப் பற்றிக் கூறியதாக வ.ரா. சொல்கிறார். சாயங்காலம் ஆபீஸிலிருந்து வீட்டுக்குப் போக நினைத்துக்கொண்டு உட்கார்ந்திருப்பார் பாரதி. ஆனால் கையில் பணம் இல்லையென்ற குறையும், வீட்டில் செலவுக்குப் பணம் வேண்டும் என்ற நினைவும் ஞாபகம் வந்துவிடும். ஜீ. சுப்பிரமணிய அய்யரைக் கேட்கலாமா என்று நினைத்திருக்கும் சமயம் சேவகன் ஐயர் அனுப்பியதாக ஒரு டம்ளர் காபியை பாரதியிடம் வைத்துச் செல்வான். ஐயரின் அன்பைப் பற்றி நினைத்துக்கொண்டிருக்கும்போது அய்யரே நேரில் வந்து நிற்பார். வீடு வாசல் பணமுடை எல்லாம் பாரதிக்கு மறந்துவிடும்.

சீமையிலே ஸர் ஹென்றி காட்டன் இந்தியாவைப் பற்றி உருக்கமாய்ப் பிரசங்கம் செய்திருப்பதைப் பார்த்தாயோ என்று பாரதியிடம் கேட்பார் ஐயர். பாரதி பார்த்திருப்பார்; நன்றாயிருக்கிறது என்றும் சொல்வார். அதை நாளையே நம் பத்திரிகையில் பிரசுரிக்க வேண்டாமோ என்று கேட்பார் ஐயர். பாரதி கட்டாயம் பிரசுரிக்க வேணுமென்பார்.

அந்தப் பிரசங்கத்தின் சுவை கெடாமல் உன்னைத் தவிர யார் மொழிபெயர்க்க முடியும் என்று மனம் குளிரச் சொல்வார் ஆசிரியர். அதை ஆபிஸில்தான் மொழிபெயர்க்க வேண்டுமென்பதில்லை; வீட்டிற்கு எடுத்துச் சென்று விளையாட்டாய் மொழிபெயர்த்துவிடலாம் என்றும் கூறுவார்.

பாரதி சந்தோஷமாய் அந்தப் பிரசங்கத்தை வீட்டுக்கு எடுத்துக் கொண்டுபோய், மொழிபெயர்த்து, காலையில் வரும்போது கொண்டு வருவார்.

ஜீ. சுப்பிரமணிய ஐயர் இப்படி பாரதியிடம் நிறைய வேலை வாங்கினாரென்றாலும், எல்லாம் பாரதிக்கு மிகச் சிறந்த பயிற்சியாகவே உதவின. பாரதி விளையாட்டாகவே விவேகானந்தர் பிரசங்கங்கள், அரவிந்தர் பேச்சுகள், காங்கிரஸ் மகாசபைத் தலைமையுரைகள் முதலியவற்றை அசல் தமிழில் எழுதப்பட்ட விஷயங்களேபோல் மொழிபெயர்த்துத் தள்ளியிருக்கிறார்.

‘மித்திர’னில் சேர்ந்த முதல் பத்து மாதங்கள் பாரதி தம்மைப் புதிய வேலைக்குப் பயிற்சி செய்து கொள்வதிலேயே ஈடுபட்டிருக்க வேண்டும். அப்போது அவர் தம்முடைய கவித்துவத் திறமையை அடக்கி வைத்திருக்க வேண்டும். ஏனெனில், ‘சுதேசமித்திர’னில் பாரதியின் சொந்தச் சரக்காக ஒரு பாட்டு, ‘வங்கமே வாழிய’ என்ற தலைப்புடன், முதன்முதலாக 1905 செப்டம்பர் 15 தான் வெளியாயிற்று. அதாவது பாரதி பத்திரிகையில் சேர்ந்து பத்து மாதங்களுக்குப் பிறகு.

‘மித்திர’னில் பாரதிக்குப் பிரமாதமான சம்பளமில்லை. ஆகையால் அவருக்குப் பணமுடை இருந்துகொண்டேயிருந்தது. ஜீ. சுப்பிரமணிய ஐயர் வஞ்சனையற்றவர். பாரதியின் திறமை அவருக்குத் தெரியும். ஆனால் நிறையச் சம்பளம் கொடுக்க வசதியில்லை. ‘பாரதி, நீ காளிதாஸன்தான். ஆனால் உனக்கு அட்சரலட்சம் கொடுக்க நான் போஜனாக இல்லையே’ என்பாராம் அவர்.

குறைந்த சம்பளத்தில் சென்னையில் குடித்தனம் நடத்துவது அக்காலத்திலும் சிரமமாகவே இருந்தது. நகரின் ஒண்டிக் குடித்தன அனுபவம் பாரதிக்கு ஏற்பட்டது. இந்த அனுபவத்தையே அவர் நான்கு வருஷங்களுக்குப் பிறகு ‘ஞானரதம்’ என்ற நூலில் ‘மண்ணுலகம்’ என்ற பகுதியில் நகைச் சுவையுடன் விவரித்திருக்கிறார்.

‘சக்ரவர்த்தினி’

‘**சு**தேசமித்திர’னில் சேர்ந்த ஓராண்டுக் காலத்தில் பாரதி பத்திரிகைத் தொழில் கற்றுக் கொண்டார் என்றே சொல்ல வேண்டும். ஆனால் அந்த ஓராண்டுக் காலத்துக்குள் அவருள்ளே புரட்சி கரமான மாறுதல்கள் ஏற்பட்டுவிட்டன. வெறும் ஆசுகவியாகவும், பழைய நடைப் புலவராகவும் இருந்த அவர் எளிய புது நடை பழகினார் – வசனத்திலும் சரி, கவிதையிலும் சரி. ஆங்கிலத்தில் வரும் செய்திகளை நயம் குன்றாமல் இயற்கையான தமிழில் வேகமாக மொழிபெயர்ப்பதற்குப் பெயர் வாங்கிய அவர், உலகப் போக்கும் தேசிய விழிப் புணர்ச்சியும் பெறலானார். ‘மித்திரன்’ அலுவலகத் தினரும் பிறரும் அவரது திறன்களை உணர லானார்கள்.

இல்லையென்றால், ஒரே ஆண்டுப் பத்திரிகை அனுபவம் உள்ள ஒரு 23 வயது இளைஞனிடம் தாங்கள் புதிதாகத் துவக்கிய ஒரு மாதர் மாதப் பத்திரிகையின் ஆசிரியப் பதவியைக் கொடுக்க ‘சக்ரவர்த்தினி’ அதிபர் பி. வைத்தியநாதையர் துணிவாரா?

‘மித்திர’னில் பாரதி சேர்ந்தது நவம்பர் 1904இல். ‘சக்ரவர்த்தினி’யின் ஆசிரியப் பதவியில் அவர் அமர்ந்தது ஆகஸ்ட் 1905இல். ‘மித்திரன்’ உதவி ஆசிரியப் பொறுப்புடன் இதையும் அவர் கவனிக் கலாம் என்பது ஏற்பாடு. புதிய பத்திரிகையில் அழகாக அவருடைய பெயர் ‘ஆசிரியர் சி. சுப்பிர மணிய பாரதி’ என்றும் அவர்கள் வெளியிட்டது அவரிடம் ‘சக்ரவர்த்தினி’ அதிபர் வைத்திருந்த நம்பிக்கையின் சான்றாகும்.

‘சக்ரவர்த்தினி’ என்ற பெயர் அக்காலத்தில் பிரபல சீமைப் பத்திரிகையான ‘க்வீன்’ (ராணி) என்பதைத் தழுவியதாக இருக்க வேண்டும். 1905இல் இருந்த பிரிட்டிஷ் ராணியும் இந்தியாவின் சக்ர வர்த்தினியுமான அலெக்ஸாந்திரா ராணியின் (ஏழாம் எட்வர்டு அரசரின் துணைவியார்) படம் ‘சக்ரவர்த்தினி’ மாத ஏட்டின் மேலட்டையில் பிற்காலத்தில் பொறிக்கப்பட்டிருந்தது; நெடுங்காலம் இருந்தது.

‘சக்ரவர்த்தினி’ மாதர் பத்திரிகையாதலால் அப்போதே பாரதி, ‘மாதர் சுதந்திரங்கள்’, ‘காதல்’, ‘பவுத்த மார்க்கத்திலே மாதர்களின் நிலைமை’, ‘பாரத குமாரிகள்’, ‘ராஜா ராம் மோஹன் ராய்’ முதலிய தலைப்புகளில் மாதர் முன்னேற்றத்துக்கான கட்டுரைகளை எழுதியிருக்கிறார். *‘Can man be free if woman be a slave?’* (பெண் அடிமையாக இருந்தால், ஆண் சுதந்திரமாக இருக்க இயலுமா?) என்ற கேள்வியையும் ஒரு கட்டுரையில் கேட்கிறார். ஞானத்துக்குப் பெயர் பெற்ற “மைத்ரேயும் ஸீதையு மிருந்த நாட்டிலே சூரிய கிரணம் பார்த்தறியாத புழுக்களைப் போன்று கல்வி, அறிவு முதலிய யாதுமில்லாத பெண்கள் உலவுகிறார்கள். தலை முறை தலைமுறையாக இப்பேதைப் பெண்கள் தோள் வலியும் ஆண்மையும் பெருந்தன்மையுமில் லாத அடிமைப் பிள்ளைகளைப் பெற்று என்னைப் பங்கப்படுத்துகிறார்கள். ஐயோ, ஐயோ!” என்று பாரத தேவி துடிப்பதாக ஒரு கட்டுரையில் குறிப் பிடுகிறார்.

‘சக்ரவர்த்தினி’யில் வந்த பெரும்பாலான கட்டுரைகள் நல்லோர் வாழ்க்கை வரலாறுகளாக வும் மாதர் முன்னேற்றம் எப்படிப் பிற நாடுகளில் காணக் கிடக்கிறது என்பனவாகவும் இருந்தன.

ஒரு கட்டுரையில், மாதர் முன்னேற்றத்துக் கென்று சொல்லிக்கொண்டு, ‘ஆண் பிள்ளைகள் வாசிக்கும்படியாகவே’ பத்திரிகை நடத்திவரப்படு கிறதென்று தம்மைத் தாமே குறை கண்டுகொள்கிறார் ஆசிரியர் பாரதி! “இந்த நிமிஷமே மாதர்களுக்கு அர்த்தமாகக்கூடிய விஷயங்களை, அவர்களுக்கு அர்த்தமாகக்கூடிய நடையிலே எழுத ஆரம்பிக்க வேண்டுமென்று நிச்சயித்துக்கொண்டேன்’ என்றும் அவர் கூறுகிறார். இது, 1906 மே மாத இதழில்.

ஆனால், அதே மே மாதம், அவருடைய வாழ்க்கையில் எதிர்பாராத ஒரு மாறுதல் ஏற்படு கிறது. தேசத்தில் திலகர் ஏற்படுத்திய புதிய விழிப்பை சிரமேற்கொண்டு, புத்துணர்ச்சியுடன் நாட்டுக்கு உழைக்கும் ஒரு தமிழ் வாரப் பத்திரிகையைச் சில இளைஞர்கள் சென்னையில் துவக்குகிறார்கள். அதன் பொறுப்பாசிரியர் பதவியைச் சில வாரங் களில் ஏற்கிறார் பாரதி. ‘மித்திர’னிலிருந்து விலகிவிடு கிறார் பாரதி. இருப்பினும் ‘சக்ரவர்த்தினி’ ஆசிரியப் பதவியில் மட்டும் 1906 செப்டம்பர் வரை நீடிக் கிறார். மொத்தம் ‘சக்ரவர்த்தினி’ ஆசிரியராக இருந்தது 13 மாதங்கள்.

Registered No. M—520. வருட சந்தா ரூபா 2.

CHAKRAVARTINI.

A TAMIL MONTHLY DEVOTED MAINLY TO THE ELEVATION OF INDIAN LADIES

சக்ரவர்த்தினி.

தமிழ் நாட்டு மாதர்களின் அபிவிருத்தியே நோக்க மாக வெளியிடப்படும் மாதாந்தரப் பத்திரிகை.

Vol. II. } Madras. August, 1906. { No. 1.
தொகுதி. II. } சென்னை 1906ளு ஆகஸ்டு { பகுதி. 1.

CONTENTS.

	PAGE.
1. OURSELVES—A RETROSPECT.	1
2. RAJA RAM MOHAN ROY—By the Editor.	2
3. SATI—By L. Narayanaswami Aiyer, B.A.	6
4. CHANDRAMATI—By Mahesh Kumara Sarma ...	10
5. THE EDUCATION OF WOMEN IN INDIA—A necessity—By S. Srinivasa Aiyer, B.A.	14
6. RAMATILAKAM—By S. V. Srinivasa Aiyer, B.A.	17
7. PARVATI SOBHANAM—By Srimathi R. S. Subbalakshmi Ammal.	19
8. INTERESTING NEWS, NOTES AND CUTTINGS.	21

அட்டவணை.

	பக்கம்.
1. நமது பத்திரிகையின் அபிவிருத்தி.	1
2. ராஜாராம் மோஹனராயர்—பத்திராதிபர். ..	2
3. ஸதி—எல். நாராயணசுவாமி அய்யர், பி.ஏ. ...	6
4. சந்திரமதி—மகேச குமார சர்மா. ...	10
5. பெண்கள் அபிவிருத்தியடைவதின் அவசியத்தன்மை—எஸ். ஸ்ரீநிவாசய்யர். ...	14
6. ராமதிலகம்—எஸ். வி. ஸ்ரீநிவாசய்யர்.	17
7. பார்வதிசோபனம்—ஸ்ரீமதி ஆர். எஸ். சுப்புலக்ஷ்மி அம்மாள்.	19
8. பொதுவர்த்தமானங்கள்.	21

P. Vaidyanathier, Proprietor.

C. Subramania Bharati, Editor.

Copy-Right Reserved:

THE IRISH PRESS:—MADRAS

'**சக்ரவர்த்தினி**': பாரதியை ஆசிரியராகக் கொண்ட மாதர் மாதப் பத்திரிகை. *1906 ஆகஸ்ட் இதழின் பொருளடக்கப் பக்கம்.*

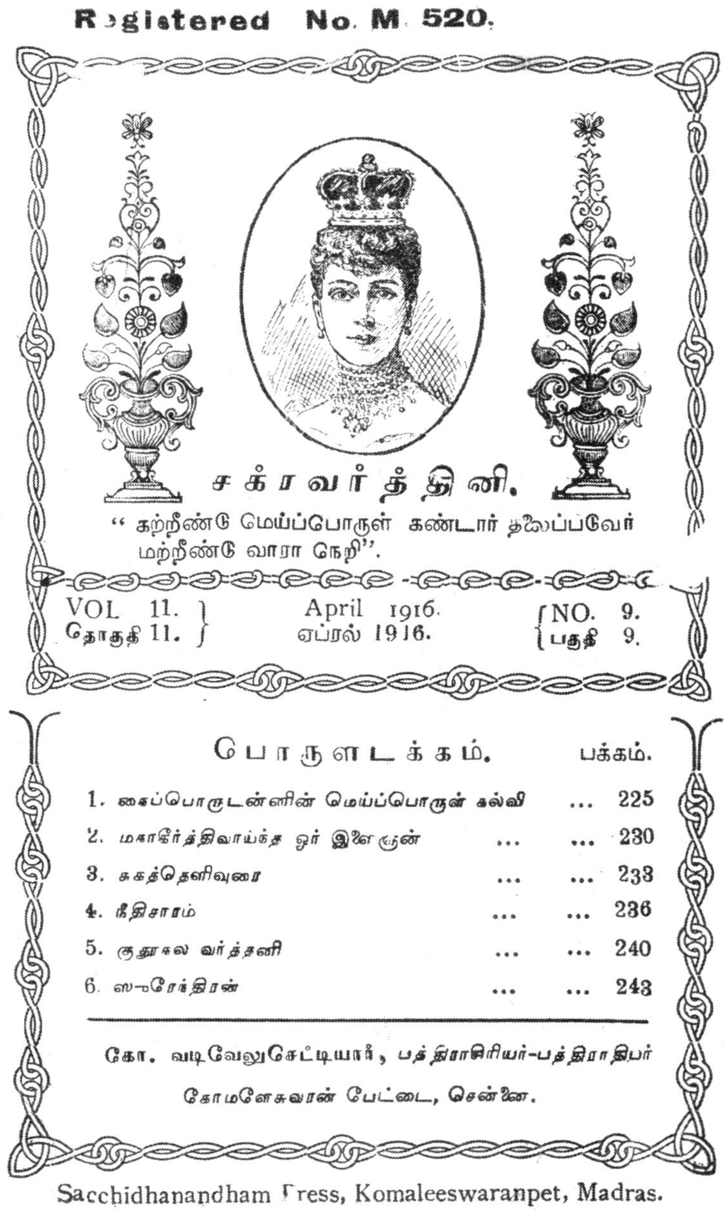

Registered No. M. 520.

சக்ரவர்த்தினி.

"கற்றீண்டு மெய்ப்பொருள் கண்டார் தலைப்படுவர் மற்றீண்டு வாரா நெறி".

VOL. 11. } April 1916. { NO. 9.
தொகுதி 11. } ஏப்ரல் 1916. { பகுதி 9.

பொருளடக்கம்.

	பக்கம்.
1. கைப்பொருடன்னின் மெய்ப்பொருள் கல்வி ...	225
2. மகாகீர்த்திவாய்ந்த ஓர் இளைஞன்	230
3. சுகத்தெளிவுரை	233
4. நீதிசாரம்	236
5. குதூகல வர்த்தனி	240
6. ஸ—ரேந்திரன்	243

கோ. வடிவேலுசெட்டியார், பத்திராசிரியர்-பத்திராதிபர்
கோமளேசுவரன் பேட்டை, சென்னை.

Sacchidhanandham Press, Komaleeswaranpet, Madras.

'**சக்ரவர்த்தினி**': பிற்கால இதழின் மேலட்டை *(1916 ஏப்ரல்; கோ. வடிவேலு செட்டியார் ஆசிரியராக இருந்த காலம்)*

சீர்திருத்தவாதி பாரதி

1904 ஆம் ஆண்டு முடிவில் சென்னைக்கு வந்த பாரதிக்கு வயது 22. அப்போது அவர் தோற்றத்தில் எப்படி இருந்தார்? அக்காலத்திலும் அதன்பின் கடைசிவரையிலும் பாரதிக்கு உத்தம நண்பராக வாய்த்த எஸ். துரைசாமி ஐயர் பாரதியைப் பின்வருமாறு வர்ணிக்கிறார்: 'அவருடைய முகம் மிகவும் வசீகரமாக இருக்கும். எப்போதும் உற்சாகம் நிறைந்திருப்பார். பேச்சில் தெளிவு இருக்கும். எதையும் பளிச்சென்று சொல்லிவிடுவார். சூதுவாது தெரியாது. பிறர் பேச்சுத் துணையை ரஸிக்கும் ஸரஸி. நல்ல உணவு அருந்துவதில் விருப்பமுள்ளவர். அவர் உடலோ மிகப் பூஞ்சை. பலமே இல்லாத மெலிந்த தேகம். விளையாட்டாய்த் தள்ளினால்கூட விழுந்துவிடுவார்.' ஆனால் அந்தப் பூஞ்சை உடலில் இருந்த சக்திதான் என்னே!

சென்னைக்கு வந்த புதிதில் பாரதிக்கு அரசியலில் ஈடுபாடே கிடையாது. தேச பக்தித் துடிப்பும் இல்லை. இந்தியச் சமூகம் திருந்த வேண்டும், விரைவில் திருந்த வேண்டும் என்ற கருத்துக்கொண்ட சமூக சீர்திருத்தவாதியாகவே அவர் விளங்கினார்.

காசியில் இருந்தபோதே மாதர் முன்னேற்றத்தை வற்புறுத்திப் பேசிய பாரதி, சென்னை வந்ததும் இதர சமூகச் சீர்திருத்தங்களிலும் ஊக்கம் காட்டினார்.

சென்னை வந்த புதிதில் தம்புச் செட்டித் தெருவில் குடியிருந்தார். அந்தச் சமயம் 'சுதேசமித்திரன்' அரமனைக்காரத் தெருவின் தெற்குக் கோடியில் மேற்குப் பார்த்த ஒரு வீட்டில் இருந்தது.

ஜார்ஜ் டவுனில் இருந்த பாரதிக்கு அந்த வட்டாரத்திலேயே பல நண்பர்கள் எளிதில் உண்டாகிவிட்டார்கள். சட்டப் படிப்பு படித்துக் கொண்டிருந்த எஸ். துரைசாமி ஐயர், பிற்காலத்தில் தொழிலாளர் தலைவரான வி. சக்கரை (செட்டியார்), பால் என்ற உபாத்தியாயர், ஐயராம் நாயுடு என்ற டாக்டர், பிற்காலத்தில் பத்திரிகையாளரான சி.எஸ். ரகுநாதராவ் முதலியோர் பாரதியின் உற்ற நண்பர்கள். நெடுநாளைய பிரசுரகர்த்தர்களும் பிரபல காப்பிக்கொட்டை வியாபாரிகளுமான கணேஷ் அண்டு கம்பெனி முதல்வர் ராமசேஷய்யர் இந்த இளைஞர்களுக்குப் புரவலர்.

மாலையில் இந்த நண்பர்கள் கணேஷ் அண்டு கம்பெனியில் ஒன்றுகூடுவர். அங்கிருந்து உற்சாகமாய்ப் பேசியவண்ணம் ஹைக்கோர்ட் கடற்கரை சென்று, மணலில் 'மகாநாடு' நடத்துவார்கள். அரட்டை நடக்கும்; விவாதம் நடக்கும்; பெரிய பெரிய சீர்திருத்தத் திட்டங்கள் போடப்படும்; பாரதியின் பாட்டு ரசிக்கப்படும். பாரதிக்கு அக்காலத்தில் நந்தன் சரித்திரக் கீர்த்தனை மிகவும் பிடிக்கும்; அப்பாடல்களை ரசித்துப் பாடுவார்.

அந்தக் காலத்தில் சென்னையில் 'ஸோஷல் ரிபார்ம் அஸோஸியேஷன்' என்ற மிக மிதவாதமான சமூகச் சீர்திருத்தச் சங்கம் ஒன்று இருந்தது. 'இந்த நாட்டின் முன்னேற்றத்தை முன்னிட்டு, பல ஜாதிகளைச் சேர்ந்தவர்கள் ஒன்றாகச் சமபந்தி போஜனம் செய்வதில் தீமையில்லை. இது இங்கு கூடியுள்ள இந்தச் சபையின் அபிப்பிராயம்' என்பதுபோல நீட்டி முழக்கித் தீர்மானம் நிறைவேற்றிவிட்டுத் தூங்குவது தவிர வேறொன்றும் செய்வதில்லை என்று பாரதி முதலிய இளைஞர்கள் இச்சங்கத்தை வெறுத்தார்கள். தாங்கள் செயலில் இறங்கி வழிகாட்டவும் அவர்கள் உறுதி கொண்டார்கள்.

அதன்பேரில், பல ஜாதிகளைச் சேர்ந்த, பல மதங்களைச் சேர்ந்த அந்த இளைஞர்கள், தங்களுள் பிராமணரல்லாத ஒருவரைச் சமைக்கச் செய்து, அந்த உணவை விருந்தாக எல்லாரும் சேர்ந்து உண்டார்கள். டாக்டர் ஐயராம் நாயுடுதான் சமையல் செய்தார். இந்த விருந்து நடத்தியதுடன், இதில் கலந்துகொண்ட ஒவ்வொருவரும் இதைப் பற்றிப் பெருமையாக எல்லாரிடமும் சொல்வதென்று தீர்மானித்து, அவ்வாறே சொன்னார்கள். அடிக்கடி இம்மாதிரிச் சமபந்தி போஜனம் நடத்தினார்கள். சென்னையில் இது பரபரப்பை உண்டாக்கியது.

இளம் நண்பர்கள் அத்துடன் நிற்கவில்லை. 'ராடிகல் ஸோஷல் ரிபார்ம்' (தீவிர சமூகச் சீர்திருத்தம்) என்ற ஆங்கில வாரப் பத்திரிகையொன்றும் நடத்தினார்கள். இந்த நான்கு பக்கப் பத்திரிகைக்கு சி.எஸ். ரகுநாதராவ் ஆசிரியராக இருந்தார். சென்னையிலிருந்த இதர சீர்திருத்தவாதிகளுக்கு இப்பத்திரிகை மிகுந்த உற்சாகமூட்டியது.

இந்தப் பத்திரிகையில் பாரதி எழுதினாரா என்பது தெரியவில்லை; எழுதியிருக்கக் கூடும். இப்பத்திரிகையின் இதழ்கள் தற்சமயம் கிடைக்கவில்லை.

லால் - பால் - பால்: *இருபதாம் நூற்றாண்டின் துவக்கத்தில் மாபெரும் தேசியத் தலைவர்களாக விளங்கிய லாலா லஜபதி ராய், பால கங்காதர திலகர், விபின சந்திர பால்*

அருமை நண்பர்: *1904 முதலே பாரதியின் நெருங்கிய நண்பரான வக்கீல் சா.துரைசாமி ஐயர்*

குரு தரிசனம்

'சுதேசமித்திர'னில் பாரதி சேர்ந்த சமயம் நாடெங்கும் தேசபக்தி வித்துவிடத் தொடங்கியது. 1905இல் – பாரதி சென்னை வந்த பத்து மாதங்களில் – இந்திய மக்கள் விருப்பத்துக்கு மாறாக வங்கப் பிரிவினை ஏற்பட்டது.

அச்சமயத்தில்தான் பாரதி அரசியலில் தலையிட்டிருக்கிறார். வங்கப் பிரிவினைக்கு முன்னரே, சென்னைக் கடற்கரை பெருங் கூட்டமொன்றில் பாரதி கலந்துகொண்டு, 'வங்கமே வாழிய!' என்ற பாட்டையும் பாடினார். இப்பாடல் 'மித்திர'னில் வெளியாயிற்று.

வங்கப் பிரிவினையால் ஏற்பட்ட கொதிப்பு இந்திய தேசிய காங்கிரஸ் சபையையும் பாதித்தது. காங்கிரஸ் மகாசபையைப் 'பணிவுடன் விண்ணப்பம் சமர்ப்பிக்கும் மிதவாதிக'ளிடமிருந்து தியாகத்துக்குத் துணிந்த தீவிரவாதிகள் கைப்பற்ற முயன்றுவந்தார்கள். இந்தத் தீவிர கோஷ்டியில் மூன்று பெயர்கள் முக்கியமாய் அடிபட்டன: பஞ்சாபிலிருந்து லாலா லஜபத் ராய், மகாராஷ்டிரத்திலிருந்து பால கங்காதர திலக், வங்காளத்திலிருந்து விபின் சந்திர பால். இம்மூவர் பெயரும் ஒன்றாக 'லால் – பால் – பால்' என்று இணைக்கப்பட்டு ஒரே பெயர்போல் முழங்கின. பாபு அரவிந்த கோஷும் தீவிரவாதிகளில் ஒருவர். கோபாலகிருஷ்ண கோகலே, வி. கிருஷ்ணஸ்வாமி ஐயர், பிரோஸிஷா மேத்தா, ராஷ் பிஹாரி கோஷ் முதலியோர் மிதவாதத் தலைவர்கள்.

1905இல் காங்கிரஸ் மகாசபை காசியில் கூடிற்று. பாரதி அந்தக் காங்கிரஸுக்குப் போனார். தெரிந்த பழைய ஊரான காசியை மீண்டும் பார்க்கலாம் என்றுதான் போனாரோ என்னவோ, தெரியாது.

காசியிலிருந்து திரும்பும்போது கல்கத்தா அருகிலுள்ள டம்டம் என்ற இடத்துக்குச் சென்று, அங்கே 'விவேகானந்தரின் தர்மபுத்திரி' நிவேதிதா தேவியைத் தரிசித்தார். பாரதியின் வாழ்க்கையையே அடியோடு மாற்றி விட்டது இந்தச் சந்திப்பு!

நிவேதிதா தேவி ஆங்கில மாது. பூர்வத்தில் மார்கரட் இ. நோபிள் என்ற பெயர் கொண்ட அவர், விவேகானந்தரின் வீர முழக்கம் கேட்டு, பழம் பெரும் புனித பூமியான பாரத நாட்டுக்குத் தொண்டு புரியவென இங்கே இளமையில் வந்து விட்டார். விவேகானந்தரின் ஆசி பெற்றுச் சந்நியாச மார்க்கம் ஏற்று, ராமகிருஷ்ண மிஷனின் முதல் சந்நியாஸினியாகத் தொண்டு புரிந்தார். நிவேதிதா தேவி பேச்சிலும் செயலிலும் அக்னி ஸ்வரூபமானவர். தேச பக்தியே தெய்வ பக்தியாய்க் கொண்ட அவர், முப்பது கோடி மக்களும் தெய்வங்களென வணங்கிய அவர், அயர்வறியாத் தொண்டர்.

இந்தப் புனிதவதியை பாரதி தரிசித்தபோது, நிவேதிதா தேவி, 'மகனே! உன் மனத்தில் பிரிவுணர்ச்சியை நீக்கு. ஜாதி, மதம், குலம், கோத்திரம் என்ற அநாகரிகமான வித்தியாசங்களை விடு. அன்பை மட்டும் அகத்தில் கொள். பிற்காலத்தில் நீ ஒரு தீரனாக, சரித்திரப் பிரசித்தி பெற்ற தேவனாக வருவாய்' என்றுரைத்தாராம்.

பிறகு, பாரதிக்கு விவாகமாகவில்லையா என்று கேட்டார். பாரதி, தமக்கு விவாகமாகி, இரண்டு வயதுப் பெண் குழந்தை இருக்கிறதென்றார். பின் ஏன் மனைவியை உடனழைத்து வரவில்லை என்றார் நிவேதிதா தேவி.

'இன்னும் எங்களில் மனைவியைச் சரிசமமாகப் பொது இடங்களுக்கு அழைத்துச்செல்லும் வழக்கம் இல்லை. மேலும் காங்கிரஸுக்கு அவளை அழைத்து வந்தால் என்ன பிரயோஜனம்?' என்றார் பாரதி.

இதைக் கேட்ட நிவேதிதா தேவி மிகக் கோபமடைந்தார். 'சமூகத்தில் பாதி அடிமைப்பட்டிருக்கையில் மறு பாதி விடுதலை பெற முடியுமா? போனது போகட்டும், இனியும் அவளைத் தனியென்று நினைக்காமல், உன் இடது கையென மதித்து, மனத்தில் அவளைத் தெய்வமெனப் போற்றி நடந்து வா' என்றார்.

அப்படியே வாக்களித்தார் பாரதி. நிவேதிதா தேவி தாம் ஹிமாலயத்திலிருந்து கொணர்ந்த ஆலிலை அளவுள்ள ஓர் இலையை தம் ஞாபகார்த்தமாக பாரதிக்கு அளித்தார். தம் கடைசி காலம் வரை அதை விடாது பொக்கிஷமாய்ப் போற்றி வந்தார் பாரதி. சில நண்பர்கள் அதிக விலை கொடுப்பதாய்க் கேட்டுப்பார்த்தபோதுகூட அதை அவர் கொடுக்க இஷ்டப்படவில்லை. அவரது மரணத்துக்குப் பின் அவ்விலை எங்கேயோ காணாமற் போய்விட்டது.

நிவேதிதா தேவியைத் தாம் சந்தித்ததால் ஏற்பட்ட மனப் புரட்சியை பாரதியே எழுத்திலும் குறிப்பிட்டிருக்கிறார். 'ஒரு கடிகையிலே மாதாவினது மெய்த்தொண்டின் தன்மையையும் துறவுப் பெருமையையும் சொல்லாமல் உணர்த்திய குருமணி' என்று நிவேதிதையைத் தொழுகிறார் அவர்.

நிவேதிதா

அருளுக்கு நிவேதனமாய், அன்பினுக்கோர்
கோயிலாய், அடியேன் நெஞ்சில்
இருளுக்கு ஞாயிறாய் எமதுயர் நா
டாம் பயிர்க்கு மழையாய், இங்கு
பொருளுக்கு வழியறியா வறிஞர்க்குப்
பெரும் பொருளாய்ப் புன்மைத் தாதச்
சுருளுக்கு நெருப்பாகி விளங்கிய தாய்
நிவேதிதையைத் தொழுது நிற்பேன்.

‘இந்தியா’ ஆசிரிய பீடத்தில்

நிவேதிதா தேவியைத் தரிசித்த பாரதி புது உற்சாகத் துடன் சென்னை திரும்பினார். அவரது மனது ஓயாமல்,

பெற்ற தாயும் பிறந்த பொன்னாடும்
நற்றவ வானிலும் நனிசிறந்தனவே

என்று ஜபித்தவண்ணமிருந்தது. பிறர் பிற தெய்வங் களைத் தொழ, பொலிவிழந்து நிற்கும் பாரதத் தாயையே எங்கும் எதிலும் கண்டு வழிபடத் தொடங்கினார் கவித் திலகம்.

நிவேதிதா தேவியைச் சந்தித்தபோது நடந்த ஒரு விஷயம் பற்றித் தம் ஆப்த நண்பர் எஸ். துரை சாமி அய்யரிடம் வெகு நாள் கழித்து பாரதி சொன்னாராம். அந்தச் சந்திப்பு பாரதியின் மனதை எப்படி அடியோடு மாற்றியது என்பதற்கு இதுவும் தக்க ஆதாரமாகும்.

பாரதத் தாய் விலங்குகளோடு கண்முன் நிற்பதாய்க் காணுமளவுக்கு உணர்ச்சி வேண்டும்; அப்படிக் கண்டால்தான் விலங்கை எப்படியாவது நீக்க வேண்டுமென்ற உணர்வு வரும் என்று நிவேதிதா தேவி வற்புறுத்திச் சொன்னாராம். இப்படிக் கூறிவந்த அந்த அம்மையார், திடீரென ஆவேசம் வந்தவர்போல், தமது மேலங்கியை மார் பெதிரே பிய்த்துத் திறந்து, ‘உங்களுக்கு தைரியம் வேண்டும். எங்களை இங்கே குத்திக் கொல்ல உங்களுக்கு தைரியம் வேண்டும்!’ என்றாராம். தேச விடுதலைக்காகத் தம் போன்ற வெள்ளை யரைத் ‘துஷ்ட நிக்ரஹம்’ செய்யவும் அஞ்சாத தீரர் வேண்டுமென்பது நிவேதிதையின் குறிப்பு. அடிமை மக்களுக்கு ஆண்மையின் அவசியத்தை அவர் அவ்வாறு வற்புறுத்தினார். இந்த உபதேசம் பாரதியின் நெஞ்சில் ஆழப் பதிந்தது.

காசி காங்கிரசுக்கு அடுத்த வருஷம், 1906இல் காங்கிரஸ் மகாசபை கல்கத்தாவில் கூடிற்று. முது பெருந் தலைவர் தாதாபாய் நௌரோஜி அக்கிரா சனப் பதவியிலிருந்து சுயராஜ்யமே நம் இலட்சியம் என்று சங்கை முழக்கினார்.

‘சுதேசமித்திர’னில் உதவியாசிரியராகச் சிறந்த பணிபுரிந்து வந்த பாரதி தம் மனத்தில் தோன்றிய புதிய கருத்துக்களைக் கொட்டி முழக்க முடியாமல் தவித்தார். ‘மித்திர’னில் தலையங்கம் எழுதும் வேலை அவருக்கு ஒருபோதும் வாய்க்கவில்லை. ‘சக்ரவர்த்தினி’க்கு பாரதி ஆசிரியராக இருந்தார். ஆனால் ‘சக்ரவர்த்தினி’யில் அன்றாட அரசியலுக்கு அதிக இடமில்லை. வங்கப் பிரிவினை, சுதேசி இயக்கம், சுயராஜ்ய முழக்கம், சர்க்கார் அடக்கு முறை இவை அலைமேல் அலையாய் நாட்டு மக்கள்மீது மோதி, அவர்கள் மனதில் சுமையாகக் கிடந்த அடிமை எண்ணங்களைத் தகர்த்துவந்தன. நாடெங்கும் சுதந்திர ஆசை தீவிரமாய் வளரலா யிற்று. இவ்வாசைக்கு ஓர் உருவம் கொடுத்து, தமிழ் மக்கள் மனதில் பதியும்படி அதை எளிய இனிய தமிழில் விளக்கிக் காட்ட நல்ல தமிழ்ப் பத்திரிகை வேண்டும், அதில் தம் இஷ்டம் போல் எழுத வேண்டும் என்ற எண்ணம் பாரதியின் மனதைக் கவ்வியது. இதற்குத் தக்க மருந்தாக வந்துசேர்ந்தது ‘இந்தியா’ என்ற வாரப் பத்திரிகை.

‘இந்தியா’ பத்திரிகை ஆரம்பமான கதையை, அதை ஆரம்பித்த கோஷ்டியில் ஒருவரான மண்டயம் எஸ். ஸ்ரீநிவாஸாச்சாரியார் விவரித் திருக்கிறார்:

‘பாரதியார் எட்டயபுரம் ஜமீன்தாரிடம் இருந்தபோதும், பள்ளிக்கூடத்தில் பாடம் சொல்லிக் கொடுத்தபோதும், ‘சுதேசமித்திர’னில் வேலை கொடுத்தபோதும்கூட தம் தம் மட்டுக்குச் சுதந்திரமாய் நடந்துகொள்ள முடிந்ததேயன்றி வெளியாருக்கு அதைப் புகட்ட மேல்எஜமான்கள் இடம் கொடுக்க வில்லை.... அவரோ பணமில்லாதவர். தாமாக ஒரு பத்திரிகை ஆரம்பிக்க முடியுமா? முடியாது தான்.

‘அவருக்காகவேதானே என்னமோ, 1905இன் பிற்பகுதியிலிருந்தே ஒரு பத்திரிகைக்கு வழிகோலப் பட்டுக் கொண்டே வந்தது. திருவல்லிக்கேணியில் ஒரு செல்வக் குடும்பத்தில் பிறந்த ஸ்ரீ நா. திருமலாச் சாரியார் ஆங்கிலத்தில் வெளியாகி வந்த ‘பிரம்ம வாதின்’ என்னும் மாதப் பத்திரிகையை நாட்டில் நன்கு பரப்புவதென்று அதைச் சில காலம் கையி லெடுத்து நடத்தினார். அது மத சம்பந்தமான பத்திரிகையானதால் பொது ஜனங்களுக்கு வேண் டிய ராஜீய உணர்ச்சியை வளர்க்கும் வியாசங் களுக்கு அது இடம் தராது என்று அதன் சொந்தக் காரரான ஸ்ரீ எம்.ஸி. அழகிய சிங்கப்பெருமாள் சொன்னார். அதோடு நாட்டில் இவ்வுணர்ச்சி நன்கு பரவவேண்டுமானால் ஆங்கிலத்தைவிடத் தமிழில் பத்திரிகையை நடத்தினால்தான் தக்க பயன் விளையும் எனத் தெரியவந்தது. உடனே திருமலாச்சாரியார் ஒரு தமிழ் வாரப் பத்திரிகைக்கு வேண்டிய அச்சுயந்திரத்தைத் தேடலானார். பத்திரிகை நடத்துவதில் பயிற்சியும் எழுதும் திறனும் கொண்ட பாரதியார் வந்துசேர்ந்தார்.’

சென்னை 'இந்தியா':
25 ஏப்ரல் 1908 இதழ் முதல் பக்கக் கார்ட்டூன். மிதவாதத் தலைவர் மேத்தா, தம் 'தர்மபத்தினி' கோகளேயுடன் ஆங்கில அதிகாரிகளைத் திருப்திசெய்வதற்காகக் காங்கிரஸ் என்ற ஆட்டைப் பலியிட முயல்கிறார்; வெள்ளைக்காரப் பத்திரிகைகள் யாகத் தீக்கு நெய் சொரிகின்றன.

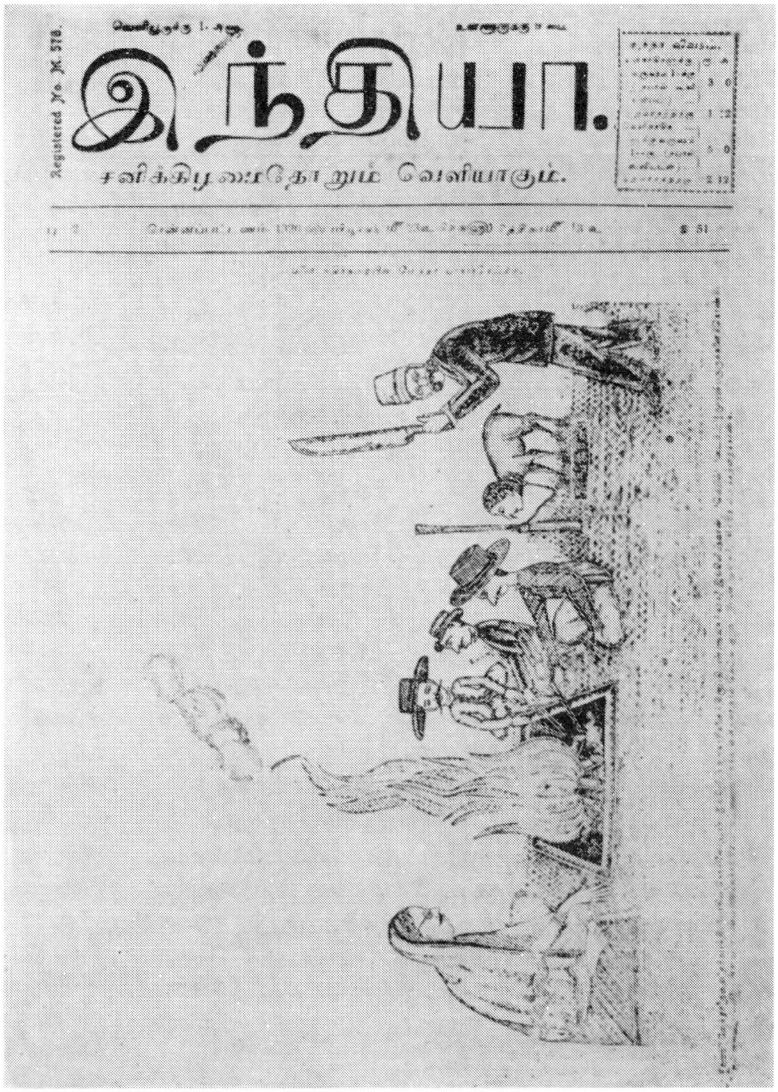
இந்தியா.
சனிக்கிழமைதோறும் வெளியாகும்.

எஸ்.என். திருமலாச்சாரியார்: 'இந்தியா' ஸ்தாபகர்; பாரதியைத் தமது பத்திரிகையின் ஆசிரியராக்கியவர் *(1896 படம்).*

மண்டயம் எம்.ஸி. அழகிய சிங்கப்பெருமாள் ஐயங்கார்: சுவாமி விவேகானந்தரது உற்ற சீடர்.

மண்டயம் ஸ்ரீநிவாஸாச்சாரியார்: திருமலாச்சாரியாரின் ஒன்றுவிட்ட சகோதரர்; புதுவையில் 'இந்தியா'வை நடத்தியவர் *(1896 படம்).*

புத்துணர்ச்சிப் பத்திரிகை 'இந்தியா'

'பாரதியாருடைய முழு உரிமையையும் திருமலாச்சாரியார் பாரதியாரின் கையிலேயே விட்டுவிட்டார். அவருடைய எழுதுகோலுக்கு இனி தங்கு தடையில்லை. ஆழந்த அவரெண்ணங்களையும் தமிழ்நாட்டின் ஆதர்சத்தையும் அது கண்ணாடி போல் எடுத்துக்காட்டத் தொடங்கிற்று. அவருள்ளத்தின் ஆழத்திலிருந்து கனிந்தெழும் உணர்ச்சியை அது சுடச்சுட வரும் சொற்களால் வெளியிட்டு வந்தது. இப்படிக் கொதித்து வரும் சொற்களிலும் கூட, அவருக்கு நல்ல சங்கீத ஞானமிருந்தபடியால், இனிமையும் கம்பீரமும் கலந்தே இருந்தன.' புத்துணர்ச்சிப் பத்திரிகை 'இந்தியா'வில் பாரதி பிரகாசிக்கத் தொடங்கியதை மண்டயம் ஸ்ரீநிவாஸாச்சாரியார் இவ்வாறு வர்ணிக்கிறார்.

1906 மே 8ஆம் தேதி 'இந்தியா' ஆரம்பமாயிற்று. புதிய பத்திரிகையின் காரியாலய நிர்வாகஸ்தராக எம்.பி. திருமலாச்சாரி என்ற இளைஞர்இருந்தார். (இவரே 1908இல் ஐரோப்பா சென்று, அங்கு பல நாடுகளிலும் அமெரிக்காவிலும் இந்திய விடுதலைக்காக உழைத்து, ரஷ்ய மாதொருத்தியை மணந்து, தம் மனையாளுடன் தாயகம் திரும்பி, பம்பாயில், மனையாள் இறக்க, சொல்லொணா வறுமையில் நோய்வாய்ப்பட்டு, யாரும் ஆதரிக்காமல் 20–3–1954 அன்று ஒரு ஆஸ்பத்திரியில் மரணமடைந்தவர். எம்.பி.டி. ஆச்சாரியா என்று தம் பெயரைச் சுருக்கிக் கொண்டவர்).

ஆரம்பத்தில் இந்தியா 'அரை கிரவுன்' அளவில் (15க்கு 10 அங்குலம்) 16 பக்கங்கள் கொண்டதாய், சனிக்கிழமைதோறும் வெளிவந்தது. 1908இல் 'இந்தியா' பெரிய அளவில் (கிரவுன் 19க்குப் 15 அங்குலம்) 8 பக்கங்களுடன் வந்தது. தனிப் பிரதி 'உள்ளூருக்கு 9 பை – வெளியூருக்கு 1 அணா.' பத்திரிகையின் ரிஜிஸ்டர் எண்: எம். 578. பாரதி ஆசிரிய வேலையைக் கவனித்தார்; ஆனால் சட்ட ரீதியான அறிவிப்பில், பத்திரிகை 'அதன் சொந்தக் காரர் எம். ஸ்ரீநிவாஸன் என்பவரால் பாப்பாம்ஸ் பிராட்வே 34 – வது எண்ணில் இந்தியா பிரஸ்ஸில் வெளியிடப்படுகிறது' என்று இருந்தது.

முதல் பக்கத்தில் ஒரு பெரிய அரசியல் கார்ட்டூன் இருக்கும். தென்னாட்டில் இதழ்தோறும் கார்ட்டூன் வெளியிட்ட முதல் பத்திரிகை 'இந்தியா'. அக்காலத்தில் போட்டோ மூலம் படங்களை 'ப்ளாக்' செய்யத் தெரியாது; வெள்ளீயத் தகடுகளில் படமெழுதிக்கொண்டு வெட்டி ப்ளாக் ஆக்குவார்கள். கார்ட்டூன் சித்திரக்காரருக்கு எதெது எப்படியெப்படி இருக்கவேண்டுமென்று ஆசிரியர் பாரதி சொல்வார். அபிநயித்து நின்றும் காட்டுவார்!

அரசியல் கட்டுரைகள் தவிர பாரதியின் பாடல்களும் கதைகளும்கூட 'இந்தியா'வை அலங்கரித்தன. 'ஞானரதம்' 'இந்தியா'வில் தொடர்கதை போல் வெளிவந்தது.

அக்காலத்தில், வாரம் 4,000 பிரதிகள் விற்றது 'இந்தியா'!

சென்னை 'இந்தியா' 1908 ஜூன் 13ஆம் தேதி இதழின் படம் எதிர்ப்பக்கத்தில் உள்ளது. இது, 'மலர் 3 இதழ் 7'.

இந்த இதழின் முதல் பக்கத்தில், 'சென்னப் பட்டணம் 1326 ௵ ஜமாதிலவல் ௴ 13௳ கீலக ௵ வையாசி ௴ 31௳' என்ற தேதிகளே இருக்கின்றன. சந்தா விவரமும் விளம்பர விவரமும் உள்ளன. சந்தா உள்நாட்டுக்கு, தபால்கூலி யுட்பட, ஒரு வருஷத்துக்கு 3 ரூபாய். விளம்பர விகிதம் 'முழுப் பக்கத்துக்கு மாதம் ஒன்றுக்கு' (அதாவது 4 இதழ்களுக்கு) 40 ரூபாய். சிறு விளம்பரங்களுக்கு, வரி ஒன்றுக்கு அணா 4.

இந்த இதழின் முதல் பக்கத்தில் 'இந்திய நிதானஸ்தர்களும் ஆங்கிலேய பிரஜானுகூலர்களும்' என்ற அரசியல் கட்டுரையும், 'தன் செயல் தனக்கே கெடுதி' என்ற கார்ட்டூனும் 'சித்திர விளக்க'மும் இருக்கின்றன. 'பெரியவர்கள் ஏற்பாட்டின்படி' நடந்த இந்திய தேச பக்தர்கள் 'மனு எழுதி ஸ்ராஜ்யம் பெறலாம் என்பது பகற் கனவும் ஆகாயக் கோட்டையுமாம்' என்பதை உணர்ந்து, 'இறந்த கைத்தொழில்களை உயிர்ப்பித்துக் கப்பல் முதலிய மார்க்கங்களால் வியாபாரத்தைப் பலப்படுத்தி' நாட்டின் செல்வத்தை வளர்க்க முயல்கிறார்கள்; இவர்களே 'தேசபக்தர்கள்', 'யாசகாதி பிரார்த்தனையால் நன்மை பெறலாமென்று கண்மூடித்தனமாய் இருக்கும் பழங் கக்ஷியார்கள் தான் நிதானஸ்தர்கள்' என்று கட்டுரை மிதவாதிகளைத் தாக்குகிறது.

பொதுஜன அபிப்பிராயத்தை அரசாங்கம் அறிந்துகொள்ளச் சிறந்த கைவிளக்காக இருக்கும் சுதேச பாஷைப் பத்திரிகைகளை ஒடுக்க அவர்கள் சட்டமியற்றுவதைக் குறிப்பிட்டு, இப்படிச் செய்வதால் அரசாங்கம்தான் அஞ்ஞான மென்ற இருளில் மூழ்கி இருட் பேய்க்குப் பலியாகும் என்றும் சுதேசிய இயக்கத்துக்கு எந்தத் தடையும் ஏற்படாது என்றும் கார்ட்டூனின் விளக்கம் கூறுகிறது.

இந்தியா.

சனிக்கிழமைதோறும் வெளியாகும்.

இந்திய நிதானஸ்தர்களும் ஆங்கிலேய பிரஜாநுகூலர்களும்

தன் செயல் தனக்கே கெடுதி

சித்திரவிளக்கம்

சென்னை 'இந்தியா', பெரிய அளவு:

மூன்றாவது ஆண்டு முதலாகப் பெரிய அளவில் வந்த சென்னை 'இந்தியா'வின் முதல் பக்கம் (மலர் 3, இதழ் 7, 13 ஜூன் 1908). 'இந்திய நிதானஸ்தர்களும் ஆங்கிலேய பிரஜாநுகூலர்களும்' என்ற கட்டுரை, 'தன் செயல் தனக்கே கெடுதி' என்ற கார்ட்டூன், சித்திர விளக்கம் காணப்படுகின்றன.

கலவரத்தில் முடிந்த காங்கிரஸ்

1906 ஜூலை மாதம் சுவாமி அபேதானந்தர் சென்னைக்கு விஜயம் செய்தார். ஸ்ரீ ராமகிருஷ்ண பரமஹம்ஸரது சிஷ்யரும் விவேகானந்தரது சகாவு மான அவருக்குச் சென்னையில் ராஜோபசாரம் நடந்தது.

“பெரிய உபசரணை மட்டும் போதாது; அவரது உபதேசங்களைப் பின்பற்ற வேண்டும்; அவர் போதிக்கும் தீரத்தன்மையையும் ஐக்கியத் தன்மை யையும் பின்பற்ற வேண்டும்” என்று வேண்டுகோள் விடுத்தார் பாரதி. அபேதானந்தர்மீது தோத்திரக் கவியும் புனைந்தார்.

மறு வருஷம், 1907இல், விபின சந்திர பாலர் என்ற ‘எரிமலை யொத்த பிரசங்கி’ சென்னைக்கு வர பாரதி ஏற்பாடு செய்தார். விஜயவாடா சென்று பாலரை எதிர்கொண்டழைத்தும் வந்தார்.

‘சென்னை வாசிகளின் நிதானமெல்லாம் விபின சந்திர பாலரின் சந்நிதானத்திலே பறந்து போய்விட்டது’ என்று பாரதி குறித்துள்ளார். ‘லஜபத் ராய் பிரலாபம்’, ‘லஜபத் ராய் துதி’ என்ற பாடல்கள் இக்காலத்தில் கிளம்பியவை.

இந்த நிலையில் 1907 டிசம்பர் மாதம் சூரத்தில் காங்கிரஸ் கூடுவதாயிருந்தது. இந்தக் காங்கிரஸில் தான் மிதவாதிகளிடமிருந்து காங்கிரஸ் சபையைக் கைபற்றத் தீவிரவாதிகள் திட்டமிட்டு முயன்றார்கள். சென்னையிலிருந்து தீவிரவாதிகளான பிரதிநிதி களை ரயிலில் ‘ரிஸர்வ்’ பெட்டிகளில் அழைத்துச் செல்லப் போவதாகவும், முன்கூட்டியே பெயர் தெரிவிக்கும்படியும் பாரதி வேண்டுகோள் விடுத் தார். சென்னைக்கு வருமாறு தூத்துக்குடி வக்கீல் வ.உ. சிதம்பரம் பிள்ளைக்குத் தந்தி கொடுத்தார். தீவிரவாதிகள் ஸ்தாபனமான ‘சென்னை ஜன சங்கம்’ கூடி ஆலோசனை செய்தது.

‘பாரதி மாமா நூறு பிரதிநிதிகளுக்குக் குறை யாமல் சென்னையிலிருந்து சூரத்துக்கு அழைத்துக் கொண்டு போகவேண்டுமென்று சொன்னார்.... நூறு பிரதிநிதிகளைக் கூட்டிக்கொண்டு வருவதாகத் திலகருக்குத் தந்தி கொடுத்தோம்’ என்று வ.உ.சி. தமது பாரதி நினைவு நூலில் கூறியுள்ளார். பண மில்லாத பிரதிநிதிகளுக்கு மண்டயம் ஸ்ரீநிவாஸாச் சாரியாரும் வ.உ.சி.யும் பணம் கொடுத்துக் கூட்டிச் செல்வதாக ஏற்பாடு.

எதிர்பார்த்ததற்கு அதிகமாக, ஒரு பெட்டிக்கு பதிலாக இரண்டு பெட்டியாய், இருதினங்களில் ரயிலில் இடம் ‘ரிஸர்வ்’ செய்துகொண்டு சென்னை இளைஞர்கள் கோஷ்டி சூரத்தை அடைந்தது.

சூரத்தில் மிதவாதத் தலைவர்களும் பரிவாரங் களுடன் கூடியிருந்தனர். இரு கட்சிகளுக்கும் சமரசம் உண்டாக்க நடந்த முயற்சிகள் பலிக்க வில்லை.

மகாசபையின் முதல் நடவடிக்கையிலேயே சச்சரவு மூண்டது. மிதவாதிகள் சார்பில் மகாசபைத் தலைவராக ராஷ் பிஹாரி கோஷின் பெயர் பிரே ரேபிக்கப்பட்டதுதான் தாமதம், திலகர் பாய்ந் தெழுந்து, அதைத் தாம் ஆட்சேபிப்பதாய்க் கூறினார். மிதவாதிகள், ‘பேசாதே! இடத்துக்குப் போ!’ என்று கூச்சலிட்டனர். திலகர் அசைய வில்லை.

இதற்குள் ராஷ் பிஹாரி கோஷ் மேடை மீதேறித் தம் தலைமைப் பிரசங்கத்தைப் படிக்க ஆரம்பித்தார். ‘நீங்கள் இன்னும் தலைவராகத் தேர்ந்தெடுக்கப்படவில்லை. படிக்க வேண்டாம்!’ என்ற கூச்சல்கள் தீவிரவாதிகளிடையே எழுந்தன. குழப்பம் முற்றியது. வாக்குவாதம் பலத்தது. கைகள் கலந்தன. நாற்காலிகள் பறந்தன. ஒரு மகாராஷ்டிரச் சிவப்புச் செருப்பும் வானத்தில் பறந்தது! சென்னைப் பிரதிநிதிகள் திலகரைச் சுற்றி அரண்போல் நின்றனர்.

‘இந்த அமர்க்களமெல்லாம் நடந்துகொண் டிருந்தபோது பாரதியார் தூரத்தில் போய் ஸ்ரீ ஜி.ஏ. நடேசனுடன் உட்கார்ந்து வேடிக்கை பார்த்துக் கொண்டிருந்தார்’ என்று சூரத் போயிருந்த ராஜாஜி சொல்கிறார்.

கலவரத்தை அடக்கப் போலீஸ் வந்தனர். காங்கிரஸ் ஒத்திப் போடப்பட்டது. இதைத் தீவிரவாதிகள் ஏற்கவில்லை. அரவிந்த கோஷ் தலைமையில் ‘தேசியவாதிகள் மகாநாடு’ நடத்தி னார்கள்.

சென்னைக்குத் திரும்பிய பாரதி ‘எங்கள் காங்கிரஸ் யாத்திரை’ என்ற சிறுபிரசுரத்தை வெளியிட்டார். இது இரண்டே அணா விலையில் விற்கப்பட்டதாகவும், ‘புதிய கட்சியின் கோட் பாடுகள்’ என்ற தலைப்பில் திலகரின் பிரசங்கம் ஒன்றையும் சிறு நூலாக வெளியிட்டதாகவும் அக்காலப் பத்திரிகாசிரியர் எஸ்.ஜி. ராமாநுஜலு நாயுடு கூறியுள்ளார்.

எங்கள்

காங்கிரஸ் யாத்திரை

ஸ்ரீ. ஸி. சுப்பிரமணிய பாரதி
யவர்களால் செய்யப்பட்டது.

Our Congress Tour.

எங்கள் காங்கிரஸ் யாத்திரை.

சென்னப்பட்டணத்து ஸெண்ட்ரல் ஸ்டேஷனிலிருந்து 21-ம் தேதி சனிக்கிழமை பின்மாலை சென்னப்பட்டணத்துப் புதியகட்சிப் பிரதிநிதிகளிலே சுமார் 30 பேர் புறப்பட்டோம். தஞ்சாவூர் ஸ்ரீ கே. ராமஸ்வாமி அய்யர், தூத்துக்குடி ஸ்ரீ சிதம்பரம் பிள்ளை, சென்னப்பட்டணத்திலிருந்து ஸ்ரீ. சக்கரைச்செட்டி, பி. ஏ. பி. எல். ஸ்ரீ துரைஸ்வாமி அய்யர், எம். ஏ. பி. எல். ஸ்ரீ சங்கர நாராயணய்யர், ஸ்ரீ. வெங்கடரமணராவ், ஸ்ரீ. யதிராஜ சுரேந்திரநாத், நான், முதலியவர்களும், திருவல்லிக்கேணியிலிருந்து சில பிரபுக்களும், வெளியூர் கனவான்கள் சிலரும் எங்கள் கூட்டத்திலே சேர்ந்திருந்தனர். ஸ்டேஷனுக்கு எங்களுடைய சிநேகிதர்களும், ஸ்வதேசபக்தியின் விசேஷத்தினால் எங்களைப் பிரியத்துடன் உபசரித்தனுப்ப வந்த கனவான்களும், நானா திசைகளிலிருந்தும் வந்து சேர்ந்திருந்தார்கள். ஸ்வதேச விசுவாசத்தையே ஆவேசமாகக் கொண்டவர்களும், பாரத நாட்டின் எதிர் காலத்து ஸம்ரக்ஷகர்களுமாகிய வாலிபர்கள் வந்து எங்களுக்கு மிகுந்த சந்தோஷத்தை விளைவித்தார்கள். சுமைவண்டிகளை எங்களுடைய அறைகளுக்கு இழுத்துவருவதற்கு நாங்கள் கூலிக்காரர் வைத்திருந்தபோதிலும், சில குணசாலிகளான வாலிபர்கள் அந்த வண்டிகளைத் தாமே

சூரத் காங்கிரஸ்: *பாரதி வெளியிட்ட சிறுபிரசுரத்தின் மேலட்டையும் முதல் பக்கமும்.*

சூரத் காங்கிரஸ் பந்தல்: *கலவரத்துக்கு முன்னும் பின்னும்.*

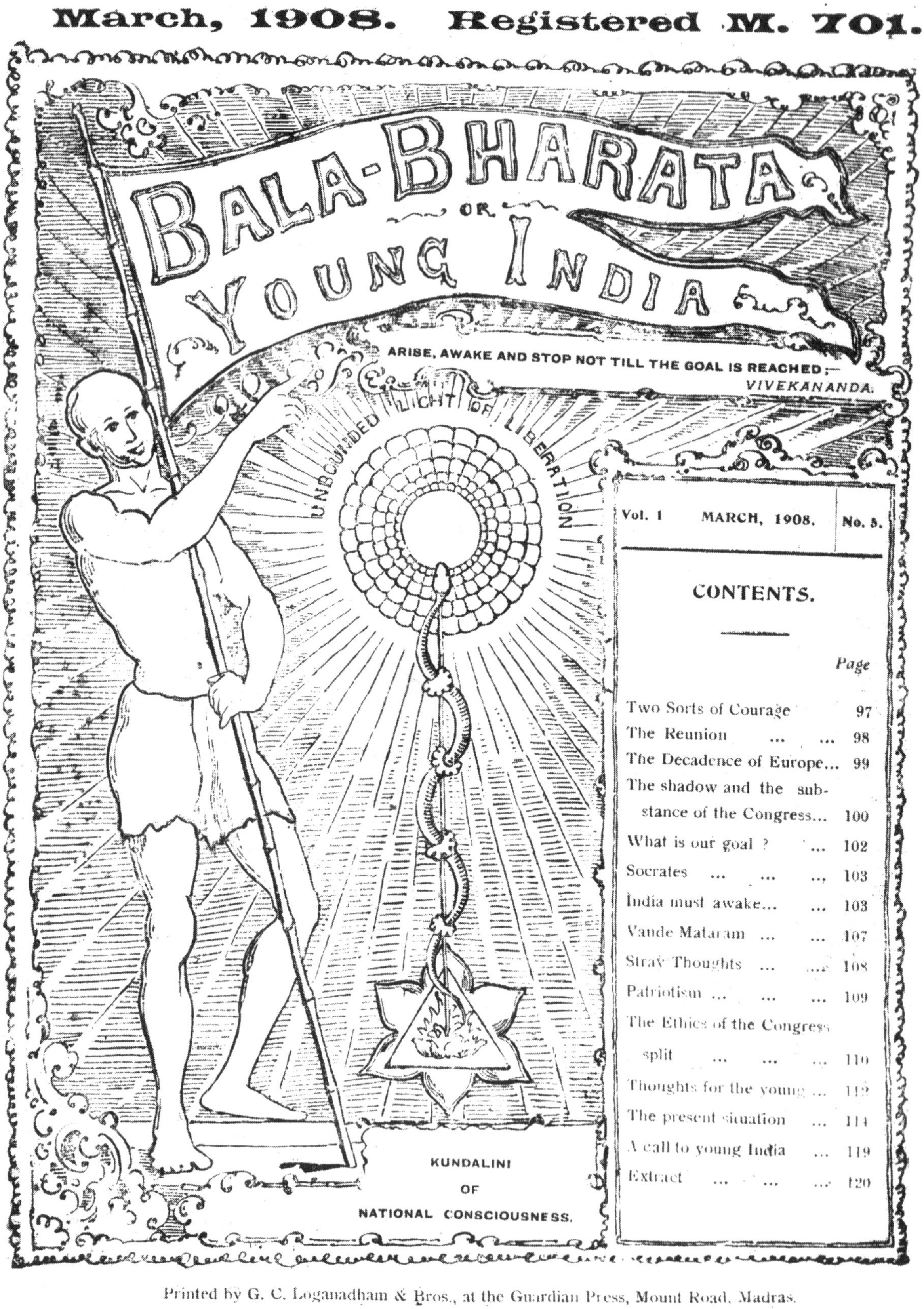

March, 1908. Registered M. 701.

BALA-BHARATA OR YOUNG INDIA

ARISE, AWAKE AND STOP NOT TILL THE GOAL IS REACHED;—
VIVEKANANDA.

Vol. 1 MARCH, 1908. No. 5.

CONTENTS.

Printed by G. C. Loganadham & Bros., at the Guardian Press, Mount Road, Madras.

'பால பாரதா அல்லது யங் இந்தியா': *பாரதியை ஆசிரியராகக் கொண்டு சென்னையில் 1907 நவம்பர் முதல் நடந்த ஆங்கில தேசிய எழுச்சிப் பத்திரிகை. டாக்டர் எம்.சி. நஞ்சுண்ட ராவ் நடத்தியது.*

'பால பாரதா'

தமிழில் சிறந்த கவி, உரைநடையாசிரியர் என்றறிந்த பெரும்பாலோர், பாரதியின் ஆங்கிலப் புலமை யையோ, ஆங்கிலப் பத்திரிகாசிரியத் திறமை யையோ நினைவில் கொள்வதில்லை.

சாதாரண தமிழ் அரசியல் வார ஏடான 'இந்தியா'வில் அவர் காட்டிய திறன், அவரை ஆசிரியராகக் கொண்டு 1907 நவம்பர் முதல் நடந்த 'பால பாரதா' என்ற சென்னை ஆங்கில மாத ஏட்டில் மேலும் ஒளிவீசித் திகழ்ந்தது.

'பால பாரதா அல்லது யங் இந்தியா' என்பது பத்திரிகையின் முழுப் பெயர்.

'பால பாரதா'வைச் சென்னையில் புகழ் பெற்ற டாக்டராக விளங்கிய எம்.ஸி. நஞ்சுண்ட ராவ் பாரதிக்காக நடத்தினார். இவர் பாரதியின் பிரிய நண்பர்; வயதில் 20 வருடங்கள் மூத்தவர். இவருக் கும் சுவாமி விவேகானந்தரிடம் மட்டற்ற பக்தி.

'பால பாரதா' மாத ஏடு 'ஒரு தேசிய எழுச்சிப் பத்திரிகை' என்ற விளக்கத்துடன் வந்தது. இதில் பாரதி ஆசிரியரென்று அறிவிக்கப்பட்டிருந்தார். பெயர் போடாமல் நிறைய எழுதினார். பாரதியின் குருமணியாகிய நிவேதிதா தேவி, தமது சீடருடைய பத்திரிகைக்கு இதழ் தவறாமல், ஆனால் பெயர் போடாமலே, எழுதிவந்தார். மற்றும் பல அறிஞர்கள் பெயருடன் எழுதினார்கள்.

தத்துவம், தேசியம், மக்கள் வாழ்வில் புன ரமைப்பு, வேதாந்தம் யாவும் இந்த மாதப் பத்திரிகை யில் வெளிவந்தன. விவேகானந்தரின் வீரிய வாசக மான 'எழுமின், விழிமின், பரத்தினைச் சாரப் பசித்திருமின்!' என்ற ஆங்கில வாசகமும், குண்டலினி சக்தியின் விடுதலை மாண்பும் 'பால பாரதா'வின் மேலட்டையில் இடம் பெற்றிருந்தன.

பத்திரிகை ராயல் குவார்ட்டோ (9x6 அங்குலம்) அளவில், மாதம் சுமார் 32 பக்கங்கள் வந்தது; உயர்ந்த தாளில், சிறந்த அச்சில், தரமான விஷயங் களுடன் மவுண்ட் ரோடு, கார்டியன் பிரஸில் ஜி.ஸி. லோகநாதம் அண்டு பிரதர்ஸ் அச்சிட்டனர். ரிஜிஸ்தர் எண் எம். 701. வருடச் சந்தா, இந்தியா, பர்மா, சிலோனுக்கு ஒரு ரூபாய் எட்டணா. வெளி நாடுகளுக்கு 3 ஷில்லிங் அல்லது 1 அமெரிக்க டாலர். ஆறு பத்திரிகைகள் வேண்டுவோருக்கு 5 பத்திரிகைக் கட்டணமே!

பத்திரிகை விலாசம்: 'குட்வின் அண்டு கம்பெனி, மயிலாப்பூர், சென்னை தெற்கு.' கச்சேரி ரோடில் டாக்டர் நஞ்சுண்ட ராவின் மருந்துக் கடை விலாசம் இது. இந்தக் கடை மாடியில்தான் சென்னை வரும் புரட்சி வீரர்கள் தங்குவார்கள்.

டாக்டர் எம்.சி. நஞ்சுண்ட ராவ்

டாக்டர் நஞ்சுண்ட ராவ் மகாராஷ்டிரர்; புகழ்பெற்ற சவான் வகுப்பினர்; ஓர் ஏழை வேலைக் காரரின் பிள்ளையாக 1862இல் பிறந்தார் நஞ்சுண்ட ராவ். படிப்பில் சூரர்; பல பரிசுகளும் மெடல்களும் பெற்றார்.

மைசூர் அரசு மாணவராகச் சென்னை மருத்துவக் கல்லூரியில் வைத்தியப் படிப்புப் படித்து, எம்.பி. அண்டு எம்.சி. (Bachelor of Medicine and Master of Curatory) என்ற அக்கால டாக்டர் பட்டத் தில் பல்கலைக்கழகத்திலேயே முதன்மையாகத் தேறினார். 1891இல் மயிலாப்பூரில் தொழில் துவக்கியதும், அன்னி பெஸண்ட் அம்மையார், லெட்பீட்டர் உட்பட பல ஆங்கிலேயரும், சென்னை இந்தியப் பிரமுகர்கள் பலரும் இவரிடம் வைத் தியத்துக்கு வந்தார்கள். ஆங்கில வைத்திய முறை தவிர, ஆயுர்வேதம், சித்தம், யுனானி முதலிய பிற முறைகளையும் கையாள்வார். இதனால் தம்மை 'எக்லெக்டிக் பிஸிஷியன்' (சிறந்தவற்றைத் தேர்ந் தாளும் வைத்தியர்) என்று அழைத்துக்கொண்டார்.

நஞ்சுண்ட ராவ் பல பொதுக் காரியங்களுக்கு வாரி வழங்கினார். திருவல்லிக்கேணியில் பாரதி இருந்த வீட்டைக் கட்டியவர் இவரே; இதே போல், கபாலீசுவரர் (மயிலை) குளத்தெதிரே உள்ள மற்றொரு சிவப்பு வீடுதான் டாக்டருடைய வீடு.

முதல் பிரசுரம்

*1904*இல் சென்னை வந்தது முதலே பாரதியின் தேசாவேசம் பெருந்தீயாகக் கொழுந்துவிட்டெரியத் தொடங்கியது. வங்கப் பிரிவினை சமயம் 'வந்தே மாதர' கீதத்தை, 'இனிய நீர்ப் பெருக்கினை! இன் கனி வளத்தினை!' என்று துவங்கும் முதல் மொழி பெயர்ப்பை, 1905 டிசம்பர் மாதம் 'சக்ரவர்த்தினி'யில் பாரதி வெளியிட்டார்.

இதற்கு இரண்டு மாதம் கழித்து, 1906 பிப்ருவரியில், 'எமது தாய்நாடாகிய பாரதாம்பிகையின் பெருமையை வருணித்து ஆங்கிலத்திலும் தமிழிலும் பல்வேறு காலத்துப் பல்வேறு புலவர்களால் பாடப் பெற்ற செய்யுள் மணிகளை ஓர் மாலையாகப் புனைந்து' பதிப்பித்து ஒரு நூல் வெளியிடத் தாம் விரும்புவதாகவும், பழைய நூல்களிலுள்ள நாட்டு வர்ணனைகளல்லாமல் புதியனவான தேசபக்திப் பாடல்களைப் புனைந்தனுப்புமாறும் 'சுதேசமித்திர'னில் ஒரு வேண்டுகோள் வெளியிட்டார்.

பாரதி எதிர்பார்த்தபடி தேசியக் கவிதைகளை எவரும் அனுப்பவில்லை. ஆதலால், குறையை நிவர்த்திக்கும் பணியில் தாமே ஈடுபட்டுவிட்டார்! அவர் இயற்றிய பல தேசாவேசப் பாக்கள் 'மித்திர'னிலும் 'இந்தியா'விலும் இதரப் பத்திரிகைகளிலும் வெளிவந்தன. ஆயினும் கவிஞருக்குத் திருப்தி யில்லை. தமது பாடல்களை நூல் வடிவில் வெளியிட ஆவலாயிருந்தார்; ஆனால் பணத்துக்கோ வழியில்லை. என்ன செய்வது? தம் சிநேகிதரான ஜி.ஏ. நடேசனிடம் தம் மனக்குறையைத் தெரிவித்துக் கொண்டாராம். அதற்கு அவர், 'உங்களுடைய ஆசையைப் பூர்த்தி செய்யக் கூடியவர் வி. கிருஷ்ணஸ்வாமி ஐயரே. வேண்டுமானால் உங்களை அவரிடம் இன்றே அழைத்துச்செல்கிறேன்' என்றார்.

பழுத்த மிதவாதியும், தமது 'இந்தியா' பத்திரிகையில் வாரந்தோறும் கடுமையான தாக்குதலுக்கு இலக்காகுபவருமான ஒரு அரசியல் எதிராளியிடம் இந்தச் சகாயத்துக்குப் போவதா? போனால்தான் பலிக்குமா? 'அவர் சதா என்னைப் பற்றிக் கோபத்துடன் பேசுகிறாராமே! எனக்கு அவரிடம் போக இஷ்டமில்லை' என்றார் பாரதி.

நடேசன் விடவில்லை. 'உங்களுக்கு அவர் சுபாவம் தெரியாது. உங்கள் பாட்டை அனுபவித்தாரானால் தகுந்த உபகாரம் செய்யாமல் இருக்க மாட்டார்' என்று திரும்பத்திரும்ப வற்புறுத்தி, அன்று மாலை பாரதியைக் கிருஷ்ணஸ்வாமி ஐயர் வீட்டுக்கு அழைத்துச்சென்றார்.

மயிலாப்பூரிலுள்ள தமது பங்களாவுக்கு முன்னால் திறந்த வெளியில் நண்பர்களுடன் அளவளாவிக்கொண்டிருந்தார் கிருஷ்ணஸ்வாமி ஐயர். சற்றே இருட்டிய சமயம். நடேசன் ஏதோ புது மனிதர் ஒருவருடன் வந்திருப்பதைக் கண்டு யாரென விசாரித்தார் கிருஷ்ணஸ்வாமி ஐயர். ஐயரும் பாரதியும் முன்னர் சந்தித்ததில்லை. நடேசன் புன்முறுவலுடன், 'இவர் ஒரு தமிழ்க் கவிஞர்; சில பாட்டுக்களை இயற்றியிருக்கிறார். நிச்சயம் கேட்பீர்கள் என்று அழைத்துவந்திருக்கிறேன்' என்றார். ஐயரின் குறிப்பறிந்து பாரதியைப் பாடச் சொன்னார் நடேசன். கணீரென்ற குரலில் பாரதி 'வந்தே மாதரம் என்போம்' என்ற பாட்டை நாத நாமக்கிரியையில் ஆனந்தக் களிப்பு மெட்டில் பாடத் தொடங்கினார். 'ஆயிரம் உண்டிங்கு ஜாதி' என்ற அடியில் நாற்காலியில் சாய்ந்திருந்த கிருஷ்ணஸ்வாமி ஐயர் உட்கார்ந்துவிட்டார்.

அடுத்தபடி 'எந்தையும் தாயும்' என்று துவங்கும் 'நாட்டு வணக்க'த்தைக் காம்போஜியிலும், முடிவாக 'மன்னுமிமயமலை' என்று துவங்கும் 'எங்கள் நாடு' பாட்டைப் பூபாளத்திலும் பாடி முடித்தார் பாரதி. கிருஷ்ணஸ்வாமி ஐயருக்கு உற்சாகம் தாங்கவில்லை. 'இவ்வளவு அழகான பாட்டுக்களை ஏன் நீர் ஊறப் போட்டு வைத்துக்கொண்டிருக்கிறீர்! நாடெங்கும் பள்ளிகளிலும், பெண்களுக்குச் சங்கீதம் சொல்லிக் கொடுக்கும் தனிகர்களிடையிலும் இவற்றைப் பரவச் செய்ய வேண்டாமா? ஏன் சும்மா இருக்கிறீர்?' என்று கேட்டார்.

நண்பர் நடேசன் கவிஞரின் நிலைமையை நயமாக விளக்கினார்; 'நீங்கள் உதவி செய்தால் . . .' என்றார்.

'அதற்கென்ன தடை? இதோ உங்களுக்கு நூறு ரூபாய். இந்த மூன்று பாட்டுக்களை அச்சிட்டு இனாமாக வழங்க ஆகும் செலவையும் நான் ஏற்றுக் கொள்கிறேன். உங்கள் பெயர் என்ன?'

தர்மசங்கடமான நிலைமை. பாரதி நடேசனைப் பார்த்தார். அவரோ, சிரிப்புடன், 'இவர்தான் அடிக்கடி 'இந்தியா' பத்திரிகையில் நீங்கள் வாசிக்கும் கட்டுரைகளின் ஆசிரியர் பாரதியார்' என்று தெரிவித்தார். எதிர்பார்த்ததற்கு மாறாகக் கிருஷ்ணஸ்வாமி ஐயரும் 'தாங்கள் தான் சுப்பிரமணிய பாரதியாரா! என்ன உயர்ந்த தேசாபிமானம் தங்களிடம் தெரிகிறது! இது தெரியாமல் தங்களை வெறும் வெறிபிடித்தலையும் தீவிரவாதிகளில் ஒருவராக அல்லவோ நினைத்தேன்!' என்றாராம்.

வந்தே மாதரம்.

ஸ்வதேச கீதங்கள்

ஸ்ரீ. சுப்பிரமணிய பாரதியால்,

இயற்றப்பட்டவை.

1907.

THE INDIA STHAM PRINTING WORKS, MADRAS

முதல் பிரசுரம்: வி. கிருஷ்ணஸ்வாமி ஐயர் அச்சிட்டு இலவசமாய் விநியோகித்த 'ஸ்வதேச கீதங்கள்' முதல் பக்கம்

ஓம்.

வந்தேமாதரம்.

தாயுமானவர் ஆனந்தக்களிப்பு மெட்டு.
ராகம் நாதநாமக்கிரியை. தாளம் ஆதி.

பல்லவி

வந்தே மாதர மென்போம்—எங்கள்
மாநிலத் தாயை வணங்குது மென்போம். (வந்தே)

சரணங்கள்.

1. ஜாதி மதங்களைப் பாரோம்—உயர்
ஜன்ம மித்தேசத்தி லெய்தின ராயின்,
வேதிய ராயினு மொன்றே—அன்றி
வேறு குலத்தின ராயினு மொன்றே. (வந்தே)

2. ஈனப் பறையர்க ளேனும்—அவர்
எம்முடன் வாழ்ந்திங் கிருப்பவ ரன்றோ?
சீனத்த ராய்விடு வாரோ?—பிற
தேசத்தர் போற்பல தீங்கிழைப் பாரோ? (வந்தே)

3. ஆயிர முண்டிங்கு ஜாதி—எனில்
அன்னியர் வந்து புகலென்ன நீதி?—ஓர்
தாயின் வயிற்றிற் பிறந்தோர்—தம்முட்
சண்டை செய்தாலும் சகோதர ரன்றோ? (வந்தே)

4. ஒன்றுபட் டாலுண்டு வாழ்வே—நம்மில்
ஒற்றுமை நீங்கி லனைவர்க்கும் தாழ்வே
நன்றிது தேர்ந்திடல் வேண்டும்—இந்த
ஞானம் வந்தாற்பின் னமக்கெது வேண்டும்? (வந்தே)

5. எப்பதம் வாய்த்திடு மேனும்—நம்மில்
யாவர்க்கு மந்த நிலைபொது வாகும்
முப்பது கோடியும் வாழ்வேம்—வீழில்
முப்பது கோடி முழுமையும் வீழ்வேம். (வந்தே)

6. தேவிகம் பாரத பூமி—எங்கள்
தீமைகள் யாவையுந் தீர்த்தருள் செய்வாள்
ஆவி யுடல் பொருள் மூன்றும்—அந்த
அன்னை பொற் றளினுக் கர்ப்பித மாக்கி. (வந்தே)

'ஸ்வதேச கீதங்கள்': இரண்டாம் பக்கம். இங்குள்ள பாடலின் 6ஆம் பா தற்சமயம் அச்சில் இல்லை.

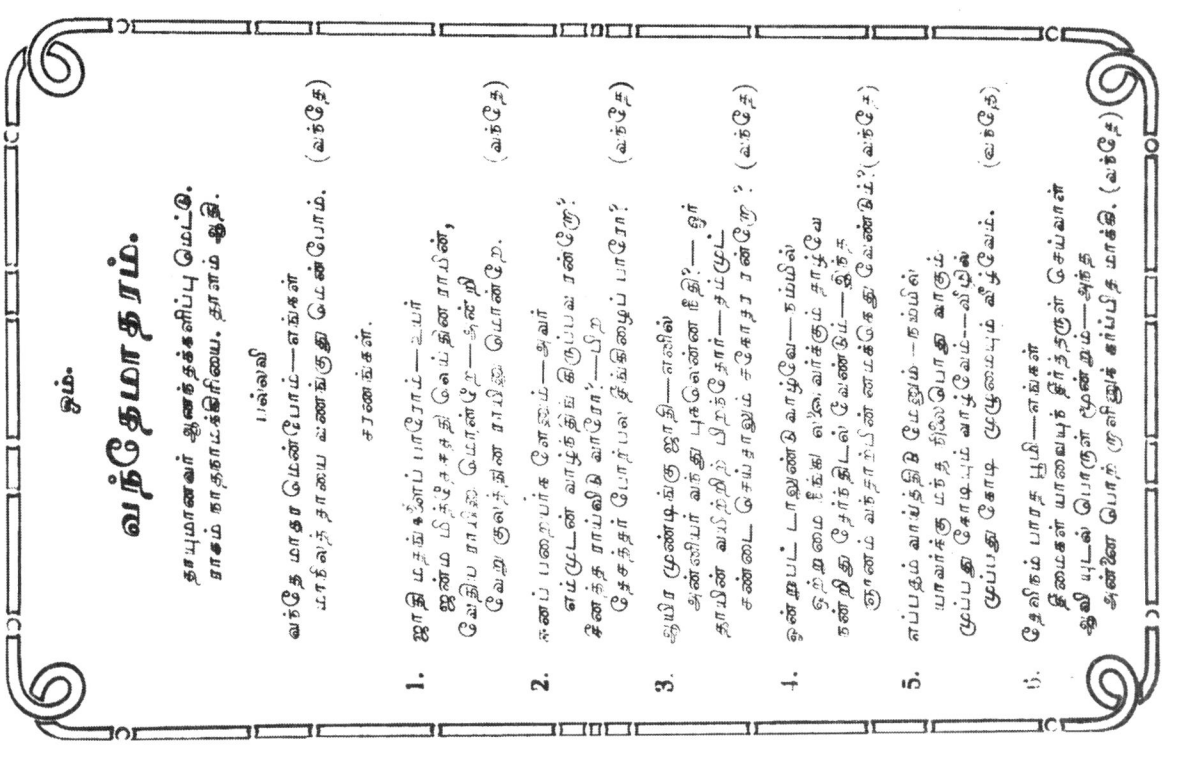

நாட்டு வணக்கம்.

ஸ்வதேச வந்தனம்.

காம்போதிராகம்—ஆதிதாளம்.

(1) எந்தையுந் தாயு மகிழ்ந்து குலாவி
யிருந்தது மிந்நாடே—அதன்
முந்தைய ராயிர மாண்டுகள் வாழ்ந்து
முடிந்தது மிந்நாடே—அவர்
சிந்தையி லாயிர மெண்ணம் வளர்ந்து
சிறந்தது மிந்நாடே—இதை
வந்தனை கூறி மனதி லிருத்தி யென்
வாயுற வாழ்த்தேனோ?—இதை
(பல்லவி) வந்தேமாதரம் - வந்தேமாதரம்
என்று வணங்கேனோ?

(2) இன்னுயிர் தந்தெமை யீன்றுவளர்த் தரு
ளீந்தது மிந்நாடே—எங்கள்
அன்னையர் தோன்றி மழலைகள் கூறி
யறிந்தது மிந்நாடே—அவர்
கன்னிய ராகி நிலவினி லாடிக்
களித்தது மிந்நாடே—தங்கள்
பொன்னுட லின்புற நீர்விளை யாடியில்
போந்தது மிந்நாடே—இதை
(பல்லவி) வந்தே மாதரம், வந்தே மாதரம்
என்று வணங்கேனோ?

(3) மங்கைய ராயவர் இல்லற நன்கு
வளர்த்தது மிந்நாடே—அவர்
தங்க மதலைக ளீன்றமு தூட்டித்
தழுவிய திந்நாடே—மக்கள்
துங்க முயர்ந்து வளர்கெனக் கோயில்கள்
சூழ்ந்தது மிந்நாடே—பின்னர்
அங்கவர் மாய அவருடற் பூந்துகள்
ஆர்ந்தது மிந்நாடே—இதை
(பல்லவி) வந்தே மாதரம் வந்தேமாதரம்
என்று வணங்கேனோ?

'ஸ்வதேச கீதங்கள்': மூன்றாம் பக்கம். இங்குள்ள பாடலுக்கு 'நாட்டு வணக்கம்', 'ஸ்வதேச வந்தனம்' என்ற இரு தலைப்புகள் இருப்பது கவனிக்கத்தக்கது.

எங்கள் நாடு.

(பூபாள ராகம்)

மன்னு மிமய மலையெங்கள் மலையே
மாநில மீதது போற்பிறி திலையே
இன்னறு நீர்க்கங்கை யாறெங்கள் யாறே
இங்கிதன் மாண்பிற் கெதிரெது வேறே.
பன்னரு முபநிட நூலெங்கள் நூலே
பார்மிசை யேதொரு நூலிது போலே
பொன்னொளிர் பாரத நாடெங்கள் நாடே.
போற்றுவ மிஃதை யெமக்கிலை யீடே. (1)

மாரத வீரர் மலிந்த நன்னாடு,
மாமுனி வோர்பலர் வாழ்ந்தபொன்னாடு,
நாரத கான நலந்திகழ் நாடு
நல்லன யாவையு நாடுறு நாடு
பூரண ஞானம் பொலிந்த நன்னாடு
புத்தர்பிரா னருள்பொங்கிய நாடு.
பாரதநாடு பழம்பெருநாடே
பாடுவ மிஃதை யெமக்கிலை யீடே. (2)

இன்னல்வந் துற்றிடும் போததற் கஞ்சோம்
ஏழைய ராகி யினிமண்ணிற் றுஞ்சோம்
தன்னலம் பேணி யிழிதொழில் புரியோம்
தாய்த்திருநாடெனி லினியகை விரியோம்
கன்னலுந் தேனுங் கனியுமின் பாலும்
கதலியுஞ் செந்நெலு நல்குமெக் காலும்
உன்னத ஆரிய நாடெங்கள் நாடே
ஓதுவ மிஃதை யெமக்கிலை யீடே. (3)

'ஸ்வதேச கீதங்கள்': கடைசிப் பக்கம்.
இந்த நான்கு பக்கப் பிரசுரமே பாரதி கீதங்களின் முதல் வெளியீடாகும்.

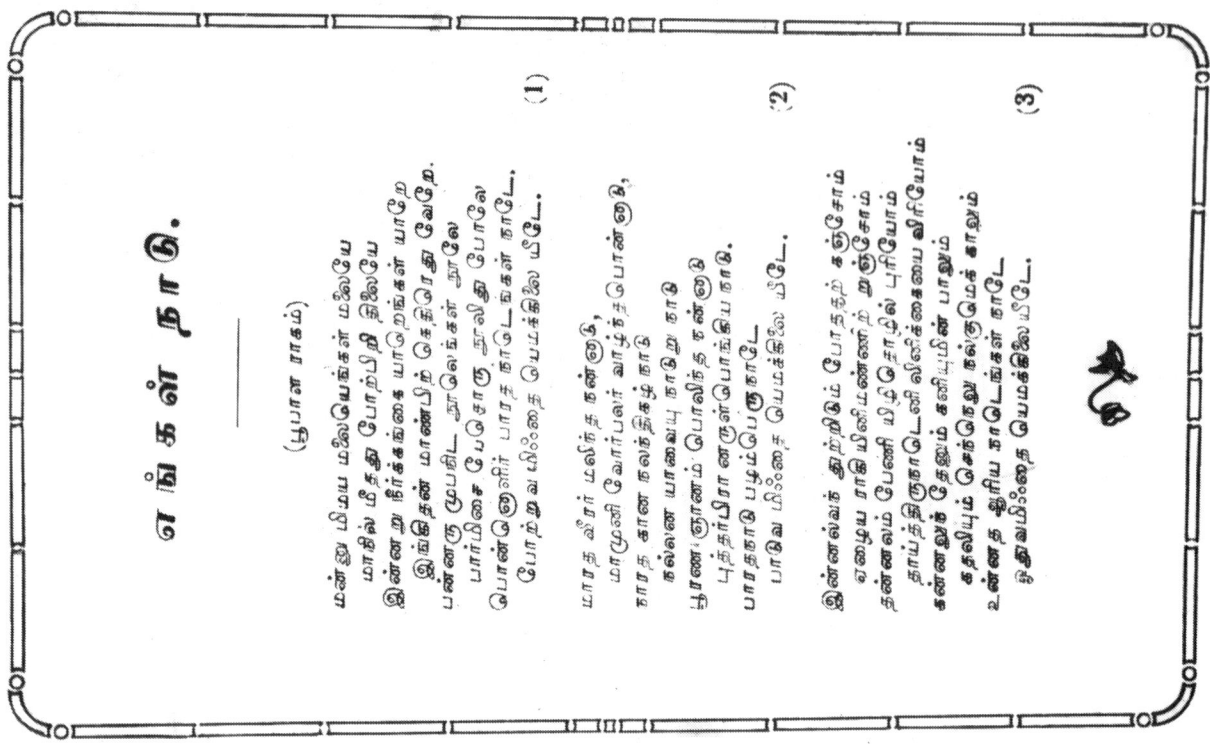

அன்று பாரதி பாடிய மூன்று பாட்டுக்களையும் பதினையாயிரம் பிரதிகளுக்குமேல் அழகிய காகிதத்தில் அச்சிட்டு நாடெங்கும் பள்ளிக்கூடங்களுக்கும் பொது ஸ்தாபனங்களுக்கும் இலவசமாய் அனுப்பி வைத்தார் கிருஷ்ணஸ்வாமி ஐயர்.

(இந்த விவரங்களை, வி. கிருஷ்ணஸ்வாமி ஐயரின் புதல்வர் கி. சந்திரசேகரன் தமது தந்தையின் சரித்திர நூலில் வெளியிட்டிருக்கிறார்.)

பாரதியின் பாடல்கள் தனிப் பிரசுரமாக வெளி வந்தது இதுதான் முதல் தடவை. 1904இல் முதல் தடவையாக பாரதி பாடல் அச்சேறியது; 1907இல் முதல் தடவையாக பாரதி பாடல்கள் சிறு தனிப் பிரசுரமாக வெளியாயின.

1907இல் வி. கிருஷ்ணஸ்வாமி ஐயர் வெளியிட்ட 'ஸ்வதேச கீதங்கள்' பதிப்பில், 'வந்தே மாதரமென் போம்' என்ற முதல் பாடலின் கடைசிப் பா பின்னர் வந்த பதிப்புகளில் விட்டுப்போயிருக்கிறது.

தேவி நம் பாரதபூமி – எங்கள்
தீமைகள் யாவையுந் தீர்த்தருள் செய்வாள்
ஆவியுடல் பொருள் மூன்றும் – அந்த
அன்னை பொற்றாளினுக் கர்ப்பிதமாக்கி (வந்தே)

என்பதுதான் விட்டுப்போன பா. ஆனால், இந்த 1907இல் பதிப்பில் இல்லாத 'புல்லடிமைத் தொழில் பேணி' என்ற பா தற்போதைய பதிப்புகளில் இருக் கிறது.

வி. கிருஷ்ணஸ்வாமி ஐயர், சென்னை பிரஸி டென்ஸி கல்லூரித் தமிழ்ச் சங்கத்தில் செய்த ஒரு பிரசங்கத்தைக் கேட்டே பாரதி 'செந்தமிழ் நாடு' என்ற தமது பாட்டைப் பாடியதாக, 'தமிழ்த் தாத்தா' உ.வே. சாமிநாதையர் தமது 'நினைவு மஞ்சரி'யில் கூறியுள்ளார். பிரஸிடென்ஸி கல்லூரித் தமிழ்ச் சங்கத்தில் பேச்சைக் கேட்டு பாரதி பாடியது, 'பாரத தேசமென்று பெயர் சொல்லுவார்' பாடலாக இருக்க வேண்டும். 'செந்தமிழ் நாடு' பாடல், பாரதி புதுவையில் இருந்தபோது, ஒரு போட்டிக்காகப் பாடப்பெற்று, இரண்டாம் பரிசே பெற்றது!

தமிழ்ப் புலவர்களிடம் பாரதிக்கு அளவுமிக்க பரிவு உண்டு. சாமிநாதையர் மகாமகோபாத்யாய பட்டம் பெற்றபோது, பாராட்டுக் கூட்டத்தில் பாரதி பாடிய பாடல் மறக்கவொண்ணாதது. அது சொற் பிழை, சுவைப்பிழையுளது என யாரோ (தவறாகச்) சொல்லிவிட, பாரதி கூட்டம் முடியுமுன்பே போய் விட்டார். கூட்ட முடிவில் சாமிநாதையர், பாடலை மிகவும் போற்றி, மீண்டும் கேட்க விரும்பினார். பாரதி இல்லை.

மற்றொரு தமிழறிஞர், மு. ராகவையங்கார், 'செந்தமிழ்' பத்திரிகையில் 'வீரத் தாய்மார்கள்' என்று பழந்தமிழ் மாதரின் வீரத்தையும் நாட்டுப் பற்றையும் பற்றி எழுதியபோது, பாரதி, 'தங்கள் புகழ் உலகறியும். தங்களுடைய பரிசுத்த நெஞ்சிலே எழுந்திருக்கும் 'ஸ்வதேச பக்தி' என்ற புது நெருப் பிற்குத்தான் நான் வணக்கம் செய்கிறேன்' என்று பாராட்டினார்.

பாரதிக்கு சாமிநாதையரிடமும், சாமிநா தையருக்கு பாரதியிடமும் இவ்வளவு மரியாதை இருந்தும், 1922இல் பாரதி காலமானபின், செல்லம்மா பாரதி வெளியிட்ட 'ஸ்வதேச கீதங்கள்' நூலுக்கு முகவுரை தருமாறு சாமிநாதையர் அணுகப்பட்ட போது, அவர் ஒப்பவில்லை. தாம் அரசாங்கக் கல்லூரியில் ஆசிரியர் என்ற காரணத்தால்!

முதல் நூல்

*1907*இல் மூன்று பாட்டுகளும் ('வந்தே மாதரமென் போம்', 'எந்தையும் தாயும்', 'மன்னுமிமயமலை') நான்கே பக்கங்களுமாக வெளிவந்த 'ஸ்வதேச கீதங்கள்' பிரசுரம், அடுத்த வருஷத்தில் பெரிய அளவில் தனி நூலாக வெளியாயிற்று.

1908இல் வெளியான 'ஸ்வதேச கீதங்க'ளே முதன்முதலில் வெளியான பாரதி பாடல் நூல். இந்தப் புத்தகத்தில் இருந்த 14 பாடல்களின் முதலடிகளாவன:

1. வந்தே மாதரமென்போம்
2. வந்தே மாதரம் – (ஜய ஜய பாரத)
3. எந்தையும் தாயும்
4. மன்னுமிமயமலை
5. வாழிய செந்தமிழ்
6. விண்ணகத்தே இரவிதனை (லஜபதி ராய் துதி)
7. பாபேந்திரியஞ் செறுத்த (பூபேந்திரர் விஜயம்)
8. நெஞ்சிலுரமுமின்றி
9. நாடிழந்து மக்களையும் (லஜபதி ராய் பிரலாபம்)
10. தொண்டு செய்யும் அடிமை
11. வீர சுதந்திரம் வேண்டி நின்றார்
12. முன்னாளில் இராமபிரான் (தாதாபாய் நௌரோஜி)
13. ஓய் திலகரே! நம்ம ஜாதிக்கடுக்குமோ
14. பேரருட் கடவுள் திருவடியாணை (மாஜினி சபதம்)

முதல் ஐந்து பாடல்கள் தவிர பாக்கி ஒன்பதும் அரசியல் நிகழ்ச்சிகளை யொட்டிய பாடல்களே. இவை யாவும் லஜபதி, திலகர் முதலிய தீவிரக் கட்சியினரின் போக்குக்கு ஆதரவாகவும், நிதானக் கட்சியினரின் போக்கை மதிப்பற்றதாக்குபவை யாகவும் இருக்கின்றன. தமக்குப் பிடித்த நந்தன் சரித்திரக் கீர்த்தனை மெட்டுகளில் 10, 11, 13, எண்ணிட்ட பாடல்கள் பாடியிருக்கிறார்.

'ஸ்வதேச கீதங்கள்' நூலுக்கு ஸமர்ப்பணம், முகவுரை இரண்டும் இருந்தன. ஆழ்ந்த குருபக்தியுடன் பாரதி தமது நூலை நிவேதிதா தேவிக்கு வருமாறு சமர்ப்பணம் செய்தார்: 'ஸ்ரீ கிருஷ்ணன் அர்ஜுனனுக்கு விசுவரூபம் காட்டி ஆத்தும நிலை விளக்கியதொப்ப, எனக்கு பாரத தேவியின் ஸம்பூர்ண ரூபத்தைக் காட்டி, ஸ்வதேச பக்தியுபதேசம் புரிந்தருளிய குருவின் சரண மலர்களில் இச்சிறு நூலை சமர்ப்பிக்கிறேன் –ஆசிரியன்.'

தமது முகவுரையில் பாரதி கூறினார்: 'ஒருமையும் யௌவனத் தன்மையும் பெற்று விளங்கும் பாரத தேவியின் சரணங்களிலே யான் பின்வரும் மலர்கள் கொண்டு சூட்டத் துணிந்தது எனக்குப் பிழையென்று தோன்றவில்லை. யான் சூட்டியிருக்கும் மலர்கள் மணமற்றன என்பதனை நன்கறிவேன். தேவலோகத்துப் பாரிஜாத மலர்கள் சூடத் தகுதி கொண்ட திருவடிகளுக்கு எனது மணமற்ற முருக்கம் பூக்கள் அணிக் குறைவை விளைக்கும் என்பதனையும் யான் தெரிந்துள்ளேன். ஆயினும் உள்ளன்பு மிகுதியால் இச்செய்கையிலே துணிவு கொண்டு விட்டேன். சாக்கியன் எறிந்த கற்களையும் சிவபிரான் மலர்களாகக் கருதி அங்கீகரிக்க வில்லையா? அதனை யொப்ப, எனது குணமற்ற பூக்களையும் பாரத மாதா கருணையுடன் ஏற்றருளுக!

மயிலாப்பூர் ஸி. சுப்பிரமணிய
1908ஆம் ௵ ஜனவரி 10௳ பாரதி'

'குணமற்ற பூக்கள்' என்று கவிஞன் தன்னடக்கத்துடன் கூறிய இப்பாடல்களைத் தமிழறிஞர்கள் வரவேற்றுப் போற்றினார்கள். இந்த நூலுக்குக் கிடைத்த ஆதரவு, இன்னொரு நூலை வெளியிட பாரதியைத் தூண்டிற்று. இந்நூல் வெளியான மறு வருஷம், 1909இல், பாரதியார் புதுவை போனபின், 'ஜன்ம பூமி' என்ற பெயரில் அவர் 'ஸ்வதேச கீதங்கள்' நூலுக்கு இரண்டாம் பாகம் வெளியிட்டார். அதையும் அவர் நிவேதிதா தேவிக்கே சமர்ப்பணம் செய்தார்:

'எனக்கு ஒரு கடிகையிலே மாதாவினது மெய்த் தொண்டின் தன்மையையும் துறவுப் பெருமையையும் சொல்லாமலுணர்த்திய குருமணியும் பகவான் விவேகானந்தருடைய தர்ம புத்திரியும் ஆகிய நிவேதிதா தேவிக்கு இந்நூலை சமர்ப்பிக்கிறேன். – ஸி. சுப்பிரமணிய பாரதி.'

'தேச பக்தி என்ற நவீன மார்க்கத்தில் வயப்பட்டு, புதிய சுடரினிடத்து அன்பு பூண்டு, அவ்வன்பு காரணமாகச் சென்ற வருஷம் சில கவிதை மலர் புனைந்து மாதாவின் திருவடிக்குப் புனைந்தேன். நான் எதிர்பார்த்திராதவண்ணமாக மெய்த் தொண்டர்கள் பலர் "இம் மலர்கள் மிக நல்லன" என்று பாராட்டி மகிழ்ச்சியறிவித்தார்கள். மாதாவும் அதனை அங்கீகாரம் செய்துகொண்டாள். இதனால் துணிவு மிகுதியுறப் பெற்றோனாகி மறுபடியும் தாயின் பத மலர்க்குச் சில புதிய மலர்கள் கொணர்ந்திருக்கிறேன். இவை மாதாவின் திருவுள்ளத்திற்கு மகிழ்ச்சியளிக்குமென்றே நினைக்கிறேன்' என்று முகவுரையில் கவிஞர் கூறியிருக்கிறார்.

வி. கிருஷ்ணசாமி ஐயர்: தம் அரசியல் எதிரி பாரதியின் தேசபக்திப் பாடல்களில் சொக்கிப்போய் அவற்றை முதலில் அச்சிட்டு இலவசமாய்ப் பரப்பிய வள்ளல்.

கப்பலோட்டிய தமிழர்: பாரதியின் நண்பரும் தீவிரவாதிகள் தலைவரும் சுதேசிக் கப்பல் கம்பெனி நிறுவியவருமான வ.உ. சிதம்பரம் பிள்ளை.

'இந்தியா' அலுவலகம்: சென்னை பிராட்வேயில் 34ஆம் எண் இல்லம். இங்குள்ள படியில் பாரதி இறங்கிவரும்போதுதான் 'வாரண்டு'டன் வந்த போலீஸ்காரனைச் சந்தித்தார்.

THE TENETS OF THE NEW PARTY.

புதிய கட்சியின்
கொள்கைகள்.

1907ல்

(ஸ்ரீமத் பாலகங்காதர திலகர் செய்த
அருமையான உபந்நியாசத்தின்
தமிழ் மொழி பெயர்ப்பு.)

நம்முடைய ராஜாங்க விவகாரங்களின் சம்பந்தமாக இப்பொழுது இரண்டு புதிய வார்த்தைகள் ஏற்பட்டிருக்கின்றன. அதாவது, 'நிதானஸ்தர்கள்,' 'தீவிரஸ்தர்கள்' என்ற வார்த்தைகளேயாம். இந்த இரண்டு வார்த்தைகளும் கால சம்பந்தமான குறிப்பையுடையன. ஆதலால், இவற்றின் அர்த்தங்களும் காலம் மாற மாற

பாரதி வெளியிட்ட சிறு நூல்: *சூரத் காங்கிரஸ் சென்று திரும்பியபின் திலகர் கட்சியின் கொள்கைகளைப் பரப்ப பாரதி 1908இல் வெளியிட்ட பிரசுரத்தின் முகப்புப் பக்கமும் முதல் பக்கமும்.*

புதிய கட்சித் தலைவர்

சூரத் காங்கிரசின்போது தீவிரக் கட்சிப் பத்திரிகாசிரியர்கள் ஒன்றுகூடித் தங்கள் நோக்கங்கள் நாட்டில் பரவ ஒரு ஒழுங்கான திட்டப்படி வேலை செய்யத் தீர்மானித்தார்கள். சர்க்கார் செய்யும் யதேச்சாதிகாரச் செயல்களைக் கண்டிக்கும்போது எல்லாப் பத்திரிகைகளும் ஒரு குறிப்பிட்ட விஷயத்தைப் பற்றியே எழுதி நாடெங்கும் பெருங்கிளர்ச்சி உண்டாக்க வேண்டும் என்றும் தீர்மானமாயிற்று. சென்னையின் பொறுப்பை பாரதி ஏற்றுக்கொண்டார். அதற்கொப்ப, சூரத்திலிருந்து சென்னை திரும்பியது முதலே பாரதி திலகரின் தீவிர வழியை ஆதரித்துப் பல காரியங்கள் செய்தார். உடல் வலிமை அவருக்கு அதிகமில்லை. ஆனால் மன வலிமை அதிகம். கடற்கரையில் அவர் பேசாத கூட்டமிராது. அவரது வீர மொழிகளையும் பாடல்களையும் கேட்க மக்கள் பல்லாயிரக்கணக்கில் காத்திருப்பர். அவரது எழுதுகோலுக்கும் இரவு பகலாய் வேலை இருந்தது.

திருவல்லிக்கேணி கடற்கரையில்தான் விபின சந்திர பாலர் அமோகமான சொற்பொழிவு நடத்தினார். பாரதியின் கூட்டங்களும் அங்கேயே நடந்தன. பாலர் பேசிய சமயம் கூட்டம் ஜன சமுத்திரமாக இருந்தது; மிதவாதிகள்கூட ஆங்காங்கு மறைவிலிருந்து தீவிரவாதி பாலரின் பேச்சைக் கேட்டார்கள். இப்பேச்சுகளுக்காக பாலர் மீது ராஜத் துரோக வழக்கு நடத்த சென்னை அரசாங்கம் விரும்பியதாகவும், அட்வகேட் ஜெனரலாகவிருந்த வி. பாஷ்யமய்யங்கார் வேண்டாமென யோசனை கூறியதாகவும் ஒரு வதந்தி.

ஆனால் பஞ்சாபில், வேறு இரண்டு 'புதிய கட்சி'த் தலைவர்கள், லஜபத் ராயும் அஜித் ஸிங்கும் நாடு கடத்தப்பட்டார்கள். 1907 மே 9ஆம் தேதி அவர்கள் விடுவிக்கப்பெற்று நாடு திரும்பினர். தீவிரவாதிகளுக்கு உற்சாகம் அதிகமாயிற்று.

இதே சமயம், தெற்கே, சுதேசித் தொழிலை விருத்தி செய்வதற்காகத் தூத்துக்குடி வக்கீல் வ.உ. சிதம்பரம் பிள்ளை ஒரு சுதேசிக் கப்பல் கம்பெனி ஆரம்பித்தார். இந்தியா – இலங்கைக் கடல் மார்க்கத்தில் ஒரு சில பாய்க்கப்பல்கள் ஏற்றிச்செல்லும் சரக்குகள் தவிர மற்றெல்லாச் சரக்குகளும் ஒரு பிரிட்டிஷ் கம்பெனியின் கப்பல்களிலேயே போய் வருவது வழக்கமாயிருந்தது. இந்தியக் கப்பல் கம்பெனி ஒன்று ஆரம்பித்தால் நல்ல லாபம் கிடைக்குமென்று, 'சுதேசி ஸ்டீம் நாவிகேஷன் கம்பெனி' என்ற கூட்டுத்தொழில் கம்பெனியை ரிஜிஸ்டர் செய்து இரு புகைக் கப்பல்களை விலைக்கு வாங்கினார் சிதம்பரம் பிள்ளை. இந்தக் கம்பெனிக்குப் பணம் சேர்க்க பாரதி ஒத்துழைத்தார். 'புதுச்சேரியார்' என்ற மண்டயம் ஸ்ரீநிவாஸாச்சாரியாரின் குடும்பம் கப்பல் கம்பெனிக்கு 70 ஆயிரம் ரூபாய் பொருள் உதவியது. சிதம்பரம் பிள்ளையைப் புதுச்சேரியாரிடம் அறிமுகம் செய்துவைத்தது பாரதியே.

சூரத் காங்கிரசின்போது தீவிரக் கட்சித் தலைவர்கள் தீர்மானித்தபடி இளைஞர்களை ஒன்றுகூட்டி, சென்னை ஜன சங்கம் என்று ஒரு ஸ்தாபனம் அமைத்தார் பாரதி. சுதேசிப் பொருள்களை மாத்திரம் விற்க வேண்டுமென 'பாரத பண்டார்' என்ற கடையை பாரதியும் நண்பர்களும் ஆரம்பித்தார்கள்.

1908ஆம் வருஷம் ஒரு குறிப்பிட்ட தினத்தை நாடெங்கும் 'சுயராஜ்ய தின'மாகக் கொண்டாட வேண்டும் என்று தீவிரக் கட்சியினர் தீர்மானித்தனர். சென்னையில் அத்தினத்தை வெகு ஆடம்பரமாகக் கொண்டாட ஏற்பாடாயிற்று. நகரின் பல பாகங்களிலிருந்தும் ஊர்வலங்கள் புறப்பட்டு, திருவல்லிக்கேணி பெல்ஸ் சாலையில் கூடி, பைகிராப்ட்ஸ் சாலை வழியாகக் கடற்கரை சென்று பொதுக்கூட்டம் நடத்துவதெனச் சென்னை ஜன சங்கம் முடிவு செய்தது. பாரதியும் எதிராஜ் சுரேந்திர நாத் ஆரியாவும் மற்றும் பல தொண்டர்களும் இரண்டு மூன்று தினங்கள் முன்னிருந்தே, ஆங்காங்கு காலையிலும் மாலையிலும் சிறுசிறு கூட்டங்கள் கூட்டி மாணவர்களையும் மற்றவர்களையும் ஊர்வலமாக வரும்படி தூண்டிவந்தார்கள்.

குறிப்பிட்ட தினத்தில் எல்லா ஊர்வலங்களும் பெல்ஸ் சாலை – பைகிராப்ட்ஸ் சாலை மூலையில் கூடும்போது மேளதாளங்களோடு கடற்கரையை நோக்கிச் செல்லத் திட்டமிட்டிருந்தனர். பொது வழியில் மேளதாளங்களோடு போகப் போலீஸ் கமிஷனருக்கு எழுதிப் போட்டும் லைசென்ஸ் வரவில்லை. பாண்டு மேள கோஷ்டியினர் தயங்கினார்கள். 'நான் இருக்கிறேனடா, தம்பிகளா!' என்று தைரியமளித்து, கழுத்தில் மாலையுடன், மேளதாளங்கள் முழங்க, பெரும் படை ஒன்றை முன்னின்று நடத்திச்செல்லும் போர்த் தலைவன் போல ஊர்வலத்தைக் கடற்கரைக்கு அழைத்துச் சென்றார் பாரதி. கடல் மணலில் மிகப் பெரிய கூட்டம் நடந்தது; போலீசார் யாதொன்றும் செய்யத் துணியவில்லை.

கடல் மணலில் ஒரு கூட்டம்

*1908*இல் பாரதத்தில் இருந்த அரசியல் குமுறலை நேரில் பார்த்து விவரிக்க நம் நாட்டுக்கு ஹென்றி டபிள்யூ. நெவின்ஸன் என்ற பிரபல பிரிட்டிஷ் பத்திரிகையாளர் வந்தார். வடக்கே திலகர், லஜபதி ராய், கோகலே முதலியோரைச் சந்தித்தது போலவே தெற்கே பாரதியையும் அவர் சந்தித்தார். பிரிட்டன் திரும்பியதும் தாம் எழுதிய 'இந்தியாவில் புதிய உணர்ச்சி' *(The New Spirit in India)* என்ற பிரசித்த மான நூலில் 'கடல் மணலில்' *(On the Beach)* என்ற ஒரு அத்தியாயம் முழுவதும் சென்னையில், திருவல்லிக் கேணி திலகர் கட்டத்தில், பாரதி முதலானோர் நடத்தியதோர் கூட்டத்தைப் பற்றி நேரிடை வர்ணனையாக இருக்கிறது. கூட்டத்தில் "சென்னை யின் தமிழ்க் கவி" பாரதி பாடிய மூன்று பாடல் களின் பொருளையும்கூட நெவின்ஸன் தந்திருக் கிறார். அவரது வர்ணனையின் சாரமாவது:

மாலை நேரம். மாரிக்காலச் சூரியன் வானில் வர்ணஜாலம் பரப்பி அஸ்தமிக்கிறான். மரீனாவில் கோச்சு வண்டிகள் ஒன்றிரண்டே போகின்றன; ஆங்கிலோ இந்திய யுவர்களும் யுவதிகளும் சுகமாய்ப் போலோ முதலிய விளையாட்டுகளில் அலுத்து வீடு திரும்புகிறார்கள். போக்குவரத்து ஓய்கிறது. ஆனால், மணல் வெளியில், விளக்கு வைத்த ஒரு மேடையைச் சுற்றி நாலைந்தாயிரம் பேர் கூடியிருக்கிறார்கள். பெரும்பாலும் இளைஞர் கள். பொதுக்கூட்டம். எங்கோ கண்காணாத பஞ்சாப் மாகாணத்தில் சமீபத்தில்தான் பிரபல மான ஸர்தார் அஜித் ஸிங், லாலா லஜபதி ராய் என்ற இருவர் விடுதலையானதைக் கொண்டாடும் கூட்டம்.

கூட்டம் ஆரம்பமாயிற்று. ஒரு சிறுவன் உச்சஸ்தாயியில் 'வந்தே மாதர' கீதத்திற்கு பாரதி செய்துள்ள தமிழ் மொழிபெயர்ப்பைப் பாடுகிறான். பாட்டு முடிந்ததும் ஆயிரமாயிரமான குரல்களும் 'வந்தே மாதரம்' 'தாயை வணங்குகிறோம்!' என்று அதிர முழங்குகின்றன. பாட்டு கனிவுமிக்க நயமான கீதம்; பிரஞ்சு கீதம் 'லா மார்ஸலேஸ்' போன்ற கொதிப்பூட்டும் புரட்சிக் கீதமல்ல. ஆனால் மக்களின் வந்தே மாதர கோஷத்தில் புரட்சியின் அதிர்ச்சி முழுதும் ஒலித்தது.

இனி பாரதி எழுந்து பாட ஆரம்பிக்கிறார். நெவின்ஸன் வாக்கில் இதைக் கவனிப்போம்:

'இந்த தேசிய கீதம் பாடி முடிந்தபின், சென்னையின் தமிழ்க் கவிஞர் தாம் லஜபதி ராய் நாடு கடத்தப்பட்டபோது இயற்றியதோர் ஏக்கப் பாடலைப் பாடினார். அது, நாடு கடத்தப்பட்ட எல்லா தேச பக்தர்களுக்குமே பொதுவான புலம்ப லாக இருந்தது. தன் இல்லத்தைப் பற்றிய இன்ப நினைவுகள், தன் இளமையைக் கழித்த தாய்த் திருநாட்டிடம் ஆழ்ந்த பற்று, அந்நியர்களிடையே, விளங்காத மொழி பேசுவோரிடையே வாழ்வதி லுள்ள ஏக்கம் நிறைந்த தனிமை – இவையாவும் அப்பாடலில் அமைதியுடனும் எளிமையுடனும் சொல்லப்பட்டன. பின்னர் கவிஞர் திடீரெனத் தம் போக்கை மாற்றிக்கொண்டு, ஏளனச் சுவையில் புகுந்தார். இந்தியா மந்திரி ஜான் மார்லிக்கும் இந்தியாவுக்கும் 'ஹோம் ரூல்' என்ற சுயராஜ்யம் பற்றி நடப்பதாக ஒரு சம்பாஷணையைப் பாட்டில் விவரித்தார் அவர்.'

முதல் பாட்டு 'லஜபதி ராய் பிரலாபம்' ('நாடிழந்து மக்களையும் நல்லாளையும் பிரிந்து . . .'). அடுத்தபடி பாடியவை, 'தொண்டு செய்யும் அடிமை' ('ஸ்வராஜ்யம் வேண்டுமென்ற பாரதவாஸிக்கு ஆங்கிலேய உத்தியோகஸ்தன் கூறுவது') என்று துவங்கும் பாட்டும், ஆங்கிலேயனுக்குப் பாரதவாஸி பதிலளிப்பதான 'சுதந்திரப் பெருமை' ('வீரசுதந்திரம்') என்ற பாட்டுமாகும்.

பாரதி பாடிய பின் வேறு சிலர் பேசினார்கள். சிலர், ஆங்கிலத்தில், வெள்ளையரும் வியக்கும் வாதங்களுடன், 'தீவிரவாதிகள்' கட்சியையும் சுதந்திரத்தின் அவசியத்தையும் எடுத்துரைத்தார் களாம். முடிவில், காவிதரித்த சந்நியாஸி ஒருவர் – 'உயரமானவர், கையில் தடிகொண்டவர், பூர்வத்தில் பிராமணர், இப்போது எல்லாரும் ஒன்றெனக் கொண்டவர், பெரிய தாடியுள்ளவர்' – தாம் லஜபதி ராயைச் சமீபத்தில் சந்தித்ததாகவும், லஜபதி தியாக சீலர், மக்களுக்காக எதையும் அளிக்க அஞ்சாதவர் என்றும் பேசினார். கூட்டம், வானதிரும் 'வந்தே மாதர' கோஷத்திடையே கலைந்தது. இவ்வளவு சுதந்திர உணர்ச்சி வேகம் இருந்தும் கூட்டத்தில் களேபரமில்லை, கூச்சலில்லை, ஆர்ப்பாட்டமில்லை; அவ்வளவு அமைதியாக நடந்தது. லண்டன் ட்ரபால்கர் சதுக்கத்தில்கூட இவ்வளவு ஒழுங்காகக் கூட்டங்கள் நடப்பதில்லை; அன்று கூட்டம் போடப்படுமென்று பகிரங்கமாய் அறிவித்திருந்தும் அங்கே ஒரு போலீஸ்காரன்கூட இல்லை; ஒரு சிப்பாயும் இல்லை; தேவைப்படவில்லை. 'எதிர் பார்க்கத்தக்கபடி, அங்கு இருந்த ஒரே ஐரோப்பியன் நான்தான்' என்று நெவின்ஸன் வியக்கிறார்.

மண்டயம் குடும்பம்: எஸ். பார்த்தசாரதி, தந்தை கிருஷ்ணமாச்சாரியார், எஸ். திருமலாச்சாரியார், ஸ்ரீநிவாஸாச்சாரியார்

சுரேந்திரநாத் ஆரியா, ஸ்வீடன் நாட்டு மனைவியுடன்

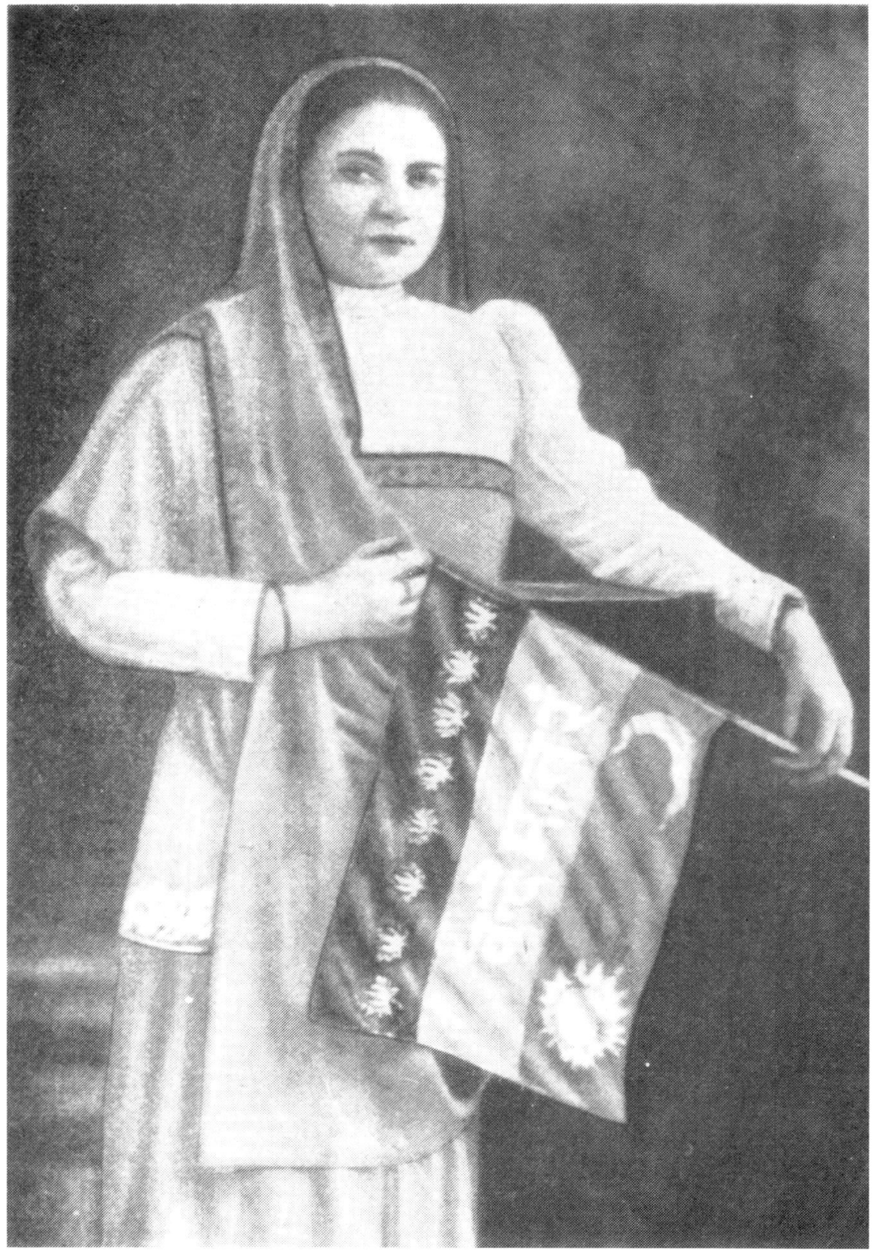

புரட்சி வீராங்கனை மதாம் காமா: 'வந்தே மாதரம்' பொறித்த கொடியுடன்

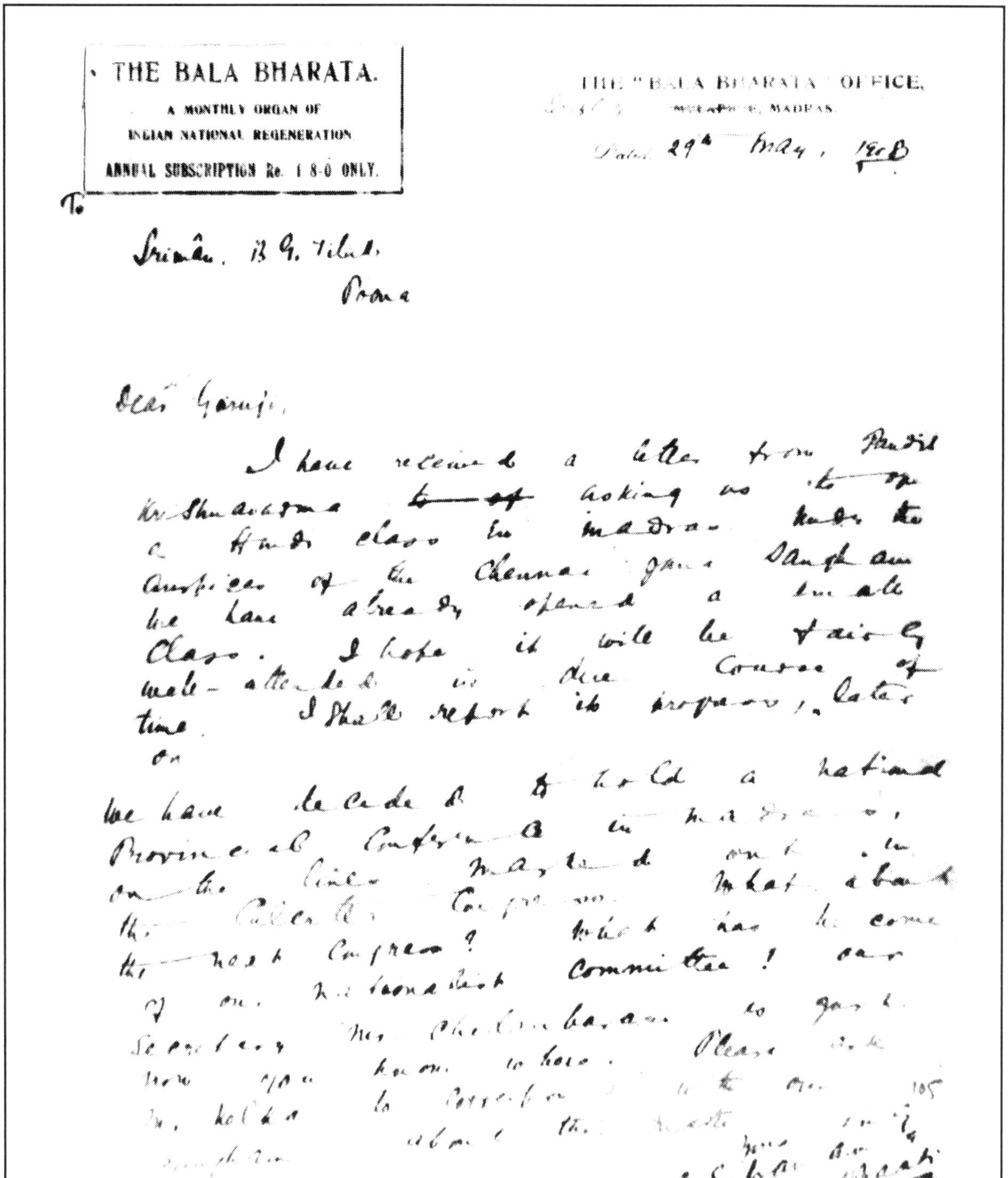

THE BALA BHARATA.

A MONTHLY ORGAN OF INDIAN NATIONAL REGENERATION.

ANNUAL SUBSCRIPTION Rs. 1-8-0 ONLY.

THE "BALA BHARATA" OFFICE, MYLAPORE, MADRAS.

Date 29th May, 1908

To

Srimân. B. G. Tilak,
Poona

Dear Guruji,

I have received a letter from Pandit Krishnavarma ~~to open~~ asking us to open a Hindi class in Madras under the auspices of the Chennai Jana Sangham. We have already opened a small class. I hope it will be fairly well-attended in due course of time. I shall report its progress, later on.

We have decided to hold a Nationalist Provincial Conference in Madras, on the lines marked out ... What about the Calcutta Congress. Which has become the next Congress? Committee! ... of our Nationalist ... Mr. Chidambaram ... Secretary ... Please ... how you ... to correspond ... about the ...

Yours ...
C. Subramania Bharati

திலகருக்குக் கடிதம்: லோகமானிய திலகருக்கு *29 மே 1908*இல் பாரதி எழுதிய கடிதம். பாரதியும் நண்பர்களும் நடத்திய சென்னை ஜனசங்கத்தின் ஹிந்தி வகுப்பு, திலகர் கட்சியின் சென்னை மாகாண மாநாட்டை விரைவில் கூட்டவிருப்பது, அடுத்த காங்கிரஸ் பற்றிய கேள்விகள், வ.உ.சி. சிறையிலிருப்பது பற்றிய குறிப்பு – இவ்வளவும் கடிதத்தில் உள்ளன!

லோகமானிய திலகருக்குக் கடிதம்

1908 மார்ச்சு மாதம் சென்னையில் பாரதியார் 'சுயராஜ்ய தின'த்தைச் சிரமமின்றி அமோகமாய்க் கொண்டாடிய அதே சமயம், அந்தத் தினம் தூத்துக் குடி, திருநெல்வேலி முதலிய நகர்களில் பெரும் கொந்தளிப்பை உண்டாக்கியது. திருநெல்வேலி மாவட்டத்தில் வ.உ. சிதம்பரம் பிள்ளையும், அவரது தோழர் சுப்பிரமணிய சிவமும் அந்த தினத்தைக் கொண்டாட ஏற்பாடு செய்தார்கள். ஆனால், வ.உ.சி. யின் சுதேசிக் கப்பலோட்டும் முயற்சி மிக வெற்றிகரமாய் நடப்பதைக் கண்டு அஞ்சிய வெள்ளை வர்த்தகர்களின் தூண்டுதலின் பேரில், தூத்துக்குடி ஸப்–கலெக்டர் ராபர்ட் டி' எஸ்டிகோர் ஆஷ் என்பானும், மாவட்டக் கலெக்டர் விஞ்ச் என்ற ஏகாதிபத்திய வெறியனும் மக்கள் தலைவர் களைக் கைது செய்து பெருங் கலவரத்தை மூட்டி விட்டுவிட்டார்கள். அரசு அலுவலகங்கள் தீக்கிரை யாயின; போலீசார் சுட்டனர்; அப்பாவிகள் சிலர் பலியாயினர்; ஆத்திரமுற்ற மக்கள், மூன்றுநாள் அந்நிய ஆட்சி நடவாமல் செய்தார்கள்.

கைது செய்யப்பட்ட தலைவர்கள் வ.உ.சி., சிவம் இருவரையும் மிரட்டிப் பார்த்தான் கலெக்டர் விஞ்சு; பலிக்கவில்லை. இது பற்றி பாரதி பாடல் பிரசித்தமானது. வழக்கில் சாட்சி சொல்ல பாரதி தூத்துக்குடி சென்றார். இரு தலைவர்களையும் சிறையில் பார்த்து வந்தார்.

'சித்திரத்தினலர்ந்த செந்தாமரை ஒத்த முக' மெனக் கம்பன் ராமன் முகத்தை வர்ணித்தது போல் சிறையிலும் வ.உ.சி. முகம் வாடாமல் இருந் தார் என்று பாரதி தமது 'இந்தியா' பத்திரிகையில் 'விசேஷ நிருபர் செய்தி' வெளியிட்டார்.

தெற்கே வ.உ.சி., சிவம் இருவரும் கைது செய்யப்பட்ட சமயம், நாட்டின் பிற பகுதிகளிலும் அடக்குமுறை அவிழ்த்து விடப்பட்டது. பாஞ் சாலத்தில் லாலா லஜபதி ராயும் அஜீத் ஸிங்கும் கைதானார்கள்.

இந்தச் சூழ்நிலையில் தமது குருநாதர் லோக மானிய திலகருக்கு பாரதி, 1908 மே 29 தேதியில் ஒரு கடிதம் எழுதினார். கடிதம் எதிர்ப்பக்கத்தில் உள்ளது.

அதன் தமிழாக்கம் வருமாறு:

பால பாரதா
இந்திய தேசிய எழுச்சி
மாத வெளியீடு
ஆண்டு சந்தா:
ரூ. 1–8–0 மட்டும்.

'பால பாரதா' ஆபீஸ்
திருவல்லிக்கேணி
மதராஸ்.
தேதி: 29 மே 1908

ஸ்ரீமான் பி.ஜி. திலக் அவர்களுக்கு, புனா.

அன்பார்ந்த குருஜீ.

சென்னை ஜன சங்கம் ஆதரவில் சென்னை யில் ஒரு ஹிந்தி வகுப்பு துவக்குமாறு கேட்டுக் கொண்டு ஒரு கடிதம் கிருஷ்ண வர்மாவிடமிருந்து வந்துள்ளது. நாங்கள் ஏற்கனவே ஒரு சிறிய வகுப்பு துவக்கியுள்ளோம். போகப் போக அதில் நிறையப் பேர் கலந்து கொள்வார்கள் என்று நம்புகிறேன். அதனுடைய முன்னேற்றம் பற்றிப் பின்னர் தெரிவிக் கிறேன்.

கல்கத்தா காங்கிரசில் வகுத்த முறைப்படி சென்னையில் ஒரு தேசிய மாகாண மாநாடு நடத்த நாங்கள் முடிவு செய்துள்ளோம். அடுத்த காங்கிரஸ் மகாசபைக் கூட்ட விஷயம் என்ன ஆயிற்று? நமது தேசியக் கமிட்டி என்ன ஆயிற்று? நமது செயலாளர் ஸ்ரீ. சிதம்பரம் தற்போது எங்கே இருக் கிறார், உங்களுக்குத்தான் தெரியுமே. இந்த விஷயம் பற்றி எங்கள் சங்கத்துடன் கடிதத் தொடர்பு கொள் ளும்படி ஸ்ரீ கேல்கரிடம் கூறுங்கள்.

தங்களன்புள்ள,
சி. சுப்பிரமணிய பாரதி

'சுயராஜ்யம் நமது பிறப்புரிமை' என்று முது கிழவர் தாதாபாய் 1906இல் முழங்கியது கல்கத்தா காங்கிரசில். அது பொறுக்காத காங்கிரஸ் மிதவாதி களது போக்கினால் அடுத்த 1907 சூரத் காங்கிரஸ் அமளியில் முடிந்தது; தீவிரவாதிகள் திலகர் தலைமை யில் புதுக்கட்சி அமைத்தனர்.

'நமது செயலாளர் சிதம்பரம் தற்போது எங்கே இருக்கிறார், உங்களுக்குத்தான் தெரியுமே' என்ற மறைபொருள் பொதிந்த வாக்கியமும், திலகரது செயலாளர் கேல்கரைத் தமக்கு இதுபற்றி எழுதச் சொல்லித் தோழமையுடன் சொல்வதும் கடிதத்தின் குறிப்பிடத்தக்க அம்சங்கள்.

சென்னையில் தாங்கள் சும்மா இருக்கவில்லை என்பதை ஹிந்தி வகுப்பு முன்னதாகவே நடத்துவது, மாகாண மாநாடு கூட்டவிருப்பது முதலிய செய்திகள்மூலம் பாரதி தெரிவிக்கிறார்.

கிளி பறந்துவிட்டது!

*1908*ஆம் ஆண்டில் அரசாங்க அடக்குமுறை மீண்டும் தலை காட்டியது. லோகமான்ய பால கங்காதர திலகர் கைது செய்யப்பட்டு ஆறு வருஷம் கடுங்காவல் விதிக்கப்பட்டார். அவரை பர்மா விலுள்ள மாண்டலே சிறைக்குக் கொண்டு சென் றார்கள். (1935ஆம் ஆண்டுவரை பர்மா இந்தியாவில் ஒரு மாகாணமாக இருந்தது.)

தென்னாட்டில், சுதேசிக் கப்பல் கம்பெனி ஆரம்பித்திருந்த வ.உ. சிதம்பரம் பிள்ளை திருநெல் வேலி கலெக்டர் வின்ச் என்பவனைப் பார்க்கப் போன சமயம் கைது செய்யப்பட்டார். அவருக்கு 20 வருஷம் தீவாந்தர தண்டனை விதித்தார்கள்!

சிதம்பரம் பிள்ளை போலவே தீவிரக் கட்சியில் உழைத்த சுப்பிரமணிய சிவா என்ற இளம் தலைவ ருக்கும் பத்தாண்டு சிறைவாசம் கிடைத்தது.

சென்னையில் 'மித்திரன்' ஆசிரியர் ஜீ. சுப்பிர மணிய ஐயரைக்கூடக் கைது செய்துவிட்டார்கள். பாரதியாரைக் கைது செய்வதற்கு அதிக நாளாகாது என்பது எதிர்பார்த்த விஷயமாயிற்று.

பாரதியைக் கைது செய்வதற்கு முதல்படியா கவோ அல்லது பாரதியையே கைது செய்ய நினைத் துத்தானோ என்னவோ, ''இந்தியா' ஆசிரியரைக்' கைது செய்ய வாரண்டு பிறந்தது.

போலீஸ்காரன் ஒருவன் இந்த வாரண்டுடன் பிராட்வேயில் 'இந்தியா' பத்திரிகைக் காரியாலயத் துக்கு வந்தான். (அப்போது 'இந்தியா' பிராட்வேயில் 34ஆம் எண் வீட்டில் வெளியாயிற்று. இக் கட்டடம் டேனிஷ் மிஷன் சர்ச்சுக்கு வடபுறத்தில் இரண் டாவது வீடு.)

காரியாலயம் மாடியில். பாரதி அப்போதுதான் படியில் இறங்கிவந்து கொண்டிருந்தார். போலீஸ் காரன் அவரிடம் வாரண்டை நீட்டினான். பாரதி படித்துப் பார்த்தார். வாரண்டு 'இந்தியா' ஆசிரிய ருக்கென இருந்ததைக் கவனித்தார். 'ஆசிரியர் தானே? நான் இல்லை' என்று சொல்லிவிட்டுப் போய்விட்டார்.

பாரதி பொய் சொல்லவில்லை. 'இந்தியா' ஆசிரியர் வேலையை அவர் செய்துவந்தபோதிலும், சட்டபூர்வமான ஆசிரியரென அவர் பெயர் இல்லை; முரப்பாக்கம் ஸ்ரீனிவாசன் என்பவர் பெயர் இருந்தது. ஸ்ரீநிவாஸன் 'இந்தியா'வின் சொந்தக்காரர் எஸ்.என். திருமலாச்சாரியாரின் உற்ற நண்பர், பள்ளித் தோழர். ஸ்ரீனிவாசனைப் போலீ சார் கைது செய்து சென்றார்கள்.

ஸ்ரீனிவாசனுக்கு நேர்ந்த கதி பாரதிக்கும் 'இந்தியா' பிரசுரகர்த்தர்களுக்கும் நேர்ந்தால் இனி ஆச்சரியமில்லை என்றாகிவிட்டது. பாரதிக்கும் வாரண்டு வரும் என்று போலீஸ் இலாகாவிலிருந்த நண்பர்கள் பாரதியை ரகசியமாய் எச்சரித்தார்கள். பாரதியும் நண்பர்களும் கூடி ஆலோசனை செய்தனர். வி. கிருஷ்ணஸ்வாமி ஐயரும் பாரதி சென்னையிலிருப்பதைவிட வேறிடம் செல்வது மேல் என்று சொன்னார். பாரதி பிரெஞ்சு ஆதிக்கத் திலுள்ள புதுச்சேரிக்குப் போய்விட வேண்டும்என்று தீர்மானமாயிற்று. சிட்டி குப்புசாமி ஐயங்கார் என்ற புதுவை நண்பருக்கு ஓர் அறிமுகக் கடிதம் தந்தார் ஸ்ரீனிவாஸாச்சாரியார்.

பாரதி சென்னையிலிருப்பதற்கு அஞ்சவில்லை. ஆனால் நண்பர்கள்தான் சிறை செல்வதைவிடப் புதுவை சென்று அங்கிருந்து 'இந்தியா'வைத் தொடர்ந்து நடத்த முயல்வதே சரி என்று வற்புறுத்தினார்கள். மேலும், அக்காலம் காந்தி யுகத்துக்கு முந்தியது. திலகர் முதலிய தலைவர்கள் சிறை சென்று ஆத்மிக வழியில் பிரிட்டிஷ்காரனை எதிர்க்க முடியும் என்று கருதவில்லை. போராட்டத்தை விடாமல் நடத்த வேண்டும் என்பதே கருத்தாயிருந்தார்கள்.

புதுவை பாரதிக்குப் பழக்கமான ஊர் அல்ல. அங்கே யாரையும் அவருக்குத் தெரியாது. இருந் தாலும் அங்கே போக அவரும் சம்மதித்தார்.

மறுநாள் இரவு பாரதி சைதாப்பேட்டை ஸ்டேஷனில் டிக்கட் வாங்கி, ரயில் ஏறிப் புதுவை போய்ச் சேர்ந்தார். போலீஸாருக்கு இது தெரியவே யில்லை.

அதுவரை கடன்காரர்களின் புகலிடமாக விளங்கிய புதுச்சேரியை அரசியல் புகலிடமாக மாற்றிய பெருமை சென்னைவாசிகளையே சாரும். இதை முதலில் நடத்திக்காட்டியவர் பாரதி. அவர் அங்கே போன பிறகுதான் அரவிந்த கோஷ் முத லான பிற அரசியல் தலைவர்கள் புதுச்சேரியில் புகலிடம் தேடினார்கள்.

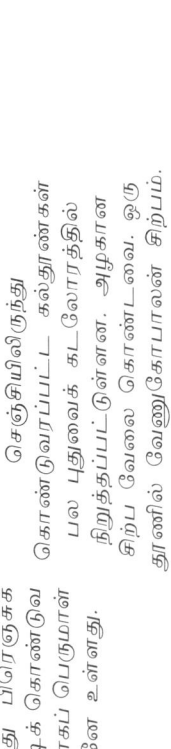

புதுச்சேரி பழைய கலங்கரை விளக்கம்

பிரெஞ்சு இந்தியா கவர்னர் மாளிகை, புதுவை: செஞ்சியிலிருந்து பிரெஞ்சுக் காரர்களால் சூறையாடிக் கொண்டுவரப்பட்ட அழகான வராகப் பெருமாள் சிலை மாளிகை முன்னே உள்ளது.

செஞ்சியிலிருந்து கொண்டுவரப்பட்ட கல்தூண்கள் பல புதுவைக் கடலோரத்தில் நிறுத்தப்பட்டுள்ளன. அழகான சிற்ப வேலை கொண்டவை. ஒரு தூணில் வேணுகோபாலன் சிற்பம்.

கல்தூண்கள் பீடம்: செஞ்சிக் கோயில் சிற்பங்களை நிறுத்திப் பீடமமைத்து நிறுத்தப்பட்டிருந்தது பிரெஞ்சிந்திய கவர்னர் டூப்ளேக்ஸின் சிலை. இத்தூண்கள் தற்போது அருகிலுள்ள பூங்காவில் உள்ளன. சிலை ஒரு மியூஸியத்தில் உள்ளது. அந்த இடத்தில் நேரு சிலை நிற்கிறது.

கடற்பாலம்: துருப்பிடித்து அழிந்துபோய்விட்ட இரும்புக் கடற்பாலம் (பியர்). தற்போதைய காந்தி சிலைக்கு எதிரே கடலில் சுமார் அரை மைல் சென்ற இரும்புக் கடற்பாலத்தில் மாலையில் மக்கள் உலவுவர். அங்குள்ள பெஞ்சுகளில் அமர்ந்து பேசிக் களிப்பர்.

குவளைக் கண்ணன்: *புதுவையில் 1908இலும், சென்னையில் 1921இலும் பாரதிக்கு அருந்துணை புரிந்தவர்.*

ஸ்வாமிநாத தீக்ஷிதர், அவர் புதல்வர்கள் வி.எஸ். குஞ்சிதபாதம், வி.எஸ். மகாதேவன். *புதுவையில் நண்பரான அறிஞர் குடும்பம்.*

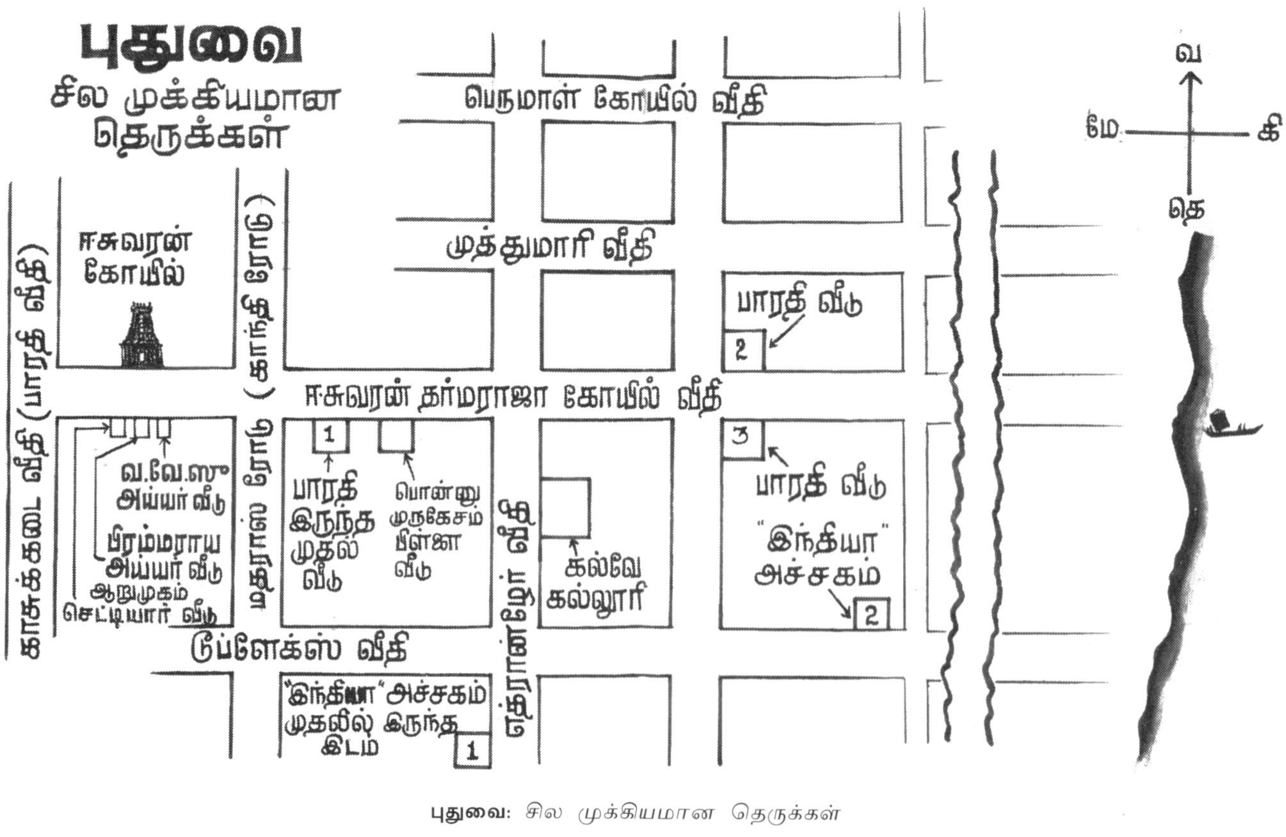

புதுவை: *சில முக்கியமான தெருக்கள்*

புதுவையில் முதல் நாள்

முன்பின் தெரியாத ஊர். தம்மைப் பகிரங்கமாக அறிவித்துக்கொள்ளவும் விரும்பாத நிலைமை. யாரிடமும் உதவி கேட்டுப் பழக்கமில்லாத சுபாவம். புதுவையில் முதல் நாள் பாரதி பட்டபாடு சொல்லத் தரமன்று.

ரயிலில் இரவெல்லாம் கண் விழித்து, விடியு முன் புதுவையடைந்து, விடியும் வரையில் ஸ்டேஷனில் இருந்து, காலையில் பெருமாள் கோயில் தெருவில் சிட்டி குப்புசாமி ஐயங்கார் என்பவர் வீட்டுக்குப் போய்ச் சேர்ந்தார். சிட்டி குப்புசாமி அய்யங்காருக்கு ஒரு கடிதம் பெற்றுச் சென்றிருந்தார் பாரதி.

ஐயங்கார் பாரதியை வரவேற்று உபசரித்துக் காலைச் சிற்றுண்டியளித்தார். அதன்பின், பகல் உணவுக்காகக் காத்திராமல், வீட்டுத் திண்ணையிலேயே அயர்ந்து தூங்கிவிட்டார் பாரதி!

ஐயங்கார் வீட்டில் இரண்டு நாள் கழிந்தது. இதற்குள் சென்னையில் பாரதி இல்லை என்ற விவரத்தை அறிந்த சென்னைப் போலீசார், அவர் எங்கேதான் போயிருப்பாரென்று தேடலானார்கள். இரண்டு நாட்களில் பாரதி புதுவையில் இருக்கும் சமாசாரம் தெரிந்துகொண்டார்கள். அவ்வளவுதான். பாரதியின் ஆயுட்காலம் முடிய அவரைத் தொடர்வதாயிருந்த போலீஸ் கண்காணிப்புத் தொல்லை அவரைக் கெட்டியாய்ப் பிடித்துக்கொண்டது.

சிட்டி குப்புசாமி ஐயங்கார் செல்வாக்கு மிகுந்தவரல்ல. சாமானியமானவரே. சிறு வியாபாரி. அவர் பாரதியை விரட்டிவிடும்படிச் செய்ய நயத்தாலும் பயத்தாலும் முயற்சி செய்தார்கள் பிரிட்டிஷ் போலீஸ் ஏவலாட்கள். புதுச்சேரி பிரெஞ்சுப் பிரதேசமானதால் நேரடியாக ஏதும் செய்ய முடியவில்லை. ஆனால், முதல் மகாயுத்தத்துக்கு முந்திய ஆண்டுகளில் புதுச்சேரி பல விதங்களில் பிரிட்டிஷ் தயவை நாடி வாழ வேண்டியிருந்தது. பிரிட்டிஷ் ஏவலாட்களுக்கு இது மிக வசதியாயிருந்தது. பாரதி ஒரு பெரிய அரசியல் போக்கிரியென்றும், அவரை வீட்டில் வைத்துக்கொள்வது பேராபத்து என்றும் ஐயங்காரின் உற்றார் உறவினர் மூலம் அவருக்கு உபதேசித்தார்கள்.

குப்புசாமி ஐயங்கார் மானி. வீட்டில் வந்துள்ள விருந்தினரைப் போ என்று சொல்லவும் முடியவில்லை; பாரதியை வீட்டில் இருக்கச் செய்வது வம்பை விலைக்கு வாங்குவதாகுமே என்றும் தவித்தார்.

நிலைமையை உணர்ந்த பாரதி அதற்கு மேல் தவித்தார். தன்னால் இந்த அப்பாவி மனிதருக்குச் சங்கடம் ஏன் என்று துடித்தார்.

இந்த நெருக்கடியில், தெய்வமே அனுப்பிய சமய சஞ்சீவியாய் 'எங்கிருந்தோ வந்து சேர்ந்தான்' குவளைக் கண்ணன்.

குவளைக் கண்ணன் என்பது குவளையூர் கிருஷ்ணமாச்சாரி என்ற இளைஞரின் சுருக்கமான பெயர். புதுவை வாசி. குப்புசாமி அய்யங்காரின் உறவினர். கல்வே கல்லூரியில் பத்து வருஷம் படித்தவர்.

புதுவையில் தாம் முதன்முதலாக பாரதியைச் சந்தித்த கதையைக் குவளைக் கண்ணன் வர்ணித்துள்ளார்.

கல்வே கல்லூரித் தலைமையாசிரியர் வி.எஸ். ஸ்வாமிநாத தீக்ஷிதர் வீட்டுக்குக் குவளைக் கண்ணன் அடிக்கடி போய் வருவார். ஆங்கில மோகம் இருந்த அக்காலத்திலும் தீக்ஷிதர் 'இந்தியா' பத்திரிகையைத் தவறாமல் படித்து வருவதையும், தமிழ்ப் பத்திரிகைகளில் சிறந்தது அதுவே என்று சொல்வதையும் கேட்டு, குவளை தாமும் அப்பத்திரிகையை இரவல் வாங்கிப் படிக்கலானார்.

பத்திரிகையைத் தாம் சந்தா கட்டித் தருவிக்கவில்லை, சுந்தரேசய்யர் என்பவர் தருவிக்கிறார் என்று ஸ்வாமிநாத தீக்ஷிதர் கொஞ்ச நாள் கழித்துத் தெரிவித்தார். குவளை சுந்தரேசய்யரையும் சிநேகம் பிடிக்க வேண்டியதாயிற்று. இனி குவளையின் மொழிகளிலேயே பாரதியாரை அவர் யாரென்று தெரியாமல் சந்தித்த விவகாரத்தைக் கேட்போம்.

'புதுச்சேரி பெருமாள் வீதியில்தான் என் மாமனார் வீடு. அதற்கு மேலண்டைப் பக்கத்து வீடு என் மைத்துனி வீடு. அதன் குறட்டு ஓரமாக ஒரு நாள் மாலையில் போகையில் மேற்படி வீட்டுத் திண்ணையில் யாரோ ஒருவர் உட்கார்ந்திருக்கக் கண்டு யார் என்று கேட்டேன். தாம்தான் பாரதி என்று தெரிவிக்காமலே அவர் தமக்குச் சென்னை என்றும் புதுவைக்குப் புதிதாய் வந்திருப்பதாயும் சொன்னார்; எனக்கும் அவருக்கும் ஒரு மணிநேரத்துக்குக் குறையாமல் பேச்சு நடந்தது.

'சம்பாஷணையின் இடையில் 'இந்த ஊரில் 'இந்தியா' பத்திரிகை வரவழைப்பவர்கள் யாராவது தெரியுமா?' என்று கேட்டார். எனக்குத் தெரிந்த ஒருவர் வரவழைப்பதாகச் சொன்னேன். அவரைத் தமக்குக் காட்ட முடியுமா என்று கேட்டார்.

'கூட வந்தால் காட்ட முடியும் என்றேன். அவர் உடனே ஆவலுடன் என்னுடன் வந்தார். சுந்தரேசய்யர் வீட்டுக்குப் போனோம்.'

இரு துணைவர்கள்

சுந்தரேசய்யர் வீட்டில் இல்லை. மணிலாக் கொட்டை வியாபாரி எஸ். குப்புசாமி அய்யரின் கிடங்கில் கணக்கர் அவர். பாரதியும் குவளைக் கண்ணனும் அங்கே போனார்கள். கிடங்குக்கு அருகே பாரதியை வெளியே நிறுத்திவைத்துவிட்டு, சுந்தரேசய்யரிடம் போய், அவரைக் காண சென்னையிலிருந்து யாரோ வந்திருப்பதாய்ச் சொன்னார் குவளை. சுந்தரேசய்யர் வெளியே வந்தார். பிறகு:

'இருவரும் தனியாக தூரத்தில் போய் ஏதோ ரகசியமாய்ப் பேசிக் கொண்டிருந்தார்கள். அன்று இரவு நான் அவர்களிடம் உத்தரவு பெற்றுக்கொண்டு வீட்டுக்குப் போனேன். இரண்டு மூன்று தினங்கள் கழித்து சுந்தரேசய்யரை நான் பார்த்தபோது, 'எங்கே ஐயா நான் தங்களிடம் அழைத்துவந்த கனவான்?' என்று கேட்டதற்கு, தன் ஆதரவில் ஒரு வீட்டில் அவர் இருப்பதாக சுந்தரேசய்யர் சொன்னார். எனக்கும் அவருக்கும் சிநேகம் ஆரம்பித்து ஒரு வருஷத்துக்குப் பிறகுதான் அவர் ஸ்ரீ சுப்பிரமணிய பாரதி என்றறிந்தேன்.'

புதுவை வாழ்வில், முக்கியமாக ஆரம்ப காலத்தில், குவளைக் கண்ணனும் சுந்தரேசய்யரும் பாரதிக்குப் பெருந்துணையாக இருந்தார்கள். 1939 செப்டம்பர் முதல் வாரத்தில் குவளை சென்னை யில் காலமானார்.

குவளைக் கண்ணன் படிப்பாளியல்ல; ஆனால் பாரதியிடம் ஊன்றிப்போன பக்தி கொண்டிருந் தார். அவருக்கு வியக்கத்தக்க ஞாபகசக்தி 1939லும் இருந்தது. தாம் பாடிய பாடல்களை பிரதியெடுக்கச் செய்து, மனப்பாடம் செய்யும்படியும் குவளைக்கு பாரதி கட்டளையிட்டார். ('கண்ணன் என் சீடன்' என்ற பாட்டில் இந்த உண்மைச் சம்பவத்தை பாரதி பாடியிருக்கிறார்.) அக்காலத்தில் தாம் மனனம் செய்த பாடல்களை 1939இலும் – முப்பதாண்டு களுக்குப் பிறகும் – பிழையின்றிப் பாடுவார் குவளை!

குவளை மகா தீரர். இவரது பெருமையை 'பாரதி அறுபத்தாறு' என்ற தொகுதியில் 'குவளைக் கண்ணன் புகழ்' என்ற பாடல்களில் பாரதி பாடிப் போற்றியிருக்கிறார். 'கனத்த புகழ்க் குவளையூர்க் கண்ணனென்பான்', 'பார்ப்பாரக் குலத்தினிலே பிறந்தான் கண்ணன்; பறையரையும் மறவரையும் நிகராக் கொண்டான், தீர்ப்பான சுருதி வழிச் சேர்ந்தான் கண்ணன்', 'மிகத்தானும் உயர்ந்த துணி வுடைய நெஞ்சின் வீரர்பிரான் குவளையூர் கண்ண னென்பான்' என்றெல்லாம் பாரதியால் சிலாகிக்கப் பெற்ற இப்பெரியாரே, பின்னர் 1921இல் பாரதி திருவல்லிக்கேணி கோயில் யானையின் காலடியில் கிடந்த சமயம் தாவி எடுத்துக் காத்தார்.

சுந்தரேசய்யரும் எளிய வருமானமுள்ளவரே. இருபது வருஷமாய்ச் செய்துவந்த கணக்கு வேலை யையும் பாரதிக்கு உதவி செய்கிறார் என்ற காரணத் தால் பின்னர் இழந்தார். போலீஸ் ஏவலாட்கள் அவரது எஜமானரைப் பயமுறுத்தி, அவரை வேலையை விட்டு நீக்கிவிடும்படி செய்தார்கள். அப்படியும் தம் ஏழ்மையிலும் பாரதிக்கு விடாமல் உதவி செய்த பெருமை இவருடையது.

குவளையைவிட சுந்தரேசய்யர் படிப்பு வாசனை அதிகமுள்ளவர். பாரதியின் அரசியலையும் தமிழார் வத்தையும் குவளையைவிட நன்றாக ரசிக்கத்தக் கவர் இவர். இவ்விருவரது சகவாசத்தால் பாரதிக்குப் புதுவை வாழ்வு புது வாழ்வாகப் பரிமளித்தது.

புதுவையில் பாரதி 'தமிழ் வளர்ப்புச் சங்கம்' என்று ஒரு சங்கம் பிற்காலத்தில் ஆரம்பித்தார். அதற்கு உதவியாக நின்றவர்களில் சுந்தரேசய்யர் ஒருவர். சங்கத்தில் சேருவோர் தடவை ஒன்றுக்கு ஒரு ரூபாயாக மூன்று ரூபாய் சந்தாவை இரண்டு மாதத்தில் செலுத்தவேண்டும். போதிய மூலதனம் சேர்ந்ததும் விஞ்ஞான நூல்கள், பிறமொழிக் காவி யங்கள், வசன நூல்கள், தேசாபிமானமும் நல்லொ ழுக்கமும் ஊட்டும் நூல்கள் முதலியவற்றை எளிய தமிழில் வெளியிடுவதென்றும், மூன்று ரூபாய் கட்டி யிருப்பவர்களுக்கு ஐந்து ரூபாய் மதிப்புள்ள நூல் களை அனுப்புவதென்றும் திட்டம்.

இதற்காக விளம்பரத் தாள்கள் அச்சிட விரும் பினர். யுத்த காலம். ஆகையால் எதானாலும் அரசாங்கத்திடம் காட்டி அனுமதி பெற்றே அச்சிட லாம் என்றிருந்தது. சுந்தரேசய்யர் சங்கத்தின் சார்பில் விண்ணப்பம் அனுப்பினார். அரசாங்கம், இந்த 'பயங்கரமான ஏற்பாட்டுக்கு' அனுமதி மறுத்துவிட்டது.

சுந்தரேசய்யரும் பாரதியும் ஒரு சமயம் ஏதோ மனத்தாங்கல் கொண்டு நான்கு மாதம் சந்திக்காம லிருந்தனர். பாரதி சீக்கிரமே அங்கலாய்க்கலானார். பிறகு இருவரும் சந்தித்தபோது, 'எங்ஙனம் சென் றிருந்தீர்' என்ற பாட்டைப் பாடியதாகவும், இது தவறாக ஸரஸ்வதி தோத்திரமென்ற தலைப்புடன் வெளிவந்திருக்கிறது என்றும் குவளைக் கண்ணன் எடுத்துக்காட்டியிருக்கிறார்.

சுந்தரேசய்யர் 1955இல் காலமானார்.

ஏழ்மையிலும் உதவியவர்:
புதுவையில் அவரது ஆரம்ப நாள் முதலே பேருதவி செய்த சுந்தரேசய்யர். மணிலாக் கொட்டைக் கம்பெனி குமாஸ்தா. மனைவியின் நகைகளை அடகு வைத்தும் பாரதிக்கு உதவியவர்.

இந்தியா.

சனிக்கிழமைதோறும் வெளியாகும்.

'கிரஹண விமோசனம்': அலிப்பூர் வெடிகுண்டு வழக்கில் அரவிந்தர் விடுதலையானதை வரவேற்கும் முதல் பக்கக் கார்ட்டூன் *(புதுவை 'இந்தியா' 15 மே 1909).*

இந்தியா.

சனிக்கிழமைதோறும் வெளியாகும்.

புதுவை 'இந்தியா': முதலில் சிறு அளவில் வந்த புதுவை 'இந்தியா'வின் மற்றொரு இதழ் *(4 செப்டம்பர் 1909).* தாதாபாய் நௌரோஜிக்கு 84 வயது நிரம்பியதைப் பாராட்டிப் படமும் வாழ்த்தும்.

செப்டம்பர் 4உ. இந்தியா

இந்தியா

சௌமிய ஹூ

ஆவணி மீ 20 உ

பாரத மக்கள்.

ஸ்ரீமான் மதன்லால் திங்க்ரா.

சந்தாதாரர்களுக்குக் குறிப்பு.

'இந்தியா' தலையங்கங்கள்: *4 செப்டம்பர் 1908 இதழின் 2ஆம் தலையங்கப் பக்கம். 'பாரத மக்கள்' என்ற அருமையான தலையங்கமும், வெடிகுண்டு வீச்சு பற்றி பாரதியின் கருத்தைத் தெரிவிக்கும் துணைத்தலையங்கமும்.*

புதுவை ‘இந்தியா’

புதுவையில் பாரதி கால்வைத்த சின்னாட்களில் சம்பவங்கள் விரைவாக நடக்கத் தொடங்கின. சென்னையிலிருந்து மண்டயம் ஸ்ரீனிவாஸாச்சாரியார், எஸ்.என். திருமலாச்சாரியார் முதலியோரும் புதுவை வந்துசேர்ந்தார்கள்.

பாரதி புதுவை சேர்ந்த ஒரு மாதத்துக்குள்ளாகவே ‘இந்தியா’ பத்திரிகையின் அச்சகம்கூட மிக ரகசியமாய்ப் புதுவைக்குக் கொண்டு சேர்க்கப்பட்டது! இது அக்காலத்தில் மகத்தான சாதனையாகும். ‘இந்தியா’ சென்னையில் 1908 செப்டம்பர் மாதம் 5ஆம் தேதி வரை வெளிவந்தது. புதுச்சேரியிலிருந்து அக்டோபர் 10ஆம் தேதி முதல் மீண்டும் முழங்கத் தொடங்கியது.

புதுவையில் பத்திரிகை நடத்த ஒரு பிரெஞ்சுப் பிரஜை பொறுப்பாளியாயிருக்க வேண்டும் என்று சட்டமிருந்தது. அதன்படி, எஸ். லக்ஷ்மீ நாராயணய்யர் என்பவரைப் பிடித்து, பத்திரிகையைத் தாம் வெளியிடுவதாய் அனுமதி பெறச் செய்தார்கள். புதுவை எத்ரான்ழேர் தெருவில் 58ஆம் எண்ணில் ஸரஸ்வதி அச்சகம் தோன்றியது; இரண்டே வாரங்களில் ‘இந்தியா’ மீண்டும் ‘நெருப்பு மழை’ பொழியத் தொடங்கியது.

‘இந்தியா’ புதுவை வந்ததும் முதல் ஆண்டு பழையபடி சிறிய அளவில் வெளிவந்தது. இரண்டாம் ஆண்டு (1909 அக்டோபர்) முதல் பத்திரிகை நின்றுபோன தேதி (1910 மார்ச் 19) வரை மீண்டும் பெரிய அளவில் வந்தது.

சென்னையில் இருந்ததுபோல முதல் பக்கத்திலும் உள்ளேயும் அரசியல் கார்ட்டூன்கள் பிரசுரமாயின. தவிரப் பல தேசபக்தர்களது படங்களும் ‘இந்தியா’வில் வெளியாயின.

புதுவை ‘இந்தியா’வில் பாரதியின் ‘ஞானரதம்’ தொடர்ந்து வெளியாயிற்று. சில பாடல்களும் வெளியாயின. புதுவை ‘இந்தியா’வுக்கு முதலாண்டு முடிந்து இரண்டாவதாண்டு ஆரம்பமானபோது, 16–10–1909 இதழில் ‘புது வருஷம்’ என்ற தலைப்பில் ‘வாழிய செந்தமிழ்’ பாடல் வெளிவந்திருக்கிறது.

‘இந்தியா’வில் தேசபக்தர்களது நடவடிக்கைகள் நிறைய வெளிவந்தன. பாரதிக்கு ‘வெடிக்காய் வியாபாரத்தில்’ நம்பிக்கை இல்லையெனினும் அக்காலத்திய வெடிகுண்டு வீச்சுகளும் அதிகார வர்க்கக் கொலைகளும் ‘இந்தியாவில் குழப்பம்’ என்ற தலைப்பில் வாராவாரம் செய்தியாக வந்தன. வெளிநாட்டு விவகாரங்களும் ராய்ட்டர் செய்திகள் மூலம் இடம் பெற்றன. துருக்கி சுதந்திரம் பெற்றது, பாரசீகம் விடுதலை பெற்றது முதலிய தகவல்கள் தேசபக்தி ததும்ப விவரிக்கப்பட்டன. லண்டனில் ஸாவர்க்கர் – டாக்டர் ராஜன் – வ.வே.சு ஐயர் கோஷ்டியைச் சேர்ந்த மதன்லால் திங்கரா என்ற வாலிபன் ஒரு வெள்ளை அதிகாரியைச் சுட்டது, தென் ஆப்பிரிக்காவில் மோ.க. காந்தியின் போராட்டங்கள் முதலியவை பற்றி செய்திகள் வந்தன.

சுயராஜ்ய தினம் கொண்டாடியதற்காக ராஜத்துவேஷக் குற்றம் சாட்டப்பெற்ற சுப்பிரமணிய சிவா, சிதம்பரம் பிள்ளை வழக்கு, ஸ்வதேசி ஸ்டீம் நாவிகேஷன் கம்பெனியைத் தொடர்ந்து நடத்த முயற்சிகள், தன் கணவரின் தண்டனைக்குப் பிரிவி கௌன்ஸில் அப்பீல் செய்யப் பண உதவி செய்யும்படி வ.உ.சி.யின் மனைவி விடுத்த வேண்டுகோள், கோவைச் சிறையில் பிள்ளையை அவரது தந்தையும் மற்றொரு ‘ஆப்த நண்பரும்’ (பரலி சு. நெல்லையப்பர்) போய்ப் பார்த்துவந்த விவரம், எதிராஜ் சுரேந்திர நாத் ஆரியா சிறையில் கொடுமை தாங்காமல் தற்கொலை செய்துகொள்ள முயன்றது, அரவிந்த கோஷின் அற்புதப் பிரசங்கங்களின் மொழிபெயர்ப்புகள், சுவாமி விவேகானந்தரின் உபதேசங்கள் – இவை ‘இந்தியா’வில் வெளியான சில விஷயங்களாகும்.

தலையங்கங்கள் ஒவ்வொன்றும் அழகிய கட்டுரை போல தேசபக்தி உபதேசம் செய்வதாயிருந்தது. ‘சுதந்திரம்’, ‘ஸமத்வம்’, ‘ஸகோதரத்வம்’ என்ற தலைப்பில் பல தலையங்கங்களும், ‘பாரத மக்கள்’, ‘சிற்பமும் கவிதையும்’ என்ற தலையங்கங்களும் வெளியாயின.

பத்திரிகை கடைசி நாலைந்து பக்கங்கள் முழுதும் விளம்பரங்களாயிருந்தன. காசிப் பட்டுப் பீதாம்பரம், பலவிதப் புத்தகங்கள், நவீன சாமான்கள், தாதுபுஷ்டி மருந்துகள் இவற்றின் தயாரிப்பாளர்களுக்குக்கூட ‘இந்தியா’வின் மதிப்பு நன்கு தெரிந்திருந்தது! ‘இந்தியா’ புதுவையில்கூட விளம்பரத்துக்குச் சிரமப்படவில்லை. இது இன்றும் வியப்பளிக்கும் விஷயமாகும்.

தமிழ்ப் பத்திரிகை உலகில் இன்றும் சாதிக்கப் பெறாத மற்றொரு புதுமையையும் ‘இந்தியா’ செய்துகாட்டிற்று. வர்த்தமானச் செய்திகளை, சிற்றூர்ச் செய்திகளை எளிய தமிழில் சுருக்கமாய் எழுதி அனுப்புவோருக்குச் சன்மானம் தந்தது ‘இந்தியா.’

காந்திக்கு அஞ்சலி – 1909இல்!

இந்தியத் தலைவர்களில் மகாத்மா காந்தியின் பெருமையை முதன்முதலில் உணர்ந்த வெகு சிலருள் பாரதியாரும் ஒருவர். பாரிஸ்டர் மோகன தாஸ் கரம் சந்த் காந்தி 1909இல் தென் ஆப்பிரிக்கா வில் இந்தியர் நலனுக்காகப் போராட்டம் நடத்திய போதே காந்தியின் மேன்மையை உணர்ந்து அவரை 'இந்தியா'வில் வெகுவாகப் பாராட்டியிருக்கிறார் நம் கவிஞர். தென் ஆப்பிரிக்க இந்தியர் போராட்டத் துக்காக நிதி வசூல் செய்து, தாமே ஐந்து ரூபாய் கொடுத்து, பணத்தைத் தென் ஆப்பிரிக்காவுக்கு அனுப்பினார் பாரதி.

காந்தியின் சத்தியாக்கிரக இயக்கம் தர்மத்தை அடிப்படையாகக் கொண்டது. ஆகையால் இந்தியப் பண்பாடு நிறைந்தது, அவரே வருங்காலத் தலைவர் என்றுகூட பாரதி தீர்க்கதரிசனமாய்க் கண்டிருக் கிறார்.

1909இல் பாரிஸ்டர் காந்தி தென்னாப்பிரிக்க இந்தியர் சார்பில் லண்டனுக்குத் தூது சென்று திரும்பிய சமயம் தென் ஆப்பிரிக்க அரசாங்கம் அவரைக் கைது செய்தது. இதைப் பற்றி பாரதி ஒரு கார்ட்டூன் மூலமாகவும், சித்திர விளக்கம் மூலமாகவும் தம் கருத்தைத் தெரிவித்துள்ளார்.

எதிர்ப்பக்கத்திலுள்ள படம், 'இந்தியா' 18 டிசம்பர் 1909 இதழில் வெளிவந்தது. படத்தின் கீழுள்ள குறிப்பு கூறியதாவது: 'ஸ்ரீ காந்தியென்ற பசுவானது தனது கன்றுக்குட்டியாகிய இதர இந்தியர்களின் நன்மையின் பொருட்டு இங்கிலாந்துக்குப் போய்ப் பேசிவிட்டு, சிறையிலடைபடுவதற்காக மறுபடியும் திரான்ஸ்வாலுக்கு வந்திருக்கிறது. தென் ஆப்பிரிக்கா உத்தியோகஸ்தர்களாகிய புலிகள் அவருடைய மேன்மையை யறியாமல் சிறையிலடைத்தார்கள்.'

உள்ளே சித்திர விளக்கம் வருமாறு கூறியது:

'முற்காலத்தில் நடந்ததாக ஹிந்துக்களின் புராணங்களில் சொல்லியிருக்கும் விஷயம் அநே கருக்குத் தெரிந்திருக்கலாம். ஒரு காட்டில் புலியின் வாயிலகப்பட்ட பசுவானது தன்னுடைய கன்றுக் குட்டிக்குப் பால் கொடுக்காமல் வந்துவிட்டபடியால் புலியைப் பார்த்து, 'ஹே பிரபு! இன்று என்னுடைய கடமையைச் செலுத்தாமல் வந்துவிட்டேன். என்னு டைய கன்றுக்குப் பால் கொடுக்கவில்லை. ஆதலால் நான் இப்பொழுதே போய்ப் பால் கொடுத்து விட்டுவந்து உமக்கு இரையாய் விடுகிறேன். உத்தர வளிக்க வேணும்' என்றது.

'புலி நெடுநேரம் யோசித்து அதனுடைய ஸத்தியத்தைப் பரீட்சிக்கும் பொருட்டு, 'போய்க் காரியமான உடனே வந்துவிடு' என்று சொல்லி அனுப்பியது.

'பின்பு பசுவானது கன்றுக்குப் பால் கொடுத்து விட்டு, அதைத் தன்னுடைய சிநேகிதையான மற் றொரு பசுவினிடத்தில் ஒப்புவித்துவிட்டு, புலியி னிடத்தில் வந்து, 'என்னுடைய தர்மத்தைச் செய்து விட்டு வரும்படி உத்தரவளித்ததற்கு உமக்கு வந்தன மளிக்கிறேன். என்னைப் புசியும்' என்றது.

'இதைக் கண்ட புலி ஆச்சரியப்பட்டு, 'அம்மா ஸத்திய தேவதையே, உன்னைப் புசித்துவிட்டு நான் எந்த நீச கதிக்குப் போவேன்! நான் இதுவரைக் கும் செய்தது போதும்' என்று சொல்லிப் பட்டினி யிருந்து பிராணனை விட்டது.

'இப்பசுவைப்போல் நடந்துகொண்ட நமது ஸ்ரீ காந்தி பிரபுவைத் தென் ஆப்பிரிக்கா புலிகள் என்ன செய்கின்றன பார்த்தீர்களா? ஒன்றும் தெரி யாத புலிகூட இந்துஸ்தானத்தில் தயையினுடைய பிரவாகத்தைத் தடுக்க முடியவில்லை. ஆனால் தென் ஆப்பிரிக்காவில் மனுஷிய ரூபம் தரித்துப் புலியைப் பார்க்கிலும் கொடுமையாக, (தங்களுக்கு உதவி புரிந்த) இந்தியர்களை நடத்தும் நாகரிக ஆங்கிலேயர்களை இக் கலிகாலத்தில்தான் காணலாம்.'

மகாத்மா காந்தியை 'வாழ்க நீ எம்மான்!... புவிக்குள்ளே முதன்மை பெற்றாய்!' என்று பிற் காலத்தில் வாயாரப் பாடிப் புகழ்ந்தார் பாரதி. ஆனால், இந்தியத் தலைவர்களில் பலர் காந்தியை அறியாதிருந்த 1909ஆம் ஆண்டிலேயே பாரதி மேலே குறித்த படத்தையும் குறிப்பையும் வெளியிட்டது தான் விசேஷம். அதுவே கவியின் தீர்க்கதரிசனம்.

'விவேகானந்தர்கூட சாகுந்தறுவாயில் பாரதம் என்னவாகுமோ என்று கவலைப்பட்டார். ஆனால் அவருக்குக்கூடத் தெரிவிக்காமற்போன எதிர்கால ரகசியத்தை, இயற்கைச் சக்திகள் பாரதிக்குத் தெளி வாய் உணர்த்தியிருந்ததும், காந்தீயத்தால் உலகமே உய்யும் என்று கூறும் அளவுக்கு பாரதி துணிவான தீர்க்கதரிசனம் பெற்றிருந்ததும் வியப்பிலும் வியப்பு' என்கிறார் மண்டயம் ஸ்ரீநிவாஸாச்சாரியார்.

காந்திப் பசு: தென் ஆப்பிரிக்க இந்தியத் தலைவர் மோ.க. காந்தியை (காந்தியடிகளை) வாக்குத் தவறாத, சத்தியம் மிக்க பசுவாகச் சித்திரிக்கும் 'இந்தியா' *(18 டிசம்பர் 1909)* கார்ட்டூன்.

இந்தியா

விஜயா.

பிரதி தினம் வெளியாகும்

भारतमाता

वन्देमातरम

'விஜயா' விளம்பரம்: சென்னை தீவிர தேசியத் தமிழ்த் தினசரி *7 செப்டம்பர் 1909 முதல் புதுவையிலிருந்து வெளியாகுமென்று அறிவிப்பு ('இந்தியா' 4 செப்டம்பர் 1909).*

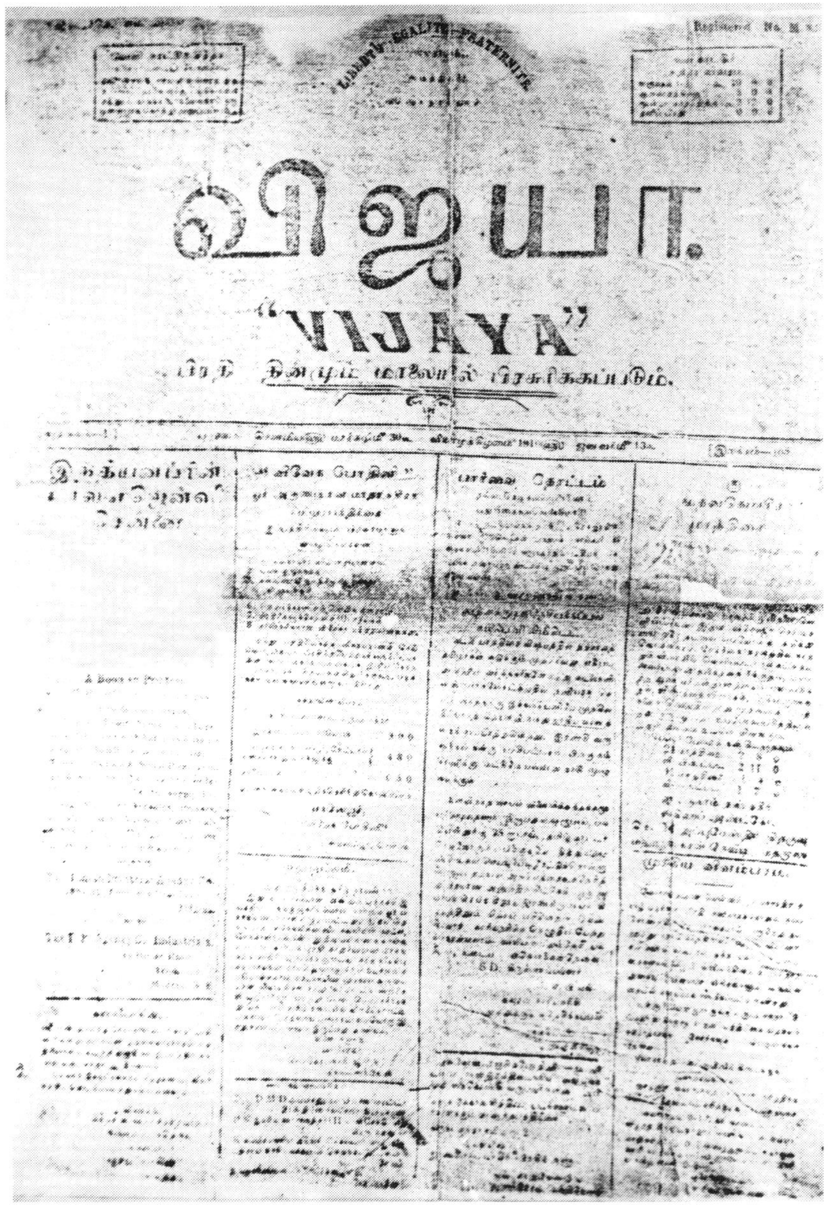

LIBERTE-EGALITE-FRATERNITE

விஜயா.

"VIJAYA"

'விஜயா' முதல் பக்கம்

புதுவைத் தினசரி 'விஜயா'

பாரதி புதுவை வந்த ஓராண்டுக்குள் அவருடைய சக்தி மேன்மேலும் அதிகரித்து, அவர் மேலும் பல முயற்சிகளைச் செய்யத் தூண்டுதலாயிற்று.

சென்னையில் நடத்த முடியாமல் புதுவையிலிருந்து வெளிவரும் 'இந்தியா'வுக்கு முன்னைவிட அதிக செல்வாக்கு ஏற்பட்டது. பிரெஞ் சிந்தியப் புகலிடமான புதுவையிலிருந்து பிரிட்டிஷ் அரசாங்கத்தைத் தாக்கி எழுதுவது எளிதாயிருந்தது. 'இந்தியா' புதுவை வந்த ஒரு வருஷத்துக்குள், பாரதி சம்பந்தப்பட்ட மற்றொரு பத்திரிகையையும் சென்னையிலிருந்து புதுவைக்குக் கொண்டுவர பாரதியும் நண்பர்களும் திட்டமிட்டுவிட்டார்கள்.

'விஜயா' என்ற இந்த தமிழ் தினசரிப் பத்திரிகை சென்னையில் திருவல்லிக்கேணி ஹைரோடிலிருந்து வெளிவந்தது. காங்கிரஸின் 'புதிய கோட்பாடுக'ளை – அதாவது தீவிரவாதிகளை ஆதரித்துக் காரசாரமாக எழுதிவந்தது இப்பத்திரிகை. இது சென்னையில் வெளிவரும்போதும் இதைப் பற்றிய விளம்பரம் புதுவை 'இந்தியா'வில் பிரசுரமாயிற்று. முடிவில், 'விஜயா' 7–9–1909 கிருஷ்ண ஜயந்தி முதல் புதுவையிலிருந்து வெளியாகுமென 'இந்தியா'வில் ஒரு மாதத்துக்கு முன்பே விளம்பரம் செய்யலானார்கள்.

'விஜயா' பத்திரிகை, பாரதியின் 'இந்தியா' சென்னையில் நின்றதும், அக்குறையைப் போக்குவதற்காக மண்டயம் ஸ்ரீநிவாஸாச்சாரியாரின் சொந்தத் தமயனாரான எஸ். திருமலாச்சாரியரால் சென்னையில் ஆரம்பிக்கப்பட்டது. சென்னையில் அப்பத்திரிகையும் சர்க்கார் தலையீடின்றி நடக்க முடியாமற்போகவே அதுவும் புதுவை வந்தது. 1909 கிருஷ்ண ஜயந்தி முதல் வெளிவந்தது.

தேச சேவை என்று வந்துவிட்டால் உற்றார் உறவினராயினும் தாட்சணியமின்றித் தாக்கும் இயல்புடையவர் பாரதி. தமது தேசிய கீதங்கள் முதன்முதலாக அச்சேற உதவிய கொடையாளி வி. கிருஷ்ணஸ்வாமி ஐயர் காங்கிரஸில் தமக்கு எதிர்க் கட்சியானபோது பாரதி தயங்காமல் அவரைக் கண்டித்தெழுதினார்.

1909ஆம் ஆண்டு இறுதியில் வி. கிருஷ்ணஸ்வாமி ஐயர் நீதிபதிப் பதவியை ஏற்றபோது, தேசபக்தத் தலைவரொருவர் அரசாங்க வேலையை ஏற்பதா என்று அவருடைய நண்பர்களே கேட்டார்கள். நீதிபதிப் பதவி ஏற்பது தேசத் துரோகம் என்று பாரதி கருதினார். அச்சமயத்தில் அவர் 'விஜயா' பத்திரிகையில் எழுதிய தலையங்கம் அவரது வாதத் திறமைக்கும் எழுத்து வன்மைக்கும் சான்றாக இருக்கிறது.

திலகர் கோஷ்டியைவிட நாங்கள் எந்தவிதத்திலும் தேசபக்தி குறைந்தவர்கள் அல்லவென்று சொல்லுகிறீரே, 'ஓய் கிருஷ்ணஸ்வாமி ஐயரே,' நாளை உங்களுடைய சகாக்களான தீவிரவாதிகளில் எவரேனும் போலீஸாரால் உமது கோர்ட்டில் நிறுத்தப்பட்டால் நீங்கள் 'தயையும் கருணையும் கலந்து' பல வருஷம் கடுங்காவல் விதிப்பீர்களே; அதுவும் தேசபக்தியான செயல்தானோ! – என்று இடித்துக்காட்டுகிறார் பாரதி இத்தலையங்கத்தில்.

1909ஆம் ஆண்டு இறுதியில், பாரதியாரும் நண்பர்களும் இன்னும் பல பத்திரிகைகளை வெளியிடத் தொடங்கினார்கள். அரவிந்த கோஷ் புதிதாய் ஆரம்பித்த 'கர்மயோகின்' என்ற ஆங்கில மாதப் பத்திரிகையையொட்டித் தமிழில் 'கர்மயோகி' என்ற மாதப் பத்திரிகை, 1909 கிருஷ்ண ஜயந்தி முதல் வரத் திட்டமிடப்பட்டு, 1910 ஜனவரி முதல் வெளிவரலாயிற்று. இதில் "ஆயிரம் பிரதிகளே" அச்சிடப் போவதாய் முன்னெச்சரிக்கை செய்திருப்பதிலிருந்து பத்திரிகைகள் பல்லாயிரக்கணக்கில் விற்பனையாகும் சந்தர்ப்பம் இருந்ததென ஊகிக்கலாம்.

1909 டிசம்பர் 4ஆம் இதழில் 'சித்ராவளி' என்ற மற்றொரு மாதப் பத்திரிகை 'இந்தியா' காரியாலயத்திலிருந்து விரைவில் வெளியாகப் போவதாக விளம்பரம் இருக்கிறது. இது முழுதும் சித்திரங்களாகவே இருக்குமென்றும், சித்திரக் குறிப்புகள் ஆங்கிலம் தமிழ் இரண்டிலும் இருக்குமென்றும் கூறப்பட்டது. ஆனால் இப்பத்திரிகை வெளிவந்ததா இல்லையா என்பது தெரியவில்லை. இது வெளிவந்திருக்கும் பட்சத்தில் இந்தியாவின் முதல் முழுக் கார்ட்டூன் பத்திரிகையாக அது இருந்திருக்க வேண்டும். இதிலும் பாரதி இந்தியப் பத்திரிகை உலகம் முழுமைக்கும் வழிகாட்டியாக இருந்திருக்கிறார்!

இவை தவிர 'பால பாரதா' என்ற சென்னை ஆங்கில வாரப் பத்திரிகையும் புதுவையிலிருந்து பிரசுரமாகத் தலைப்பட்டது.

பாரதி 'கர்மயோகி' துவக்கிய கதை

பாரதி பல பத்திரிகைகளுடன் தொடர்பு கொண்டிருந்தார். எனினும், 'கர்மயோகி' மாதப் பத்திரிகைக்குத் தனிச் சிறப்பு உண்டு. என்னவென்றால், அது அவர் சொந்தமாகத் தாமே நடத்திய பத்திரிகை.

தம்முடைய ஆழ்ந்த கருத்துக்களையும் இதர பத்திரிகைத் துறைத் திறமைகளையும் காட்டத் தமக்குத் தாமே ஒரு பத்திரிகை அமைத்துக்கொள்ள வேண்டும் என்ற கருத்து, புதுவை போன ஓராண்டில் பாரதிக்குத் தோன்றியது, ஒரு நெருக்கடியினால்.

'இந்தியா' பத்திரிகையைப் புதுவையில் நடத்திய மண்டயம் ஸ்ரீநிவாஸாச்சாரியார் மிகுந்த நற்பண்பும், நயமான போக்கும் உடையவர். பிரெஞ்சுப் பேராசிரியராக ராஜமகேந்திரபுரத்தில் (ஆந்திரம்) பணிபுரிந்து, அதை விடுத்துப் பத்திரிகை நடத்தும் பணிக்கு வந்துசேர்ந்த அவர், தீவிர தேசபக்தி மிகுந்த ஒரு குடும்பத்தைச் சேர்ந்தவர். அவரது தந்தை கிருஷ்ணமாச்சாரியார், குடும்ப விவகாரம் காரணமாகப் புதுவை சென்று வாழ நேர்ந்த போதுகூட, அங்கே 1890–91 இல், இந்தியா குடியரசாக வேண்டும் என்ற கருத்தை வலியுறுத்த, 'இந்தியன் ரிபப்ளிக்' என்ற ஆங்கில மாதப் பத்திரிகை நடத்தியவர். ஸ்ரீநிவாஸாச்சாரியாரின் தமையன் திருமலாச்சாரியார், சென்னையில் 'இந்தியா' நின்றுபோன குறையைப் போக்க 'விஜயா' என்ற நாளிதழை அங்கே தொடங்கியவர். தம்பி பார்த்தஸாரதி, வ.உ.சி. சிறைப்பட்டு ஸ்வதேசி கப்பல் கம்பெனி தத்தளித்த சமயம், மேலும் நிதி திரட்டி அதை ஒழுங்காக நடத்தும் முயற்சியில், கப்பல் கம்பெனிப் பங்குகளை விற்க, இந்தியாவெங்கும் மட்டுமன்றி நேபாளத்துக்கும் போய்வந்தவர்.

ஸ்ரீநிவாஸாச்சாரியார் அரசியலில் தீவிரவாதி; மற்றப்படி வைதிக நம்பிக்கைகள் கொண்டவர். அவருக்கும் பாரதிக்கும் ஓர் அடிப்படைக் கருத்து மாறுபாடு உண்டு. ஸ்ரீநிவாஸாச்சாரியார் ஆயுதமேந்திய சுதந்திர முயற்சிகளையும் ஆதரித்தார்; பாரதி, ஆரம்ப முதலே ஆயுதமேந்திய முயற்சிகளை – தனிநபர் கொலைகளையும் சரி, மறைந்திருந்து படை திரட்டிப் போரிடும் புரட்சி முயற்சியையும் சரி – ஏற்கவில்லை. தனிநபர் கொலை இந்தியப் பண்பாட்டுக்கு ஏற்றதல்ல என்பது அவரது உறுதியான நம்பிக்கை.

1909இல் மதன்லால் திங்கரா என்ற பஞ்சாபி இளைஞர் லண்டனில் கர்ஸான் வைலி என்ற பிரிட்டிஷ் அதிகாரியைச் சுட்டுக்கொன்றபோது புதுவை 'இந்தியா' தலையங்கத்தில் கொலை வழியைக் கண்டித்தார் பாரதி. இதனால் அந்தப் பத்திரிகை அலுவலகத்தில் ஒரு நெருக்கடி ஏற்பட்டது – ஆசிரியர் பாரதிக்கும் அதிபர் ஸ்ரீநிவாஸாச்சாரியாருக்கும். ஆனால், இருவருக்குமிடையே இருந்த நெருங்கிய அன்புப் பிணைப்பால் அது சமாளிக்கப்பட்டது.

அதே ஆண்டில், ஸ்ரீநிவாஸாச்சாரியார் குடும்ப காரியமாகச் சிறிது காலம் சென்னை போக நேர்ந்தபோது தமது உறவினர் ஒருவரை – தமது தங்கை கணவரான ஆர்.ஏ. ஸ்ரீரங்காச்சாரியார் என்பாரை – 'இந்தியா' அலுவலக நிர்வாகியாக நியமித்துச் சென்றார். கண்டிப்பு சுபாவமுள்ள ஸ்ரீரங்காச்சாரியார், பாரதி வேளா வேளைக்கு ஆபீசுக்கு வரவேண்டுமென்றார். காரசாரமான வாக்குவாதம் நடந்தது. பாரதி, தாம் 'விஷயதானம் செய்யும் ஆசிரிய'ரே என்றும், தமது சன்மானமும் அத்தகையதே என்றும், முழு நேர ஆபீஸ் ஊழியம் புரிய வேண்டுமானால் அதற்கான சம்பளம் தரவேண்டும் என்றும் காரமாகவே சொன்னார். பேச்சு தடித்தது. பாரதியை அடிக்கப்போய்விட்டார் ஸ்ரீரங்காச்சாரியார். நல்ல வேளையாக, உடனிருந்த 'இந்தியா' பணியாளர் என். நாகசாமி அவர்களைத் தடுத்து, பாரதியை வெளியே அழைத்துச் சென்றார். நாகசாமி ஏற்பாட்டில், அன்றே 'சூர்யோதயம்' என்ற உள்ளூர் தமிழ் வாரப் பத்திரிகை ஆசிரியரானார் பாரதி. இதை நடத்தியவர் சைகோன் சின்னையா நாயுடு என்ற பிரபல புதுவை அச்சக முதல்வர். (இதன் முழு விவரங்களைப் 'புதுவையில் தேசபக்தர்கள்' என்ற நூலில் நாகசாமி எழுதியுள்ள பகுதியில் காணலாம்.)

சில மாதங்களில் ஸ்ரீநிவாஸாச்சாரியார் திரும்பிவந்ததும் பாரதியைச் சமாதானப்படுத்தி மீண்டும் 'இந்தியா'வுக்கே இழுத்துக்கொண்டார்.

இது போன்ற அனுபவங்களே பாரதி தாமே சொந்தமாக ஒரு பத்திரிகை வைத்துக்கொள்ள வேண்டும் என்று நினைக்கக் காரணமாயின.

ரிஜிஸ்டர் நெ. 862. சௌம்ய வருஷ மாசிமீ பிப்ரவரி மீ 1910

புத்தகம் 1. ஓம் இலக்கம் 2.

கர்மயோகி.

சந்தா விகிதம்.

உள் நாடுகளுக்கு வருஷமொன்றுக்கு	ரூ.	2	0	0
,, அரை வருஷத்துக்கு	ரூ.	1	4	0
வெளி நாடுகளுக்கு	ரூ.	3	0	0
தனிப்பிரதி	ரூ.	0	4	0

விளம்பர விகிதம்.

—

பக்கமொன்றுக்கு ஒரு மாதத்துக்கு ரூ. 5. நீடித்த காலம் பிரசுரமாகும் விளம்பரங்களுக்கு விகிதம் குறைக்கப்படும் இதன் விவரங்கள் எழுதிக் கேட்டுக்கொள்க,

"கர்மயோகி" காரியாலயம்—புதுச்சேரி;

'கர்மயோகி' பிப்ரவரி 1910 இதழின் மேலட்டை: *1910 ஜனவரியிலிருந்து பாரதி சொந்தமாக நடத்திய மாத இதழ் 'கர்மயோகி'. கையால் செதுக்கியதானாலும் அட்டைப் படம் பிரமாதமாக உள்ளது.*

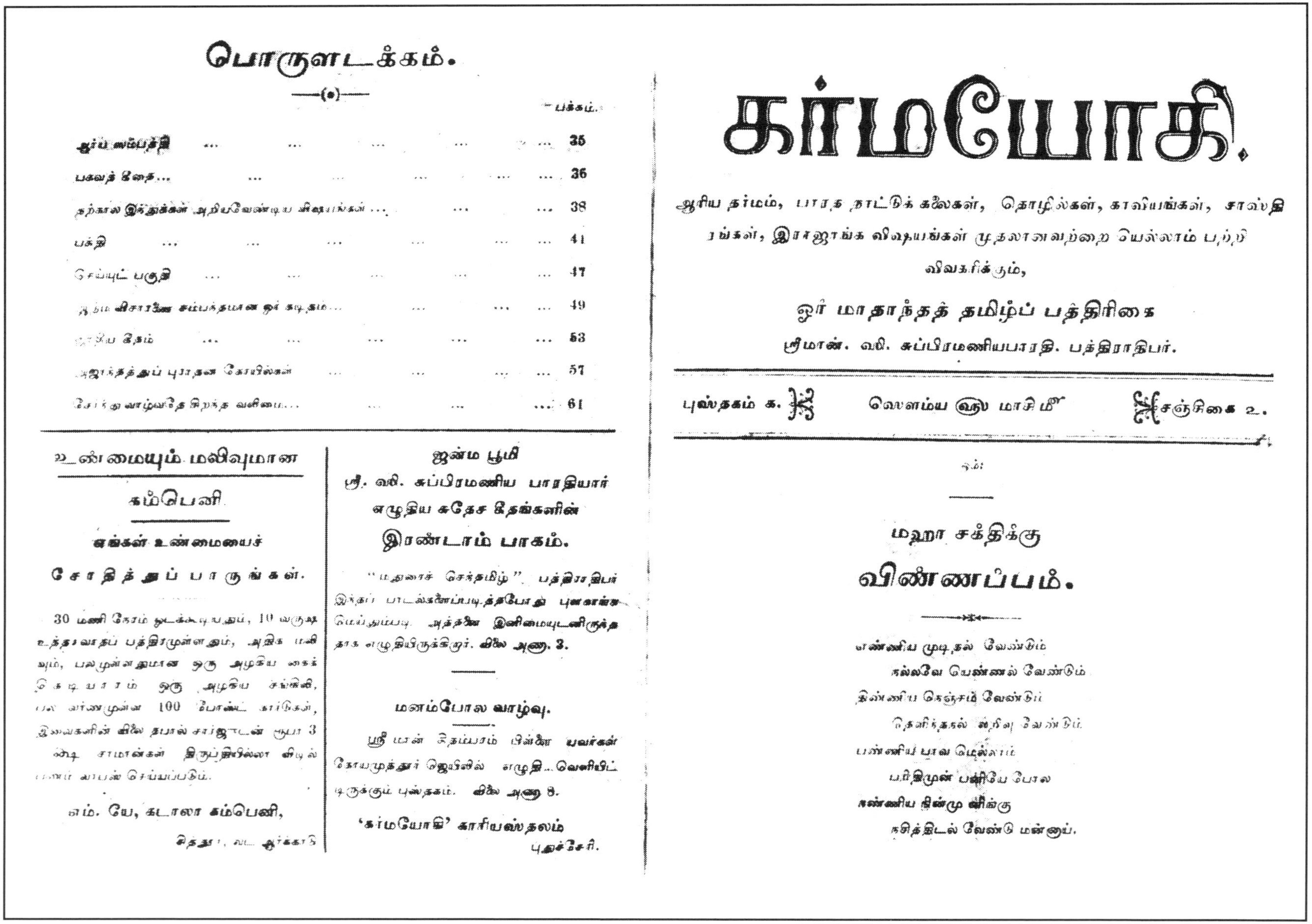

பொருளடக்கம்.

—(•)—

கர்மயோகி.

ஆரிய தர்மம், பாரத நாட்டுக் கலைகள், தொழில்கள், காவியங்கள், சாஸ்திரங்கள், இராஜாங்க விஷயங்கள் முதலானவற்றை யெல்லாம் பற்றி விவகரிக்கும்,

ஓர் மாதாந்தத் தமிழ்ப் பத்திரிகை

ஸ்ரீமான். ஸி. சுப்பிரமணியபாரதி. பத்திராதிபர்.

புஸ்தகம் க. ஸௌம்ய ஸ்ரீ மாசி மீ சஞ்சிகை உ.

ஓம்

மஹா சக்திக்கு

விண்ணப்பம்.

எண்ணிய முடிதல் வேண்டும்
நல்லவே யெண்ணல் வேண்டும்
திண்ணிய நெஞ்சம் வேண்டும்
தெளிந்தநல் லறிவு வேண்டும்
பண்ணிய பாவ மெல்லாம்
பரிதிமுன் பனியே போல
நண்ணிய நின்முன் இங்கு
நசித்திடல் வேண்டு மன்னாய்.

'கர்மயோகி': *1910 பிப்ரவரி இதழின் அட்டை உள்பக்கமும், பொருளடக்கப் பக்கமும்.*

‘கர்மயோகி’

‘**க**ர்மயோகி’ மாதப் பத்திரிகை விஷயத்திலும் அச்சிலும் தரம் உயர்ந்ததாக இருந்தது.

1909 செப்டம்பரில் ஸ்ரீ கிருஷ்ண ஜயந்தியிலிருந்து பாரதி தமது சொந்தப் பத்திரிகை ‘கர்மயோகி’யைக் கொண்டுவரத் திட்டமிட்டார்; முடியவில்லை. ஆவணிக்குப் பதிலாகத் தைமாதம், பொங்கல் சமயம் 1910 ஜனவரியிலிருந்து அது வெளிவரலாயிற்று. பார்த்தவர் போற்றினர்; பாரதி மகிழ்ந்தார்.

‘கர்மயோகி’ கலாசார மாத ஏடு. அதில் வந்த விஷயங்கள் உயர்தரமானவை. அச்சும் சிறப்பாக இருந்தது. பத்திரிகையின் நோக்கம், ‘ஆரிய தர்மம், பாரத நாட்டுக் கலைகள், தொழில்கள், காவியங்கள், சாஸ்திரங்கள், இராஜாங்க விஷயங்கள் முதலான வற்றையெல்லாம் பற்றி விவரிக்கும் ஓர் மாதாந்திரத் தமிழ்ப் பத்திரிகை’ என்ற விளக்க வாசகத்தில் தெளிவாகத் தரப்பட்டிருந்தது.

பத்திரிகையின் நடை தெளிவான, நயமான புதுமை கொண்டதாக, பாரதியின் முத்திரை துலங்க அழகுடன் மிளிர்ந்தது.

ஆசிரியர் ‘சி. சுப்பிரமணிய பாரதி’ என்று தரப்பட்டிருந்தது.

மேலட்டையில் பத்திரிகையின் பெயர் அழகுறக் கொட்டை எழுத்துக்களில் துலங்கியது. ஆனால், அட்டையில் நம்மைக் கவர்வது அதன் கீழே இருந்த அருமையான கீதோபதேசச் சித்திரமாகும். போர்க் களத்தில் கண்ணனையும் பார்த்தனையும் தேரையும் பின்னே படைகளையும் நுணுக்கமாகவும் விவரமாகவும் காட்டும் இப்படம், மரக்கட்டையிலோ காரீயத் தகட்டிலோ செதுக்கியதென்றால் நம்பமுடிகிறதா? அக்காலத்தில் போட்டோ எடுத்து ‘ப்ளாக்’ செய்யும் முறை தென்னாட்டில் பரவவில்லை.

படத்தில் ஒரு கட்டம்; அதனுள் ஒரு கீதைப் பொன்மொழி: ‘அப்படியே அறிந்தவன் பற்றில்லாதவனாய் உலக நன்மையை விரும்பித் தொழில் செய்யவேண்டும்.’ பாரதியின் பண்பட்ட மனப் பான்மைக்குச் சான்று.

மேலட்டையில், ‘ரிஜிஸ்டர் நெ. 862’ என்றும், தேதி விவரமும் உள்ளன. கீதோபதேசப் படத்துக்குக் கீழே சந்தா விவரம், விளம்பர விவரம்.

சந்தா வருஷத்துக்கு 2 ரூபாய்; அரை வருஷத்துக்கு ஒன்றேகால் ரூபாய். வெளிநாடுகளுக்கு 3 ரூபாய். தனிப் பிரதி கால் ரூபாய்.

விளம்பர விகிதம், ஓர் இதழில் ஒரு பக்கத்துக்கு 5 ரூபாய்; நீண்ட கால விளம்பரங்களுக்குச் சலுகை; எழுதிக் கேட்டு அறியவும்.

மேலட்டை இரண்டாம் பக்கம், பொருளடக்கம் இருக்கிறது. பக்கத்தின் கீழ்ப் பாதியில் இரு விளம்பரங்கள். ஒன்று, அப்போது சென்னை மாகாணம், வடார்க்காடு மாவட்டத்திலிருந்த சித்தூர் (தற்போது, ஆந்திரம்), எம்.யே. கடாலா கம்பெனி ‘கைக் கெடியார’ விளம்பரம். 3 ரூபாய்க்கு, 10 வருஷம் உத்தரவாதமுள்ள கைக் கடிகாரம், அழகிய சங்கிலி, பல வர்ணப் போஸ்ட் கார்டுகள் 100, தபால் செலவின்றி வீடு தேடிவரும்! ‘திருப்தியில்லாவிடில் பணம் வாபஸ்.’ அம்மாடியோவ்!

மற்றது, ‘கர்மயோகி’ காரியஸ்தல’ விளம்பரம். பாரதியின் ‘ஜன்ம பூமி’ என்ற இரண்டாவது சுதேச கீதங்கள் தொகுதி, வ.உ. சிதம்பரம் பிள்ளையின் ‘மனம் போல வாழ்வு’ நூல்கள் பற்றி. ’ஜன்ம பூமி’ விலை அணா 2 (அரைக்கால் ரூபாய்)! “மதுரை ‘செந்தமிழ்’ பத்திராதிபர் இந்தப் பாடல்களைப் படித்தபோது புளகாங்கிதமெய்தும்படி அத்தனை இனிமையுடனிருந்ததாக எழுதியிருக்கிறார்” என்ற வாக்கியம், இது பற்றி.

‘கர்மயோகி’யின் விஷயப் பக்கங்களில் முதல் பக்கம் ஒரு பாரதி பாடல்; எட்டு வரி. ‘மஹாசக்திக்கு விண்ணப்பம்’ (‘எண்ணிய முடிதல் வேண்டும்’).

விஷயப் பக்கங்கள் இதழுக்கு 30. நாம் கண்ட இரண்டாவது இதழில், ‘ஆரிய ஸம்பத்தி’, ‘கிருஷ்ணனுக்கும் நமது பத்திரிகை படிப்பவருக்கும் அந்தரங்க சம்பாஷணை,’ ‘பகவத் கீதை,’ ‘தற்கால இந்துக்கள் அறிய வேண்டிய விஷயங்கள்,’ ‘பக்தி,’ ‘செய்யுட் பகுதி,’ ‘ஆத்ம விசாரணை சம்பந்தமான ஓர் கடிதம்,’ ‘சுதேசம்,’ ‘ஜாதீய கீதம்,’ ‘அஜாந்தத்துப் புரதான கோயில்கள்,’ ‘சேர்ந்து வாழ்வதே சிறந்த வலிமை,’ ‘பெத்ஸா குகைக் கோயில் தாழ்வாரத்தின் காட்சி’ படம் என்ற பலதரப்பட்ட கட்டுரை, கவிதைகள் இருக்கின்றன (இவற்றில் சில, ‘பாரதி புதையல் பெருந் திரட்டு’ நூலில் உள்ளன). கிருஷ்ணனுக்கும் வாசகருக்கும் சம்பாஷணை என்பது ஸ்ரீ கிருஷ்ணன் வாசகருக்கு எழுதும் சுவையான கடிதம். ‘சுதேசம்’ கட்டுரை வ.உ.சி. எழுதியது. வ.உ.சி. இச்சமயம் சிறையில் இருந்தாரென்பது நினைவில் வைக்கத் தக்கது.

சென்னையில் செய்த விமானம்

பாரதி புதுவை வந்தவுடன் அங்கே அனுப்பப்பட்ட பிரிட்டிஷ் இந்திய உளவாளிகள் புதுவையில் நிரந்தரக் கூடாரமடித்துக்கொண்டார்கள். பாரதியும் மற்றவர்களும் என்னவோ ரகசியத் திட்டம் போடுவதாக நினைத்துக்கொண்டு, அவர்களை வேவுகாரர்கள் சதா நிழல்போல் தொடர்ந்தார்கள். கான்பகதூர் ஜி.எஸ். அப்துல் கறீம் என்ற பிரிட்டிஷ் இந்தியப் போலீஸ் அதிகாரி இந்த விசேஷ வேலைக்கு அதிகாரியானார். பாப்பாராவ் நாயுடு என்பவர் மற்றொரு போலீஸ் அதிகாரி. இவர் சென்னையிலிருந்தபோதே பாரதிக்கு இவரைத் தெரியும்.

பிரெஞ்சிந்தியாவின் தபால் இலாகா பிரிட்டிஷ் நிர்வாகத்திலேயே நடந்தது. அது இந்த உளவாளிகளுக்கு மிக வசதியாயிற்று. பாரதிக்கும் 'இந்தியா'வுக்கும் வரும் தபால்களை வழிமறித்துத் தணிக்கை செய்தார்கள். வரும் மணியாடர்களைக்கூடத் தடுத்தார்கள். பிரிட்டிஷ் இந்தியாவிலிருந்து பணம் அனுப்புவோர் பெயரைக் கவனித்து, அங்கே அவர்களை மிரட்டச் செய்தார்கள். இவ்வளவு நெருக்கடியிலும் 'இந்தியா' சிறப்பாக நடந்துவந்தது. பத்திரிகை அளவில் பெரிதாகி, பல சமயங்களில் விசேஷ அனுபந்தங்களுடன் வெளிவந்தது.

இப்படி 1910இல் வெளிவந்த அனுபந்தம் ஒன்றில் 'சென்னையில் செய்த விமானம்' என்றொரு செய்தியும் விமானத்தின் படமும் வெளியாயின. இவ்விமானம் சென்னையில் டாஞ்சலிஸ் ஹோட்டலின் பிரெஞ்சு முதலாளி டாஞ்சலிஸின் திட்டப்படி ஸிம்ப்ஸன் கம்பெனி பட்டறையில் 'தமிழ் வேலைக்காரர்களால்' கட்டப்பெற்றது. கட்டியது தமிழ் வேலைக்காரர்கள் என்று நினைவூட்டுகிறார் பாரதி. எதையெடுத்தாலும், அதிலும் நாட்டுப் பெருமையை, நாட்டு மக்கள் பெருமையைக் கண்டு அதை உரக்க வெளியிட்டு மக்களுக்குத் தம் பலம் தெரியும் வகையில் பேனா ஒட்டியவர்களில் மகா சமர்த்தர் பாரதி.

இந்த விமானம் யந்திரத்துடன் மேலே ஏறிப் பறந்ததாகவும் செய்தி கூறுகிறது. உலகில் முதன் முதலாக ரைட் சகோதரர்கள் விமானம் கட்டிப் பறந்ததற்கு ஆறேகால் வருஷங்களுக்குள் சென்னையில் இப்படி ஒரு விமானம் கட்டி, அதில் வெற்றிகரமாய்ப் பறந்தார்களென்பது அதிசயமல்லவா!

இதற்கிடையில் பாரதி பிரிட்டிஷ் இந்தியாவுக்குத் திரும்பும்படி செய்யப் பல முயற்சிகள் நடந்தன. திருநெல்வேலி கலெக்டர் ஆஷ் துரையின் தூண்டுதலின் பேரில் எட்டயபுரம் ஜமீன்தார் பாரதியின் தாய்வழிப் பாட்டனாரைப் புதுச்சேரிக்கு அனுப்பி, பாரதியை எட்டயபுரத்துக்குத் திருப்பியழைத்து வரும்படியும், பாரதிக்குத் தாம் வேலை தருவதாயும் சொல்லியனுப்பினார்.

பாரதிக்குத் தம் பாட்டனார் ராமஸ்வாமி அய்யரிடம் மிகவும் பிரியம். பாட்டனார், பாட்டியார், மாமா சாம்பசிவம் மூவரும் புதுவை வந்தது அவருக்கு எல்லையற்ற சந்தோஷம். சாத்தூரைக்கூடத் தாண்டியிராத தாத்தா தனக்காகப் புதுச்சேரியே வந்துவிட்டதில் அவர் மட்டற்ற மகிழ்ச்சியடைந்தார். ஆனால் அவர்கள் வந்த சமாச்சாரத்தைக் கேட்டதும் அவரது முகம் இருண்டது. மீசையில் கைவைத்துக்கொண்டே, 'பாஞ்சாலங்குறிச்சியை முன்னர் காட்டிக் கொடுத்துப் பரிசு வாங்கின மாதிரி என்னையும் காட்டிக் கொடுத்துப் பரிசு வாங்கலாம் என்ற நினைப்பு போலிருக்கு ஜமீன்தாருக்கு! ஞாபகமாய் இருக்கச் சொல்லுங்கள்!' என்று பதிலளித்தார்.

பிறகு, 'வெள்ளைக்காரனுக்கு என்னிடம் என்னடா இவ்வளவு கருணை! என் தாத்தாவையும் பாட்டியையும் பார்க்கும்படி செய்துவிட்டானே! இதற்கு நான் என்னடா அவனுக்குச் சன்மானம் பண்ணப்போகிறேன்!' என்று ஆர்ப்பரித்தார்.

தாத்தாவும் பாட்டியும் மாமாவும் சுமார் ஒன்றரை மாத காலம் புதுவையில் தங்கும்படி செய்தார் பாரதி. தாத்தாவின் வற்புறுத்தலின்பேரில் மகாராஜாவுக்கு ஒரு கடிதம் பட்டும் படாமலும் எழுதியனுப்பினார். ஆனால் அதற்குமேல் அதைப் பற்றிச் சிந்தனை செய்ததாய்த் தெரியவில்லை.

'கண்ணிரண்டும் விற்றுச் சித்திரம் வாங்கினால் கை கொட்டிச் சிரியாரோ' என்றும், 'பதம் திரு இரண்டும் மாறிப் பழிமிகுந் திழிவுற்றாலும், சுதந்திர தேவி நின் பாதம் தொழுதிடல் மறக்கிலேனே' என்றும் பாடிய கவி வேறு என்ன செய்திருக்க முடியும்?

இந்தியா அநுபந்தம்

இந்தியா.

“INDIA”

சனிக்கிழமைதோறும் வெளியாகும்.

புதுவை ‘இந்தியா’ 19 பிப்ரவரி 1910: ‘சென்னையில் செய்த விமானம்’ செய்தியுடன்.

சென்னை விமானம்: சிம்ஸன் பட்டறையில் தமிழ் வேலைக்காரர்களால் டாஞ்சலிஸ் என்பவருக்காகச் செய்யப்பட்டுப் பறந்தது.

இந்தியா.

1909

இந்தியா

ஸமத்வம்.

II

பாரதஉணர்ச்சி.

சுதேசியத்தின் வெற்றி

மாணிக்கதோலா வெடிகுண்டு அப்பீல் கேஸில் கல்கத்தா ஹைகோர்ட் தீர்மானம்

புதுவை 'இந்தியா' 27 நவம்பர் 1909 தலையங்கப் பக்கம்: 'ஸமத்வம் 2, பாரத உணர்ச்சி' என்ற தலையங்கம். 'ஸமத்வம்,' 'ஸஹோதரத்வம்', 'சுதந்திரம்' எனத் தொடராகப் பல தலையங்கங்கள் வந்தன. 'சுதேசியத்தின் வெற்றி' என்ற கார்ட்டூனும், அரவிந்தர் வழக்கு அப்பீலில் தீர்ப்பு (வெற்றி) செய்தியும் உள்ளன.

‘இந்தியா’, ‘விஜயா’ நின்றன

பலவிதப் புதுமைகள் நிறைந்த ‘இந்தியா’ நன்றாக வளர்ச்சியுற்று வந்தது. சந்தாவை அதிகரியுங்கள், பத்திரிகையை வாரம் இருமுறையாக்குங்கள் என்று வாசகர்கள் கடிதம் எழுதினார்கள். குறைந்தது 1,500 பேர் இதற்குச் சம்மதம் தெரிவித்தால் வாரம் இருமுறையாக்குவதாக ஆசிரியர் முடிவில் அறிவித்தார். ‘அடுத்த யுகாதியிலிருந்து’ (அதாவது 1910 ஏப்ரலில்) ‘இந்தியா’ வாரம் இருமுறையாகுமென்று 1910 ஜனவரி 24ஆம் தேதி இதழில் அறிவிப்பு வெளியாயிற்று.

இது பிரிட்டிஷ் இந்திய அதிகார வர்க்கத்துக்கு ஆத்திர மூட்டியிருக்கவேண்டும். பாரதியின் வீர மொழிகளை அடக்கிவிட அவர்கள் முயற்சி செய்யச்செய்ய, அவருக்கு மக்கள் ஆதரவு அதிகரிப்பதையே கண்டார்கள். எப்படியாவது ‘இந்தியா’வை ஒடுக்கிவிட வேண்டும் என்று துடித்தார்கள்.

அந்தச் சமயத்தில் புதிதாகப் பத்திரிகை அடக்குமுறைச் சட்டம் ஒன்றை அமலுக்குக் கொண்டு வந்தார்கள். இந்தச் சட்டத்தைப் பிரயோகித்து, ‘இந்தியா’ பிரிட்டிஷ் இந்திய எல்லையில் நுழையக்கூடாது என்று தடை விதித்தார்கள்.

இந்தத் தடைக்கு அரசாங்கம் காட்டிய காரணம் வேடிக்கையாக இருந்தது. ஐந்து மாதத்துக்கு முன்னால் ‘இந்தியா’ பத்திரிகையில் ஒரு கட்டுரையும் படமும் வந்திருந்தன. அதுவே தடைக்குக் காரணம் என்று அரசாங்கம் நொண்டிச் சாக்கு சொல்லிற்று. குறிப்பிட்ட கட்டுரை பாரதி எழுதியது. இந்தியாவில் மக்கள் பட்டினி கிடக்கையில் வெளிதேசங்களுக்கு இங்கிருந்து கோதுமை ஏற்றுமதி செய்கிறார்களென்று பிரிட்டிஷ் அரசாங்கத்தை பாரதி தாக்கியிருந்தார்; எலும்பும் தோலுமான இந்தியர்கள் பட்டினி கிடக்க, ஒரு கப்பல் இந்திய கோதுமையை ஏற்றிச்செல்வதாகக் கார்ட்டூன் இருந்தது.

‘இந்தியா’வுக்குத் தடை விதித்த சமயமே தினசரி ‘விஜயா’வுக்கும் தடை விதிக்கப்பட்டது. இரு பத்திரிகைகளுக்கும் பிரிட்டிஷ் இந்தியாவில்தான் வாசகர்கள் அதிகம். பிரிட்டிஷ் இந்தியாவில்தான் சந்தாதாரர்களும் விளம்பரதாரர்களும் இருந்தனர். விளைவாக, பத்திரிகைகளும் வேறு வழியின்றி நிறுத்தப்பட்டன.

‘இந்தியா’வும் ‘விஜயா’வும் நிற்பதற்குச் சில காலம் முன்பே இம்மாதிரி நெருக்கடி ஏற்படலாமென எதிர்பார்த்திருந்தார்கள். ஆதலால், பாரதி ‘இந்தியா’விலும் ‘விஜயா’விலும் எழுதவில்லை என்று அதிகாரிகள் நினைக்கும்படி செய்வதற்காக, அவர் ‘சூரியோதம்’ என்ற ஒரு புதுப் பத்திரிகைக்கு ஆசிரியரானார். ‘சூரியோதயம்’ ஸைகோன் சின்னையா ரத்னசாமி நாயுடு என்ற அச்சாபீஸ் முதலாளியால் நடத்தப்பட்டது.

‘இந்தியா’ பத்திரிகையில் பாரதிக்கு உதவியாக வி. ஹரிஹர சர்மா, நாகசாமி ஆகிய இரு இளைஞர்கள் தொண்டு புரிந்தனர். சர்மா உபதலையங்கங்களை எழுதிவந்தார்; நாகசாமி கணக்கு வழக்குகளைக் கவனித்தார். பாரதி ‘சூரியோதயம்’ பத்திரிகையில் முனைந்த சமயம் வேங்கட ஆரியா என்ற அனுபவம் நிறைந்த பத்திரிகையாளர் ‘இந்தியா’வின் மாற்று ஆசிரியராக நியமிக்கப்பட்டார்.

அணையும் சுடர் பிரகாசித்தெரிவது போல ‘இந்தியா’ நின்றுபோவதற்குமுன் அது எல்லா அம்சங்களிலும் உயர்ந்து விளங்கியது. கார்ட்டூன்கள் போடுவதற்கு ஒரு சித்திரக்காரர் சென்னையிலிருந்து தருவிக்கப்பட்டார்; தாமே சித்திரக்காரரானதால் அவர் ஈயத்தில் வெட்டிய ப்ளாக்குகள் ஆசிரியரின் கருத்துக்களைச் சிறப்பாகப் பிரதிபலித்தன.

இந்தச் சமயம், ‘இந்தியா’ 1910 பிப்ரவரி 26 இதழில் ஒரு வேவுகாரன் தம்மைப் பிரிட்டிஷ் இந்தியப் போலீஸாரிடம் பிடித்துக்கொடுக்கச் செய்த சூழ்ச்சி வியர்த்தமானதைப் பாரதியாரே தலையங்கத்தில் குறித்திருக்கிறார்.

1910 மார்ச் 5 இதழின் தலையங்கம் ‘சிற்பமும் கவிதையும்’ என்ற பொருள் பற்றி இருக்கிறது. ‘இதைக் குறித்து எழுதினால் பத்திரிகைச் சட்டம் நம்மை அண்டாது. ஆகையால் இதையாவது நம் ஜனங்களுக்குச் சொல்வோம்’ என்று கிண்டல் செய்கிறார் பாரதி.

1908 அக்டோபர் மாதம் தோன்றிய புதுவை ‘இந்தியா’, ஒன்றரை வருஷங்களுக்குப் பின், 1910 மார்ச் 12 இதழுடன் முடிவுற்றது. இந்த ஒன்றரை ஆண்டுகளில் வேறு பல காரியங்களையும் பாரதி சாதித்துவந்தார். 1909 ஆண்டு மார்ச் மாத சமயம் ‘ஸ்வதேச கீதங்க’ளின் இரண்டாம் பாகமாக ‘ஜன்ம பூமி’ என்ற பாடல் தொகுதி பிரசுரமாயிற்று.

‘இந்தியா’வுக்கு நேர்ந்த கதி சீக்கிரமே மற்ற பத்திரிகைகளுக்கும் நேர்ந்தது. 1910ஆம் வருஷம் முடிவதற்குள், தமக்கென ஒரு பத்திரிகை இல்லாத சங்கடமான நிலைமையை அடைந்துவிட்டார் பாரதி.

‘நேற்றிருந்தோம் அந்த வீட்டில்’

திடீரெனச் சென்னையை விட்டுப் புதுவைக்குப் போய்ச்சேர்ந்தபோது பாரதியார் தனியாகவே அங்கே போய்ச் சேர்ந்தார். குழந்தை தங்கம்மாவும், கர்ப்பிணியாகவிருந்த மனைவி செல்லம்மாவும் கடயத்தில் செல்லம்மாவின் பிறந்தகத்திற்கு அனுப்பப் பெற்றிருந்தார்கள்.

புதுவை போவதற்கு முன் பாரதியும் ‘இந்தியா’ சொந்தக்காரர் எஸ்.என். திருமலாச்சாரியாரும் அவரது உறவினரும் பாரதிக்கு உறுதுணையாகவிருந்த மண்டயம் ஸ்ரீநிவாஸாச்சாரியாரும் ஒரு பெரிய திட்டம் போட்டிருந்தார்கள். ‘இந்தியா’வின் நிர்வாகத்தை எஸ்.என். திருமலாச்சாரியாரின் சிறுதாயார் புதல்வரும் பத்திரிகையைத் திறம்பட நிர்வகித்து வந்தவருமான எம்.பி. திருமலாச்சாரியார் வசம் ஒப்புவித்துவிட்டு, பாரதி, எஸ்.என். திருமலாச்சாரியார், மண்டயம் ஸ்ரீநிவாஸாச்சாரியார் மூவரும் ஐரோப்பா போய்ச் சுற்றிப்பார்த்துவருவதாகத் திட்டம். ஆனால் இத்திட்டம் பல காரணங்களால் தடைப்பட்டுவந்தது.

பாரதி புதுவைக்கு வரும்படி நேர்ந்தது அக்காரணங்களில் ஒன்று. அவருக்கு உறவினரும் அவ்வப்போது பண உதவி செய்துவந்தவருமான லக்ஷ்மய்யர் என்பவர், இது விஷயமாக பாரதியைப் பார்க்கப் புதுவைக்கு வந்தார். பாரதி புதுவையிலிருந்தது மட்டுமன்றி, மனைவி பிரசவிக்கும்வரை காத்திருக்க வேண்டிய அவசியமும் ஐரோப்பா யாத்திரையைத் தாமதித்தது.

இந்நிலையில் மற்றவர்கள் எதிர்பாராதபடி, எம்.பி. திருமலாச்சாரியார் தாம் இங்கிலாந்து செல்ல ஏற்பாடு செய்துகொண்டுவிட்டார். திடீரென ஒருநாள் புதுவைக்கு அவர் வந்துசேர்ந்தார். கொழும்பு வழியே கப்பலில் செல்வதாகவும், நண்பர்களைக் காண வந்ததாகவும் சொன்னார். பாரதிக்கு இது பெரிய ஏமாற்றமே. ‘இந்தியா’வைக் கவனித்துக் கொள்ளச் சரியான ஆள் இல்லாததால் இதர நண்பர்களும் ஐரோப்பிய யாத்திரையை மறக்க வேண்டியதாயிற்று. அவர்கள் பத்திரிகையை வலுப்படுத்துவதில் முழு கவனம் செலுத்தலானார்கள்.

ஐரோப்பா செல்ல வேண்டும் என்ற ஆசை பாரதிக்குப் பிற்காலத்தில் இருந்து கொண்டேயிருந்தது. முதல் மகாயுத்த காலத்தில் புதுவைக் கடலோரம் தென்படும் கப்பல்களையெல்லாம் அவர் ஆர்வத்துடன் பார்ப்பாராம். தன் புகழைத் தமிழ்நாடு அறியாமலிருக்க, பிரெஞ்சுக்காரரும் மேனாட்டுப் புலவோரும் கௌரவிக்கிறார்கள் என்பதும், தன்னை யொத்த ரவீந்திரர் மேனாட்டினரால் மதிக்கப்பட்டு நோபல் பரிசு பெற்றதும் பாரதிக்கு ஐரோப்பா யாத்திரை ஆசையை மேலும் தூண்டிவிட்டன. ஆனால் அவரைக் காண ஐரோப்பா கொடுத்து வைக்கவில்லை!

○

கொஞ்ச காலத்தில் செல்லம்மா பிரசவித்தார். குழந்தை பிறந்த செய்தி கிடைத்த சமயம் காளிதாஸனது சாகுந்தலத்தைப் படித்துக் கொண்டிருந்தார் பாரதி. குழந்தைக்கு சகுந்தலா என்று பெயர் வைக்கும்படி எழுதினார்.

இந்தியா புதுவையில் நன்றாய் வேரூன்றி நடக்கவாரம்பித்த பின் பாரதி தம் குடும்பத்தைப் புதுவைக்கு அழைத்துக்கொண்டார். ஈசுவரன் தர்மராஜா கோவில் தெருவில் தெற்குப் பார்த்த ஒரு வீட்டில் குடியேறினார். இவ்வீடு இப்போது பாரதி அருங்காட்சியகமாகப் புதுவை அரசாங்கத்தால் பராமரிக்கப்பட்டு வருகிறது.

சில ஆண்டுகள் இவ்வீட்டில் இருந்தபின் இதற்கு எதிரே உள்ள பெரிய மாடி வீடு ஒன்றில் பாரதி குடிமாறினார். குடிமாறிய தினம் புதுவையில் முன்பின் கண்டிராதபடி புயலடித்தது. ஓயாத மழை, சூறைக் காற்று. ஏராளமான மரங்கள் சாய்ந்து ‘காடெல்லாம் விறகான கதை’யாயிற்று. பல வீடுகள் சேதமாயின. பாரதி நேற்றுவரை இருந்த பழைய வீட்டின் பின் பகுதி இடிந்து விழுந்தது. பாரதியும் குடும்பமும் அங்கேயே இருந்திருப்பார்களானால் –?

இந்தக் கேள்வியை அவரும் செல்லம்மாளும் கேட்டுக்கொண்டார்கள். அதன் பயனாக உதித்தது ஒரு பாடல்.

‘புயற்காற்று – நள வருஷம் கார்த்திகை மாதம் 8ஆம் தேதி புதன்கிழமை இரவு – ஒரு கணவனும் மனைவியும்’ என்ற தலைப்பில், ‘காற்றடிக்குது, கடல் குமுறுது, கண்ணை விழிப்பாய் நாயகனே’ என்று மனைவி கூறும் பாவுடன் ஆரம்பமாகும் கவிதையே அது.

நேற்றிருந்தோ மந்த வீட்டினிலே இந்த
நேரமிருந்தால் என் படுவோம்?
காற்றென வந்தது கூற்றமிங்கே, நம்மைக்
காத்தது தெய்வ வலிமையன்றோ?

என்று கவிதையை முடிக்கிறார் பாரதி.

பாரதி இருந்த வீடு: புதுவை அரசால் அழகுறப் புதுப்பிக்கப்பட்டு, அருங்காட்சியகமாகவும் நூலகமாகவும் *1972* முதல் பரிமளிக்கிறது. **கீழே:** இதே வீடு முன்பிருந்த அவல நிலை *(1938)*.

'இந்தியா' அலுவலகமும் அச்சடித்த ஸரஸ்வதி அச்சகமும்:
எத்ரான்ழேர் (மிஷன்) தெருவில் (1938, கீழே 1980).

பாரதி இருந்த பெரிய வீடு: ஈசுவரன் கோவில் தெருவில் முந்திய
வீட்டுக்கு எதிர் வீடு. *(1958, இடதுபுறம் 1982)*

பெரிதினும் பெரிது கேள்!

எதிலும் தாராள மனம் படைத்தவர் பாரதி. 'புதிய ஆத்திசூடி'யில் 'பெரிதினும் பெரிது கேள்' என்று உபதேசித்தவரல்லவா?

குடியிருப்பு வீடு எடுப்பதிலும் அவர் இதே விதம்தான் நடந்துகொண்டார். ஈசுவரன் தர்மராஜா கோவில் வீதியில் முதலில் இருந்த வீடு பிடிக்காமல் புது வீடு பார்த்தார். அதே தெருவில் முந்திய வீட்டுக்கு எதிர் வீடு இது. பெரிய வீடு. மாடி வீடு. மாடி ஹாலுக்கு மேல் மொட்டை மாடி கொண்டது. 'சும்மா' என்ற கட்டுரையில் பாரதி இதைப் பற்றிச் சொல்கிறார்:

'நேற்று ஸாயங்காலம் நான் தனியாக மூன்றாவது மெத்தையில் ஏறி உட்கார்ந்திருந்தேன். நான் இருக்கும் வீட்டில் இரண்டாவது மெத்தை யிலிருந்து மூன்றாவது மெத்தைக்கு ஏணி கிடை யாது .... ஆதலால் மூன்றாம் மெத்தைக்கு ஏறிப் போவது மிகவும் சிரமம். சிறிய கைச்சுவர்மேல் ஏறிக்கொண்டு அங்கிருந்து ஒரு ஆள் உயரம் உந்த வேண்டும். மூன்றாங் கட்டின் சுவரோரத்தைக் கையால் பிடித்துக்கொண்டு கைச்சுவர் மேலிருந்து உந்தும் போது கொஞ்சம் கை வழுக்கிவிட்டால் ஒன்றரை ஆள் உயரம் கீழே விழுந்து மேலே காயம்படும். நான் தனிமையை விரும்புவோன் ஆதலால், சிரமப்பட்டேறி அடிக்கடி மூன்றாங் கட்டிலே போய் உட்கார்ந்திருப்பது வழக்கம்.'

நமக்குத் தம்படிக்கும் பயனில்லாத வீணர் களின் கண்ணில் படாமல் வாழ 'ஏகாந்தக் கூடம்' (*Hall of Solitude*) ஒன்று தேவை என்று குவளைக் கண்ணனிடம் பாரதி சொல்வாராம். இதைக் கேட்ட அரவிந்தர் அதைக் கட்டுப்பாடாகச் செய்தும் காட்டிவிட்டார் என்பார் குவளை.

இப்படி ஏகாந்தமாய் மேல் மொட்டை மாடி யில் உலவியவரை அங்கே தேடி வந்த குள்ளச் சாமியின் அருமை பெருமைகளை விவரிக்கிறது 'சும்மா' என்ற கட்டுரை. 'கண்மூடித் திறக்குமுன் னாகவே கைச்சுவர்மேல் ஒரு பாய்ச்சல் பாய்ந்து அங்கிருந்து மேல் மெத்தைக்கு இரண்டாம் பாய்ச் சலில் வந்துவிட்டார் சாமியார்' என்கிறார் பாரதி. சாமியாரைத் தொடர்ந்து தானும் பாய்ந்தேற முயன்று கீழே விழுந்த வஸ்தாது வேணு முதலி என்ற நண்பனுக்குப் பலத்த ஊமைக் காயங்கள்!

இந்தச் சம்பவம் நடந்த தினம் சாமியார்களை வேணு முதலி ஏதோ குறைகூற, 'ஹிந்துஸ்தானத்து மஹா யோகிகளின் மகிமையைப் பார்!' என்று குள்ளச்சாமி ஒரு அதிசயம் செய்து காட்டினார். திடீரெனக் குள்ளச்சாமி நெடியசாமி ஆகிவிட்டார்! பாரதி கூறுகிறார்: 'நாலேமுக்கால் அடிபோல் தோன்றிய குள்ளச்சாமி ஏழேமுக்கால் அடி உயரம் வளர்ந்துவிட்டார். ஒரு கண்ணைப் பார்த்தால் சூரியனைப் போல் இருந்தது; மற்றொரு கண்ணைப் பார்த்தால் சந்திரனைப் போல் இருந்தது. முகத்தின் வலப்புறம் பார்த்தால் பார்வதியைப் போல் இருந்தது. இடப்புறம் பார்த்தால் சிவன் போல் இருந்தது. குனிந்தால் பிள்ளையார் போலிருந்தது. நிமிர்ந்து பார்க்கும்போது விஷ்ணுவின் முகத்தைப் போலே தோன்றிற்று.'

நானே பரமபுருஷன் என்று சாமியார் சொன் னார்; மத பேதங்களை நீக்கி ஒருமையைக் காணென் றார். வேணு முதலி மூர்ச்சையாகிவிட்டான்; பாரதியும் மூர்ச்சையாகிவிட்டார். மூர்ச்சை தெளிந்தபோது சாமியார் போய்விட்டார்!

○

வீடு பெரியதாயினும் பாரதி பகலில் பெரும் பொழுது வெளியே தோப்புத் துரவுகளில் சஞ் சரிக்கச் சென்றுவிடுவார். அப்படியானால் பெரிய வீடு எதற்கு என்று ஒரு சமயம் வ.வே.சு. ஐயர் கேட்டதற்கு, 'சின்ன வீடு எனக்குப் பிடிப்பதில்லை. வீட்டுக்காரர் 'விளக்கெண்ணெய்ச் செட்டி'க்கோ வாயிதா எட்டு மாதம் வரை சொல்லலாம்!' என்றார் பாரதி.

செட்டியார் அவ்வளவு பொறுமைசாலி. வாடகை கேட்க பயபக்தியுடன் நுழைவார். வாய் திறந்து கேட்கமாட்டார்; பணமிருந்து பாரதி கொடுத்தால் பெறுவார். இல்லையென்றால் பாரதி தம் கவிதைகளைப் பாடிக்கொண்டிருப்பதைச் சிறிது நேரம் இருந்து கேட்டுவிட்டுச் சந்தடியின்றிப் போய்விடுவார்! கண்டிப்பு தெரியாதவர் என்ற காரணத்துக்கே பாரதி இவரை அன்புடன் 'விளக்கெண்ணெய்ச் செட்டியார்' என்றழைத்தார்.

அரவிந்தர், வ.வே.ஸு. ஐயர் வருகை

பாரதியின் 'இந்தியா' நின்றுபோன ஒரு மாதத்திற்குள், 1910 ஏப்ரலில், பாபு அரவிந்த கோஷ் பாரதியின் யுக்தியைப் பின்பற்றிப் புதுச்சேரிக்கு ரகசியமாய் வந்து சேர்ந்தார். அரவிந்தர் புதுவை வருவதற்கும், வந்ததும் யாருமறியாது வாழ்வதற்கும் ஏற்பாடு செய்தவர்கள் மண்டயம் ஸ்ரீநிவாஸாச்சாரியாரும் பாரதியுமாவர். கலவை சங்கர செட்டியார் இவர்களுடன் ஒத்துழைத்தார்.

1910இல் அரவிந்தர் நாட்டின் முக்கியமான அரசியல் தலைவராயிருந்தார். வங்காள வெடிகுண்டு இயக்கத்தில் சம்பந்தமுள்ளவரெனச் சந்தேகித்து அரசாங்கம் அவரைச் சிறையிலிட்டது. சிறையில், எங்கும் கிருஷ்ணன் இருப்பதைக் கண்டு ஞான தரிசனம் பெற்றார் அரவிந்தர். அவர் மனம் யோகசாதனையில் நாட்டம் கொண்டது. விடுதலையடைந்ததும் 'கர்மயோகின்' என்ற பத்திரிகையை நடத்தலானார். இதையே பாரதி தமிழ்ப்படுத்தி 'கர்மயோகி' என்ற பெயரில் புதுவையில் நடத்திவந்தார். அரவிந்தரது யோகசாதனையெல்லாம் வெறும் வேஷமென நினைத்த அரசாங்கத்தார் அவருக்கு மேன்மேலும் தொந்தரவு கொடுத்துவந்தார்கள்.

இந்தச் சந்தர்ப்பத்தில், வ.உ.சி. துவங்கிய சுதேசி ஸ்டீம் நாவிகேஷன் கம்பெனிக்குப் பங்குகள் சேர்ப்பதற்காக ஸ்ரீநிவாஸாச்சாரியாரின் இளைய சகோதரர் பார்த்தஸாரதி வடஇந்தியா சென்றிருந்தார். கல்கத்தாவில் அவர் அரவிந்தரைச் சந்தித்தார். கப்பல் கம்பெனி விஷயங்களைத் தவிர தென் இந்திய அரசியல் நிலைமை பற்றியும், சென்னையிலிருக்க முடியாத பாரதியும் 'இந்தியா' பத்திரிகையும் புதுச்சேரியிலிருந்து தங்குதடையின்றி முழங்கி வருவது பற்றியும் பார்த்தஸாரதி அரவிந்தரிடம் சொன்னார். தமிழர் கண்டுபிடித்த யுக்தி அரவிந்தருடைய மனதில் பதிந்துவிட்டது.

1910 மார்ச்சில் அரவிந்தரிடமிருந்து ஒரு கடிதம் எடுத்துக்கொண்டு ஒரு வங்க இளைஞர் புதுவை வந்தார். தாம் புதுவை வரத் தீர்மானித்துவிட்டதாயும், குறித்ததோர் தேதியில் ஒரு பிரெஞ்சுக் கப்பலில் வருவதாயும், தம்மைச் சந்தித்து அழைத்துச் செல்லுமாறும், புதுவையில் தாம் ரகசியமாய்த் தங்கியிருக்க இடம் ஏற்பாடு செய்யும்படியும் பார்த்தஸாரதிக்கு அரவிந்தர் எழுதியிருந்தார். இக்கடிதத்தை ஸ்ரீநிவாஸாச்சாரியார் பாரதியிடம் காட்டினார். பிறகு இருவரும் கலவை சங்கர செட்டியாரிடம் போனார்கள். அரவிந்தர் செட்டியார் வீட்டு மாடியில் வாழ ஏற்பாடாயிற்று.

குறித்த நாள் மாலை கப்பலில் அரவிந்தர் வந்துசேர்ந்தார். பாரதியும் ஸ்ரீநிவாஸாச்சாரியாரும் படகில் ஏறிக் கப்பலுக்குச் சென்று அரவிந்தரைச் செட்டியார் வீட்டுக்கு அழைத்துச் சென்றார்கள்.

அரவிந்தர் புதுவை வந்துவிட்ட விஷயம் இரண்டு மாதங்களுக்குப் பிறகே பிரிட்டிஷ் போலீசுக்குத் தெரிந்தது.

அரவிந்தர் வந்த ஆறு மாதத்தில் புதுவைக்கு தாடி வைத்த ஒரு முகமதியர் வந்துசேர்ந்தார். புதுவை வந்து சேர்ந்தபின் அவர் தாமே வ.வே.ஸு. அய்யரென பிரிட்டிஷ் அரசாங்கத்துக்குப் பகிரங்கமாக அறிவித்தார்.

வ.வே.ஸு. ஐயர் திருச்சி வரகனேரியைச் சேர்ந்தவர். பாரிஸ்டர் படிப்புக்காக லண்டன் சென்று, அங்கே டி.எஸ்.எஸ். ராஜன், விநாயக தாமோதர சாவர்க்கர் முதலியோர் சவகாசம் ஏற்படவே, பயங்கர இயக்கத்தில் ஈடுபட்டார். இவர்கள் கோஷ்டியைச் சேர்ந்த மதன்லால் திங்கரா என்ற பஞ்சாபி இளைஞன் கர்ஸான் வைலி என்ற ஆங்கிலேய அதிகாரியை லண்டனில் சுட்டுக்கொன்றான். சாவர்க்கர் இது சம்பந்தமாய்க் கைதானார். ஐயர் தலைமறைவாகி, வீர விக்கிரம ஸிங் என்ற தாடியுள்ள ஸீக்கியர் போலவும், கைரோவில் ஐந்து வேளை தொழுகை செய்யும் அராபிய முஸ்லிம் போலவும் நடித்து, தென் அமெரிக்காவிலுள்ள பிரேஸில் நாடு போவதாகக் கடிதங்களில் பாய்ச்சுக்காட்டி, துருக்கி வழியாகக் கொழும்பு வந்து, புதுவை போய்ச்சேர்ந்தார். அவரும் தர்மராஜா கோவில் வீதியில் குடியிருந்தார். பாரதி, ஸ்ரீநிவாஸாச்சாரியார், அரவிந்தர், ஐயர் நால்வருக்கும் அடைக்கலம் தந்ததனால், இந்தத் தெருவை பாரதி, 'பாரதி அறுபத்தா'றில், 'கீர்த்தி அடைக்கலம்சேர் ஈசுவரன் தர்மராஜா கோயில் வீதி' என்று பாடியிருக்கிறார்.

பாரதி, ஸ்ரீநிவாஸாச்சாரியார், ஐயர், அரவிந்தர் இந்நால்வரும் மாலை நேரத்தை இலக்கியம், ஞான மார்க்கம் முதலிய விஷயங்களை விவாதிப்பதில் கழித்தார்கள்.

அரவிந்தர் பழக்கத்தினால் பாரதி வேதரிஷிகளின் கீதங்களில் ஈடுபடலானார். அவற்றைத் தமிழிலும் மொழிபெயர்த்தார். 'வேதரிஷிகள் கவிதை,' 'பதஞ்சலி யோக ஸூத்திரம்' (இது விவேகானந்தரது ஆங்கில மொழிபெயர்ப்பைவிட நன்றாயிருப்பதாக அரவிந்தர் சொல்வாராம்), 'காட்சி' முதலிய வசன கவிதைகள் இக்காலத்தில் பிறந்தவை.

பாபு அரவிந்த கோஷ்

வ.வே.சு. ஐயர்

அரவிந்தர் தங்கிய முதல் வீடு:
கலவை சங்கர செட்டியார் இல்லத்தின் மாடி

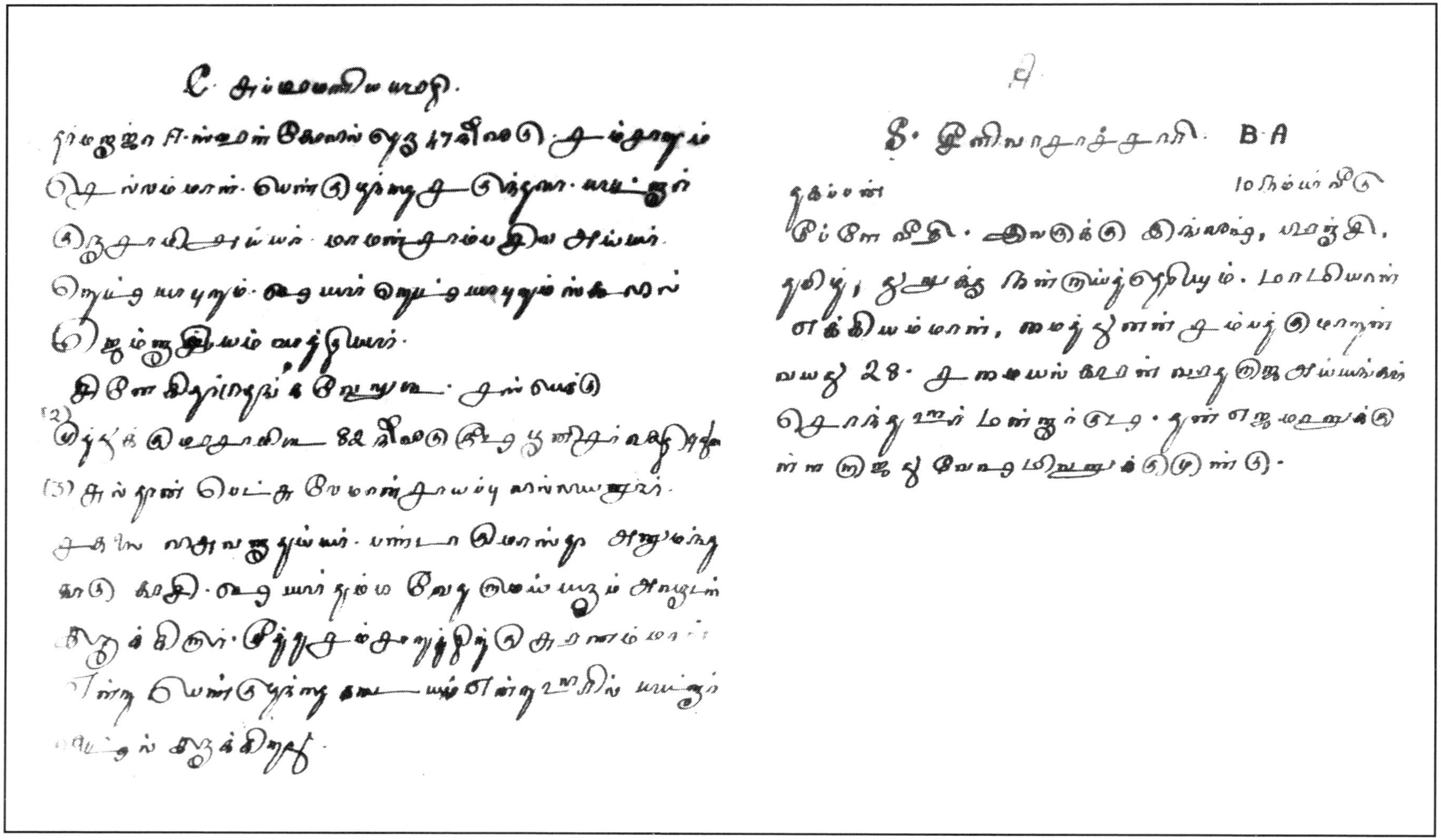

C. சுப்பிரமணிய பாரதி.

ஸ்ரீ. ஸ்ரீனிவாஸாச்சாரி. B.A

போலீஸ் வேவுகாரன் கண்ணில் தேசபக்தர்கள்: *1914இல் புதுவையில் வேவு பார்த்த ஒரு பிரிட்டிஷ் இந்தியப் போலீஸ் சி.ஐ.டி.யின் டயரியில் பாரதி, ஸ்ரீநிவாஸாச்சாரி பற்றிய பக்கங்கள். பாரதி 'சஸ்பெக்டு' ஒருவருடன் சிநேகிதமாக இருக்கிறார் என்பது அவர்மீதுள்ள ஒரே குற்றச்சாட்டு. ஸ்ரீநிவாஸாச்சாரியாரின் சமையற்காரர் பற்றி, 'எஜமானனுக்குள்ள ராஜ துவேஷமிவனுக்குமுண்டு' என்று குறித்துள்ளது.*

ஒரு போலீஸ் வேவுகாரனின் ‘டயரி’

புதுச்சேரி, 1914. பாரதி, ஐயர், ஸ்ரீநிவாஸாச்சாரியார், அரவிந்தர் முதலியவர்களை வேவு பார்த்துவந்தான் ஒரு பிரிட்டிஷ் இந்தியப் போலீஸ் உளவாளி (சி.ஐ.டி.). பிரெஞ்சுப் பிரதேசமான புதுவையில் பிரிட்டிஷ் இந்தியப் போலீசுக்கு வேலை இல்லை. ஆனால், 1908இல் முதலில் பாரதியும், அவரைத் தொடர்ந்து ஸ்ரீநிவாஸாச்சாரியாரும், அவர்கள் ஏற்பாடு செய்ய, பாரதியின் முன்மாதிரியைப் பின்பற்றி 1910 ஏப்ரலில் அரவிந்தரும், 1910 அக்டோபரில் வ.வே.சு. ஐயரும், இத்தலைவர்களுடனே அவர்களது பரிவாரத்தினர் பலரும் சிற்றூரான புதுவையில், பிரிட்டிஷ் கைக்கு எட்டாதபடி, கூடிவிட்டார்கள் என்பது பிரிட்டிஷ் இந்திய அரசுக்குக் கவலை தந்தது.

அவர்கள் அங்கே என்னதான் செய்கிறார்கள், ஏதாவது சதியாலோசனை நடத்தி, பிரிட்டிஷ் ஆட்சியைக் கவிழ்க்கத் திட்டமிடுகிறார்களா என்ற கவலை அக்காலத்திய சென்னை அரசையும் இந்திய அரசையும் ஆட்கொண்டது. ஆகவே, தங்கள் உடுப் பணிந்த போலீசார் செய்யமுடியாத காரியத்தை (பிரெஞ்சுப் பிரதேசமானபடியால்), உடுப்பணியா வேவுகாரர்கள் மூலம் சாதித்துக்கொள்ளச் சென்னை மாகாண அரசு முயன்றது. 1908 முதலே நடந்துவந்த இந்த முயற்சி, 1911இல் மணியாச்சியில் திருநெல் வேலி கலெக்டர் ஆஷ், வாஞ்சி ஐயர் என்ற இளைஞ ரால் சுட்டுக்கொல்லப்பட்டபின் பன்மடங்காகப் பெருகியது.

புதுவை சுதேசித் தலைவர்களது நடமாட்ட நடவடிக்கைகளைக் கவனித்துப் போலீஸ் மேலதிகாரி களுக்குத் தெரிவிப்பதே வேவுகாரர் வேலை. இத் தகைய பிரிட்டிஷ் போலீஸ் உளவாளி ஒருவனது ‘டயரி’யில் பாரதி, ஸ்ரீநிவாஸாச்சாரியார், ஐயர், அரவிந்தர் முதலியவர்களைப் பற்றி உள்ள குறிப்பு கள் இப்போது நமக்குக் கிடைத்துள்ளன. எதிர்ப் பக்கத்தில், பாரதி, ஸ்ரீநிவாஸாச்சாரியார் இருவரைப் பற்றியும் உள்ள ‘டயரி’ப் பக்கங்கள் படம்பிடித்துத் தரப்பட்டுள்ளன. பாரதி பற்றி அவனால் ஒன்றும் குற்றமாகச் சொல்ல முடியவில்லை, ‘சஸ்பெக்ட்’ தங்கவேலு பிள்ளை பாரதியின் சிநேகிதர்களில் ஒருவர் என்பது தவிர. மற்றபடி ஊர்க் கதை அளக் கிறான்.

ஸ்ரீநிவாஸாச்சாரியாரைப் பற்றியும் அவனுக்கு ஒன்றும் பிரமாதமாய்த் தெரிந்து விடவில்லை. அவர் வீட்டு சமையற்காரர் ‘வரதறாஜ ஐயங்கார்’ பற்றிக் குறிப்பிட்டு, ‘எஜமானனுக்குள்ள றாஜ துவேஷம் இவனுக்குமுண்டு’ என்று அவன் குறித் துள்ளது சுவையான தகவல்.

இந்தப் போலீஸ் வேவுகாரன் ‘டயரி’ 42 பக்கங் கள் கொண்ட சிறிய அளவு ‘பாக்கெட் நோட்டு’ ஆகும். இதில் 30 பக்கங்களில், பக்கத்துக்கு ஒன்றாகப் பல பெயர்களும், அவர்கள் பற்றிக் கிடைத்த விவரங்களும் எழுதப்பட்டுள்ளன. பெயர்கள் மூன்று ‘குருப்பு’ (group) களாகப் பிரிக்கப்பட்டுள்ளன; ஒவ் வொரு ‘குருப்’பிலும், ‘ஏ’, ‘பி’, ‘ஸி’ என்ற ‘கிளாஸ்’ பாகுபாடும் இருக்கிறது. வரிசைப்படி, மிக ஆபத் தானவர், ஆபத்தானவர், சுமாராக ஆபத்தானவர் என்று இருக்க வேண்டும்.

டயரியில், முதல் ‘குரூப்’ ‘ஏ கிளாஸ்’ வரிசையில் உள்ள ஒரே பெயர் ‘சீனிவாஸாச்சாரி’ (மண்டயம் ஸ்ரீநிவாஸாச்சாரியார்). ‘பி கிளா’ஸில் முதல் பெயர் ‘அரவிந்த கோஸ்’; ஆறாவது பெயர், அப்போது அவரது சீடராக இருந்த ‘ராமசாமி ஐயங்கார் (a) ராமசாமி alias நாறாயண ஐயர்’, அதாவது நமது வ.ரா. (வ. ராமஸ்வாமி ஐயங்கார்).

இரண்டாவது ‘குரூப்’பில் ‘ஏ கிளாஸ்’ பெயர் ஏதுமில்லை. ‘சி கிளா’ஸில் சுந்தரேசய்யர் (பாரதி நண்பர்) பெயர் இருக்கிறது. இதே ‘குரூப்’பில் ‘தலைமறைவாய் இருக்கும் வாரண்டு நபர்கள்’ என்ற தலைப்பில் ‘1. எஸ்.எம். மாடசாமிப் பிள்ளை; 2. எம்.பி. திருமலாச்சாரி’ என்ற பெயர்கள் காண் கிறோம். முதல்வர் வ.உ.சி.யின் ஆப்தர். இரண்டா மவர் 1908இல் ‘இந்தியா’ மானேஜராக இருந்து’, திடீரென ஐரோப்பா போய், பிறகு பெரும் புரட்சி யாளராக விளங்கியவர்.

மூன்றாவது ‘குரூப்’பில், ‘ஏ கிளாஸ்’ நபர் மூவர்: 1. வி.வி. சுப்பிரமணிய ஐயர், 2. சி. சுப்பிர மணிய பாரதி, 3. நாகசாமி. ‘பி கிளா’ஸில் கனக ராஜன் (பொன்னு முருகேசம் பிள்ளையின் இளைய புதல்வர்), வாத்தியார் சுப்பிரமணிய ஐயர், சாமிநா தய்யர், கண்ணுப் பிள்ளை, தங்கவேலு பிள்ளை முதலிய பாரதி, ஐயர் நண்பர்கள் பெயர்கள் உள்ளன. ‘சி கிளா’ஸில் ஒரே பெயர் கிருஷ்ணசாமி நாய்டு என்பவர்.

நாகசாமி, கண்ணுப் பிள்ளை

புதுவையில் 'இந்தியா' நன்றாகத் தழைக்கத் தொடங்கியபோது, அதில் பணிபுரிய நாட்டுப் பற்றும் தியாக உணர்வும் கொண்ட சில வாலிபர்களை அனுப்பும்படி பாரதி ஒரு எட்டயபுரம் நண்பருக்கு எழுதினார். பி. பி. சுப்பையா, வி. ஹரிஹர சர்மா, என். நாகசாமி என்ற மூவர் இதன்படி புதுவை வந்து பணியாற்றினார்கள்.

சுப்பையா நல்ல எழுத்தாளர். பாரதி பத்திரிகைகளுக்கு முன்பே எழுதியுள்ளவர்; வ.வே.ஸு. ஐயரால் பாராட்டப்பெற்ற 'மாதர் கடமை' என்ற நூலை எழுதியவர். 'இந்தியா' 1910இல் நின்றுபோனதும் ஊர் திரும்பி, பள்ளி நடத்தி 1920இல் காலமானார்.

ஹரிஹர சர்மா பாரதியின் தூரத்து உறவினர். 'இந்தியா' நின்றதும், புரட்சியாளராகிப் பின் காந்தி அடிகளுடன் அவரது ஆசிரமத்தில் வாழ்ந்து, ஹிந்தி பிரசாரகர் ஆகி, தக்ஷிண பாரத ஹிந்தி பிரசார சபையைத் தோற்றுவித்தார். பாரதி காலத்துக்குப் பின் தோன்றிய பாரதி பிரசுராலயம் அமைத்த மூவருள் ஒருவரான இவர், பாரதி நூல்களை அச்சிட்டுப் பரப்பிச் செய்த இவர் சேவை இணையற்றது. 1971 ஜூன் 28ஆம் தேதி, 82 வயதில் சென்னை ராயப்பேட்டை மருத்துவமனையில் காலமானார்.

என். நாகசாமியோ, மற்றவர்களைப் போலப் புதுவையைவிட்டு நீங்காமல், அங்கேயே ஆயுட்காலம் வாழ்ந்து, 82 வயதில், 1971 மே 18ஆம் தேதி, சொல்லொணா வறுமையிலும் குடும்பத் துயர்களிலும் புதுவை நெல்லித்தோப்பில் ஒரு குடிசையில் காலமானார். 1960இல் கால் எலும்பு முறிந்து அவதிப்பட்ட காலத்தில் அவர் பாரதி பற்றி எழுதிய நினைவுக் குறிப்புகளையும் சொற்சித்திரங்களையும் 'புதுவையில் தேசபக்தர்கள்' (1966) நூலில் காணலாம்.

1910 பிற்பகுதியில் வ.வே.ஸு. ஐயர் புதுவை வந்ததும் நாகசாமி அவருடைய வலது கையாக விளங்கி, 'தர்மாலயம்' என்ற வாசகசாலையும், 'தர்மம்' என்ற இலவசப் பத்திரிகையும் நடத்தி, தேர்ந்தெடுக்கப்பட்ட இளைஞர்களைப் புரட்சி இயக்கத்துக்கு இழுக்க உதவினார். பேச்சுப் பயிற்சி, தேகப் பயிற்சி என்ற திறந்த நடவடிக்கைகள் ஒரு புறம், துப்பாக்கிப் பயிற்சி, இரகசியச் சங்கம், ரத்தம் எடுத்துக் கையெழுத்திடும் சுதந்திரப் பிரதிக்ஞை மறுபுறம். இப்பணிகளில் உழைத்த மற்றொருவர் புதுவை முத்துக்குமாரசாமிப் பிள்ளை என்ற கண்ணுப் பிள்ளை.

ஆஷ் துரையை 1911இல் கொன்று தன்னையும் மாய்த்துக்கொண்ட வாஞ்சிநாதனை, நீலகண்ட பிரம்மச்சாரியின் அணியிலிருந்து கவர்ந்து, ஆஷ் கொலைக்கு வித்திட்டார் வ.வே.ஸு. ஐயர். வாஞ்சிக்குப் பலவித போதனைகளும் பயிற்சிகளும், கைத் துப்பாக்கிப் பயிற்சியும், முடிவில் பிரெஞ்சுக் கைத்துப்பாக்கியும் தந்து ரத்த திலகமிட்டு அனுப்பியவர்கள் நாகசாமியும் கண்ணுப் பிள்ளையுமே.

பாரதியின் மூத்த பெண்ணை நாகசாமிக்குத் தருவதாகப் பேச்சு இருந்தது; நடக்கவில்லை. அரவிந்தர் சீடராக அவருக்கு மெய்த்தொண்டு செய்துவந்த நாகசாமிக்கு, 1920இல் ஒரு கிறிஸ்தவப் பெண்ணை அரவிந்தரே பிரம்ம சமாஜ முறைப்படி மணமுடித்தார். கமலாபாய் நாகசாமி மூன்று குழந்தைகளை விட்டுவிட்டு 1926இல் காலமானார். நாகசாமி அதன்பின் படாதபாடு பட்டார்.

கண்ணுப் பிள்ளை புதுவை வில்லியனூர் கொம்யூன் மணக்குப்பம் கிராமத்தில் 1880இல் பிறந்தார். 1906இல், புதுவையில் படித்துப் பட்டம் பெற்று, பிரெஞ்சு அரசினர் பள்ளித் தமிழாசிரியரானார். இளமை முதலே சுதேசிப் பற்றுள்ளவர். பொன்னுக் கண்ணம்மாள் என்பவரை 1912இல் மணந்தார்.

பாரதி, வ.வே.ஸு. ஐயர் தொடர்பால் தாமும் பிரிட்டிஷ் போலீஸ் சி.ஐ.டி.யின் வேவு பார்வைக்கு இலக்கான கண்ணுப் பிள்ளை, 1914இல், தம்மைப் பற்றிப் பொய்ப் புரளிகளைப் பரப்பிய ஒரு வேவுகாரனுக்குத் தக்க பாடம் கற்பிக்க, அவனை நையப் புடைத்து அவனுடைய பையிலிருந்த ரகசியக் குறிப்புகள் கொண்ட 'டயரி'யைப் பிடுங்கிக்கொண்டார். இந்த 'டயரி' போலீஸ் வேவுகாரர்கள் பாரதி, ஸ்ரீநிவாஸாச்சாரி, வ.வே.ஸு. ஐயர், அரவிந்தர், கண்ணுப் பிள்ளை முதலியவர்களைப் பற்றி என்ன நினைத்தார்கள் என்று நமக்குத் தெரிவிக்கும் அரிய வரலாற்றுப் பொக்கிஷமாக உள்ளது.

பிற்காலத்திலும், கண்ணுப் பிள்ளை பாரத விடுதலைக்கும் பிரெஞ்சிந்திய விடுதலைக்கும் பிரெஞ்சிந்தியத் தொழிலாளர் விடுதலைக்கும் இடையறாது உழைத்தார்.

கண்ணுப் பிள்ளை என்ற முத்துக்குமாரசாமிப் பிள்ளை 1943இல் தமது 63 வயதில் காலமானார்.

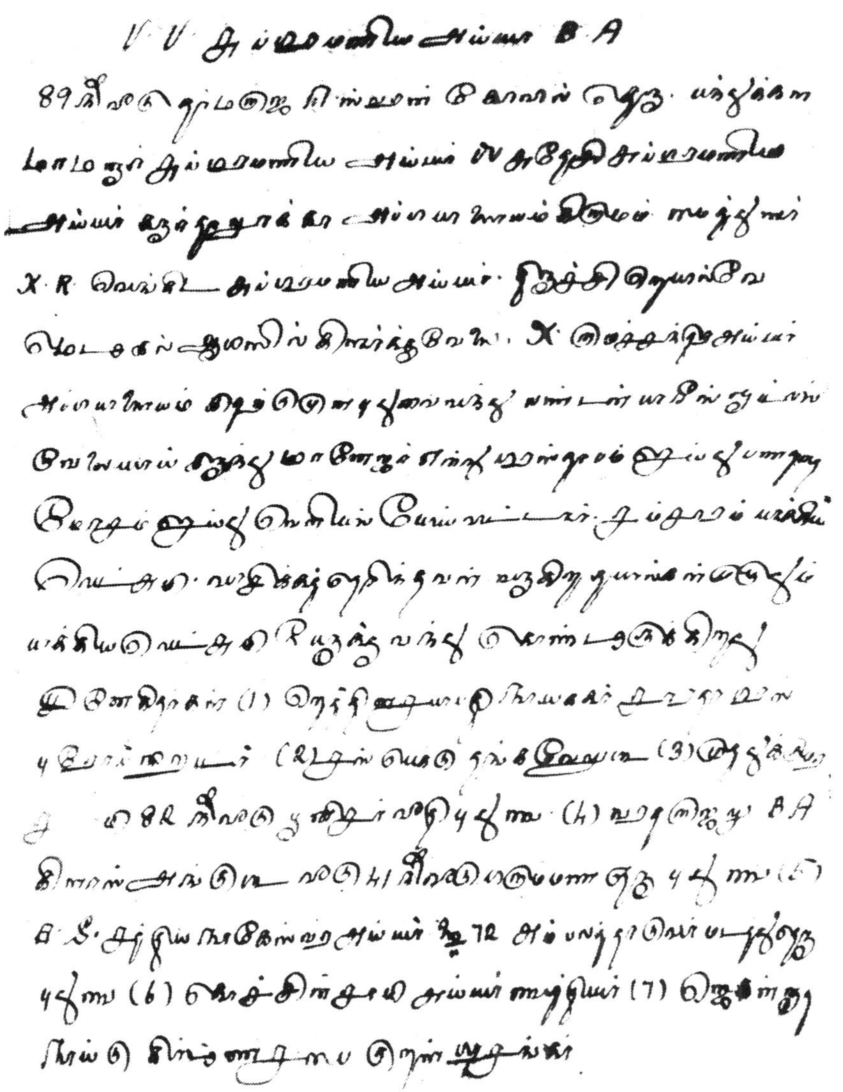

வ.வே.ஸு. ஐயரைப் பற்றி வேவுகாரன்: ‘வருகிற தபால்கள் முழுவதும் பாக்கியலட்சுமி பேருக்கு வந்துகொண்டிருக்கிறது’ என்று குறிப்பிடுகிறான்.

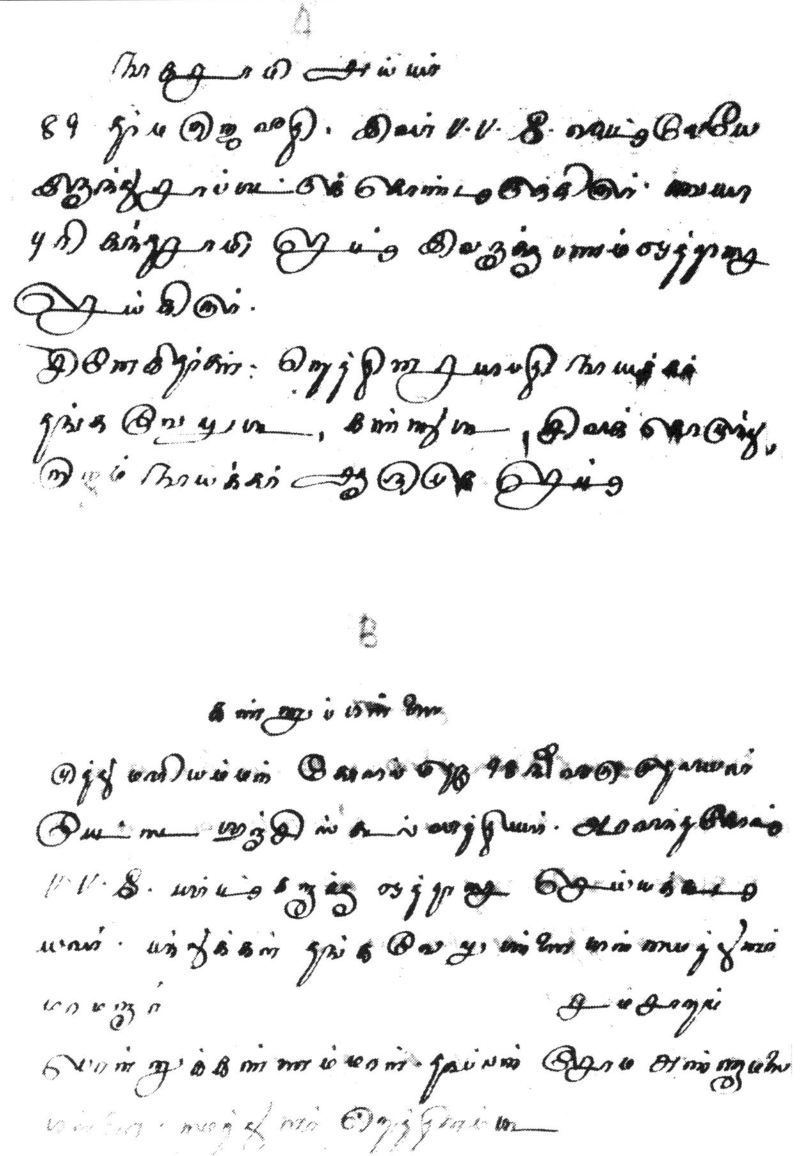

நாகசாமி, வ.வே.ஸு. ஐயர், கண்ணுப் பிள்ளை பற்றி வேவுகாரன்: ‘வி.வி.எஸ். பார்ட்டிக்கு ஒத்தாசை செய்யக்கூடியவர்’ என்பது கண்ணுப் பிள்ளை பற்றிய குறிப்பு.

வாஞ்சிநாதன்

இந்தியாவில் தீவிர தேசியவாதத்தை ஒடுக்க பிரிட்டிஷ் ஆட்சியாளர்கள் 1908 முதலே பலவித அடக்கு முறைகளைக் கையாண்டனர். இதனால் வெகுண்ட இளைஞர் பலர், பயங்கரவாத வழிகளில் ஈடுபடலானார்கள்.

பாரிஸிலிருந்த இந்திய விடுதலை வீரர் எம்.பி.டி. ஆசாரியா, மண்டயம் ஸ்ரீநிவாஸாச்சாரியாருக்கு 1910இல் ஒரு கடிதம் எழுதினார். லண்டனில் ஐந்தாம் ஜார்ஜ் முடிசூட்டு விழாவின்போது, 'சில காரியங்கள்' செய்யவேண்டும் என்றும், புதுவையில் முடியாவிட்டால் பத்திரமான தொலை தூரத்தில் எங்காவது செய்யலாம் என்றும் அவர் தூண்டியிருந்தார்.

திருநெல்வேலி கலெக்டரான ராபர்ட் வில்லியம் டி எஸ்டிகோர் ஆஷ் என்ற இளம் ஏகாதிபத்திய வெறியனின் பல செயல்களை அவனை ஒழிக்க வேண்டுமென்ற தாபத்தைப் புரட்சியாளர் மனதில் விதைத்திருந்தன.

1908 முதலே தென்னாட்டில் நீலகண்ட பிரம்மச்சாரி என்ற எருக்கூர் நீலகண்டன் என்ற இளைஞர் ஓயாமல் பலவூர்களுக்குப் பயணம் செய்து, 1857இல் நடந்தது போல ஓர் அகில இந்தியப் படை எழுச்சிக்காக ஆங்காங்கே பலரைத் தயாரித்துக்கொண்டிருந்தார்.

1910 ஜூனில் நீலகண்ட பிரம்மச்சாரி தமது வலதுகை போன்றவரான சங்கர கிருஷ்ணனுடன் அவரது மாமனார் ஊரான புனலூர் என்ற திருவிதாங்கூர் சமஸ்தான எல்லை ஊர் போனபோது, அங்கே சங்கரகிருஷ்ணனின் சகோதரி பொன்னம்மாள் கணவரான வாஞ்சிநாதன் என்ற துடிப்பான இளைஞனைக் கண்டு, அவரைத் தமது ரகசியப் புரட்சி இயக்கத்தில் சேர்த்துக்கொண்டார்.

வாஞ்சிநாதன் திருவிதாங்கூர் சமஸ்தானக் காட்டிலாகாவில் வேலை பார்த்துவந்தார். மணமாகி ஒரு பெண் குழந்தை இருந்தது.

1909 மத்தியில், கோவைச் சிறையில் இருந்த வ.உ.சி.யைக் குடும்ப நண்பரான பரலி. சு. நெல்லையப்பர் பார்த்துவிட்டுப் புதுவை திரும்பினார். கலெக்டர் ஆஷின் தூண்டுதலால் சிறையிலும் தமக்குப் பல தொல்லைகள் நேரிடுகின்றன என்று கூறிய வ.உ.சி., 'இந்த ஆஷின் அக்கிரமங்களுக்கு முடிவில்லையா?' என்று துயர் தெரிவித்தார்.

1910 பிற்பகுதியில், நீலகண்டனைப் பார்க்க வாஞ்சிநாதன் புதுவை வந்தான். அப்போது அவர் ஊரில் இல்லை; ஒரு வாரம் தங்கிக் காத்திருந்தான் வாஞ்சி. புதுவைக்கு 1910 அக்டோபர் மாதம் வந்த லண்டன் புரட்சி வீரர் வ.வே.சு. ஐயரது அறிமுகம் வாஞ்சிக்கு ஏற்பட்டது. புதுவையிலிருந்துகொண்டு பிரிட்டிஷ் இந்தியாவில் புரட்சிக் காரியம் செய்ய முயன்றுவந்த ஐயர், வாஞ்சியைக் கண்டவுடனே ஆஷைத் தீர்த்துக்கட்ட அவனே தக்கவனென மகிழ்ந்து, தமது கட்சிக்கு இழுத்துக்கொண்டார்.

வாஞ்சிநாதன் ஊர் சென்று, மீண்டும் 1910 டிசம்பரில் புதுவை வந்தான். ஐயர் தமது சகாக்களான நாகசாமி, கண்ணுப் பிள்ளை என்ற முத்துக்குமாரசாமிப் பிள்ளை மூலம் புதுவை கருவடிக் குப்பம் என்ற கரடிக் குப்பத்தில் வாஞ்சிக்குத் துப்பாக்கிப் பயிற்சி அளித்தார். வாஞ்சி திரும்பிப் போனபோது, அவனிடம் பிரெஞ்சு நாட்டில் செய்யப்பட்ட 'லா எதியென்' மார்க்கு பிரௌனிங் ஐந்து குண்டு சுழல் கைத்துப்பாக்கி எண். 250 கொடுத்து, ஆஷை ஒழித்துக் காரியத்தை வெற்றிகரமாக நிறைவேற்ற அனுப்பினார்கள்.

ஆஷ் துரை நடமாட்டங்களைக் கவனித்துவந்த அவனுக்கு 1911 ஜூன் 17ஆம் தேதி, லண்டனில் ஜார்ஜ் முடி சூட்டு விழா தினமே, வசதியான சந்தர்ப்பம் கிடைத்தது. ஆஷ் தனது மனைவியுடன் கொடைக்கானல் போக ரயிலில் மணியாச்சி ஜங்ஷன் வந்தான். தொடர்ந்துவந்த வாஞ்சி, மணியாச்சி பிளாட்பாரத்தில் ரயில் நின்றதும், ரயில் பெட்டிக்குள் நுழைந்து ஆஷைச் சுட்டுக் கொன்றான்.

பட்டப் பகல். காலை 11 மணி. ஆஷ் இறந்ததை உறுதி செய்துகொண்டு, பிளாட்பாரத்தில் ஓடினான் வாஞ்சி. சில போலீசார் துரத்தினார்கள். பிளாட்பார முடிவிலுள்ள கழிப்பறைக்குள் புகுந்து, கதவைத் தாளிட்டுக்கொண்டான் வாஞ்சி. ஒரு துப்பாக்கி வெடிச்சத்தம் கேட்டது. மேலும் தயங்கிய போலீசார், பின்னர் கதவை உடைத்துக்கொண்டு கழிப்பறையில் நுழைந்தபோது, வாயில் கைத்துப்பாக்கியை வைத்துச் சுட்டுக்கொண்டு வீர மரணம் எய்திய வாஞ்சியின் தலையற்ற உடலையே கண்டனர்!

வாஞ்சிநாதனும் அவனுக்குப் பயிற்சியளித்தவரும்:
புதுவை கரடிக்குப்பத்தில், 1910இல் வாஞ்சிநாதனுக்குச் சுடும் பயிற்சியளிக்கப்பட்டபோது எடுத்த படம். (இடமிருந்து) டாக்டர் மேனன், கண்ணுப் பிள்ளை என்ற முத்துக்குமாரசாமிப் பிள்ளை, தெரியவில்லை, ஜயராம் பிள்ளை, ஒரு வங்காளி இளைஞர். கீழே கட்டுக்குடுமியுடன் உற்றுநோக்கும் இளைஞரே ஆஷ் துரையைச் சுட்டுக் கொன்று தன்னையும் மாய்த்துக்கொண்ட வாஞ்சிநாதன்.

மாடசாமி

நீலகண்ட பிரம்மச்சாரி 1910 ஏப்ரலில் தென்காசியில் மடத்துக்கடை சிதம்பரம் பிள்ளை வீட்டில் நடத்திய ரகசியக் கூட்டத்தில் மடத்துக்கடை சிதம்பரம் பிள்ளையின் உறவினரும், வ.உ.சி.யின் தீவிர பக்தருமான எஸ்.எம். மாடசாமிப் பிள்ளை என்பவர், ரத்தம் கீறி, நீலகண்டரின் ரகசியச் சங்க சபதம் எடுத்துக்கொண்டார். சங்க அங்கத்தினர்கள் தங்களிடையே தொடர்பு கொள்ள மாற்றுப் பெயர்களும் மறைபொருள் சொற்றொடர்களும் உபயோகித்தார்கள். நீலகண்ட பிரம்மச்சாரி 'கமலநாயகி' என்ற பெயர் கொண்டார்; மாடசாமிப் பிள்ளை 'ராமமூர்த்தி' என்ற பெயர் பெற்றார்.

மாடசாமிப் பிள்ளை பல்லாண்டுகளுக்கு முன் ஏழையாக ஒரு வழக்கில் சங்கடப்பட்டுக் கொண்டிருக்கையில், அவர் சார்பில் வ.உ.சி., தமது தந்தைக்கு எதிராக வாதிட்டு, வழக்கை வென்று கொடுத்தார். அது முதல் மாடசாமி வ.உ.சி.யின் சுதேசி அரசியலிலும், கப்பல் கம்பெனியிலும் தீவிரமாக உழைத்தார். ஒரு சமயம் விரோதிகள் சுதேசிக் கப்பலை அழிக்க அதனடியில் வெடி ஒன்றைப் பொருத்திவிட்டனர். மாடசாமி உயிருக்குத் துணிந்து அதை அகற்றினார். வ.உ.சி., சிவா இருவரும் கைதானதும் வெகுண்டு எழுந்த திருநெல்வேலிக் கலவரங்களில் மாடசாமியும் ஒரு குற்றவாளியாக்கப் பட்டார். அதனால் அவர் தலைமறைவாகி, புதுச்சேரியில் ரகசியமாக ஆறுமுகம் செட்டியார் வீட்டில் இருந்துவந்தார். ஒருநாள், பிரெஞ்சுப் போலீசார், ஆறுமுகம் செட்டியார் வீட்டைச் சோதனைபோட வந்துவிட்டார்கள். செட்டியார் வீட்டு மாடியில் இருந்த நெல் மூட்டைகளிடையே பதுங்கித் தப்பித்தார் மாடசாமி.

ஆஷை வாஞ்சி சுட்டுக் கொன்றதும், செங்கோட்டையில் அவர் வீட்டைச் சோதனையிட்டனர். அப்போது வாஞ்சியின் நண்பர்களின் கடிதங்கள் கிடைத்தன. மாடசாமியைப் பற்றித் தகவல் தந்தால் ஆயிரம் ரூபாய் தருவதாகப் போலீசார் அறிவித்தனர்.

இதன்பின், மாடசாமி இலங்கை போய்விட்டார். அங்கே சுவடின்றி மறைந்துபோனார். மலேயா போய்விட்டதாக ஒரு தகவல் வந்தது. தலைமறைவாகிவிட்ட மாடசாமி, மொட்டையடித்துக்கொண்டு சாமியார் ஆகிவிட்டார். சிதம்பரத்தில் ஒரு சமயம் அவர் தென்பட்டதாக நெல்லையப்பர் கூறியுள்ளார்.

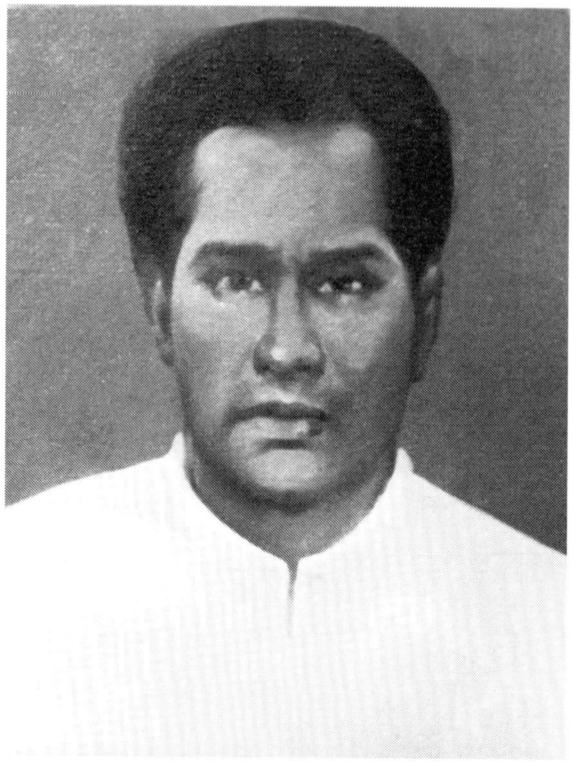

மாடசாமி

1958–59இல், சென்னை ஜார்ஜ் டவுனில் சரக்கு லாரிக் கம்பெனி ஒன்றில் தாம் அனுப்பிய 'ஹோல்டால்' படுக்கையைத் தேடிவந்த ஒரு சாமியார் மாடசாமிதானென்று தெரியவந்தது. அவரே தமது ஊர் பேர் விவரமும் சொன்னார். பழைய நினைவுகளில் சாமியார் கண்ணீர் பெருக்கினார். இருப்பினும், 'பின்னர் வருகிறேன்' என்று சொல்லி மறைந்துபோனார்.

1968இல், மாடசாமியின் புதல்வர், கலால் இலாகாவிலிருந்து ஓய்வு பெற்றவர், நோயுற்று மருத்துவமனையில் மயக்க நிலையில் இருந்த சமயம், யாரோ ஒரு சாமியார் வந்து அவரைப் பார்த்துப் போனார்.

மாடசாமிப் பிள்ளை அதன்பின் தென்படவில்லை.

தென்னகத்தின் புரட்சியாளர், தேசபக்தர் வரிசையில் தீரமிக்க மர்ம மனிதர் மாடசாமி. இதுவரை கிடைத்திராத அவர் படம், இப்பக்கத்தை அலங்கரிக்கிறது.

நாகசாமியும் மனைவி கமலாபாயும்:
இவர்களது கலப்புத் திருமணத்தை அரவிந்தர் பிரம்ம சமாஜ முறையில் நடத்திவைத்தார்.

கண்ணுப் பிள்ளை என்ற முத்துக்குமாரசாமிப் பிள்ளை:
வில்லியனூரில் இந்நூலாசிரியர் 1936இல் அவரைச் சந்தித்து அளவளாவிய சமயம் எடுத்த படம்.

நாகசாமி (1957இல்)

'தர்மாலயம்': புதுவை ஈசுவரன் தர்மராஜா கோவில் தெருவில் வ.வே.சு. ஐயரும் நாகசாமியும் நடத்திய புரட்சிப் பாசறை.

நீலகண்ட பிரம்மச்சாரி

தென்னாட்டில் அந்நாளைய போலீசாருக்குச் சிம்ம சொப்பனமாக விளங்கியவர் நீலகண்ட பிரம்மச் சாரி என்ற புரட்சி வீரர்.

பாரதியும் வ.உ.சி.யும் திலகர் பெருமானைப் பின்பற்றிச் சட்டபூர்வமான வழிகளில் சுதந்திர முயற்சியைக் கைக்கொண்ட சமயம், புரட்சி மூலம், அதாவது, ரகசியமாய்ப் படை திரட்டிப் போர் புரிந்து ஆட்சியைக் கைப்பற்ற – ஏற்பாடு செய்த ஒரே தலைவர் நீலகண்ட பிரம்மச்சாரி.

நீலகண்ட பிரம்மச்சாரி தஞ்சை மாவட்டம் சீர்காழிக்கருகே எருக்கூர் என்ற கிராமத்தில் செல்வமிக்க வைதிக பிராமண குலத்தில் பிறந்தவர்.

1907இல் சென்னை வந்து நெருப்புப் பொறி பறக்கப் பேசிய விபின சந்திர பாலரால் ஈர்க்கப் பட்டு அரசியலில் குதித்து, விரைவில் வங்கப் புரட்சியாளர் தொடர்பால் புரட்சிவாதி ஆனார்.

அப்போது, ஜெர்மனியின் அரசர் கெய்ஸர் தூண்டியதன்பேரில் பரோடா மகாராஜா ஸாயாஜி ராவ் முதலிய சமஸ்தானாதிபதிகளும், அரவிந்தர் போன்ற வங்காளப் புரட்சியாளரும் சேர்ந்து, ஜெர்மன் ஆயுதங்கள் பெற்று, ரகசியப் படை திரட்டி, 1857 போல நாடெங்கும் புரட்சி உண்டாக்கி, பிரிட்டிஷாரை விரட்டி ஆட்சியைக் கைப்பற்றத் திட்டமிட்டார்கள். அவர்களது தென்னகப் பிரதி நிதியாக விளங்கினார் நீலகண்ட பிரம்மச்சாரி.

தமிழ்நாட்டில் புரட்சிப் பிரசாரம் செய்த நீலகண்டன், 20,000 கம்பளத்தார் நாயக்கர்களையும் (கட்டபொம்மு பரம்பரையினர்), 6,000 மறவர்களை யும் தேச விடுதலை விஷயத்தில் ஊக்கம் கொள்ளச் செய்தார்.

1911இல் நீலகண்ட பிரம்மச்சாரியின் சீடர் வாஞ்சிநாதன் வ.வே.ஸு. ஐயரின் கட்சிக்கு மாறி ஆஷ் துரையைச் சுட்டுக் கொன்றதனால் தமிழ்நாட் டில் புரட்சி ரகசியங்கள் அம்பலமாயின. தமக்குச் சம்பந்தமில்லாத ஆஷ் கொலை வழக்கில் முதல் எதிரியாக்கப்பட்டு, ராஜதுவேஷப் புரட்சிக்காக நீலகண்டன் ஏழு ஆண்டுகள் கடுங்காவல் பெற்றார்.

1914இல், திட்டப்படி, ஜெர்மனி முதல் மகாயுத் தத்தைத் துவக்கியது. அப்போது சிறையிலிருந்த நீலகண்டன் சிறையிலிருந்து தப்பி வெளியேறினார். துரதிர்ஷ்டவசமாக மூன்றாம் நாளே பிடிபட்டார். மேலும் ஆறு மாதம் தண்டனை கூடியது. முடிவில், எட்டு வருஷம் சிறையிலிருந்து, 1919இல் வெளியே வந்தார். நீலகண்டனைச் சீந்துவாரில்லை. வறுமை வாட்டியது. 1921இல் பாரதியாரின் இல்லத்திற்குப் போய் மூன்று நாள் பசி தீர்க்க, பாரதி பெண் பாப்பா தந்த இரண்டணாவை வாங்கிச் சென்றார் நீலகண்டன். நீலகண்டன் போன்ற தேசபக்தர்களின் துயரை அறிந்த பாரதியார் மனம் புழுங்கிப் பாடியது 'பாரத சமுதாயம் வாழ்கவே' என்ற பாடல். 'தனி ஒருவனுக்குணவிலையெனில் ஜகத்தினை அழித்திடுவோம்' என்ற வரிகள் நீலகண் டனது பட்டினியால் எழுந்த கோபக் கனலைப் பிரதிபலிப்பவை.

1921இல், பாரதியாரது கடைசி நாளில், இரவு முழுவதும் உடனிருந்தவர்களில் நீலகண்டன் ஒருவர்.

பாரதி காலமான பின் தோழர் எம். சிங்கார வேலு செட்டியாருடன் சேர்ந்து கம்யூனிஸப் பிர சாரம் செய்தார் நீலகண்டன். கைதானார். சிறையில் பத்து வருஷம் கழிக்க நேர்ந்தது.

சிறையில் அவருக்கு நேர்ந்த இன்னல்கள் அவரை ஆத்ம சோதனையில் திருப்பிவிட்டன. அவருடைய மனக் குமுறல்களெல்லாம் ஓய்ந்தன. ரங்கூன் சிறையிலிருந்து 1930இல் வெளியே வந்த அவர், ஓராண்டு சென்னையில் பத்திரிகைகளுக்குக் கட்டுரைகள் எழுதி வாழ்ந்து, 1931முதல் பரதேசிச் சாதுவாகிவிட்டார்.

பரதேசியானாலும் பெரியபெரிய ராஜகுடும் பங்கள் சகவாசம் கிட்டியது. முடிவில் அவற்றையும் துறந்து ஊர்ஊராய்த் திரிந்தார். கடைசியாக மைசூர் சமஸ்தானத்தில், கோலார் மாவட்டத்தில், நந்தி என்ற ஊர் அருகே மலைச்சாரலில் தனிமையில் ஓர் ஆசிரமம் அமைத்துக்கொண்டு ஏகாந்தமாய் வாழ்ந்தார். அவருடைய ஆசிரமத்திலிருந்துதான் தென்பெண்ணையாறு கிளம்புகிறது. ஸத்குரு ஓம்கார் என்ற புரட்சிகர ஸாதுவாக, அவர் 88 வயதில், 1978ஆம் ஆண்டு மார்ச் மாதம் காலமா னார். மூன்று அருமையான நூல்கள் எழுதியுள்ளார் ஸத்குரு.

நீலகண்ட பிரம்மச்சாரி:
நொடிக்கு நொடி மாறும் உணர்ச்சிப் பிழம்பு.
மேலே: புரட்சிப் பாதையை விடுத்துப் பரதேசிக் கோலமேற்றும் மாறாத கடுமையான முகம் *(1936)*.
கீழே: ஸத்குரு ஓம்காரமாக, அன்பொழுகும் பழுத்த பழம் *(1974)*.
வலம், மேலே: 'என்ன நான் சொல்றது?' என்று கேட்கும் இயல்பான தோற்றம் *(1976)*.
வலம், கீழே: வீராசனத்தில் மனம் குவிந்த நிலை *(1976)*.

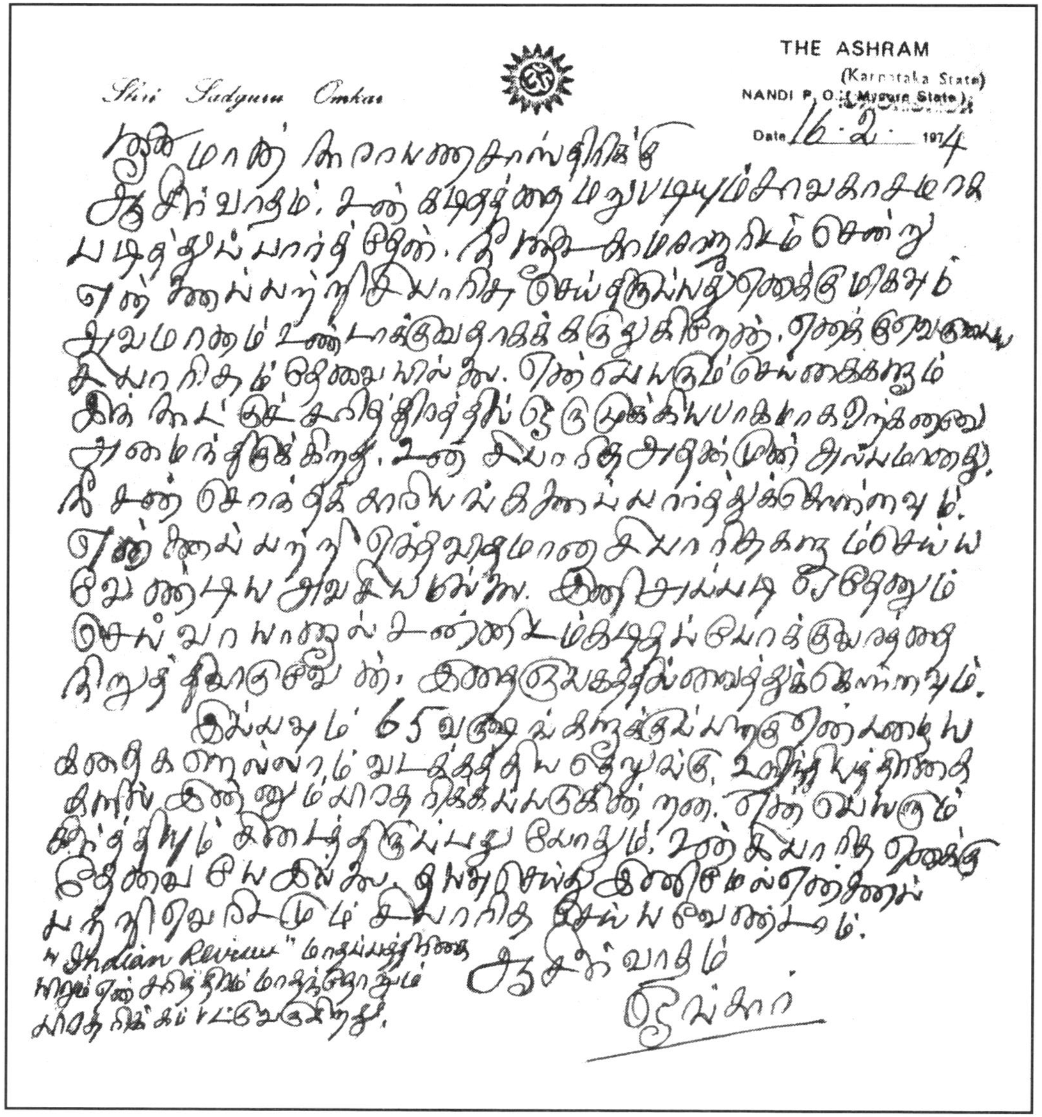

Shri Sadguru Omkar

THE ASHRAM
NANDI P. O. (Mysore State) (Karnataka State)

Date 16-2-1974

ஸ்ரீமான் நாராயணசாஸ்திரிக்கு
ஆசீர்வாதம். உன் கடிதத்தை மறுபடியும் சாவகாசமாக
படித்துப் பார்த்தேன். நீ ஸ்ரீ காமராஜரிடம் சென்று
என்னைப் பற்றி சிபாரிசு செய்திருப்பது எனக்கு மிகவும்
அவமானம் உண்டாக்குவதாகக் கருதுகிறேன். எனக்கு எவருடைய
சிபாரிசும் தேவையில்லை. என் பெயரும் செய்கைகளும்
இந்நாட்டின் சரித்திரத்தில் ஒரு முக்கியபாகமாக இருக்கவே
அமைந்திருக்கிறது. உன் சிபாரிசு அதற்கு ஒர் அவமானமே.
நீ உன் சொந்த காரியங்களைப் பார்த்துக்கொள்ளவும்.
என்னைப் பற்றி எத்தகையான சிபாரிசுகளும் செய்ய
வேண்டிய அவசியமில்லை. இனி அப்படி ஏதேனும்
செய்வாயானால் [illegible]
[illegible]. இதை ஞாபகத்தில் வைத்துக்கொள்ளவும்.
இப்பவும் 65 வருஷங்களுக்கு [illegible]
[illegible]
[illegible]. என் பெயரும்
[illegible] போதும். உன் சிபாரிசு எனக்கு
தேவையேயில்லை. இப்படி செய்து இனிமேல் என்னைப்
பற்றி எவரிடமும் சிபாரிசு செய்ய வேண்டாம்.
ஆசீர்வாதம்
ஓம்கார்

“Indian Review” மாதப்பத்திரிகை [illegible]
[illegible] மாதந்தோறும்
பிரசுரிக்கப்படுகிறது.

ஸத்குரு ஓம்கார் (நீலகண்ட பிரம்மச்சாரி): சுதந்திர புருஷர். 19 ஆண்டுகள் சிறைவாசம் அனுபவித்த தியாகி; ஆனால் தாமிரப் பட்டயம் பெறாதவர்! அவருக்கு மரியாதை செய்ய வேண்டாமா என்று காமராஜரிடம் சொன்ன தம்பிக்கு அவர் எழுதிய கண்டிப்பான கடிதம்.

இளம் தொண்டர்கள்

காந்தக்கல் இரும்புத் தூளை இழுப்பது போல பாரதியின் மேதை புதுவையில் சில இளைஞர்களை வசீகரித்தது. அவர்களுடன் சல்லாபிப்பதில் அவருக்கு ஆனந்தம்.

திருப்பயணம் வ. ராமசாமி ஐயங்கார் என்ற இளைஞர் அவர்களுடன் ஒருவர். அரவிந்தர் புதுவைக்கு வந்துவிட்டாரா என்று அறிந்துவரும்படி திருச்சி அரசியல் தலைவர் கொடியாலம் ரங்கஸ்வாமி ஐயங்கார் இவரைப் புதுச்சேரிக்கு அனுப்பினார். புதுச்சேரியில் பாரதியைப் பார்த்து, அவர் மூலம் அரவிந்தரையும் கண்டார். இவருக்கு பாரதியிடம் அதிக பக்தியா, அரவிந்தரிடம் அதிக பக்தியா என்பது அக்காலத்தில் தீர்மானிக்க முடியாத விஷயமாயிருந்தது.

புதுவையில் பாரதியைப் பார்க்கச் சென்று அவருடன் சில காலம் வாழ்ந்த பரலி. சு. நெல்லையப்பர், அக்காலத்தில் வரா. தாடிச் சாமியாராக விளங்கினாரென்றும், வராவைத் தாம் ஒரே ஒரு தடவைதான், அரவிந்தாசிரமத்தில், பார்த்ததாகவும் கூறுகிறார்.

புதுவை தேசபக்தர்களுக்குப் பணம் தருவிக்கும் வேலையில் வ.ரா. கைதேர்ந்திருந்தார். இதற்காக நெய் வியாபாரமும் புத்தக வியாபாரமும் செய்தாராம். அதாவது, ஆறுமுகம் செட்டியார் என்ற புதுவைப் பிரமுகர் பெயரில் சென்னையிலிருந்து நெய் டின்கள் வரும். நெய்யில் கைவிட்டுத் துளாவினால் ரூபாய்க் காசுகள்! சாதாரண புக் – போஸ்டில் புஸ்தகம் வரும். புத்தக அட்டையை வெட்டிப் பார்த்தால் ரூபாய் நோட்டிருக்கும்!

புதுவையை அடுத்த முத்தியாலுப்பேட்டையைச் சேர்ந்த கிருஷ்ணசாமி செட்டி என்ற நெசவுத் தொழில் இளைஞர் ஒருவர். 20 வயது. குள்ளம். கெட்டியான இரட்டை நாடி சரீரம். சோர்வே அறியாத சுபாவம். 'வெல்லச்சு' என்று பாரதி இவருக்கு செல்லப்பெயர் வைத்தார். தம் பாடல்களை இவரிடம் பாடிக்காட்டுவதில் பாரதிக்குத் தனி இன்பம். மாலை வேளைகளில் பாரதி வீட்டில் நண்பர்கள் கூடியிருப்பார்கள். அவர்களை உபசரிக்கப் பணமிராது. செட்டியாரும் இருந்தால், பாரதி, காட்டில் திருடனுக்குப் பயந்து கட்டை போல் கிடந்த செட்டியின் கதையைச் சொல்வார். தன் மீது இடறிய ஒரு திருடன் தன்னைக் கட்டையென்றதும் செட்டியாருக்குக் கோபம் பொத்துக்கொண்டு வந்து விடுகிறது: 'உங்கள் வீட்டுக் கட்டை மடியில் பத்து ரூபாயுடன் கிடக்குமோ?' என்று தன்னை மறந்து கேட்கிறான். கதையில் இந்தக் கட்டம் வந்ததும் வெல்லச்சு கிருஷ்ணசாமி செட்டியார் மடியிலிருந்து பத்து ரூபாயை எடுத்து பாரதியிடம் கொடுத்து விடுவார்! 'கதையில் வந்தது திருடன்; நான் பகல் கொள்ளைக்காரன்' என்று பாரதி களிப்பார்.

அரவிந்தரின் ஆரம்ப சீடர்களில் ஒருவரும், அரவிந்தாசிரமத்தில் பொறுப்பான பதவியிலிருந்து காலம் சென்ற அமிர்தா என்ற ஆராவமுதய்யங்கார் பாரதியிடம் மனதைப் பறிகொடுத்த இளைஞர்களில் ஒருவர்.

'பாரதியின் பரிணாமத்தைக் கவனிக்கும்போது அவர் பிறவியில் கவியென்பதும், பிறகுதான் பாரத தேவியின் புத்திரன் என்ற நினைவு அவருக்கு மூண்டதும், கடைசியாக, தான் சக்தியின் புதல்வன் என்று கண்டுகொண்டதும் பிரதான அம்சங்களாகும்' என்று பாரதி வாழ்க்கைத் தத்துவத்தை அழகுற விவரிக்கிறார் அமிர்தா.

'பாரதிதாசன்' என்ற கனக. சுப்புரத்தினம் பாரதி பக்தர்களில் ஒருவர். தாம் பாரதியை முதன் முதல் சந்தித்த விவரத்தை அவரே எழுதியிருக்கிறார்.

'இந்தியா' நின்றுபோய்விட்டது; சின்னையா ரத்னசாமி நாயுடு என்பவருடன் சேர்ந்து பாரதி ஆரம்பித்த 'சூரியோதயம்' என்ற பத்திரிகையும் நின்றுவிட்டது. அப்போது சுப்புரத்தினம் சர்க்கார் பாடசாலையில் தமிழாசிரியர். 'இந்தியா' இதழ்கள் படித்திருக்கிறார். 'சுதேச கீதங்கள்' பாடல்களைக் குவளைக் கண்ணன் தன் கவர்ச்சியற்ற குரலில் உரத்துப் பாடக் கேட்டிருக்கிறார். முடிவில் ஒரு புத்தகம் சம்பாதித்து அப்பாடல்களைத் தாமும் பாடத் தொடங்கினார்.

'வல்லூறு நாயக்கர்' என்று பாரதி தம் கட்டுரைகளில் குறிப்பிடும் வேணு நாயக்கரது கல்யாணத்தில் சுப்புரத்தினம் 'வீர சுதந்திரம் வேண்டி நின்றார்' பாட்டைப் பாடினார். பாடும் தன்னைப் பாராமல் எல்லாரும் 'ரவிவர்மாப் படப் பரமசிவம் போலிருந்த' ஒருவரையே பார்ப்பதை அவர் கவனித்தார். பாட்டு முடிந்ததும் அந்த 'ரவிவர்மாப் படப் பரமசிவம்,' 'உணர்ந்து பாடுகிறீர்கள்' என்று சுப்புரத்தினத்தை ஆசீர்வதித்தார். தாம் பாடிய பாட்டை இயற்றிய கவி சுப்பிரமணிய பாரதி அவரே என்று தெரிந்ததும் சுப்புரத்தினம் நாணிக் கோணினார்!

பாரதி ஊக்குவிக்க, தாமே கவிதை எழுத முடியும் என்று உணர்ந்து, 'பாரதிதாசன்' ஆனார் சுப்புரத்தினம். பிற்காலத்தில் 'பாரதி கவிதா மண்டலம்' என்ற பெயரில் முற்றிலும் கவிதையான ஒரு அற்புதப் பத்திரிகை நடத்தினார் 'பாரதிதாசன்.'

பாரதி சீடர் வ.ரா.
முறுக்கான இளமைத் தோற்றம்

வ.ரா.:
அனுபவமிக்க எழுத்தாள முதல்வர் (1938இல்)

புரவலர்: *பாரதி, அரவிந்தர் இருவருக்கும் பொருளுதவி செய்துவந்த கொடியாலம் (கே.வி.) ரங்கஸ்வாமி ஐயங்கார்; மத்திய ராஜாங்க சபை (சட்டசபை) உறுப்பினர். லாலா லஜபதி ராய், பண்டித மதன் மோஹன் மாளவியாவுடன்.*

'பாரதிதாசன்' கனக சுப்புரத்தினம். 1957இல்.
இடம் - இளமையில்

'வெல்லச்சு' கிருஷ்ணஸ்வாமி செட்டியார்

'குயில்' சிவா, சிவப்பிரகாச நாயக்கர்.

அமுதன் என்ற டி. ஆராவமுதன்

ஆதரவளித்த சீமான் குடும்பம்:
பாரதிக்குப் பலவகையில் உதவிபுரிந்த
பொன்னு முருகேசம் பிள்ளையும்,
மனைவி சௌந்தரம்மாளும்,
அவர்கள் புதல்வர்களும்.

கனகராஜா

ராஜாபகதூர் (மூத்தவர்)

செல்வக் குடும்பத்தின் சேவை

1911இல் மணியாச்சியில் ஆஷ் என்ற கலெக்டரை வாஞ்சி ஐயர் என்ற இளைஞர் சுட்டுக்கொன்று, தம்மையும் மாய்த்துக்கொண்டார். இதனால் சுதேசித் தலைவர்கள் மட்டுமல்ல, அவர்களுடன் பழகியவர்களுக்கும் போலீஸ் கண்காணிப்பு ஏற்பட்டது. புதுவையில் துணிச்சலற்றவர்கள் பாரதியை நெருங்குவதும் இயலாததாகவிருந்தது.

இத்தகைய நெருக்கடியான சமயங்களில் பாரதிக்கு உற்ற துணையாக விளங்கியவர்கள் மூவர் – சுந்தரேசய்யர், பொன்னு முருகேசம் பிள்ளை, கலவை சங்கர செட்டியார் – என்று வ.ரா. கூறுகிறார்.

பொன்னு முருகேசம் பிள்ளை பாரதியின் வீட்டுக்கு இரண்டு மூன்று வீட்டுக்கப்பால் இருந்த தனிகர். பிரெஞ்சு மொழி நன்கறிந்தவர்; தெய்வம் கிடையாதென்று வாதிப்பவர்; பாரதியின் தெய்வ நம்பிக்கையைப் பற்றி அவரைக் கிண்டிவிட்டு அவருடன் கட்சி வாதம் செய்து ஆனந்தப்படுபவர். இவர் பாரதிக்குப் பண உதவி செய்ததில்லை. ஆனால், தமது நிலத்திலிருந்துவரும் தானியங்களை வ.வே.சு. ஐயர், பாரதி முதலியோருக்கு வெளியில் விற்பதைவிடச் சரசமான விலையில் தருவார்.

பண உதவி செய்யவில்லை என்றாலும் பிள்ளையவர்கள் தம் வீட்டையே, குடும்பத்தையே பாரதி சேவைக்குக் கொடுத்துவிட்டார் எனலாம். பாரதி அநேகமாய் எப்பொழுதும் பிள்ளையவர்கள் வீட்டிலேயே தங்கிவிடுவார். பெரிய வீடு. மாடியில் தனி அறை ஒன்று. அது பாரதி அறை. சில சமயம் இரவுகூட அங்கேயே தங்கிவிடுவார்.

முருகேசம் பிள்ளையின் மனைவி அண்ணியம் மாள் என்ற சௌந்திரம்மாள் உத்தம குணம் பொருந்திய ஹிந்து கிருஹலக்ஷ்மி. சமயமறிந்து பாரதிக்கு அன்னமளித்து, சிற்றுண்டியளித்து உபசரிப்பார். தாயைப் போலவே குமாரர்கள் ராஜாபகதூர், கனகராஜா இருவரும்கூட பாரதி சேவையில் ஈடுபடலானார்கள். இவர்கள் பாரதியின் 'மெய்க்காவலர்' என்றால் தவறாகாது.

பாரதி கட்டுக்கடங்காத செல்லக் குழந்தை. நினைத்த சமயம் கவிதை வரும், உரக்கப் பாடுவார். உட்கார்ந்த இடத்திலிருந்து எச்சிலைத் துப்புவார். இந்தக் குறைபாடுகளைப் பற்றிப் பிள்ளையவர்கள் வீட்டில் மூச்சுப்பேச்சு இராது.

முதல் மகாயுத்தம் ஆரம்பிப்பதற்கு முன், பிள்ளையவர்களின் மூத்த புதல்வர் ராஜாபகதூர் எஞ்சினீயர் படிப்புக்காகப் பாரிஸ் சென்றிருந்தார். படிப்பு முடிந்து திரும்பிவரும் சமயம் யுத்தம் மூண்டுவிட்டது. செல்வப் புதல்வனை வரவேற்கப் பிள்ளையவர்கள் கோலாகலமாக ஏற்பாடு செய் திருந்தார். ராஜாபகதூருக்குப் பதில் ஒரு தந்தி வந்துநின்றது. ராஜாபகதூர் வந்த கப்பல் ஜெர்மன் குண்டுகளால் தாக்குண்டு சுக்குநூறாயிற்று என்று தந்தி கூறியது. தந்தியைப் படித்த முருகேசம் பிள்ளை மூர்ச்சையானார்; மூர்ச்சை தெளிந்து கதறினார், புலம்பினார், அரற்றினார். யார் என்ன சொல்லியும் தேறவில்லை. அண்ணியம்மாளும் அழுதார்.

பாரதியார் அந்தத் தம்பதிகளைத் தேற்ற வெகு பாடுபட்டார். இந்திரஜித்தன் இறந்ததும் மண்டோ தரி புலம்பிய கம்ப ராமாயணச் செய்யுள்களையும், குலசேகராழ்வார் பாடிய 'வன்தாளின் இணை வணங்கி' என்ற தசரதன் புலம்பலையும், 'ஆலைநீள் கரும்பன்னவன் தாலேலோ' என்ற தேவகி புலம் பலையும் மனம் உருகப் பாடித் தேற்றினார்.

என்ன தேற்றியும் முருகேசம் பிள்ளை உடம்பு தேறவில்லை. ராஜாபகதூர் சுகமாகயிருப்பதாய்ப் பொய்த் தந்தியை அரவிந்தரே கொண்டு கொடுக்கச் செய்தும், ராஜாபகதூர் போன்ற ஒருவனுக்கு அவன் போலவே உடையணிவித்து இதோ ராஜாபகதூர் வந்துவிட்டான் என்று காட்டியும்கூட அவர் படுத்த படுக்கையாகவே இருந்தார். பொய் ராஜாபகதூரைப் பார்த்ததும் அவநம்பிக்கையும் அதிருப்தியும் முகத் தில் தோன்ற மறுபுறம் புரண்டு படுத்தார்; சற்று நேரத்தில் உயிர்நீத்துவிட்டார்!

தந்தை இறந்த 27ஆம் நாள் ராஜா பகதூர் சௌக்கியமாக வந்துசேர்ந்தான். 'தனயனுக்காகத் தந்தை உயிர் கொடுத்தார்' என்றார் பாரதி.

ராஜாபகதூர் பிறகு புதுவை சட்ட சபையின் காரியதரிசியாகி 1951 வரை இருந்தார். தம் புதல்வ னுக்கு முருகேசபாரதி என்று பெயரும் இட்டார்.

சென்னை திரும்பிய பின், 1920இல் குள்ளச்சாமி என்ற புதுவை யோகியைச் சென்னைக்கு வரச்செய் தார் பாரதி. புதுவையிலிருந்து அவரை அனுப்பி வைத்தவர் கனகராஜா. (அவருக்கு பாரதி எழுதிய கடிதம் இந்நூலில் பிறிதோரிடத்தில் இருக்கிறது).

கனகராஜா அகால மரணமடைந்தார்.

ஏழைக் குடும்பம் சளைத்ததா?

பொன்னு முருகேசம் பிள்ளை வீட்டில் ஒரு வேலைக் காரக் கிழவி. பார்க்க, ஔவைப் பாட்டிதான். அம்மாக்கண்ணு என்று பெயர். வீட்டு எஜமான ருக்கும் எஜமானியம்மாவுக்கும்தான் பாரதியிடம் பரிவு என்றால், இந்த எழுத்து வாசனையறியாத செவிட்டுக் கிழவிக்கும் அவரிடம் அளவற்ற வாஞ்சை. கிழவியின் மூன்று புதல்வர்களுக்கும் அப்படியே.

பொன்னு முருகேசம் பிள்ளை வீட்டில் பாரதி செய்யும் லூட்டிகளை – கண்ட இடத்தில் துப்புதல் முதலியவற்றை – அம்மாக்கண்ணு பொருட்படுத் தாமல் அவருக்கு சிசுருஷை செய்தாள்.

ஒரு சமயம் – 1917இல் இருக்கலாம் – பாரதிக்குப் புதுவையின் குறுகிய வாழ்வு அலுத்துப்போய் விட்டது. என்ன ஆனாலும் சரி, பிரிட்டிஷ் இந்தியா வுக்குப் போய்விடுவது என்று தீர்மானித்து விட்டார். மனைவியிடம் என்ன கோபமோ, யாரிடமும் சொல் லாமல் தனியே கிளம்பிவிட்டார்.

பாரதி கிளம்பிப்போய்விட்ட சேதி தெரிந்தது; எல்லாரும் தேடினார்கள். கடைசியில் ரயில்வே ஸ்டேஷனில் அகஸ்மாத்தாய்ச் சந்தித்த பாரதிதாசன் அவரைச் சமாதானம் செய்து திரும்ப அழைத்து வந்தார். புதுவையில் பின்னாலிருந்து தள்ளும் ரிக்‌ஷா வண்டியைப் 'புஷ் வண்டி' என்பர். அதில் பாரதியும் பாரதிதாசனும் வருகிறார்கள். இதை யறிந்த அம்மாக்கண்ணு வழியில் அவர்களைச் சந்தித்தாள் – கையில் சுண்டல் முதலிய எளிய தின்பண்டங்களுடன். பாரதிக்கு மட்டற்ற மகிழ்ச்சி.

அம்மாக்கண்ணுவும் அவளது மூன்று பிள்ளை களும் காலமாகி விட்டனர். மூத்தவரான வேணு கோபால் நாயக்கருக்கு பாரதி 'புலிப்பால் வேணு' என்று பட்டம் தந்திருந்தார். அவர் பிற்காலத்தில் 'தாய் நாடு' என்ற பத்திரிகை நடத்தினார்; வைரப் பரிசோதனையில் வல்லுநர். தெய்வசிகாமணி முதிய வயதில் காலமானார்.

நம் நாட்டில் உயர் வகுப்பார் கீழ் வகுப்பாரு டன் சிநேகமாயிருந்தால்கூட அவர்களது வீடுகளுக்குச் சென்று உணவருந்துவதும் தெய்வம் தொழுவதும் மிக அதிசயம். பாரதி இதற்கு விதிவிலக்கு. பார்ப் பார் முதல் பள்ளர் வரை எல்லாருடைய வீடுகளுக் கும் அவர் சகஜமாய்ப் போய்வந்தார். அந்தக் காலத்திலே இது பெரும் புரட்சி என்று சொல்லத் தேவையில்லை.

இந்த நூலாசிரியர் 1938–39இல் புதுச்சேரியில் அம்மாக்கண்ணுவின் வீட்டுக்குப் போய் அவளைப் பார்த்த சமயம், அவள் வீட்டில் ஒரு தத்தாத்ரேய விக்கிரகமும் இரு வாள்களும் ஒரு குத்துவாளும் பூஜை அறையிலிருந்தன. இவை பாரதியாரால் பூஜிக்கப்பட்டவை என்று சொன்னார்கள்.

பாரதி இந்த வாள்களைப் பயிற்சிக்காக உபயோ கித்தாராம். தேகப் பயிற்சி செய்ய வேண்டும் என்ற ஆசை மட்டும் உள்ளவர் அவர். தொடர்ந்து பயிற்சி செய்யும் பிடிவாதம் இல்லை. ஒருநாள் புதுவைக் கடற்கரை மணலில் நிலவொளியில் வாள் பயிற்சி செய்வதெனத் தீர்மானித்தார். நண்ப ரொருவர் – இது அம்மாக்கண்ணுவின் புதல்வர் வேணுவாக இருக்கலாம் – வாளை எப்படிச் சுழற்று வது என்று காட்டினார். பாரதி வாளைக் கையில் வாங்கிச் சில தடவை சுற்றினார். திடீரென ஆவேசம் வந்தவர் போல் வாளை அதிவேகமாய்ச் சுற்றி, எதிரேயிருந்த நண்பனைத் தாக்குவது போல வந்துவிட்டார். அவர் கையிலிருந்து வாளை வாங்கு வது பெரும் பாடாகிவிட்டது. க்ஷணத்தில் தம்மை மறந்துவிடும் பாரதிக்கு அதன் பிறகு யாரும் வாள் பயிற்சியளிக்கத் துணியவில்லை!

அம்மாக்கண்ணுவின் குடும்பம் மட்டுமல்ல, ஹரிஜன இளைஞர் ரா. கனகலிங்கம், உப்பளம் முத்துமாரியம்மன் கோயில் பண்டாரம், கொட்டடி வேணு நாயக்கர் முதலிய பலதரப்பட்ட நண்பர்கள் பாரதிக்கு உண்டு. ஜாதி மத பேதத்தை அறியாதவர் அவர். எந்த ஜாதி மதத்தினரானாலும் நண்பர்க ளென்றால் வித்தியாசமின்றிப் பழகுவார்; சல்லாபிப் பார்; உண்டு உறங்குவார். 1912இல் புரோகிரஸிவ் யூனியன் கிரிக்கெட் கிளப் என்ற புதுவைச் சங்கத் தில் 'ஜாதி வித்தியாசம்' என்பது பற்றி பாரதி பேசினார். அரசாங்க அனுமதியின்றி இந்தக் கூட்டத்தை நடத்தியதாக இளைஞர் கனகலிங்கத்துக்கு மூன்று ரூபாய் அபராதம் விதிக்கப்பட்டது.

புதுவையில் ஹரிஜனங்கள் போற்றும் உப்பளம் முத்துமாரியம்மன் கோயில் மீதுதான் 'தேச முத்துமாரி பாட்டு' பாடியிருக்கிறார் பாரதி.

'வெள்ளைக்காரனை வீட்டுக்குப் போகச் செய் வது; ஜாதியென்ற இந்த நாசப் பூண்டை வேரோடு களைவது; பெண்களுக்கு விடுதலை – இந்த மூன்றும் அத்தியாவசியம்' என்று பாரதி அடிக்கடி சொல் வாராம். இவற்றை அக்காலத்திலேயே செயலிலும் காட்டிவந்த தீரர் அவர்.

பாரதி பூஜித்த வாள்களும் தத்தாத்ரேய விக்ரகமும்:
பாரதி வீட்டுப் பணிப்பெண் அம்மாக்கண்ணுவும் அவருடைய புதல்வர்களும்.
மேலே நிற்பவர் மூத்த பிள்ளை வேணு.

இரண்டாம் மகன் கோவிந்தசாமி

மூன்றாம் மகன் தெய்வசிகாமணி

சில வேதபுர நண்பர்கள்

புதுவையில் கல்வே கல்லூரி என்ற உயர்நிலைப் பள்ளி இருக்கிறது. அதில் ஆங்கில போதகாசிரியர் புரொபஸர் என். சுப்பிரமணிய ஐயர் என்று ஒருவர் இருந்தார். பாரதி, வ.வே.சு. ஐயர் போலவே ஈசுவரன் தர்மராஜா கோயில் வீதியில் இருந்தார். புதுவையை வேதபுரம் என்று வர்ணிக்கும் பல கட்டுரைகளில், இவரை 'பிரம்மராயர்' என்றும் 'பிரம்மராய ஐயர்' என்றும் பாரதி குறிப்பிடுகின்றார். 'பெண்' என்ற கட்டுரையில் பாரதி கூறுகிறார்:

'வேதபுரத்தில் தர்ம வீதியில் வாத்தியார் பிரம்மராய ஐயர் என்றொரு பிராமணர் இருக்கிறார். இவர் சாக்த மதத்தைச் சேர்ந்தவர்.... இங்கிலீஷ், பிரெஞ்சு என்ற இரண்டு பாஷைகளிலும் நல்ல பாண்டித்தியமுள்ளவர். கொஞ்சம் சமஸ்கிருதமும் தெரியும்.... வேதாந்த விசாரணையிலே நல்ல பழக்கமுண்டு. கதை, காலக்ஷேபம், உபந்நியாசம் முதலியன நடந்தால் தவறாமல் கேட்கப்போவார். பெரும்பாலும் கதை கேட்டுவிட்டு அதிருப்தியுடனே திரும்பிவருவார் .... மேற்படி பிரம்மராய வாத்தியாருக்குத் தமிழிலும் கொஞ்சம் ஞானமுண்டு. ஐரோப்பியரின் சாஸ்திரங்களில் பலவற்றைத் தமிழில் எழுதியிருக்கிறார். சில சமயங்களில் கவிதைகூட எழுதுவார் . . .

'இவர் இந்தத் தெருவில் வார்த்தை சொன்னால் மூன்றாவது தெருவுக்குக் கேட்கும்.... ஸாயங்காலம் திண்ணையில் சிநேகிதர்களுடன் பேசிக்கொண்டு அதாவது கர்ஜனை செய்துகொண்டிருப்பார்.... இவருடைய வீட்டுத் திண்ணைக்கு அக்கம்பக்கத்தார் 'இடிப்பள்ளிக்கூடம்' என்று பெயர் 'வைத்திருக்கிறார்கள் .... மேற்படி வாத்தியாருக்கும் எனக்கும் சிநேகமுண்டு. நானும் அடிக்கடி இடிப்பள்ளிக்கூடத்துக்குப் போய்ப் பேச்சுக் கேட்கும் வழக்கமுண்டு.'

கலவை சங்கர செட்டியார் என்பவர் தனவந்தர், தயாளு. அரவிந்தர் வந்த சமயம் தன் வீட்டு மாடியில் தங்கியிருக்க இடமளித்தவர். 'சுதேசி'த் தலைவர்களிடம் அன்புகொண்டவர்.

1911–12இல் பாரதி, வ.வே.சு. ஐயர், அரவிந்தர் முதலியவர்களை வெளியேற்ற ஒரு முயற்சி நடந்தது. ஐந்து கௌரவ மாஜிஸ்ட்ரேட்டுகளிடம் கையெழுத்து வாங்கிப் போலீசாரிடம் பதிவு செய்துகொண்டாலன்றிப் புதுவையிலுள்ள பிரஞ்சுப் பிரஜையல்லாதவர்கள் வெளியேறிவிடவேண்டும் என்று ஒரு சட்டம் வந்தது. விஷயமறிந்த சங்கர செட்டியார் அன்று பகல் மூன்று மணிக்குள்ளாக ஐந்து மாஜிஸ்ட்ரேட்டுகளின் கையெழுத்தை வாங்கிக்கொடுத்து விட்டார்.

ஆறுமுகம் செட்டியார் என்று மற்றொரு நண்பர் செல்வாக்குள்ள வர்த்தகர். மகா சாது. அரசியலில் அப்பாவி. மெலிந்த குரல். இவர் தம் வீட்டில் சீமை வெள்ளை எலிகளை வளர்த்தார். இதனால் இவரை 'எலிக்குஞ்சு செட்டியார்' என்று பாரதி தம் கட்டுரைகளில் அழைக்கிறார்.

வ.ரா. பிரிட்டிஷ் இந்தியாவிலிருந்து பல தந்திரமான வழிகளில் பணம் தருவிக்க ஆறுமுகம் செட்டியாரின் பெயரைத்தான் – அவர் அறிந்தும் அறியாமலும் – உபயோகித்துக் கொண்டார்.

ஆஷ் துரை சுட்டுக்கொல்லப்பட்டதில் சம்பந்தப்பட்டவரெனக் கருதப்பட்டவரும், திடீரெனத் தலைமறைவாகி, இருந்த இடமே தெரியாமல் மறைந்தவருமான மாடசாமிப் பிள்ளை புதுவை வந்து ஆறுமுகம் செட்டியார் வீட்டின் மாடியில் யாருமறியாமல் தங்கியிருந்தாராம். போலீசார் தம் வீட்டைச் சோதனையிட வந்து, மாடியைப் பார்க்க விரும்பிய போது, முன்னால் அடுக்கியிருந்த நெல் மூட்டைகளைக் காட்டி அவர்களைத் திருப்பியனுப்பினார் செட்டியார்.

ஒருநாள் பாரதியார் வீட்டில் சிறு கூட்டம். நடுவில் தீ வளர்த்து, தீயைச் சுற்றி வேத மந்திரங்களை ஜபித்துக்கொண்டிருந்தனர். தீயைச் சுற்றி வ.வே.ஸு. ஐயர், ஸ்ரீநிவாஸாச்சாரியார், பிரம்மராய ஐயர், குவளைக் கண்ணன், நாகசாமி ஐயர், கோவிந்தராஜுலு நாயுடு என்ற நண்பர் முதலியோர் வீற்றிருந்தனர். ஒரு பலகையில் பாரதி அமர்ந்திருந்தார். மற்றொரு பலகையில் கனகலிங்கம். கனகலிங்கத்துக்கு பிரம்மோபதேசம் செய்து, பூணூல் அணிவித்தார் பாரதி. 'இன்று முதல் நீ பிராமணன். யார் உனக்குப் பூணூல் போட்டுவித்தது என்றால், அதட்டியே பாரதி என்று சொல்' என்றும் உபதேசித்தார்.

மூன்று பிரிவினருக்குப் பூணூல் இருப்பதால், மற்ற இரு பிரிவுகளுக்கும் பூணூல் போட்டுச் சமத்துவம் உண்டாக்கலாம் என்று அக்காலத்தில் ஒரு நம்பிக்கை நிலவியது. பாரதி இதையொட்டியே கனகலிங்கத்தைப் பிராமணன் ஆக்கியிருக்க வேண்டும்.

கனகலிங்கம் 'என் குருநாதர் பாரதி' என்ற சிறந்த நூலை எழுதியிருக்கிறார். இது 1947ஆம் ஆண்டில் வெளிவந்தது.

பாரதியின் நண்பர் 'பிரம்மராய ஐயர்' என்ற புரொபஸர் **சுப்பிரமணிய ஐயர்.**

பாரதியின் ஆதரவாளர்:
கலவை சங்கர செட்டியார்.

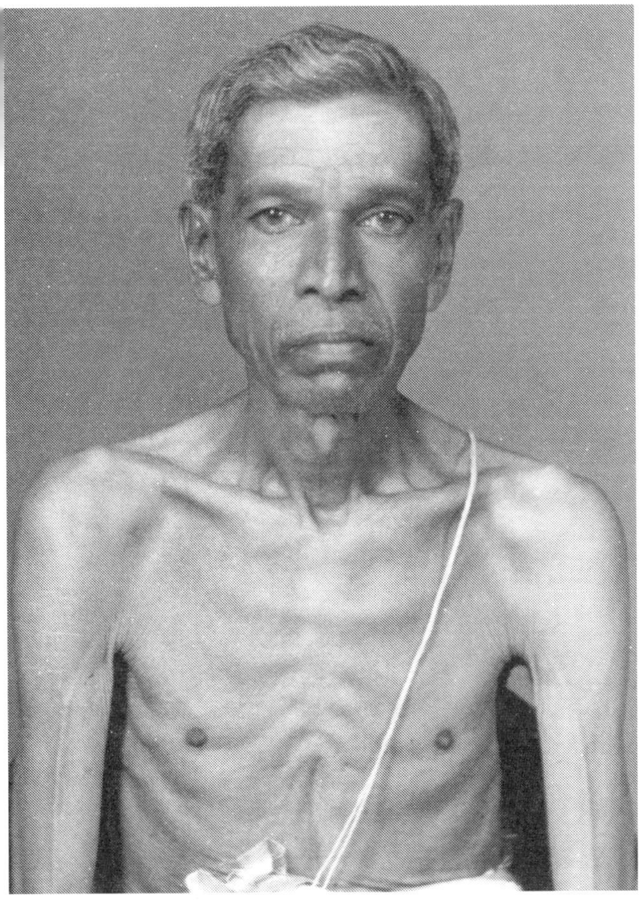

ரா. கனகலிங்கம்
பாரதியால் பூணூல் அணிவிக்கப்பட்ட ஹரிஜனச் சீடர்

பாரதி முதலியோர் பயன்படுத்திய **கலவை பங்களா.**

ஆறுமுகம் செட்டியார் வீட்டில் 'தராசுக் கடை' (1938):
பாரதியும் நண்பர்களும் இங்குக் கூடுவர்.

ஆறுமுகம் செட்டியார்

'தராசுக் கடை'யில் பாரதிதாசன், விஜயா பாரதி,
சகுந்தலா பாரதி, ரா.அ. பத்மநாபன்,
ரா. கனகலிங்கம் (1957)

தீண்டாதாருடன்

சமூக சீர்திருத்தத்தில் துணிச்சலான தீவிரவாதி பாரதியார். 1913இல் ஒரு நாள் ரா. கனகலிங்கம் என்ற 'தீண்டாதார்' இளைஞருக்கு பாரதி, தமது இல்லத்தில் வ.வே.சு. ஐயர், புரொபஸர் சுப்பிரமணிய ஐயர் முதலிய நண்பர்கள் முன்னிலையில் சம்பிர தாயமாகத் தீ வளர்த்துப் பூணூல் அணிவித்து, காயத்ரி மந்திர உபதேசமும் செய்தார். 'இனி நீ பிராமணன். இனி யார் கேட்டாலும் தைரியமாக நீ பிராமணன் என்று சொல்லு. பாரதிதான் சொன்னார் என்று அடித்துச் சொல்லு' என்றார் கவிஞர்.

கனகலிங்கத்தைப் போலவே புதுவை உப்பளம் என்ற சேரியிலுள்ள தேசமுத்துமாரி கோவில் அர்ச்ச கரான சி. நாகலிங்கப் பண்டாரம் என்ற ஹரிஜன இளைஞருக்கும் பாரதி பூணூல் போட்டு காயத்ரி உபதேசம் செய்து, பிராமணர் ஆக்கினார்.

நாகலிங்கம் பாரதியை ஞாயிறுதோறும் பார்த்துவந்த சமயம், ஒரு நாள், உப்பளம் தேசமுத்து மாரி மீது தாம் புதிதாகப் புனைந்துள்ள பாடலை பாரதி பாடிக்காட்டினார். 'தேடியுனைச் சரணடைந் தேன் தேசமுத்துமாரி' என்ற இப்பாடல் முதல் வரி முதலில், 'தேடினும் கிடைக்காளெங்கள் தேசமுத்து மாரி' என்று இருந்தது.

மேலும் பல ஹரிஜன இளைஞர்களுடனும் பாரதி நட்புரிமை கொண்டார். புதுவைத் துறை முகத்தில் 'டெலஸ்கோப்' என்ற தொலைநோக்கு

அடைக்கலநாதன் அர்லோக்
(பிற்காலப் படம்)

ஆடி அலுவலராக இருந்த அடைக்கலநாதன் அர்லோக் என்ற இளைஞருடன் நட்புகொண்டு தமது குடும்பத்தார், வ.வே.ஸு. ஐயர் குடும்பத்தாருடன் அதன் மூலம் வானமண்டலத்தைப் பார்த்து மகிழ்வார் பாரதி.

1912இல் கனகலிங்கம், அடைக்கலநாதன், வேதா சலம் சகேர் முதலிய இளைஞர்களின் கிரிக்கெட் கிளப்பின் ஆண்டு விழாவில் பாரதி 'ஜாதியே கிடையாது' என்று பேசினார். முன் அனுமதி பெறவில்லை என்று இளைஞர்களுக்குக் கோர்ட்டில் அபராதம் விதிக்கப்பட்டது.

ரா. கனகலிங்கம், வேதாசலம் சகேர் (1957)

மனதைக் கவர்ந்த மடு:
பாரதியும் குவளைக் கண்ணனும் அதிகாலையில் குளிக்கச் சென்ற தியாகராஜ பிள்ளை மடு.
இதற்குப் போகும்போதுதான் 'பாரத மாதா திருப்பள்ளியெழுச்சி' பாடினார்.

திருப்பள்ளியெழுச்சி மடு

ஒரு நாள் குவளைக் கண்ணன் பாரதியிடம் வந்து, 'இந்த ஊரில் தியாகராஜ பிள்ளை மடு என்று ஒரு நல்ல மடு இருக்கிறது. ஸ்நானம் செய்துவரச் சிறந்தது. ஆனால் கொஞ்சதூரத்தில் இருக்கிறது. தாங்கள் தினம் அங்கு ஸ்நானத்துக்கு வரமுடியுமா?' என்று கேட்டார். பாரதியார் ஆவலுடன் சம்மதித்தார்.

'ஊருக்கு மேற்கே இரண்டு மைலில் இருக்கிறது. காலை நான்கு மணிக்கு எழுந்து சென்றால்தான் நிம்மதியாகக் குளிக்கலாம்' என்றார் குவளை. 'நீ எப்பொழுது வந்து எழுப்பினாலும் வருகிறேன்' என்றார் பாரதி.

மறுநாள், குறித்தபடி விடிகாலை குவளை பாரதி வீட்டுக் கதவைத் தட்டினார். 'யார்?' என்ற அதிகாரமான கேள்வியுடன் பாரதி வெளியே வந்தார். இருவரும் மடுவை நோக்கி நடந்தனர். சாலையின் இருமருங்கிலும் உள்ள நஞ்சை புஞ்சை வயல்களும் தென்னந்தோப்புகளும் அதிகாலையின் மந்தமாருதமும் புட்களின் குரலொலிகளும் பாரதியைப் பரவசப்படுத்தின. மடுவில் குளித்து மகிழ்ந்து திரும்பினார்.

மறுநாளும் அப்படியே. மூன்றாம் நாள் குவளை வந்து கூப்பிடவில்லை. அவரைத் தேடிக்கொண்டு பாரதி போய் விட்டார். பாரதி கதவைத் தட்டியதும் குவளையின் தாயார் கதவைத் திறந்து உள்ளே அழைத்துச் சென்றாள்.

இவர்தான் பாரதி என்று குவளை அறிமுகம் செய்துவைக்கவே, அந்த அம்மாள், 'அவர் நன்றாகப் பாடுவார் என்கிறாயே. சுப்பிரபாதம் பாடச் சொல்லு' என்றாள்.

'சுப்பிரபாதம் என்றால் என்ன?' என்று பாரதி கேட்டார்.

'சுப்பிரபாதம் என்றால் என்ன என்று கேட்கிறாரே, இவ்வளவுதானா உன் பாரதி!' என்று நகைத்தாள் கிழவி.

வடமொழியில் சுப்பிரபாதம் என்றால் திருப்பள்ளியெழுச்சி என்று அர்த்தம். பாரதியும் குவளையும் மடுவுக்குப் போகும் வழியில் சுப்பிரபாதம் என்றால் என்ன வென்பதை பாரதி கேட்டறிந்தார். 'இவ்வளவுதானே!' என்று சொல்லிச் சில தினங்களில் 'பாரத மாதா திருப்பள்ளியெழுச்சி' என்ற பாடலைக் கவனம் செய்து, குவளையின் தாயாரிடம் பாடியும் காட்டினார் கவிஞர்.

'காலைப் பொழுது' என்ற தனிப் பாடலில், காலையில் மடுவுக்குப் போய் வந்தபோது பாரதி கண்ட காட்சிகள் வர்ணனையாக அமைந்துள்ளன.

தியாகராஜ பிள்ளை மடுவின் படிக்கரையில் அடர்ந்த மரங்களின் நிழலில் ஒரு பங்களா இருந்தது. இந்தச் சுகமான இடத்தில் பாரதி தம் நண்பர்களுக்கு ஒரு விருந்து நடத்தினார்.

தியாகராஜ பிள்ளை மடுவுக்குத் தினம் போய் வரத் தலைப்பட்ட பாரதியார், ஒருநாள் மடுவுக்குப் போகும்போது குவளைக் கண்ணனிடம், 'கண்ணா, ஆழ்வார்கள் எத்தனை பேர்?' என்று கேட்டார்.

'பன்னிரண்டு பேர்', என்று பதிலளித்தார் குவளைக் கண்ணன்.

'அவர்கள் பாடியுள்ள பாடல்கள் மொத்தம் எவ்வளவு?'

'நாலாயிரம். உண்மையில் நாலாயிரத்துக்கும் கொஞ்சம் குறைவு.'

'இவ்வளவுதானா! பார், நான் ஒருவனே ஆறாயிரம் பாடல்கள் பாடுகிறேன். அவர்கள் நாலாயிர திவ்வியப் பிரபந்தம் பாடினால், நான் தனியாக "பாரதி ஆறாயிரம்" பாடுகிறேன்!' என்றார் பாரதி.

அன்று முதல் நாற்பது நாள் மௌன விரதமிருந்து பல பாடல்களை இயற்றி வரலானார். 'எனக்கு முன்னே சித்தர் பலர் இருந்தாரப்பா! யானும் வந்தேன் ஒரு சித்தன் இந்த நாட்டினிலே' என்று கடவுள் வாழ்த்து, பராசக்தி துதியுடன் முதற் காண்டம் ஆரம்பிக்கும் இந்தப் பாடல்களில் மரணத்தை வெல்லும் வழி, சினத்தின் கேடு, பொறுமையின் பெருமை, கடவுள் எங்கே இருக்கிறார்?, குருக்கள் துதி, குவளைக் கண்ணன் புகழ், குரு தரிசனம், உபதேசம், பெண் விடுதலை, காதலின் புகழ், ஸர்வமத ஸமரஸம் முதலிய பற்பல விஷயங்களைப் பாரதி பாடியிருக்கிறார்.

'பாரதி ஆறாயிர'மாக விரிய வேண்டிய இந்நூல் முற்றுப்பெறாமல் 66 பாடல்களுடன் நிற்கிறது. பாரதி பிரசுராலயத்தினர் இதனை வெளியிட்டபோது, காரணப் பெயராக, இதற்கு 'பாரதி அறுபத்தாறு' என்ற பெயரை ஈந்தனர்.

அறுபத்தாறே பாடல்கள்தான் இருக்கின்றன வென்றாலும் பாரதியின் முதிர்ந்த அனுபவ ஞானம் முழுதும் இப் பாடல்களில் கனிரசமெனப் பிழிந்து தரப்பெற்றுள்ளன.

குயில் பாட்டுத் தோப்பு

'வெல்லச்சு' கிருஷ்ணசாமி செட்டியாருக்குப் புதுவையை அடுத்த முத்தியாலுப்பேட்டைக்குப் பக்கத்தில் ஒரு அழகான தோப்பு இருந்தது. அந்தத் தோப்பில் பாரதியார் மணிக்கணக்காய்ச் சஞ்சரித் திருப்பார். இந்தத் தோப்பே பாரதியின் 'குயில் பாட்'டிற்குக் காட்சி ஸ்தலம். தமிழ் உள்ளளவும் சாகாவரம் பெற்றுவிட்டது இந்தத் தோப்பு!

ஒரு சில மனிதர்களின் முகத்தையே திரும்பத் திரும்பப் பார்க்க நேர்ந்தால் சலித்துப்போவது மனிதரின் இயற்கை. கவிகளுக்கோ கேட்க வேண் டாம். எப்போதும் புதுமை நாடிய பாரதியார், புதுவையிலிருந்த காலத்தில் வீட்டில் இருந்த நேரம் மிகக் குறைவு; நண்பர்களுடன் அளவளாவுதல்கூட அவருக்கு எளிதில் சலித்துவிடும். கவிதா சிருஷ்டி வெறி வந்துவிட்டாலோ, அவருக்கு எங்கும் இருப்புக் கொள்ளாது.

தோட்டங்களின் பச்சைப்பசேலென்ற காட்சி களிலும், பட்சிகளின் கீதத்திலும் 'ஜிவ்'வென்று வானில் எழுந்து செல்லும் சிட்டுக்குருவிகளின் பறப்புத் திறமையிலும், 'வெள்ளலைக் கைகளைக் கொட்டி முழக்கும்' கடலின் பெருமூச்சிலும், இள வெயிலின் மாட்சியிலும், அந்தி வேளை அஸ்தமன வர்ணஜாலத்திலும் பாரதி தம் துயர்களையெல்லாம் மறந்துபோவார். 'எத்தனை கோடி இன்பம் வைத் தாய் எங்கள் இறைவா! இறைவா!' என்று மனம் குளிர்ந்து பாடுவார்.

கவிதை பிறக்கும் சமயம் அவர் பிரசவ வேதனைப்படுவார். ஸரிக – க – காமா என்று வாய்க் குள்ளேயே பாடுவார். புதிய பாட்டுக்கு ஸ்வரம் போட்டுக் கொண்டிருக்கிறாரென்று பக்கத்திலிருப் பவர்கள் புரிந்துகொள்ள வேண்டும். இத்தகைய சந்தர்ப்பங்களில் தாம் படும் வேதனையைக் கண்டவர் பார்த்து நகைக்க அவர் விரும்ப மாட்டார். உற்ற நண்பர் எவரையேனும் கூட்டிக் கொண்டு கிருஷ்ணசாமி செட்டியார் தோப்புக்கோ, வில்லியனூரில் உள்ளதோர் தோட்டத்துக்கோ போய்விடுவார்.

இயற்கையழகில் தம் நினைவை மறந்து விடுவார். மரத்தை வெறித்துப் பார்ப்பார்; மடுவை உற்று நோக்குவார். வானத்தை நிமிர்ந்து, மார்பை முன்னே தள்ளி, காலால் தாளம் போட்டவண்ணம் புதிய பாட்டின் ஸ்வரங்களை உரக்கப் பாடுவார். பாட்டு சரியாக வந்தால் போச்சு, வராவிட்டால் பூமிக்குப் பலமாக ஓர் உதை! மௌனம். 'சொல் ஆழி வெண் சங்கே!' என்ற கூப்பாடு அல்லது 'மத்தகஜம் என வளர்த்தாய்!' என்ற தாயுமானவர் கண்ணி. மீண்டும் ஸ்வரங்களைப் பாடுதல். முடிவில் பாடல் வெற்றிகரமாய் வெளிவரும். ஆனந்தம், பேரானந்தம்! பாரதியின் மெலிந்த உடலில் இருக் கும் அத்தனை உயிரையும் பிழிந்தெடுத்து, அமுத வெள்ளமாய்க் கொட்டுவாள் கவிதா தேவி!

'செந்தமிழ்த் தென்புதுவையெனுந் திருநகரின் மேற்கே, சிறுதொலைவில் மேவுமொரு மாஞ் சோலை' என்று குயில்பாட்டுத் துவக்கத்தில் வர்ணிக்கப்படும் முத்தியாலுப்பேட்டைத் தோப்பு பாரதிக்கு ஆனந்தமான புகலிடமாக இருந்தது.

நள வருஷம் கார்த்திகை மாதம் 8ஆம் தேதி *(22 – 11 – 1916)* புதுவையில் கடுமையான புயல் அடித்தது. 'திக்குக்கள் எட்டும் சிதறி' என்ற பாட்டில் அன்றைய நிலையை பாரதி வர்ணித்திருக்கிறார். அன்று தெய்வம் பாரதி குடும்பத்தைக் காத்த விவரமும், புருஷன் மனைவி சம்பாஷணையாகக் 'காற்றடிக்குது கடல் குமுறுது' என்ற பாட்டில் வெளிவந்துள்ளது.

அன்றைய புயலில் முத்தியாலுப்பேட்டை யிலுள்ள அத்தனைத் தோப்புகளும் நாற்றினைப் போல் சிதறி வீழ்ந்திருக்க, கிருஷ்ணசாமி செட்டி யாரின் தென்னந்தோப்பு ஒன்று மட்டும் சேதமின்றி நின்றது!

குயில் பாட்டு மாஞ்சோலை நிழல் நிறைந்தது. என்ன வெயிலடித்தாலும் உறைக்காத அதன் குளிர் தரு நிழலிலிருந்து வெளியே பார்த்தால் கண்ணுக் கெட்டும் தூரம் வரை பசுமையான வயல்தெரியும், அந்த வயல் வெளிகள் நடுவே ஒரு தென்னந்தோப்பு தன்னந்தனியாய் நிற்கும். சுற்றியிருந்த மரங்க ளெல்லாம் வீழ்ந்துவிட இத்தோப்பு மட்டும் எஞ்சி நின்ற அதிசயத்தைப் 'பிழைத்த தென்னந்தோப்பு' என்ற பாடலில் பாரதி பாடியிருக்கிறார்:

சிறிய திட்டையினிலே – உளதோர்
    தென்னஞ் சிறு தோப்பு
வறிய வனுடைமை – அதனை
    வாயு பொடிக்கவில்லை.

குயில் பாட்டுத் தோப்பு: பாரதி அடிக்கடி பகல்பொழுதைக் கழித்த இடம்.
இதற்கப்பால் உள்ளது 'பிழைத்த தென்னந்தோப்பு'.

தோப்புக்கு வெளியே: *அழகான கழனிகள் நிறைந்த இயற்கை வனப்பு பாரதியின் மனதைக் கவர்ந்தது*

புதுவைக் கடற்கரை: சென்னைக் கடற்கரையைவிடச் சிறியதாயினும் புதுவைக் கடற்கரையும் வசீகரமானதே *(1956)*.

பாரதியால் பாடப்பெற்ற உப்பளம் தேசமுத்துமாரி கோயில்.

மணக்குள விநாயகர் கோயில்: இந்தப் பிள்ளையார்மீது பாரதி 'நான்மணிமாலை' பாடினார்.

புதுவைக் கடற்கரை

புதுவைக் கடற்கரை சென்னைக் கடற்கரை போல் விரிந்ததல்ல. என்றாலும் அச்சிறு கடற்கரையும் அழகானதே. சென்னையில் இல்லாத ஒரு விசேஷம் முன்பு புதுச்சேரியில் இருந்தது. கடலுக்குள்ளே கால் மைல் தூரம் உள்ளே செல்லும் இரும்புப் பாலம் ஒன்று புதுவையில் முன்பு இருந்தது. கப்பல்கள் தங்கப் புதுவையில் துறைமுகம் முன்பு இல்லை. சில மைலுக்கப்பால் நிற்கும் கப்பல்களி லிருந்து மக்களையும் சரக்குகளையும் படகுகளில் இறக்கி, 'பியர்' என்ற அந்த இரும்புப் பாலத்தில் கொண்டு வந்து சேர்ப்பார்கள். இந்தக் கடற்பாலம் துருவேறி, கடலாலும் புயலாலும் மோதப்பட்டு, நாளாவட்டத்தில் அழிந்தும் போய்விட்டது. இதன் சில சின்னங்களை இன்று காந்தி சிலைக்கு எதிரே காணலாம்.

முழுதாக இருந்த இரும்புப் பாலம் நகர மக்கள் மாலை வேளையில் காற்று வாங்குவதற்கும் உலவு வதற்கும் பெஞ்சுகளில் அமர்ந்து பொழுது போக் கவும் வசதியாக இருந்தது. பாரதியும் நண்பர்களும் இந்தப் பாலத்தில் உலவுவதுண்டு. கடற்பாலத்தி லிருந்து பார்த்தால் புதுவை நகரம் அழகான காட்சி யாய்த் தெரியும்.

பாலத்துக்குப் பக்கத்தில் உள்ள மணல் கரை யிலும் பாரதியும் நண்பர்களும் பொழுது போக்கு வார்கள். 'மழை' என்ற கட்டுரையிலும், 'கடற்பாலத் தில் வர்ணாசிரம சபை' என்ற கட்டுரையிலும் இத்தகைய நிகழ்ச்சிகள் பாரதியால் விவரிக்கப் பட்டுள்ளன.

கடலில் குளிப்பதிலும் பாரதிக்குப் பிரியம். ஞாயிறுதோறும் பாரதி, வ.வே.சு. ஐயர், ஸ்ரீநிவாஸாச் சாரியார் முதலியோர் குழந்தைகளுடன் காலையில் கடலில் குளிப்பார்கள். பாரதிக்கு நீந்தத் தெரியாது. ஐயர் நன்றாக நீந்துவார்.

ஒரு நாள் பாரதியார் தம் குழந்தைகளைக் கடலில் ஸ்நானம் செய்வித்துக்கொண்டிருந்தார். அலைகளைக் கண்டு குழந்தைகள் கரைநோக்கி ஓடின. பாரதி அவர்களைப் பின்தொடர்ந்து ஓடிப் பிடித்து நீருக்கு அழைத்துச்சென்றார். இப்படிச் சிறிது நேரம் நடந்ததும், தங்களைச் சுற்றி வேடிக்கை பார்த்துக்கொண்டு ஒரு பெரிய கூட்டத்தையும், ஏதோ அதட்டிக்கொண்டு முன்னே வரும் ஒரு போலீஸ்காரனையும் பாரதி கண்டார். போலீஸ் காரன் பாரதியை அதட்டி மிரட்டினான்! நடந்த தென்னவென்றால் தாடி மீசையுடனிருந்த பாரதி குழந்தைகளைத் துரத்திப் பிடித்ததைப் பார்த்த ஒருவன் யாரோ ஒரு பேர்வழி குழந்தைகளைப் பிடித்துக் கடலில் மூழ்கடித்துக் கொல்லப் பார்ப்ப தாக நினைத்துவிட்டான். அத்துடனில்லாமல் சமீபத் திலிருந்த ஒரு போலீஸ்காரனிடம் இத்தகவலைத் தெரிவித்து, அவனை அங்கே அழைத்துவந்துவிட்டான்!

உண்மை தெரிந்ததும் போலீஸ்காரன் மன்னிப்புக் கேட்டுவிட்டுப் போனான்.

○

மற்றவர்களெல்லாம் காலையோ மாலையோ மட்டும் வந்து கடற்கரையின்பத்தை நுகர்வார்கள். ஆனால் பாரதிக்கு நேர நியதி கிடையாது. உச்சிப் பகலில் வருவார், நள்ளிரவிலும் வருவார். பல சமயங்களில் தூக்கம் வராமலோ கற்பனா வெறியிலோ கடற்கரைக்கு வந்தவர் இரவெல்லாம் அங்கேயே தங்கிவிடுவார். வறுமையை மறக்க சாதனமாக பயன்பட்ட லாஹிரி போதையும் சேர்ந்து மெய்ம் மறந்து ஆடிப்பாடிப் பிறருக்கு இம்சையின்றிக் கவிதைக் களிப்பில் மூழ்கியிருக்கவும் கடற்கரை பயன்பட்டது.

மண்டயம் ஸ்ரீநிவாஸாச்சாரியாரின் மூத்த மகள் யதுகிரி அம்மாள் தமது 'பாரதி நினைவுகள்' நூலில் இத்தகையதோர் சம்பவத்தை விவரித்துள் ளார். ஒரு நாள் அதிகாலையில் சிறுமி யதுகிரியும் அவளது தந்தையும் தங்கையும் கடற்கரையில் உலவி வந்தனர். அப்போது – 'எங்கிருந்தோ பாட்டுச் சத்தம் கேட்டது. உதய ராகத்திலே உள்ளத்தை உருக்கும்படி மதுரமாக இருந்தது அந்தப் பாட்டு. சிறிது உற்றுக் கேட்டதில் அது திருவாய்மொழிப் பாட்டு என்பதும் புலனாயிற்று .... மூவரும் பாட்டின் ஓசை வந்த திக்கை நோக்கிச் சென்றோம். அங்கே ஒரு கட்டுமரத் தின் மேல் பாரதியார் அமர்ந்திருந்தார். கறுப்புச் சொக்காய். கச்சை போட்ட வேஷ்டி. கூப்பிய கரங்கள். கடலில் உதயமாகும் பால சூரியனை நோக்கியபடி பாடிக்கொண்டிருந்தார் அவர்.'

இரவு அங்கே வந்த பாரதியார் விடியற்காலை வரையிலும் கடற்கரையிலேயே இருந்திருக்கிறார்! கேட்டால், 'கற்பனா உலகத்தில் பறந்துகொண்டிருந் தேன்' என்கிறார்! என்னதான் வர கவியாக இருந் தாலும் வேளாவேளைக்கு வீட்டுக்கு வராத புருஷர் மனைவி மக்களுக்கு எவ்வளவு கவலையை அளித் திருக்க வேண்டும்!

உழைப்பு நிறைந்த வருஷம்

புதுச்சேரிக்கு வந்த இரண்டாண்டுகளில் பாரதியின் பத்திரிகை முயற்சிகளெல்லாம் நின்றுபோயின. அதன்பின் புதுவையில் இருந்த காலம்வரை அவர் வேறு பத்திரிகைகள் ஆரம்பிக்க முயலவேயில்லை.

1910க்குப் பிறகு பாரதி பத்திரிகை விவகாரங்களை மறந்து, புத்தகமாக வெளியாகக்கூடிய விஷயங்களை எழுதுவதில் முனைந்தார். 1912 அவருக்கு முக்கியமான வருடம். அந்த ஒரே ஆண்டில் புகழ் பெற்ற பல நூல்களை அவர் எழுதி முடித்தார்.

'பகவத் கீதை தமிழ் மொழிபெயர்ப்பு,' 'கண்ணன் பாட்டு,' 'குயில்,' 'பாஞ்சாலி சபதம்' முதலிய நான்கு பெரிய நூல்களும் 1912இலேயே உருப்பெற்றன.

1912இல் எழுதப்பெற்ற 'கண்ணன் பாட்டு' 1917இல்தான் வெளியாயிற்று. சென்னை சிந்தாதிரிப் பேட்டையிலிருந்த பரலி சு. நெல்லையப்பர் அதை வெளியிட்டார். 'பாஞ்சாலி சபத'த்தின் முதல் பாகம் மட்டும் 1912இல் புதுச்சேரியில் நூலாக வெளியாயிற்று. ஆனால் அதன் இரண்டாம் பாகம், பாரதி காலமான பிறகு, 1924இல்தான் பிரசுரமாயிற்று. 'குயில்' 1923இல் தான் வெளியாயிற்று.

'கண்ணன் பாட்டு' முதற் பதிப்பின் முகவுரையில் பரலி சு. நெல்லையப்ப பிள்ளை, 'ஸ்ரீமான் பாரதியார் ஒரு பெரிய மேதாவி; மகா பண்டிதர்; தெய்வீகப் புலவர்; ஜீவன் முக்தர். இவர் தமிழ்நாட்டு ரவீந்திரநாதர். இவர் எனது நாட்டின் தவப்பயன் .... இந்த ஆசிரியன் காலத்திற்குப் பின், எத்தனையோ நூற்றாண்டுகளுக்குப் பின், இவர் பாடல்களைத் தமிழ்நாட்டு மாதர்களும் புருஷர்களும் மிகுந்த இன்பத்துடன் படித்துக் களிப்படையும் காட்சியை யான் இப்பொழுதே காண்கின்றேன்' என்று உறுதியோடு கூறினார்.

'கண்ணன் பாட்'டின் இரண்டாம் பதிப்புக்கு வ.வே.சு. ஐயர் 1919இல் அளித்த முகவுரையில், 'பத்து வருஷங்களுக்கு முன் அவர் பதிப்பித்த 'ஜன்ம பூமி'யிலேயே 'ஸ்ரீ கிருஷ்ண ஸ்தோத்திரம்' என்று இரண்டு செய்யுள்கள் காணப்படுகின்றன. ஆனால் பிற்பட்டுத்தான் கண்ணனுடைய செயல்களும் திருவிளையாடல்களும் அவர் மனத்தைப் பூரணமாக ஆகர்ஷித்தன' என்றும், இந்தக் கவர்ச்சிக்குப் பெரியாழ்வார் பாசுரங்களை பாரதி பாடி உளமகிழ்ந்ததே பெரிதும் காரணம் என்றும் சொல்கிறார்.

கண்ணன் பாட்டுகளின் கவிதையழகை மட்டும் அனுபவித்துவிட்டு நூலின் பண்ணழகை மறந்துவிடக் கூடாது என்றும் வ.வே.சு. ஐயர் நினைவு படுத்துகிறார். அவர் மேலும் கூறுகிறார்:

'இதிலுள்ள பாட்டுக்களில் பெரும்பாலானவை தாளத்தோடு பாடுதற்காகவே எழுதப்பட்டவையாயிருக்கின்றன. கடற்கரையில், சாந்தி மயமான சாயங்கால வேளையில், உலகனைத்தையும் மோஹ வயப்படுத்தி நீலக்கடலையும் பாற்கடலாக்கும் நிலவொளியில், புதிதாகப் புனைந்த கீர்த்தனங்களைக் கற்பனா கர்வத்தோடும் சிருஷ்டி உற்சாகத்தோடும் ஆசிரியன் தன்னுடைய கம்பீரமான குரலில் பாடினதைக் கேட்ட ஒவ்வொருவரும் இந்நூலிலுள்ள பாட்டுக்களை மாணிக்கங்களாக மதிப்பர் .... நமது ஆசிரியரின் நூல்களை நம் நாட்டவர் சரிவர ஆதரிக்காததினாலே,

> சுற்றி நில்லாதே போ, பகையே!
> துள்ளி வருகுது வேல்!

என்றும்,

> கைதனில் வில்லும் உண்டு
> காண்டீவம் அதன்பேர்

என்றும் உள்ள அக்ஷர லக்ஷம் பெறுமான பாக்களை எழுதியிருக்கும் அவருடைய உற்சாகம் குன்றிப்போயிருக்கிறது. தமிழபிமானிகள் இப்பதிப்பை ஆதரித்து வாங்கி ஆசிரியனுடைய உற்சாகத்தை உயர்த்தி அவரால் தமிழில் புதிய இலக்கியங்கள் பிறக்கும்படி செய்வார்கள் என நம்புகிறேன்.'

'பாஞ்சாலி சபதம்' நூலின் சமர்ப்பணத்தில், 'தமிழ்மொழிக்கு அழியா உயிரும் ஒளியும் இயலுமாறு இனிப் பிறந்து காவியங்கள் செய்யப்போகிற வரகவிகளுக்கும், அவர்களுக்குத் தக்கவாறு கைங்கரியங்கள் செய்யப்போகிற பிரபுக்களுக்கும் இந் நூலைப் பாத காணிக்கையாகச் செலுத்துகிறேன்' என்று பாரதி குறித்திருப்பது கவனித்தற்குரியது.

மேலும், நூலின் முகவுரையில், 'எளிய பதங்கள், எளிய நடை, எளிதில் அறிந்து கொள்ளக்கூடிய சந்தம், பொதுஜனங்கள் விரும்பும் மெட்டு – இவற்றினையுடைய காவியமொன்று தற்காலத்திலே செய்து தருவோன் நமது தாய்மொழிக்குப் புதிய உயிர் தருவோனாகின்றான்' என்று தெரிவித்திருப்பதும் எழுத்தாள அன்பர்கள் கவனிக்கத்தக்க லட்சியமாகும்.

எவன் நல்லதும் கெட்டதும் வருமிடத்தே எதனிலும் மகிழ்ச்சி யற்றவனாய்
த்வேஷமும் பகைப்பது மின்றி யிருப்பானோ, அவனுடைய அறிவே நிலை
கொண்டது. (57)

ஆமை தன் அவயவங்களை இழுத்துக் கொள்வது போல், எப் புறத்தும்
விஷய பதார்த்தங்களினின்று புலன்களை யொருவன் மீட்க வல்லானாயின்,
அவனறிவே நிலை கொண்டது. (58)

தம்மைத் தவறாது ஊட்டா திருந்து விஷயங்கள் தாமே விலகிச்
சென்றுவிடுகின்றன. எனினும் அவற்றிடமுள்ள சுவையை இவன் மறப்ப
தில்லை. பரம் பொருளைக் காண்பானாயின், அச் சுவையுந் தீர்ந்து விடும். (59)

குந்தியின் மகனே, (தூல) முயற்சியுடைய புருஷனிடத்திலே கூட இந்திரியங்கள்
வரம்பு கடந்து செல்லும் போது தம் மேன் மனத்தையும் வலிய வாரிச்
செல்கின்றன (60)

அவற்றை யெல்லாம் நன்கு அடக்கி, யோகத்தில் அமர்ந்தவனாய்,
என்னையே பரமாகக் கொண்டு, புலன்களை வசப் படுத்தி வைத்திருப்பவன்
எவனோ, அவனுடைய அறிவே நிலை கொண்டது. (61)

மனிதன் விஷயங்களைக் கருதும் போது அவற்றில் பற்றுதலுண்டா
கிறது. பற்றுதலால் விருப்ப முண்டாகிறது. விருப்பத்தால் சினம்
பிறக்கிறது. (62)

சினத்தால் மயக்கம்; மயக்கத்தால் நினைவுத் தவறுதல்; நினைவுத்
தவறுதலால் புத்தி நாசம்; புத்தி நாசத்தால் அழிகிறான். (63)

விழைதலும் பகைத்தலு மின்றித், தனக்கு வசப் பட்ட புலன்களுடனே
விஷயங்களிலே உலாவுவோனாயினும் தன் வசத்தே தான்
உட் பட்ட மனிதன் தெளிவ டைகிறான். (64)

சாந்தி நிலையால் மனிதனுக்கு எல்லாத் துன்பங்களும் அழிகின்றன. சித்தம்
சாந்தி பெற்ற பின் ஒருவனுடைய புத்தி விரைவிலே நிலைப்படுகிறது. (65)

யோக மில்லாதவனுக்கு புத்தி யில்லை. யோக மில்லாதவனுக்கு மனோபாவனை
யில்லை. மனோ பாவனை யில்லாதவனுக்கு சாந்தி யில்லை. சாந்தியில்லாதவனுக்கு
இன்ப மேது? (66)

இந்திரியங்கள் அலைகையால் ஒருவனுடைய மனமும் அவற்றைப் பின்பற்றிச்
செல்லுமாயின், அம் மனம், கடலில் தோணியைக் காற்று மோதுவது போல்,
அறிவை மோதுகிறது. (67)

ஆதலால், பெருந் தோளாய், யாங்கணும் விஷயங்களினின்றும் இந்திரி
யங்களைக் கட்ட வல்லான் எவனோ, அவனறிவே நிலை கொண்டது. (68)

எல்லா உயிர்களுக்கும் இரவாகிய நேரத்தில், (தன்னைக் கட்டிய) முனி
விழித்திருக்கிறான். மற்ற உயிர்கள் விழித்திருக்கும் நேர மதுவோ
அதுவே முனிக்கு இரவு. (69)

பாரதியின் கீதை மொழிபெயர்ப்பு (1912):
பாரதியின் கையெழுத்தில்.

சித்தாந்தசாமி மடம்: பாரதியால் பாடப்பெற்ற புதுவை மடம், கோயில்.
இதன் அமைதியான சூழலிலும் பாரதி பகல்பொழுதைக் கழிப்பதுண்டு

சாமியார்கள் நட்பு

'**வே**தபுரத்துக்கு வடக்கே இரண்டு கல் தூரத்தில் சித்தாந்தசாமி கோவில் என்றொரு கோவில் இருக்கிறது. அதற்கருகே ஒரு மடம். அந்த மடத்தில் பல வருஷங்களுக்கு முன் சித்தாந்தசாமி என்ற பரதேசி ஒருவர் இருந்தார். அவருடைய சமாதியிலே தான் அந்தக் கோயில் கட்டியிருக்கிறது.

'கோயில் மூலஸ்தானத்திற்கெதிரேயுள்ள மண்டபத்தில் நாளது சித்திரை மாதம் பதினோராந் தேதி திங்கட்கிழமை காலை 9 மணி நேரத்துக்கு முன்னதாகவே நானும் என்னுடன் நாராயணசாமி என்றொரு பிராமணப் பிள்ளையும் வந்து உட்கார்ந்தோம். பகல் முழுதும் ஊருக்கு வெளியே தனியிடத்தில் போயிருந்து உல்லாசமாகப் பொழுது கழிக்க வேண்டுமென்ற நோக்கத்துடன் வந்தோம். எப்போதும் வழக்கம் எப்படியென்றால், மடுவில் ஸ்நானம் செய்துவிட்டு மாந்தோப்புகளில் பொழுது போக்குவோம். (நள வருஷம்) புயற்காற்றடித்த பிறகு மாந்தோப்புகளில் உட்கார நிழல் கிடையாது. ஆதலால் மேற்படி கோயில் மண்டபத்துக்கு வந்து சேர்ந்தோம்.'

சித்தாந்தசாமி கோயிலையும் மடத்தையும் பற்றிய இந்தக் குறிப்பு 'பிங்கள வருஷம்' என்ற கட்டுரையில் இருக்கிறது.

இதே சித்தாந்தசாமி கோயிலைப் பற்றி ஒரு தனிப்பாடலும் பாரதி பாடியிருக்கிறார். அதில் இரண்டு பாக்கள்:

சித்தாந்தச் சாமி திருக்கோயில் வாயிலில்
    தீப வொளி யுண்டாம் – பெண்ணே
முத்தாந்த வீதி முழுவதையுங் காட்டிட
    மூண்ட திருச் சுடராம் – பெண்ணே.

உள்ளத் தழுக்கும் உடலிற் குறைகளும்
    ஓட்ட வருஞ் சுடராம் – பெண்ணே
கள்ளத் தனங்கள் அனைத்தும் வெளிப்படக்
    காட்ட வருஞ் சுடராம் – பெண்ணே.

புதுவையில் பாரதிக்குப் பல பண்டாரங்களும் சாமியார்களும் சிநேகம். குள்ளச்சாமி என்ற மாங்கொட்டைச்சாமி, கோவிந்தசாமி, யாழ்ப்பாணத்துச்சாமி என்ற பரதேசிகள் ஒவ்வொருவரிடமும் ஒரு உயர்குணத்தை பாரதி கண்டார். இவர்களைப் பற்றி 'பாரதி அறுபத்தா'றில் பாடியுமிருக்கிறார்.

கோவிந்தசாமி என்ற பண்டாரம் பாரதிக்கு இறந்துபோன அவருடைய தந்தையின் உருவம் தெரியும்படி காட்டினான் என்று ஒரு பாட்டில் தெரிவித்திருக்கிறார்.

குள்ளச்சாமி 'மண்போலே சுவர்போலே வாழ்தல் வேண்டும்' என்று குறிப்பால் உணர்த்திய தாய்க் கூறுகிறார். இந்தச் சாமியார் தமக்குத் தொழில் வண்ணான் தொழில், உள்ளத்தில் உள்ள அழுக்குகளை வெளுப்பதாகும் என்பாராம்.

ஒரு நாள், பழங்கந்தை அழுக்கு மூட்டை ஒன்றை வளமுறவே கட்டித் தன் முதுகில் சுமந்து வந்த குள்ளச்சாமியை பாரதி, 'இது பித்தர் செயலன்றோ! இதென்ன செய்கை!' என்று வினவ, குள்ளச்சாமி புன்னகை பூத்து, 'புறத்தே நான் சுமக்கின்றேன். அகத்தினுள்ளே இன்னதொரு பழங் குப்பை சுமக்கிறாய் நீ!' என்று பதிலளித்தாராம். 'மனத்திலுள்ளே பழம் பொய்கள் வளர்ப்பதாலே இன்னலுற்று மாந்தரெல்லாம் மடிவார் வீணே. இருதயத்தில் விடுதலையை இசைத்தல் வேண்டும்' என்று கவிஞர் இதினின்று உணர்ந்து பறையறைவிக்கிறார். பிறர் கண்ணுக்குப் புலப்படாத பெரு விஷயங்களைப் பிறர் மதியாமல், ஒதுக்கித் தள்ளும் சாதாரண அனுபவங்களிலிருந்து தேர்ந்துகொள்ளும் அதிசய சக்தி படைத்தவர் பாரதி.

தென்பாண்டி நாட்டில் நெட்டையபுரம் என்ற ஊரில் ஜமீன்தார் ஒருவர் இருப்பதாகவும் அவரிடம் 'கொட்டையசாமி' என்ற யோகி இருந்ததாகவும் 'கொட்டையசாமி' என்ற கட்டுரையில் பாரதி சொல்கிறார். நெட்டையபுரம் என்பது எட்டயபுரத்திற்கு பாரதி தந்துள்ள மாற்றுப் பெயர் என்று ஊகிப்பது எளிது. இக்கட்டுரையிலிருந்து எட்டயபுரத்திலேயே பாரதிக்குச் சாமியார்கள் பழக்கம் இருந்ததெனத் தெரிகிறது.

சாமியார்கள் சகவாசத்தால் பாரதி வேதாந்த உண்மைகளை அறிந்தாரென்றாலும் சாமியார்களுக்குள்ள சில துர்வழக்கங்களும் பாரதிக்குப் பிடித்துக் கொண்டன.

புதுவைச் சாமியார்களால் அபின் பழக்கம் அவரைப் பிடித்துக்கொள்ளும் துர்பாக்கியமும் ஏற்பட்டது. வறுமைத் துயரை மறந்து கவிதா லோகத்தில் சஞ்சரிக்க அபின்போதை பயன்பட்டது. ஆனால், ஏற்கனவே பூஞ்சையான உடலைப் பாழாக்கியதோடு இல்வாழ்க்கையின் பொறுப்புக்களை பாரதி சிறிதும் கவனிக்காமல் போகும்படியும் அது செய்தது.

'ஜயபேரிகை கொட்டடா!'

'புகை நடுவினிலே தீயிருக்கும் புதுமையைக் கண்டோமே' என்று பாடிய கவிஞர் அதைத் தம் நித்திய வாழ்விலும் அனுபவித்தே பாடினார். கடன் தொல்லை, நோய்நொடிகள், குடும்பத் தொல்லை, கற்பனை வேதனை என்று பல்வேறு கஷ்டங்களான புகைக்கு நடுவேயும் பாரதி பராசக்தியின் பொன் மேனியைக் கண்டு போற்றிப் பரவசமடைந்தார்.

'ஜயபேரிகை கொட்டடா!' என்ற சின்னஞ் சிறிய பாடல் அவரது அடங்காத நம்பிக்கை யூற்றுக்குச் சிறந்த சான்று.

"பயமெனும் பேய்தனை யடித்தோம்" என்று முழங்குகிறது இப்பாடலின் முதல் பா. பயம்தான் மனிதனுக்கு முதல் எதிரி என்று பாரதி பன்முறை பலவிடங்களில் வற்புறுத்தியுள்ளார்.

'காக்கை குருவி எங்கள் ஜாதி' என்ற பாட்டின் மூன்றாவது பாவில் வரும் சிந்தனை பாரதியின் விரிந்த நோக்குக்கு ஓர் உதாரணம். ஆனால், இந்த விரிந்த நோக்கை கவிதையளவில் கொட்டி முழக்குவது எளிது. வாழ்வில் – செயலில் செய்து காட்டினால் எவ்வளவு சிரமமாக இருக்கும்? பாரதி இதைச் செய்யும் துணிவும் பெற்றிருந்தார்.

'அச்சமில்லை, அச்சமில்லை, அச்சமென்பதில்லையே! உச்சிமீது வானிடிந்து வீழுகின்றபோதிலும், அச்சமில்லை, அச்சமில்லை, அச்சமென்பதில்லையே!' என்று பாடுகிறார். 'பாரதி அறுபத்தா'றில், 'மரணத்தை வெல்லும் வழி' என்ற பாவில்,

> அச்சத்தை வேட்கைதனைஅழித்துவிட்டால்
> அப்போது சாவுமங்கே அழிந்துபோகும்

என்று உறுதியுடன் கூறுகிறார்.

புதுவையில் பாரதி குடும்பம் நடத்திய சமயம் நிகழ்ந்த சம்பவங்கள் பலவற்றை மண்டயம் ஸ்ரீநிவாஸாச்சாரியாரின் புதல்வி யதுகிரியம்மாள் தமது 'பாரதி நினைவுகள்' நூலில் விவரித்திருக்கிறார்.

ஒரு நாள் சிறுமி யதுகிரி பாரதி வீட்டுக்குச் சென்றார். அங்கே செல்லம்மாள் தவிர வேறு யாருமில்லை. செல்லம்மாளும் வழக்கம் போல் கலகலப்பாயில்லை. விசாரித்ததில் வழக்கமான திரவியக் கோளாறும் பாரதி செய்ததோர் 'தர்ம கைங்கரிய'முமே வருத்தத்துக்குக் காரணமென்று தெரிந்தது.

வழக்கமாக அன்று 'சுதேசமித்திர'னுக்கு அனுப்ப வேண்டிய கட்டுரையை பாரதி அனுப்பவில்லையாம். காலையில் குளித்து, காப்பி குடித்து, வெற்றிலை பாக்கு எல்லாம் கிரமமாக ஆனபிறகு, மேஜைமேல் காகிதம், பேனா, மை புட்டி எல்லாவற்றையும் வைத்துச் சென்றார் செல்லம்மாள். அதாவது பாரதி ஒழுங்காக உட்கார்ந்து கட்டுரை எழுதும்படி தூண்டுதல் இவை.

பாரதி மேஜையில் உட்கார்ந்திருக்க, செல்லம்மாள் சமையலுக்கு அரிசியை எடுத்து, முறத்தில் போட்டுக் கல் பொறுக்கி, முறத்தோடு வைத்துவிட்டு உள்ளே ஏதோ காரியமாய்ப் போனார். திரும்பிவந்து பார்க்கும்போது முறத்தில் இருந்த அரிசியில் கால் பங்கு முற்றத்தில் வாரியிறைந்து கிடந்தது; குருவிகள் கூடிக் கொத்திக்கொண்டிருந்தன; பாரதி பார்த்து மகிழ்ந்துகொண்டிருந்தார்! அரிசியை எடுத்துக் குருவிகளுக்குப் போட்டிருந்தார் அவர்!

செல்லம்மாவுக்கு அழுகை வந்துவிட்டது. இதைக் கண்ட பாரதி, 'வா, செல்லம்மா, இந்தக் குருவிகளைப் பார்! எவ்வளவு சந்தோஷமாக இருக்கின்றன! நாமும் அவைகளைப் போல் ஏன் இருக்கக் கூடாது?' என்றாராம்!

இது தனிப்பட்ட ஒருநாள் சம்பவமல்ல. பிற்காலத்தில் புதுவையைவிட்டுச் சென்னை திருவல்லிக் கேணியில் குடியிருந்தபோதும் இப்படியே சமையலுக்கான அரிசியைக் காக்கை குருவிக்கும் அணிலுக்கும் அளித்து விடுவாராம் பாரதி!

○

பாரதியின் மணிமணியான கையெழுத்துக்கும் இப்பாடலின் பிரதி ஓர் உதாரணமாகும். முத்துமுத்தான எழுத்துகள், வார்த்தைகளின் இடையிலே இடம்விட்டுப் பிரித்து எழுதும் அழகு, சிந்தையினின்று வரும் தெளிந்த கருத்துகள் அடித்தல் திருத்தலின்றிக் காகிதத்தில் உருப்பெறுதல் – இவையெல்லாம் கவனிக்கும்போது பாரதியைப் பற்றிப் பற்பல விஷயங்களை உணர்கிறோம்.

பாரதிக்குப் பல சமயம் எழுதுவதற்கு நல்ல காகிதம், பேனா, மைகூடக் கிடைத்ததில்லை. அப்படிப்பட்ட நிலையிலும் அவரது எழுத்துகள் இவ்வளவு அழகும் உருவச் சிறப்பும் பெற்றிருப்பது இந்த எழுத்துகளின் மேன்மையை மேலும் அதிகரிக்கின்றன.

தமிழ்நாட்டுக் குழந்தைகள் தங்கள் கையெழுத்துப் படிவதற்கு பாரதியாரின் முத்து எழுத்துகளைப் பார்த்தெழுதிப் பழகலாம். அழகுற எழுதிப் பழகினால் எதையும் அழகுறச் செய்து முடிக்கும் பழக்கமும் ஏற்படும்!

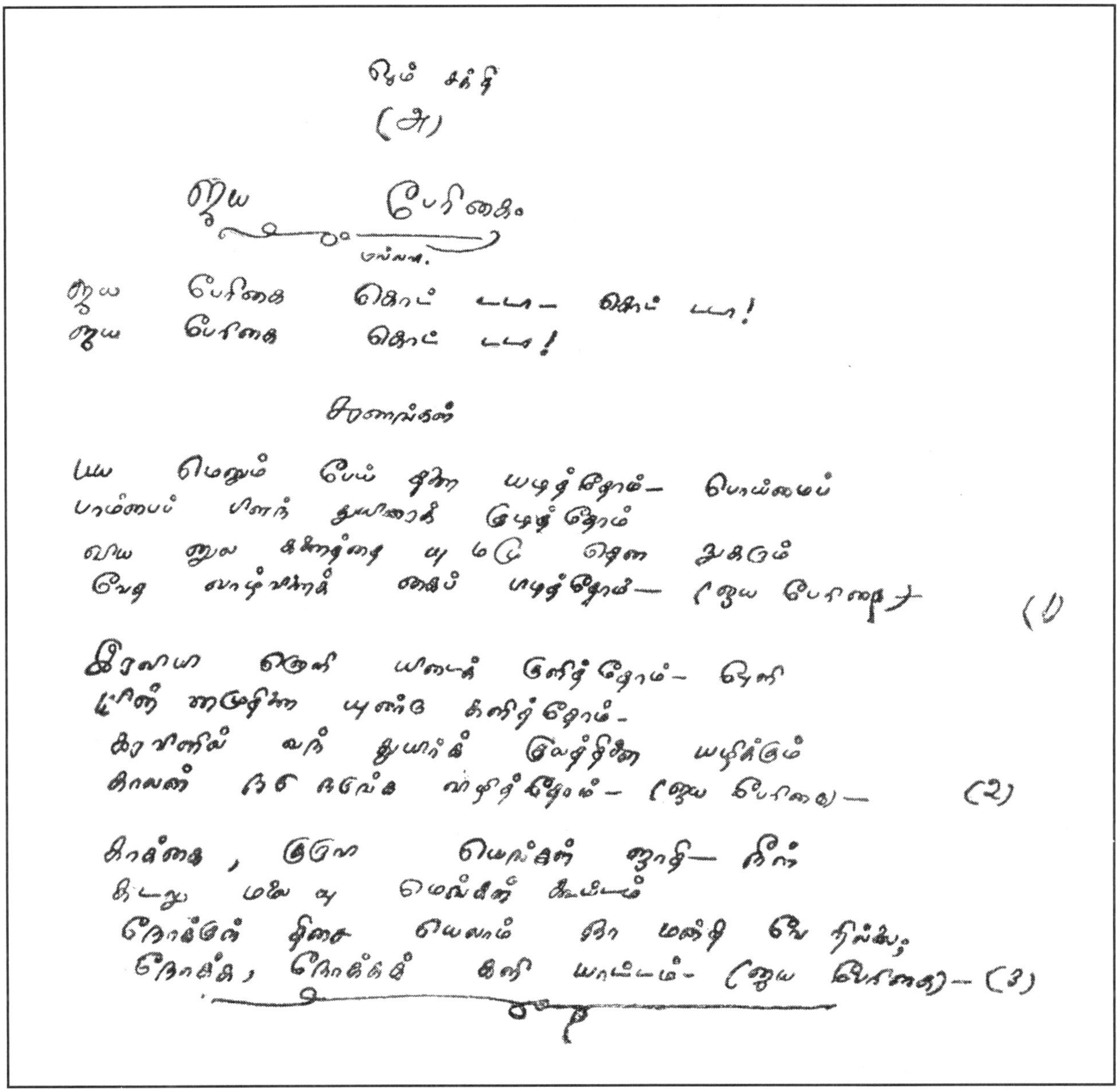

ஓம் சக்தி
(அ)

ஜய பேரிகை
பல்லவி

ஜய பேரிகை கொட்டடா— கொட்டடா!
ஜய பேரிகை கொட்டடா!

சரணங்கள்

பய மெனும் பேய் தனை யடித்தோம்— பொய்மைப்
பாம்பைப் பிளந் துயிரைக் குடித்தோம்
விய னுல கனைத்தையு மமுதென நுகரும்
வேத வாழ்வினைக் கைப் பிடித்தோம்— (ஜய பேரிகை) (1)

இரவியி னொளி யிடைக் குளித்தோம்— ஒளி
யின்ன முதினை யுண்டு களித்தோம்-
கரவினில் வந் துயிர்க் குலத்தினை யழிக்கும்
காலன் நடு நடுங்க விழித்தோம்- (ஜய பேரிகை— (2)

காக்கை, குருவி யெங்கள் ஜாதி— நீள்
கடலு மலையு மெங்கள் கூட்டம்
நோக்குந் திசை யெலாம் நா மன்றி வே றில்லை,
நோக்க, நோக்கக் களி யாட்டம்- (ஜய பேரிகை)— (3)

முத்துமுத்தான எழுத்துகள்:
வெகு வேகமாய் எழுதினாலும் அடித்தல் திருத்தலின்றி,
சொல்லுக்குச் சொல் பதம் பிரித்து, முத்துமுத்தாக எழுதுவார் பாரதி.

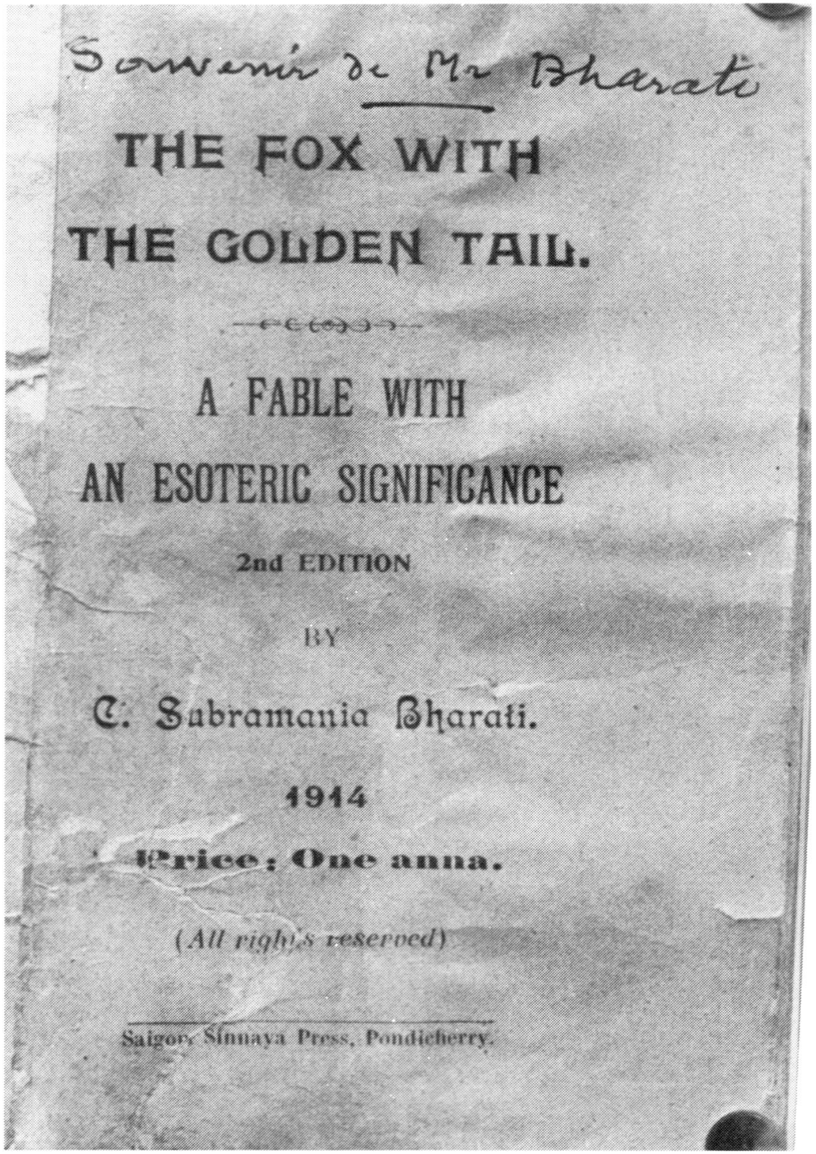
Souvenir de Mr Bharati
THE FOX WITH
THE GOLDEN TAIL.
A FABLE WITH
AN ESOTERIC SIGNIFICANCE
2nd EDITION
BY
C. Subramania Bharati.
1914
Price: One anna.
(All rights reserved)
Saigon Sinnaya Press, Pondicherry.

'**பொன் வால் நரி**': *1914*இல் சென்னையில் நடந்த சில சம்பவங்களை வைத்து பாரதி எழுதிய நையாண்டி நூல். புரொபஸர் என். சுப்பிரமணிய ஐயர் ('பிரம்மராய ஐயர்') அன்பளிப்பாகத் தந்த பிரதி.

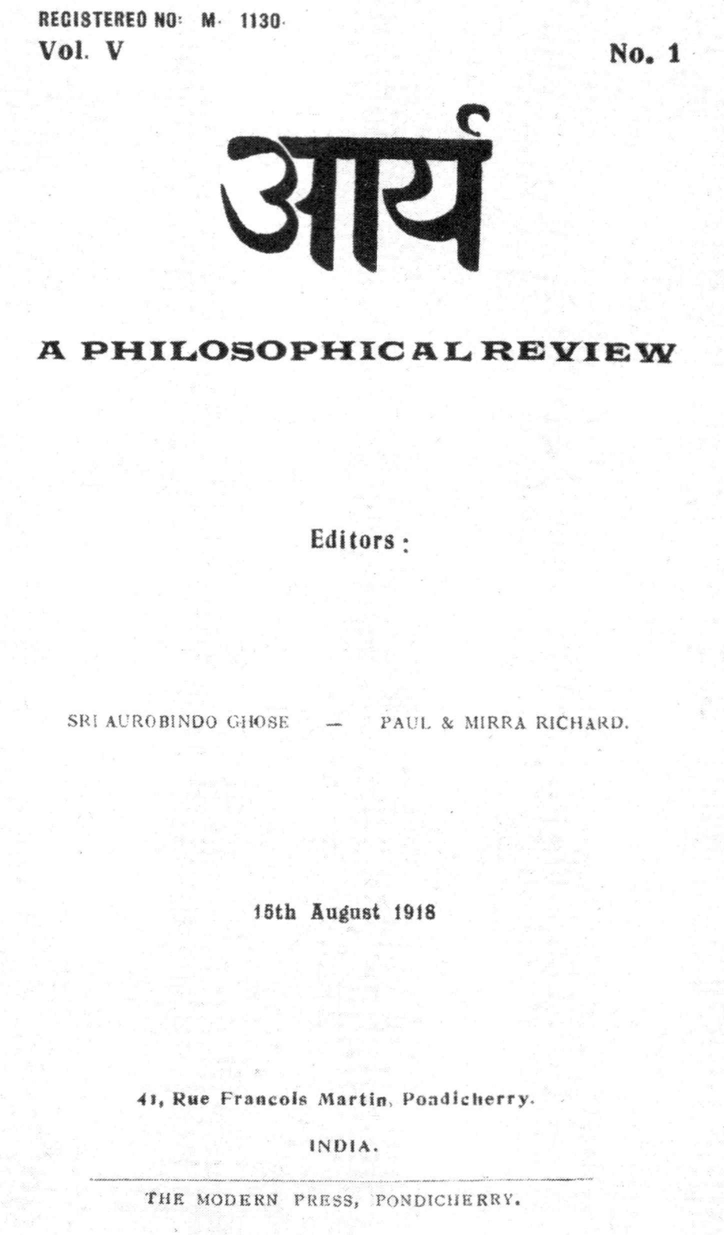
REGISTERED NO: M. 1130.

Vol. V — No. 1

आर्य

A PHILOSOPHICAL REVIEW

Editors:

SRI AUROBINDO GHOSE — PAUL & MIRRA RICHARD.

15th August 1918

41, Rue Francois Martin, Pondicherry.

INDIA.

THE MODERN PRESS, PONDICHERRY.

'**ஆர்யா**': *1914* முதல் அரவிந்தர் புதுவையில் நடத்திய ஆங்கில மாத இதழ். இதில் பாரதி எழுதியுள்ளார்.

ஆங்கில எழுத்தாளர் பாரதி

பாபு அரவிந்த கோஷ் தனியாக ஆசிரமம் அமைத்துக்கொண்ட பின்னரும் பாரதி அடிக்கடி அவரைப் போய்ப் பார்த்துவருவார். ஒரு நாள் அரவிந்தரிடம் பாரதி எதையோ படித்துக் காட்டிக் கொண்டிருந்தார். அதைக் கேட்கக் கேட்க அரவிந்தர் விடா நகைப்படைந்து, தாம் மகிழ்வதுடனல்லாமல் ஆசிரமத்திலிருந்த வாலிப வித்வான்களையெல்லாம் அழைத்து, 'பாரதியார் எவ்வளவு அருமையான இங்கிலீஷில் ஒரு அதிசயமான கட்டுக்கதை எழுதி யிருக்கிறார்! அதை அவரே வாசித்துக்காட்டும் போது நீங்கள் கவனிக்காமலும் கேட்காமலும் எங்கோ கவனித்துப் பேசிக்கொண்டிருக்கிறீர்களே!' என்று சொன்னார்.

அந்த நகைச்சுவை மிக்க கட்டுக்கதை, 'பொன் வால் நரி' என்று தமிழிலும், *'The Fox with the Golden Tail'* என்று ஆங்கிலத்திலும் 1914இல் வெளிவந்தது. அன்னி பெஸண்டின் அரசியலைப் பற்றியும், ஜே. கிருஷ்ணமூர்த்தியையும் அவரது சகோதரரை யும் பெஸண்ட் வளர்த்துவந்தது பற்றியும் வரையப் பட்ட இந்தக் கேலிக்கதை சென்னையில் மிகுந்த பரபரப்பை உண்டாக்கியது. மயிலாப்பூரில் பெயர் பெற்ற வைத்தியரும் தேசபக்த திலகமாக விளங்கிய வருமான டாக்டர் நஞ்சுண்ட ராவ் இந்நூலைப் பற்றிக் கேள்விப்பட்டு உடனே 500 புத்தகங்களுக்கு வி.பி. ஆர்டர் அனுப்பினார்.

மேலும் இந்தப் புத்தகத்தைக் கொண்டாடி பி.ஏ., எம்.ஏ. படித்த பலர் பாரதிக்குப் பாராட்டுக் கடிதங்கள் அனுப்பினார்கள். இத்தகைய கடிதங் களில் ஒன்றைப் பிரித்து பாரதியார் படித்துக் கொண்டிருக்கையில் குவளைக் கண்ணன் அவரிடம் 'என்ன ஐயா கடிதம்?' என்று கேட்டார்.

பாரதியார் சொன்னார்: 'போகச் சொல்லு, விதவைப் பசங்களை! நான் என்னுடைய சொந்த பாஷையில் என் முழு மூளையையும் கசக்கிப் பிழிந்து 'பாஞ்சாலி சபதம்' எழுதியிருக்கிறேன். அது நன்றாக இருக்கிறதென்று ஒருவனும் ஒரு கடிதமும் எனக்கு எழுதவில்லை. அந்தப் புஸ்த கத்தை நீ ஒருவன்தான் வாசிக்கிறாய்! ஆங்கிலத்தில் எழுதின இந்தப் 'பொன்வால் நரி'க்கு 500 பிரதி உடனே வேண்டுமாம்!'

தமிழனின் அடிமை மனப்பான்மையும் ஆங்கில மோகமும் அவர் மனதை எவ்வளவு தூரம் புண்படுத்தின என்பது இந்தப் பதிலின் ஆழத்தில் தொனிக்கிறது.

பாரதி எட்டயபுரத்தில் ஷெல்லி, கீட்ஸ் ஆகிய ஆங்கிலக் கவிகளைச் சுவைத்தவர். 'ஷெல்லியன் கில்டு' சங்கம் அமைத்தவர். 'ஷெல்லிதாசன்' என்ற புனைபெயர் கொண்டவர். ஸானெட் என்ற ஆங்கிலப் பாமுறையைத் தமிழில் கையாண்டவர். அவர் சொந்தமாகவும் ஆங்கிலக் கவிதை புனைந் திருக்கிறார். அது மட்டுமல்ல. தம்முடைய சில கவிதைகளையும், நம்மாழ்வார், ஆண்டாள் முதலிய தமிழ்க் கவிகளின் பாக்கள் சிலவற்றையும் ஆங்கிலப் படுத்தியிருக்கிறார். இவை அரவிந்தரின் 'ஆர்யா' பத்திரிகையிலும், பெஸண்டின் 'நியூ இந்தியா' 'காமன்வீல்' பத்திரிகைகளிலும் வெளிவந்தன. (1937இல் *'Agni and Other Poems'* என்ற நூலாக பாரதி பிரசுராலயம் இவற்றை வெளியிட்டது.)

'எங்கள் வேள்விக்கூட மீதில்', 'பாயுமொளி நீ எனக்கு,' 'உண்ண உண்ணத் தெவிட்டாதே,' 'மாதவன் சக்தியினை,' 'பகைவனுக்கருள்வாய்,' 'கும்மியடி தமிழ்நாடு முழுவதும்,' 'இயற்கை யென்றுனைப் புகழ்வார்' என்று ஆரம்பமாகும் ஏழு பாடல்களுக்கு பாரதியே செய்துள்ள ஆங்கில மொழிபெயர்ப்புகள் இந்நூலில் இருக்கின்றன.

வைணவர்கள் போற்றும் 'வாரணமாயிரம்' பாட்டு உள்ளிட்ட பல பிரபந்தப் பாடல்களும் பாரதியால் ஆங்கிலப்படுத்தப்பட்டுள்ளன.

சென்னையில் 'மெட்ராஸ் ஸ்டாண்டர்டு' என்று ஒரு தினசரி இருந்தது. அதில் பாரதிக்கும் புரொபஸர் கே. சுந்தரராமன் (கே.எஸ். ராமஸ்வாமி சாஸ்திரியாரின் தந்தை) அவர்களுக்கும் கீதையைப் பற்றி நடந்த விவாதம் உயர்ந்த முறையில் பத்திரிகைச் சர்ச்சைக்கு எடுத்துக்காட்டாக விளங்கியதாம். சுந்தரராமன் சாஸ்திரீய ஆதாரங்களுடன் வைதிக முறையில் வாதிக்க, பாரதி தமது மேதாவிலாசத்தால் பல புதிய கருத்துக்களைக் காட்டி விவாதித்தாராம். பாரதியின் இந்த விவாதம் இன்னும் நூலாக வெளிவரவில்லை.

பாரதியின் ஆங்கில எழுத்துக்களில் *'Political Evolution in the Madras Presidency'* என்பதும் ஒன்று. அதில் கொலை வழியைத் தாம் ஆதரிக்கவில்லை என்பதைத் தெளிவாகக் கூறியிருக்கிறார் கவிஞர்.

பாரதியின் ஆங்கிலக் கட்டுரைகள் சில *'Essays and other Prose Fragments'* என்ற நூலாக 1937இல் வெளிவந்தன. *'Coming Age'* என்ற 1918ஆம் ஆண்டுக் கட்டுரையில் பூதான இயக்கக் கருத்தைத் தீர்க்க தரிசனமாக வெளியிட்டிருக்கிறார் கவிஞர்.

சுப்பிரமணிய சிவம்

தமிழ்நாட்டில் தீவிர தேசபக்தி கொழுந்து விட்டெரிந்த சமயம் 'சுப்பிரமணியம் மூவர்' இருந்தனர். சுப்பிரமணிய பாரதி, வ.வே. சுப்பிரமணிய ஐயர், சுப்பிரமணிய சிவம் – இந்த மூவரும் ஒருவருக்கொருவர் உற்ற நண்பர்களாய் விளங்கினார்கள்.

சுப்பிரமணிய சிவம் (இவரை சுப்பிரமணிய சிவா என்றும், சிவா என்றும் அழைப்பர்) மதுரை மாவட்டம் வத்தலக்குண்டு கிராமத்தில் பிறந்தவர். ஏழைக் குடும்பம். சிறு வயதிலேயே சிவம் ஆத்மீக விசாரணையில் பற்றுதல் காட்டி, தமது தாய்மாமனாகிய ஓத சுவாமிகளிடம் தீட்சையும் பெற்றார். ஆயினும் வறுமையை முன்னிட்டு, தந்தையின் வற்புறுத்தலின் பேரில் கோர்ட்டில் ஒரு சிறிய உத்தியோகம் பார்த்தார். ஆனால் அவரது தீவிர தேசிய மனப்பான்மையினால் அவ் வேலையிலிருந்து நீங்கினார்.

சுப்பிரமணிய சிவம் சிறந்த பேச்சாளர். அவருக்கு வழவழாப் பேச்சிலோ வழவழாச் செயலிலோ நம்பிக்கையில்லை. வெட்டொன்று துண்டிரண்டு என்பவர். திலகர் வழியைப் பின்பற்றி, 'துஷ்டநிக்ரஹ சிஷ்ட பரிபாலனம்' செய்ய வேண்டும் என்பவர்.

பரலி சு. நெல்லையப்ப பிள்ளையின் தமையனாரான பரலி சண்முகசுந்தரம் பிள்ளை மூலம் வ.உ. சிதம்பரம் பிள்ளையுடன் இவருக்கு நட்பு உண்டாயிற்று. சுதேசிக் கப்பல் கம்பெனிப் பிரசாரத்திலும் சுதேசியப் பிரசாரத்திலும் வ.உ.சி.க்கு சிவம் துணையாக இருந்தார். நாள்தோறும் சிதம்பரமும் சிவமும் தூத்துக்குடிக் கடற்கரையிலும் மற்ற இடங்களிலும் கூட்டம் கூட்டி தூத்துக்குடியைத் தென்னாட்டின் தேசிய இயக்கக் கோட்டையாக்கினார்கள். அக்காலத்தில், சுதேசியத்தைத் தாக்கிப் பேசிய ஒரு வக்கீலுக்குச் சவரம் செய்துகொண்டிருந்த நாவிதர், வக்கீலின் பேச்சு பொறுக்காமல் பாதிச் சவரத்தில் அவரைக் கைவிட்டு விட்டார். அந்த வக்கீல் போலீஸ் பந்தோபஸ்துடன் நெல்லைக்குச் சென்று மறு பாதிச் சவரத்தை முடித்துத் திரும்ப வேண்டியதாயிற்று! அக்காலத்தில் தூத்துக்குடியிலிருந்த வெள்ளையர் இரவு நேரத்தை நகரில் கழிக்கத் துணிவின்றிக் கடலில் ஏழு மைல் தள்ளி நின்ற கப்பல்களில் தினமும் இரவைக் கழித்து வந்தார்கள்!

சிதம்பரம், சிவம் குழுவின் செல்வாக்கு இப்படி அபரிமிதமாய் வளர்வதைக் கண்டு போலீசார் அவர்கள் மீது முதலில் ஜாமீன் வழக்கும் பிறகு ராஜத்துவேஷ வழக்கும் தொடர்ந்தார்கள். இவ் வழக்கில் இருவருக்கும் சிறைவாசம் கிடைத்தது! சிறையில் சிதம்பரம் செக்கிழுத்தார்; சிவம் கம்பளி மயிர் வெட்டினார்.

1912இல் விடுதலையடைந்த சுப்பிரமணிய சிவம் சென்னை மயிலாப்பூரில் குடியேறி 'ஞானபாநு' என்ற மாதப் பத்திரிகையை 1913 ஏப்ரல் முதலாக நடத்தத் தொடங்கினார். 'ஞானபாநு' மூன்று வருஷங்கள் நடந்தது. பின்னர், சிவம், 'பிரபஞ்ச மித்திரன்', 'இந்திய தேசாந்திரி' என்ற பத்திரிகைகளைச் சிறிது காலம் நடத்திவந்தார். தம் தேசபக்திப் பேச்சுக்களுக்காக மீண்டும் மூன்று முறை சிறைவாசம் அனுபவித்தார்.

ஜாதிமத பேதமின்றி பாரத மக்கள் பாரத மாதாவை தெய்வமாக வணங்க ஸ்ரீ பாரத மாதா ஆலயம் கட்ட அவர் பல இடங்களில் முயன்றார். சென்னைக் கோடம்பாக்கம், அமராவதிபுதூர், மானாமதுரை யடுத்த பசலை முதலிய இடங்களில் முயன்று, முடிவாகச் சேலம் மாவட்டம் பாப்பாரப்பட்டியில் ஸ்ரீ பாரத மாதா கோயிலுக்கு தேசபந்து தாஸ் அடிக்கல் நாட்டச் செய்தார். ஆனால் அதற்கு மேல் கோயில் வேலைக்கு ஆதரவிருக்கவில்லை.

சுப்பிரமணிய சிவா தமிழ்நாடெங்கும் தமது மனைவியார் சகிதம் கால்நடையாகச் சென்று தேசியப் பாடல்களைப் பாடியும், உணர்ச்சி மிக்க பிரசங்கங்கள் செய்தும் மக்களைத் தட்டியெழுப்பி வந்தார். இப்படி ஒரு சமயம் அவர் புதுச்சேரிக்கும் போயிருந்தார்.

1925 ஜூலை 23ஆம் தேதி பாப்பாரப்பட்டிக் கருகே தாம் ஸ்தாபித்த பாரதபுரத்தில் சுப்பிரமணிய சிவம் சமாதியானார். அப்போது அவருக்குத் தமிழ்நாட்டில் ஏராளமான செல்வாக்கு இருந்தது. மதுரை தியாகராஜ சிவம், சிதம்பர பாரதி, ஸ்ரீநிவாஸவரதன், 'கல்கி' தி. சதாசிவம், சென்னை 'எவரெஸ்ட்' ஹோட்டல் ஸ்தாபகர் சுந்தரம் முதலியோர் சிவாவின் சிஷ்யர்களாவர்.

'ஞானபாநு'வை ஆரம்பித்தபோதே பாரதி அதற்கு விஷயதானம் செய்து வந்தார். இரண்டாவது இதழிலேயே 'சின்னச் சங்கரன் கதை' தொடர் கதையாக வெளியாகியிருக்கிறது. 'ஞானபாநு'வின் மூன்றாவது ஆண்டு ஆரம்பித்தபோது 'ஞானபாநு' என்ற பெயரில் ஒரு கவிதையும் எழுதியனுப்பினார் பாரதி. இது அப் பத்திரிகையின் 1915 ஏப்ரல் மாத இதழில் முகப்புக் கவிதையாக வெளியாயிற்று.

தாடியின்றி சுப்பிரமணிய சிவம்:
(சிறையில் எடுத்த படம்)

சுப்பிரமணிய சிவம் சமாதி:
தர்மபுரி மாவட்டம்
பாப்பாரப்பட்டியில்.
அருகே நிற்பவர் சீடர்
கந்தசாமிப் புலவர்.

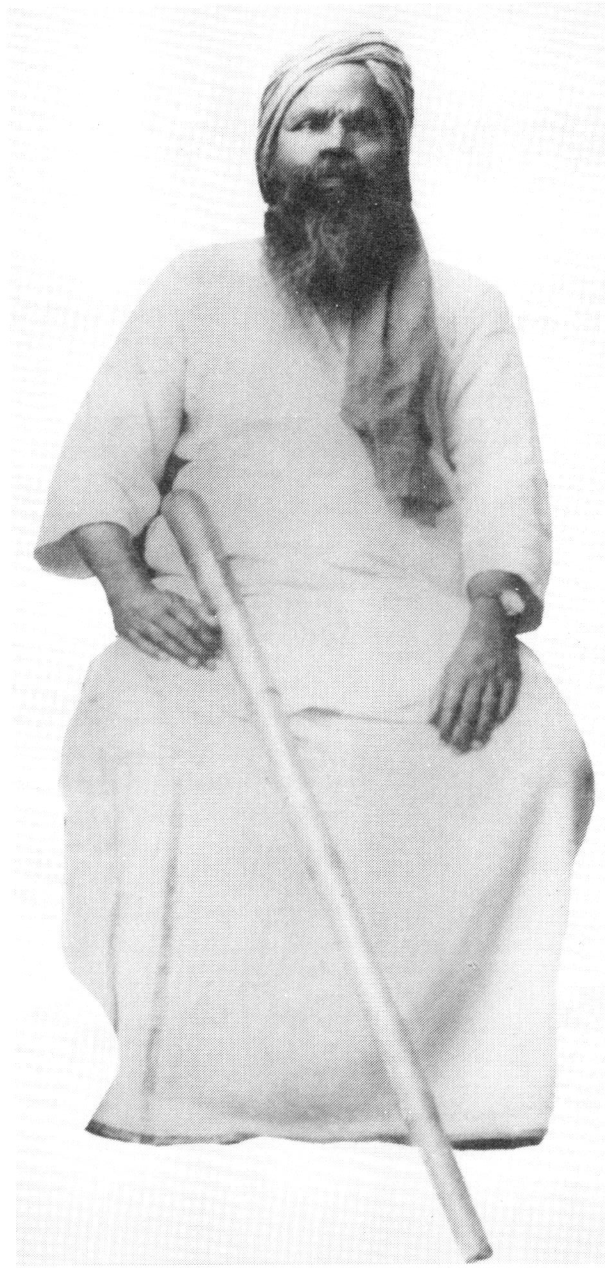

சுப்பிரமணிய சிவம்: பிரபலமான படம் *(1922)*

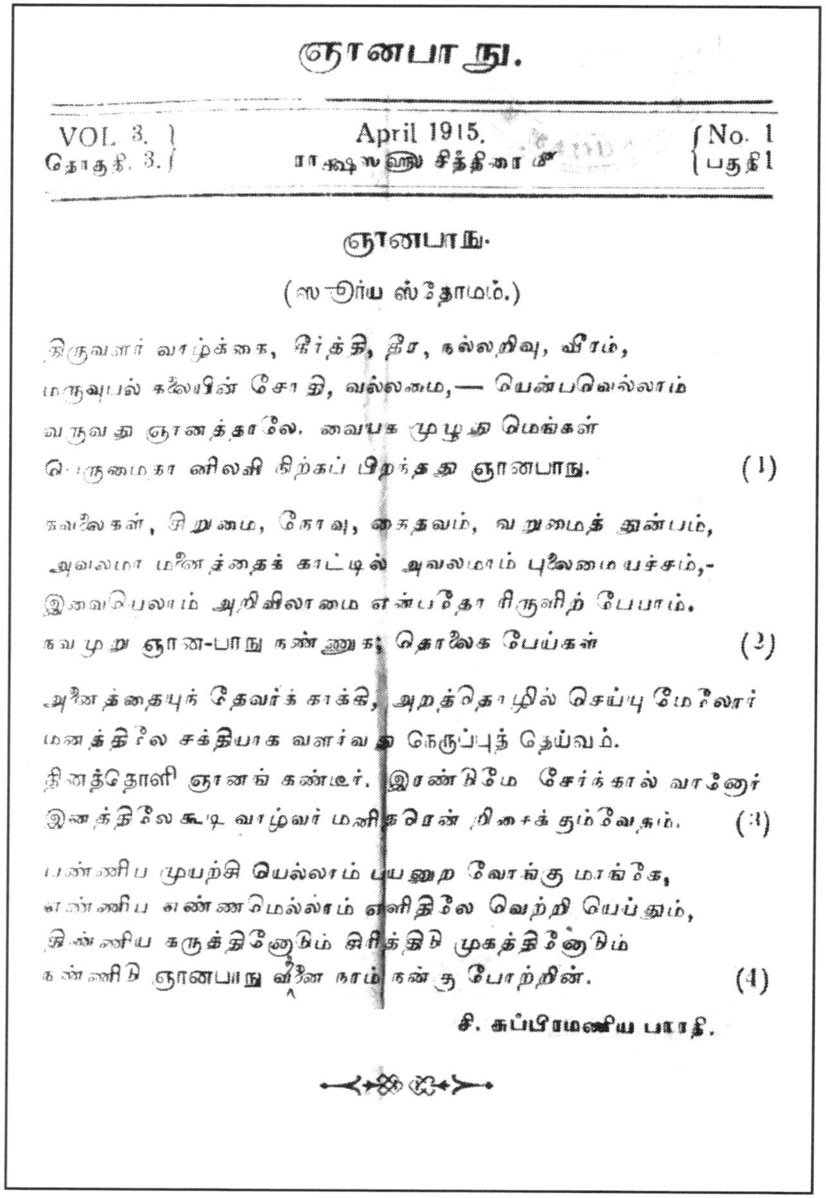

ஞானபாநு.

VOL. 3. தொகுதி. 3. April 1915. ராக்ஷஸ ஹு சித்திரை ௴ No. 1 பகுதி 1

ஞானபாநு.

(ஸூர்ய ஸ்தோமம்.)

திருவளர் வாழ்க்கை, கீர்த்தி, தீரம், நல்லறிவு, வீரம்,
மருவுபல் கலையின் சோதி, வல்லமை,— யென்பவெல்லாம்
வருவது ஞானத்தாலே. வையக முழுதுமெங்கள்
பெருமைதா னிலவி நிற்கப் பிறந்தது ஞானபாநு. (1)

கவலைகள், சிறுமை, நோவு, கைதவம், வறுமைத் துன்பம்,
அவலமா மனைத்தைக் காட்டில் அவலமாம் புலைமை யச்சம்,-
இவையெலாம் அறிவிலாமை யென்பதோ ரிருளிற் பேயாம்.
நவமுறு ஞான-பாநு நண்ணுக; தொலைக பேய்கள் (2)

அனைத்தையுந் தேவர்க் காக்கி, அறத்தொழில் செய்யு மேலோர்
மனத்திலே சக்தியாக வளர்வது நெருப்புத் தெய்வம்.
தினத்தொளி ஞானங் கண்டீர். இரண்டுமே சேர்ந்தால் வானோர்
இனத்திலே கூடி வாழ்வர் மனிதரென் றிசைக்கும் வேதம். (3)

பண்ணிய முயற்சி யெல்லாம் பயனுற வோங்கு மாங்கே,
எண்ணிய வெண்ணமெல்லாம் எளிதிலே வெற்றி யெய்தும்,
திண்ணிய கருத்தி னோடும் சிரித்திடு முகத்தி னோடும்
நண்ணிடு ஞானபாநு அதனை நாம் நன்கு போற்றின். (4)

சி. சுப்பிரமணிய பாரதி.

சிவாவின் 'ஞானபாநு' பத்திரிகை: மூன்றாம் ஆண்டுத் துவக்க இதழுக்கு பாரதி எழுதிய பாடல்.

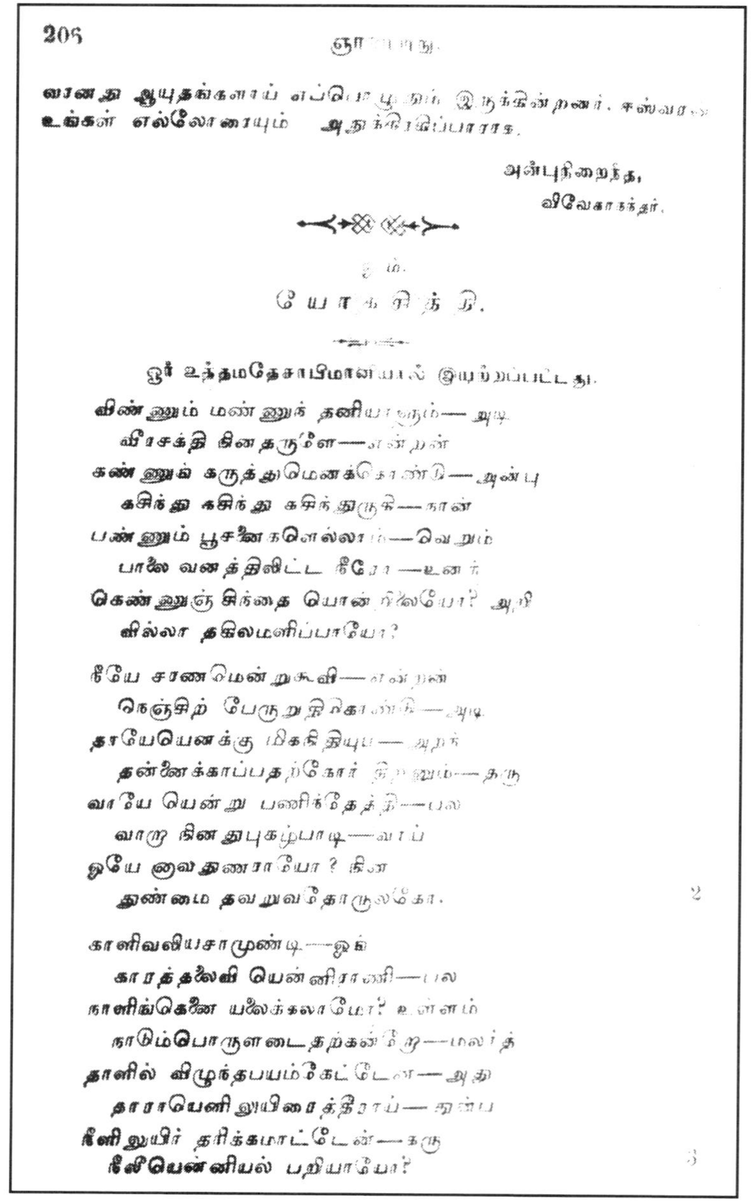

வானது ஆயுதங்களாய் எப்பொழுதும் இருக்கின்றனர். ஈஸ்வரன் உங்கள் எல்லோரையும் அநுக்கிரஹிப்பாராக.

அன்புநிறைந்த,
விவேகாநந்தர்.

ஓம்.

யோகசித்தி.

ஓர் உத்தமதேசாபிமானியால் இயற்றப்பட்டது.

விண்ணும் மண்ணுந் தனியாளும்—எங்கள்
வீரசக்தி நினதருளே—என்றன்
கண்ணுங் கருத்துமெனக்கொண்டு—அன்பு
கசிந்து கசிந்து கசிந்துருகி—நான்
பண்ணும் பூசனைகளெல்லாம்—வெறும்
பாலை வனத்திலிட்ட நீரோ—உனக்
கெண்ணுஞ் சிந்தை யொன்றில்லையோ? அறி
வில்லா தகிலமளிப்பாயோ?

நீயே சரணமென்று கூவி—என்றன்
நெஞ்சிற் பெருறுதி கொண்டு—அடி
தாயே யெனக்கு மிகநிதியும்—அறந்
தன்னைக்காப்பதற்கோர் திறனும்—தரு
வாயே யென்று பணிந்தேத்தி—பல
வாறு நினது புகழ்பாடி—வாய்
ஓயே னவைதுணராயோ? நின
துண்மை தவறுவதோருலகோ. 2

காளிவலியசாமுண்டி—ஓங்
காரத்தலைவி யென்னிராணி—பல
நாளிங்கெனை யலைக்கலாமோ? உள்ளம்
நாடும்பொருளடைதற்கன்றோ—மலர்த்
தாளில் விழுந்தபயம்கேட்டேன்—அது
தாராயெனிலுயிரைத் தீராய்—துன்ப
நீளிலுயிர் தரிக்கமாட்டேன்—கரு
ணீயென்னியல் பறியாயோ? 3

பாரதி எழுதிய 'யோகசித்தி':
'ஓர் உத்தம தேசாபிமானியால் இயற்றப்பட்ட'தாக 'ஞானபாநு' 1913 டிசம்பர் இதழில் வெளிவந்தது.

சின்னச் சங்கரன் கதை

'ஞானபாநு'வுக்கு பாரதியார் கவிதைகள் எழுதினார். வசனத்திலும் விஷயதானம் செய்தார். தமது சுயசரிதை போல், குலுங்கச் சிரிக்கவைக்கும் நடையில் எழுதிய 'சின்னச் சங்கரன் கதை' கைப்பிரதி போலீஸ் வசம் போய்க் கிடைக்காமற் போனபோது, நண்பர்கள் வற்புறுத்தலின் பேரில் மீண்டும் எழுதி, 'ஞானபாநு'வில் பிரசுரத்துக்கு அனுப்பி வந்தார். ஆறு அத்தியாயங்கள் எழுதிய பின் ஏனோ அவருக்குச் சலிப்பு வந்துவிட்டது. அதற்குமேல் எழுதாமல் நிறுத்திவிட்டார்.

'சின்னச் சங்கரன் கதை'யின் கதையே விசித்திர மானது. பாரதியார் அதை முழுவதும் எழுதித் தம் வீட்டில் வைத்திருந்தார். அப்போது அவர் வீட்டில் முருகேசன் என்றொரு சிறுவன் வேலை செய்துவந்தான். திடீரென ஒருநாள் முருகேசனைக் காணவில்லை. கிட்டத்தட்ட அதே சமயம் 'சின்னச் சங்கரன் கதை' கையெழுத்துப் பிரதியும் மாயமாய் மறைந்துபோயிற்று. சுமார் நாற்பது நாள் கழித்து முருகேசன் எலும்பும் தோலுமாய்த் திரும்பி வந்தான். பாரதியைக் கண்டதும் தேம்பித்தேம்பி அழுதான். பிரிட்டிஷ் இந்தியப் போலீஸ் ஆசாமி ஒருவன் தன்னை விழுப்புரம் வரை போய்வரக் கூப்பிட்டதாயும், தமாஷாய்ப் போய்வரலாமென்று போனதாயும், விழுப்புரத்தில் தன்னைக் கைது செய்து, 'லாக்கப்'பில் அடித்து உதைத்து இம்சை செய்து பாரதியாரைப் பற்றித் தெரிந்ததையெல்லாம் சொல்லச் சொன்னதாகவும், ஒரு மாதம் கழித்து விடுதலை செய்ததாகவும், கையில் காசில்லாமல் சென்னையிலுள்ள தன் உறவினர்களிடம் சென்று கடன் வாங்கிக்கொண்டு ஊர் திரும்ப நேர்ந்த தாகவும் முருகேசன் சொன்னான். 'சின்னச் சங்கரன் கதை' கையெழுத்துப் பிரதி பற்றித் தனக்கொன்றும் தெரியாதென்றான்.

அவன் நிரபராதியென்று பாரதி நம்பினார். பிறர் நம்பவில்லை. எப்படியும் கதையின் கையெ ழுத்துப் பிரதி போனது கிடைக்கவில்லை. நண்பர் களின் விருப்பத்திற்கிணங்க பாரதி மீண்டும் எழுதிய ஆறு அத்தியாயங்களே இன்று நமக்குக் கிடைத் துள்ளன.

'சின்னச் சங்கரன் கதை'யின் நடையே கவர்ச்சி கரமானது. 'முதல் குட்டி அத்தியாய'த்திலேயே தம் கதையின் நகைச்சுவைக்கு மாதிரி காட்டுகிறார் ஆசிரியர். பின் அத்தியாயங்களில் 'கவுண்டனூர் சமஸ்தான'த்தில் சமஸ்தானாதிபதி 'அடாணா ராமசாமிக்கவுண்டர்' நடத்திய அட்டஹாசங் களையும், சங்கரன் கவுண்டனூர் ராஜசபைப் புலவர்களை முறியடித்துப் புகழ் எய்தியதையும், 'கம்பராமாயணம் முத்திருளத் தேவர்' என்ற 'திருதராஷ்டிரக் கிழவன்' (கண் பார்வையிழந்தவன்) பேத்தி 'இருளாயி'யைச் சங்கரன் காதலிப்பதையும், இன்னும் பல விஷயங்களையும் பாரதி விவரிக் கிறார். எட்டயபுரத்தில் பாரதி வாழ்க்கையை விவரிக்கும் சுயசரிதம் என்று இதைக் கருதலாம் போலிருக்கிறது. தமிழ்நாட்டின் துரதிர்ஷ்டம் பாரதி இதை இரண்டாவது தடவை எழுதியபோது பாதி யில் நிறுத்திவிட்டார். ஈடற்ற நகைச்சுவைப் பொக்கிஷ மொன்றைத் தமிழ்நாடு இழந்துவிட்டது.

'ஞானபாநு'வில் 'சின்னச் சங்கரன் கதை' 'சாவித்திரி என்ற நிருப நேயர்' எழுதுவதாக வந்தது. தம் சொந்தப் பெயரிலும் 'சரஸ்வதி', 'நித்திய தீரர்', 'ஓர் உத்தம தேசாபிமானி' முதலிய புனைபெயர் களிலும் பாரதி 'ஞானபாநு'வுக்கு விஷயதானம் செய்தார். 'ஒளியும் இருளும்', 'மது', 'கண்ணன் என் தாய்', 'யோகசித்தி', 'வேய்ங்குழல்', 'இறவாமை', 'பாப்பாப் பாட்டு', 'ஞானபாநு' என்ற பாடல்கள் இப்பத்திரிகையில் வெளிவந்தவை.

'ஞானபாநு'வின் 1913 நவம்பர் இதழில் பாரதி யாரின் 'பாஞ்சாலி சபதம்' (முதல் பாகம்) பற்றி விமர்சனம் வந்துள்ளது. அதிலே ஒரு சுவாரஸ்ய மான செய்தி கிடைக்கிறது. 'ஆசிரியர் இப்புத்தகத் தில் ஒரு பிரதியைச் சென்னை கவர்னரவர்களுக்கு அனுப்பியிருந்ததாகவும் அவர் தாம் அதை வந்தனத் துடன் ஏற்றுக்கொண்டதாக ஆசிரியருக்குக் கடிதம் எழுதியதாகவும் கேள்விப்படுகிறோம்' என்ற குறிப்பு இவ் விமர்சனத்தில் காணப்படுகிறது.

1916 ஜனவரி இதழில் 'மாதா' என்ற பெயர் கொண்ட பாரதி கவிதைத் தொகுதியின் விளம்பரம் காண்கிறது. இது 1910இல் பாரதி புதுவையில் வெளியிட்ட மூன்றாவது கவிதைத் தொகுதி. 'மாதா வாசகம்' என்பது இந்நூலின் முழுப் பெயர். 'பாரத மாதா திருப்பள்ளியெழுச்சி', 'வந்தே மாதர' கீதத்தின் புதிய மொழிபெயர்ப்பு, 'ஸ்வசரிதை' முதலிய பாடல்களும் சக்திப் பாடல்கள் சிலவும் இந்நூலில் இடம்பெற்றிருந்தன.

பாப்பா பாட்டு

'ஞானபாநு'வில் பாரதி எழுதிவந்த சமயம், தமிழ் நாட்டில் வேறெந்தப் பத்திரிகையிலும் அவரது கவிதைகளோ கதைகளோ வெளியானதாய்த் தெரிய வில்லை.

1904இல் ஆரம்பமான 'சுதேசமித்திரன்' தொடர்பு 1907இல் நின்றுபோயிருந்தது. 1907 செப்டம்பருக்குப் பின் அவரது எழுத்துகள் எட்டு வருஷ காலம் 'சுதேசமித்திர'னில் வரவில்லை. 1915 ஜூன் மாதம்தான் மீண்டும் பாரதி 'மித்திர'னில் எழுத ஆரம்பித்திருக்கிறார்.

ஆனால், இடையிலிருந்த எட்டு வருஷங்களில் தான் அவர் ஏராளமாக எழுதிக் குவித்தார்! இந்தக் காலத்தில்தான் அவரது முக்கியமான பல நூல்கள் எழுதப்பெற்றன.

இவற்றில் இரண்டே இரண்டுதான் அப்போது அச்சேறிப் புத்தகமாக வெளிவந்தன. 1910 நவம்பரில் 'மாதா மணிவாசகம்' என்ற பெயரில் தமது மூன்றா வது கவிதைத் தொகுதியை வெளியிட்டார். 'பாஞ்சாலி சபத'த்தின் முதல் பாகம் 1912இல் பிரசுரமாயிற்று. 'புதிய ஆத்திசூடி' சிறுபிரசுரமாக 1914இல் வெளியா யிற்று. அதே வருஷம் ஆங்கிலத் துண்டுப் பிரசுரம் 'பொன் வால் நரி' *(The Fox with the Golden Tail)* சென்னையில் பெரிய கலக்கத்தையும் குதூகலத்தை யும் உண்டாக்கியது.

இம்மாதிரி ஒரு சில எழுத்துக்களே புத்தக வடிவில் வந்ததால், பாரதியை மறுபடி 'சுதேச மித்திர'னுக்கும் எழுதும்படி புதுவை நண்பர்கள் சொன்னார்கள். பாரதியின் எழுத்தைப் பிரசுரித்துச் சங்கடத்தில் மாட்டிக்கொள்ள 'சுதேசமித்திரன்' தயாராயிருக்குமோ என்று பாரதி திருப்பிக் கேட்டார். தமக்கும் 'மித்திர'னுக்கும் கொள்கையில் வேறுபாடு இருக்கும்போது, அதாவது தம்முடைய அதிதீவிர வாதத்தை 'மித்திரன்' ஆதரிக்காதபோது, அதில் தமது எழுத்துக்களை வெளியிடச் சொல்லிக் கேட் பது நியாயமில்லை என்றும் பாரதி சொன்னார்.

இத்தகைய நிலையில் பாரதியின் எழுத்துகளை வேண்டி வரவேற்றுத் துணிந்து வெளியிட்ட பெருமை 'ஞானபாநு'வைச் சாரும்.

பாரதியின் 'வேய்ங்குழல்' என்ற சுவை மிகுந்த பாட்டு 'ஞானபாநு'வில் 1914 ஜனவரி இதழில் முகப்புப் பாடலாக வெளியாயிற்று.

'பாப்பா பாட்டு' 1915 பிப்ரவரி மாத இதழில் வெளிவந்தது. பாரதியார் தமது இரண்டாவது மகள் பாப்பா என்ற சகுந்தலாவுக்காகப் பாடியது இப்பாடல். இதில் பாரதியின் குழந்தையுள்ளம் நன்கு வெளிப்படுகிறது.

'ஞானபாநு'வில் வந்த பாப்பா பாட்டிற்கும் தற்போது பாரதி பாடல் தொகுதியில் இருக்கும் பாப்பா பாட்டிற்கும் சில பாக்களில் வேறுபாடு காண்கிறது. 'ஞானபாநு'வில் இப்பாடலுக்கு 14 பாக்களே இருக்கின்றன. தற்போதைய பாடலில் 16 பாக்கள் இருக்கின்றன. 'வடக்கில் இமயமலை பாப்பா . . .' என்றும் 'வேதமுடையதிந்த நாடு . . .' என்றும் தொடங்கும் இரு பாக்கள் பாரதி இப் பாடலை முதலில் எழுதியபோது இல்லை,

அதே போல, 'ஞானபாநு'வில் வந்த பாக்களும் பற்பல இடங்களில் திருத்திப் பிரசுரமாயின; 'ஞானபாநு'வில் வெளிவந்த 'பாப்பா பாட்டி'ல் 11ஆம் பாவின் கடைசி அடியை 'ஆரிய தேசமடி பாப்பா' என்பதற்குப் பதிலாக 'ஆன்றோர்கள் தேசமடி பாப்பா' என்றும், 12ஆம் பாவின் கடைசி அடியை 'தெய்வமென்று கொண்டாடு பாப்பா' என்பதற்குப் பதிலாக 'தினமும் புகழ்ந்திடடி பாப்பா' என்றும், 13ஆம் பா,

> சாதிப் பெருமையில்லை பாப்பா – அதில்
> தாழ்ச்சி யுயர்ச்சி செய்தல் பாவம்
> நீதி, தெளிந்த மதி, அன்பு – இவை
> நிறைய வுடையவர்கள் மேலோர்

என்பதை,

> சாதிகள் இல்லையடி பாப்பா – குலத்
> தாழ்ச்சி யுயர்ச்சி சொல்லல் பாவம்
> நீதி, உயர்ந்த மதி, கல்வி – அன்பு
> நிறைய உடையவர்கள் மேலோர்

என்றும் திருத்தியிருக்கிறது.

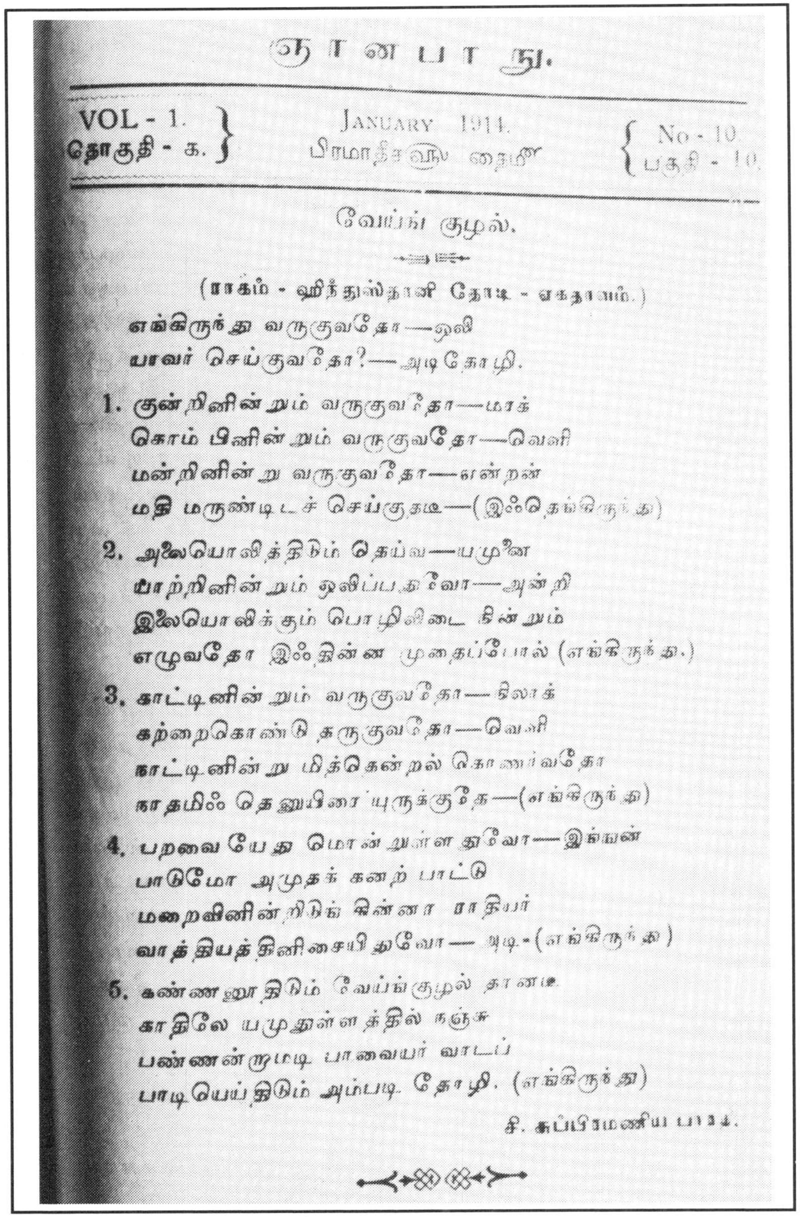

ஞானபாநு.

VOL - 1. } JANUARY 1914. { No - 10.
தொகுதி - க. } பிரமாதீச வூ தை மீ { பகுதி - 10.

வேய்ங் குழல்.

(ராகம் - ஹிந்துஸ்தானி தோடி - ஏகதாளம்.)

எங்கிருந்து வருகுவதோ—ஒலி
யாவர் செய்குவதோ?—அடி தோழி.

1. குன்றினின்றும் வருகுவதோ—மரக்
கொம்பினின்றும் வருகுவதோ—வெளி
மன்றினின்று வருகுவதோ—என்றன்
மதி மருண்டிடச் செய்குதடீ—(இஃதெங்கிருந்து)

2. அலையொலித்திடும் தெய்வ—யமுனை
யாற்றினின்றும் ஒலிப்பதுவோ—அன்றி
இலையொலிக்கும் பொழிலிடை நின்றும்
எழுவதோ இஃதின்ன முதைப்போல் (எங்கிருந்து.)

3. காட்டினின்றும் வருகுவதோ—நிலாக்
கற்றைகொண்டு தருகுவதோ—வெளி
நாட்டினின்று மித்தென்றல் கொணர்வதோ
காதயிஃ தெனுயிரை யுருக்குதே—(எங்கிருந்து)

4. பறவையேது மொன்னுள்ள துவோ—இங்ஙன்
பாடுமோ அமுதக் கனற் பாட்டு
மறைவினின்றிடுங் கின்ன ராதியர்
வாத்தியத்தினிசையிதுவோ— அடி-(எங்கிருந்து)

5. கண்ணனூதிடும் வேய்ங்குழல் தானடீ
காதிலே யமுதுள்ளத்தில் நஞ்சு
பண்ணன்றுமடி பாவையர் வாடப்
பாடியெய்திடும் அம்படி தோழி. (எங்கிருந்து)

சி. சுப்பிரமணிய பாரதி.

'ஞானபாநு' 1914 ஜனவரி இதழில் வெளிவந்த 'வேய்ங்குழல்':
மூன்றாம் பாவில் 'கற்றை கொண்டு' என்பது அரசுப் பதிப்பில் 'காற்றைக் கொண்டு' என்று உளது. பிற பிழைகளும் உள்ளன.

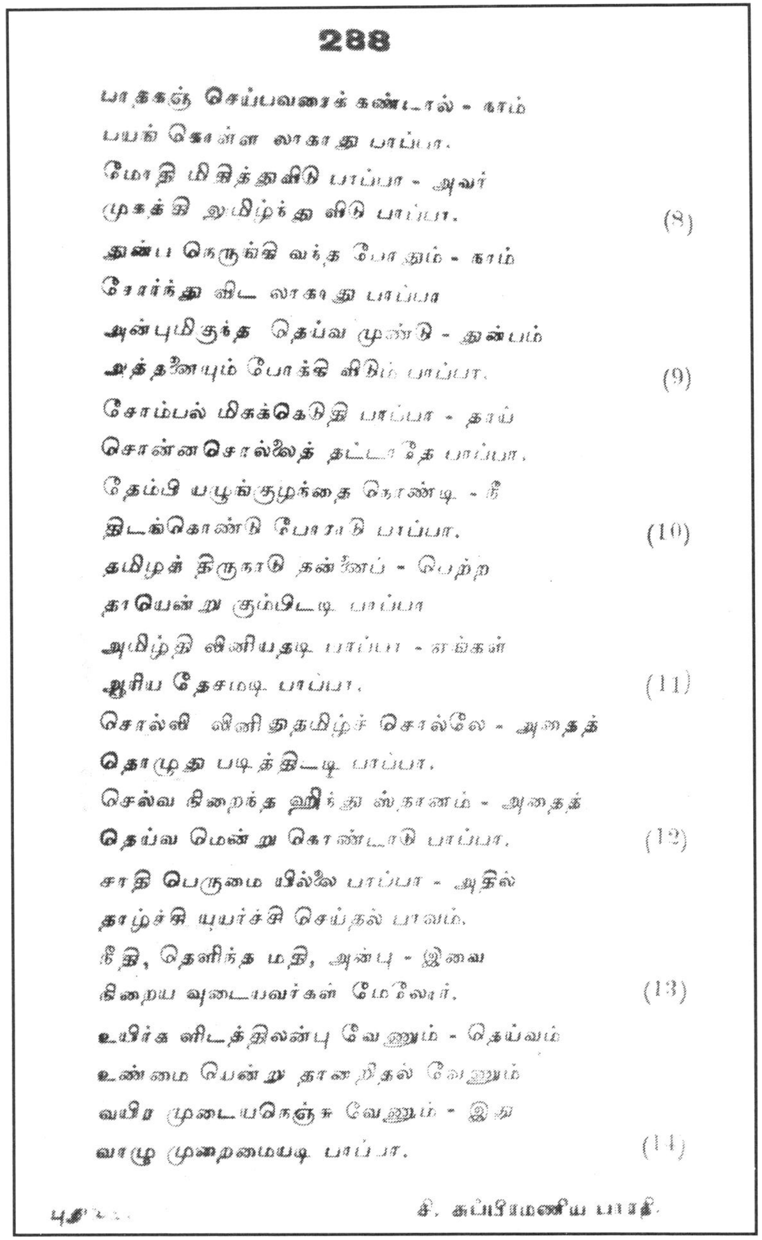

288

பாதகஞ் செய்பவரைக் கண்டால் - நாம்
பயங் கொள்ள லாகாது பாப்பா.
மோதி மிதித்துவிடு பாப்பா - அவர்
முகத்தி லுமிழ்ந்து விடு பாப்பா. (8)

துன்ப நெருங்கி வந்த போதும் - நாம்
சோர்ந்து விட லாகாது பாப்பா
அன்புமிகுந்த தெய்வ முண்டு - துன்பம்
அத்தனையும் போக்கி விடும் பாப்பா. (9)

சோம்பல் மிகக்கெடுதி பாப்பா - தாய்
சொன்னசொல்லைத் தட்டாதே பாப்பா.
தேம்பி யழுங்குழந்தை நொண்டி - நீ
திடங்கொண்டு போராடு பாப்பா. (10)

தமிழத் திருநாடு தன்னைப் - பெற்ற
தாயென்று கும்பிடடி பாப்பா
அமிழ்தி லினியதடி பாப்பா - எங்கள்
ஆரிய தேசமடி பாப்பா. (11)

சொல்லி லினிதுதமிழ்ச் சொல்லே - அதைத்
தொழுது படித்திடடி பாப்பா.
செல்வ நிறைந்த ஹிந்து ஸ்தானம் - அதைத்
தெய்வ மென்று கொண்டாடு பாப்பா. (12)

சாதி பெருமை யில்லை பாப்பா - அதில்
தாழ்ச்சி யுயர்ச்சி செய்தல் பாவம்.
நீதி, தெளிந்த மதி, அன்பு - இவை
நிறைய வுடையவர்கள் மேலோர். (13)

உயிர்க ளிடத்திலன்பு வேணும் - தெய்வம்
உண்மை யென்று தானறிதல் வேணும்
வயிர முடையநெஞ்சு வேணும் - இது
வாழு முறைமையடி பாப்பா. (14)

புது...

சி. சுப்பிரமணிய பாரதி.

'ஞானபாநு' 1915 பிப்ரவரி இதழில் வெளிவந்த 'பாப்பா பாட்டு' பிற்பகுதி: தற்போது உள்ள வடிவத்திற்கும் இதற்கும் முக்கியமான சில மாறுபாடுகள் உள்ளன.

சீமைப் பிரமுகருக்குக் கடிதம்

பாரதி சென்னையை விட்டு 1908இல் தாமாகப் புதுவை வந்தபோது அவர்மீது எவ்விதக் கைது வாரண்டும் இல்லை.

சென்னையில், 'இந்தியா' பத்திரிகையின் சட்ட பூர்வ ஆசிரியர் எம். ஸ்ரீநிவாஸன் மீதுதான் ராஜத் துவேஷ வழக்கு நடந்தது. இந்தியன் பீனல் கோடு சட்டம் 124 ஏ, 153 ஏ பிரிவுகளின் கீழ் குற்றச்சாட்டுகள். பத்திரிகையில் வெளியான ஆறு ஆசிரியக் குறிப்புகள், ஒரு கடிதம், ஒரு செய்தி, பாரதியின் 'என்று தணியும் இந்த சுதந்திர தாகம்' முதலான ஒன்பது விஷயங்களே ராஜத்துவேஷமானவை எனப்பட்டன. பாரதி பாட்டை ஆங்கிலத்தில் மொழிபெயர்த்துக் கோர்ட்டில் சமர்ப்பித்தார்கள்.

பாரதி பாட்டு இவ்வாறு அதிகாரிகளால் ஆங்கிலப்படுத்திக் கோர்ட்டில் சமர்ப்பிப்பது இது இரண்டாம் தடவை. 1908 மார்ச்சில் நடந்த தூத்துக் குடி, திருநெல்வேலிக் கலவர வழக்கில் கலெக்டர் விஞ்சுக்கும் வ.உ. சிதம்பரம் பிள்ளைக்கும் நடந்த வாக்குவாதம் பற்றி பாரதி பாடிய இரு பாட்டுகள் ('நாட்டிலெங்கும் . . .' 'சொந்த நாட்டிற் பரர்க்கடிமை செய்தே') ஏற்கனவே அவ்வழக்கில் ஆங்கிலத்தில் அதிகாரிகளால் கோர்ட்டில் தரப்பட்டன. பாரதி பாடல்களை ஆங்கிலத்தில் முதலில் மொழிபெயர்த் தவர்கள் அதிகாரிகளே!

புதுவை வந்த பின்னும் பாரதி, ஒளிவு மறை வற்ற அரசியலையே பின்பற்றினார்.

1910 இறுதியில் பாரதி சென்னை திரும்ப நினைத் தாரோ என்னவோ, 1910 நவம்பரில் அவர் சென்னைப் போலீஸ் கமிஷனருக்கு ஒரு கடிதம் எழுதி, சென்னை யில் தம் மீது வாரண்டு ஏதேனும் உள்ளதா என்று கேட்டார். இல்லை என்று பதில் வந்தது.

ஆனால், 1911 ஜுலை மாதம் வாஞ்சிநாதன் ஆஷ் துரையைச் சுட்டுக் கொன்றபின் நிலைமை மாறிவிட்டது. அக்கொலை பற்றிய வழக்கில் குற்றம் சாட்டப்பட்ட ஒருவர் பையில் பாரதியின் குற்றமற்ற காதல் பாட்டு ஒன்றும், 'ஆறில் ஒரு பங்கு' சிறுகதை யும் இருந்தன. உடனே போலீசார் பாரதியையும் சந்தேகிக்கலானார்கள்! அதன் பயனாக, 'பிடித்துத் தந்தால் ஆயிரம் ரூபாய் பரிசு' தருவதாக அவர்கள் நோட்டீஸ் ஒட்டிக் குறிப்பிட்ட நபர்களில் பாரதி யின் பெயரையும் சேர்த்து விட்டார்கள்!

ஆஷ் கொலைக்குப் பின் ஒரு பெரிய சென்னைப் போலீஸ் பட்டாளமே புதுவை எல்லையில் முகா மிட்டு, பாரதிக்கும் மற்ற சுதேசிகளுக்கும் புதுவையில் பல இன்னல்களை உண்டாக்கியது. இத் தொல்லை களைப் பற்றி 1912இல் சென்னை கவர்னருக்கு ஒரு கடிதம் எழுதி, புதுவையிலிருந்த பிரிட்ஷ் அரசுப் பிரதிநிதி மூலம் அனுப்ப முயன்றார். ஆனால் அந்த பிரிட்டிஷ் அதிகாரி அக்கடிதத்தை அனுப்ப மறுத்துவிட்டார்.

பிறகு சென்னையில் புதிய கவர்னராகப் பெண்ட் லாண்டு பிரபு வந்ததும், மறுபடி பாரதி சென்னை கவர்னருக்கு ஒரு நீண்ட கடிதம் தபாலில் அனுப்பி னார். தாம் சட்டபூர்வமான வழிகளையே பின்பற்று வதாகப் பிரெஞ்சிந்திய கவர்னர்களே கூறியுள்ளதை யும் எடுத்துக்காட்டி, சென்னைப் போலீசாரால் சட்ட விரோதமாகத் தமக்கு நேரும் தொல்லை களைத் தடுக்க அந்தப் போலீஸ் அதிகாரிகளின் நடத்தைபற்றி சென்னை கவர்னர் விசாரிக்க வேண் டும் என்று பாரதி கேட்டுக்கொண்டார்.

இவ்விஷயத்தைச் சட்ட இலாகா கவனிக்கும் என்று பதில் வந்தது. ஆனால், புதிய கவர்னரின் ஆலோசகர்கள் அவரது மனதைக் கலைக்கிறார்கள் என்று சந்தேகப்பட்ட பாரதி, இதே விஷயம் பற்றி பிரிட்டிஷ் பார்லிமெண்டில் எதிர்க் கட்சியான தொழிற்கட்சித் தலைவர் ராம்ஸே மக்டானல்டுக்கு ஒரு விரிவான கடிதம் எழுதினார். 'சென்னை ராஜதானி யில் போலீஸ் ஆட்சி' என்ற தலைப்புள்ள இக்கடிதம் பிரிட்டிஷ் பிரமுகருக்குப் போய்ச் சேர்ந்ததோ இல்லையோ தெரியாது. ஆனால் அதன் முழு நகல் சென்னை 'ஹிந்து' பத்திரிகையில் வெளிவந்தது.

இதுபற்றி சென்னை சட்டசபையில் சேலம் பி.வி. நரசிம்ம ஐயர் ஒரு கேள்வி கேட்டார். அதற்கு அரசு சார்பில் அளித்த பதிலில் கவர்னருக்கு பாரதி எழுதிய கடிதம் சட்ட இலாகாவுக்கு அனுப்பப்பட்ட தென்றும், எவ்வித விசாரணையும் தேவையில்லை என்று முடிவு செய்யப்பட்டதாயும் கூறினார்கள்.

அத்துடன் நில்லாமல், 'இந்த நபர் (பாரதி) நீதிக்குப் பயந்து தப்பி ஓடியவர்; தம்மைப் பற்றி நீதிப்படி விசாரணை நடத்த அவர் விரும்பினால் அவர் பிரிட்டிஷ் இந்தியாவுக்குத் திரும்பலாம்' என்றும் கூறினார்கள்.

பாரதி உடனே ஒரு மறுப்பு எழுதினார். தாம் 1908இல் புதுவை வந்தபோது தம்மீது கைது வாரண்டு இல்லை என்பதை நினைவூட்டினார். சென்னைப் போலீசார் அக்கிரமங்களை விசாரிக்கத் தாம் சென் னைக்கு வருவது அவசியமேயில்லை; அரசு விரும்பி னால் தானாகவே விசாரணைக்கு உத்தர விடலாம் என்றும் சுட்டிக்காட்டினார். பாரதியின் இந்தக் கடிதமும் பயனின்றிப்போயிற்று. போலீஸ் தொல்லை நீடித்தது.

விஜயா

சௌமியவரு

புரட்டாசி மீ 20உ

எதிர்க்கிறாயா?

துணைசெய்கிறாயா?

'எதிர்க்கிறாயா, துணைசெய்கிறாயா?':
வி. கிருஷ்ணஸ்வாமி ஐயர் நீதிபதிப் பதவி ஏற்றதைக் கண்டித்து 'விஜயா' தலையங்கம்.

பொன்னு முருகேசம் பிள்ளை வீடு:
தமது சொந்த வீடே போல் பாரதி நாளில் பெரும் பகுதியைக் கழித்த இல்லம்.

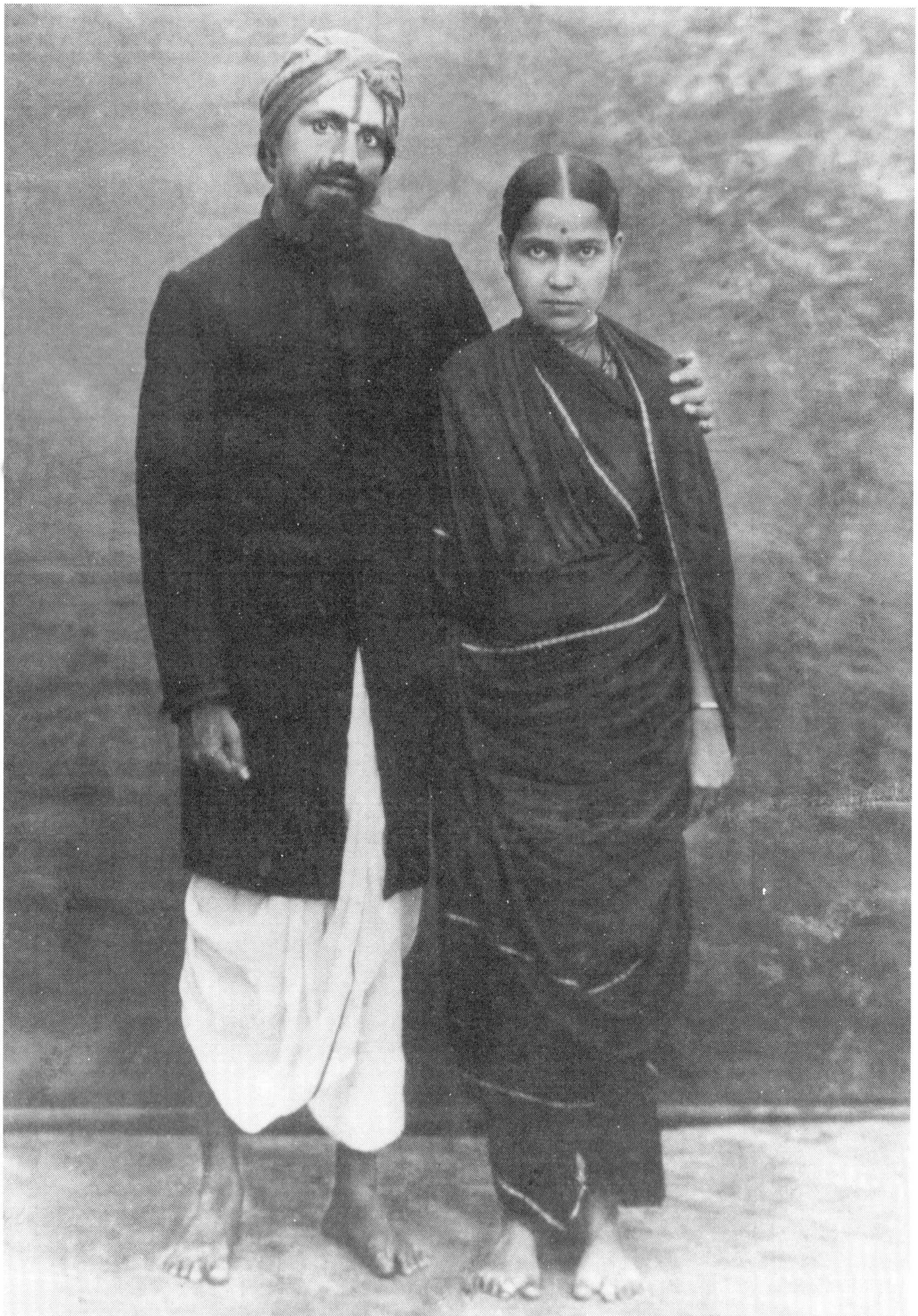

பாரதியும் மனைவி செல்லம்மாவும்:
புதுவையில் 1917இல் டி. விஜயராகவன் என்ற இளம் நண்பரின் விருப்பத்துக்கிணங்க எடுக்கப்பட்ட படம். அதே தினம் எடுக்கப்பட்ட வேறொரு பாரதி படத்தையும் இதையும் எடுத்தவர் விழுப்புரத்தைச் சேர்ந்த ஜி. கிருஷ்ணராஜு; 1917இல் புதுவையில் ஸ்டூடியோ வைத்திருந்தவர்.

பாரதி தம்பதி

பாரதியின் மேதையை மனைவி செல்லம்மாவோ உறவினரோ முதலில் உணரவில்லை.

பாரதி காசியில் படித்துக் கொண்டிருந்த சமயம் அவருக்குச் செல்லம்மாவிடமிருந்து ஒரு கடிதம் வந்தது. தேச சுதந்திர விஷயமாய் அவர் ஓயாமல் பாடுபடுவதாகவும், அதனால் ஆபத்து, தீவாந்தர சிட்சைகூட நேரலாமென்றும் உறவினர் மூலம் கேள்விப்பட்டு, உடனே காசியை விட்டுத் தெற்கே வந்துவிடும்படி வேண்டிக்கொண்டிருந்தாள் மனைவி. இதற்கு வந்த பதில் பாரதியின் மனத் தெம்பையே காட்டியது. நீ பயப்படும்படி நான் ஏதும் செய்யவில்லை; இப்படிக் கவலைகளில் பொழுதைப் போக்குவதற்குப் பதில் தமிழை நன்றாகப் படி என்று எழுதியிருந்தார் அவர்!

காசியிலிருந்து எட்டயபுரம் வந்த பிறகு, மன்னருடன் சென்னை சென்று திரும்பியவர் பெரிய மூட்டைமுடிச்சுடன் வந்தார். தமக்குத் துணிமணி நிறைய வந்திருக்கிறது என்று மகிழ்ந்த செல்லம்மா, அத்தனையும் பழந்தமிழ் இலக்கிய நூல்கள் என்று கண்டதும் ஏமாற்றமடைந்தார். ஒரே ஒரு புடவை மட்டும் வாங்கி வந்திருந்தார் பாரதி!

1908இல் சென்னையிலிருந்த பாரதி திடீரென்று புதுவைக்குப் போய்விட்டதும் செல்லம்மாவுக்கு வியப்பாக இருந்திருக்க வேண்டும். தனது புருஷர் ஒரு விசித்திர மனிதர் மட்டுமல்ல, எதிர்பாராத காரியங்களையும் செய்யக்கூடியவர் என்பதும் செல்லம்மாவுக்குப் புரிந்து போயிருக்க வேண்டும்.

நாளாக ஆக பாரதி பழுத்த வேதாந்தியாகி விட்டார். கையில் எவ்வளவு பணம் வந்தாலும், என்ன பொருள் இருந்தாலும், ஏழை எளியாரைக் கண்டால் நாளை என்ற நினைவின்றி அப்படியே கொடுத்துவிடுவார் அவர்! ஒரு சமயம் ஒரு கிழப் பிச்சைக்காரன் தெருவில் அவரைக் கண்டு கையேந்தினான். கொடுப்பதற்கோ ஒன்றுமில்லை. குளிர் காலம். பாரதிக்குச் சட்டென ஒரு யோசனை உதயமாயிற்று. 'வா தருகிறேன்' என்று சொல்லிக்கொண்டே அவனைத் தம் வீட்டு வாசல் வரை அழைத்து வந்தார். வீட்டுக் கதவைத் தட்டினார். செல்லம்மா கதவைத் திறந்தார். வீட்டு ரேழிக்குள் சென்று, க்ஷணத்தில் அரை வேஷ்டியைக் களைந்து அதைக் கிழப்பிச்சைக்காரனிடம் வீசியெறிந்தாராம். கிழவன் அதை அணிந்து மகிழ்ந்தான். கோவணத்துடன் நின்ற பாரதி அக்காட்சியைக் கண்டு புளகாங்கிதமானார். 'உமக்கென்று நண்பர்கள் அளித்த புது வேஷ்டியை இப்படி தானம் செய்துவிட்டீர்களே!' என்று கேட்ட செல்லம்மாவுக்கு, 'நம் குறை இருக்கட்டும். பார், அவனைப் பார். என்ன சந்தோஷத்தோடு போகிறான், பார்!' என்ற பதிலே கிடைத்தது!

'இல்லை' என்ற சொல்லே பாரதிக்கு ஆகாது. 'இல்லையென்ற கொடுமை உலகில் இல்லையாக வைப்பேன்' என்று லக்ஷ்மி தேவியிடம் முறையிட்ட அவர், தம் வீட்டில் அரிசி இல்லை என்றால் 'ஆனா ஈனா' (அ – இ) என்றே தெரிவிக்க வேண்டுமென மனைவிக்கு உத்தரவிட்டிருந்தார்.

அரிசிக்கு இப்படிச் சிரமப்பட்டாலும் காக்கை குருவி அணிலுக்குச் சமையல் அரிசியை எடுத்துப் போட்டு மகிழ்வார் பாரதி!

மாதர் சுதந்திரம் பாடிய கவிஞர் வீட்டில் அவர் இட்டதே சட்டம்! செல்லம்மா தவிப்பு சொல்லி மாளாது!

சிருஷ்டி வெறி வந்துவிட்டால் கவி பாரதியைக் கட்டிப் பிடிக்க இயலாது. இந்த மாதிரி சமயங்களில் – இரவோ பகலோ – அவர் வயல் வெளிகளிலும் கடற்கரை நிலவிலும் தனிமையை நாடிச் சென்றுவிடுவார். வீட்டில் இருக்க நேர்ந்த சமயங்களில் மௌன விரதம் அனுஷ்டித்துப் பார்த்துமிருந்திருக்கிறார். 'வாரத்தில் மூன்று நாள் பேசாமல் இருந்தால் எழுத்து வேலை தடங்கல் இல்லாமல் நடக்கிறது' என்பது அவர் வாக்கு. 'மந்திரம் போல் சொல்லின்பம்' பெற மௌனவிரதம் அனுசரித்து, நாற்பது நாள் தவத்தின் பயனாய் 'பாரதி அறுபத்தாறு' பாடல்களையும், 'தேவர் வருகவென்று சொல்வதோ' என்று தொடங்கும் பாட்டையும் அவர் பாடினாராம்.

புதுவையில் இருக்கையில் கொஞ்ச காலம் பாரதியார் வழக்கமான மீசையைத் தவிரத் தாடியும் வைத்திருந்தார். அந்தச் சமயம் அவர் வைணவ ஆழ்வார்களின் பாசுரங்களில் ஈடுபட்டிருந்தார். நெற்றியில் விரிந்த நாமம், கட்டுக்கடங்காத தாடி மீசை, எதையும் உற்றுநோக்கும் தீக் கங்குகளொத்த விழிகள்! பெண்களுடன் சேர்ந்து புகைப்படம் எடுத்துக் கொள்வதற்கே சங்கோஜப்பட்ட அந்நாளில் தம் மனைவியின் தோளில் கை போட்டு அணைத்துக் கொண்டு புகைப்படமெடுத்துக் கொள்ளத் துணிந்தவர் பாரதி! எதிரே உள்ளது 1917இல் எடுத்த படம்.

கவிஞரின் பத்தினி செல்லம்மாள் நாணத்துடன் நிற்பதும் இப்படத்துக்கு ஒப்பற்ற சுவையளிக்கிறது.

குடும்பப் படம்

புகைப்படம் எடுத்துக்கொள்வதில் பாரதிக்கு விருப்பம் அதிகம். பாரதிக்குப் புகைப்படங்களில் விருப்பமென்றாலும், தமது ஆயுளில் அவர் ஏழெட்டுப் படங்களே எடுத்துக் கொண்டிருக்கிறார்.

பாரதியின் இளமையில் ஒரு புகைப்படம் எடுக்கப்பட்டதாகத் தெரிகிறது. சிறுவன் சுப்பையா வின் இந்தப் படம் இப்போது நமக்குக் கிடைக்க வில்லை.

இந்த முதல் படத்துக்குப் பிறகு பாரதி எடுத்துக் கொண்ட படம், முன் பக்கத்திலுள்ள பாரதி – செல்லம்மா படம்தானென்று தோன்றுகிறது. இது புதுவையில் 1917இல் எடுத்தது. மனைவியுடன் இப்படம் எடுத்துக்கொண்ட அதே தினம், மனைவி மக்கள், இரு நண்பர்களுடன் இன்னொரு படமும் பாரதி எடுத்துக்கொண்டார்.

இந்தப் படத்திலும், அக்கால வழக்குக்கு மாறாகச் சில விஷயங்கள் இருக்கின்றன. கணவன், மனைவி படமெடுத்துக்கொள்வதென்றால் கணவன் அமர்ந்துகொண்டும் மனைவி நின்றுகொண்டும் படமெடுத்துக் கொள்வதே வழக்கம். ஆனால் இந்தக் குடும்பப் படத்திலோ, பாரதி நிற்கிறார், செல்லம்மா உட்கார்ந்திருக்கிறார். இது மேனாட்டு ஆசாரத்தைப் பின்பற்றியதெனலாம். மாதர் தம்மை இழிவு செய்யும் மடமையை ஒழிக்கவந்த பாரதி, தம் மனைவியை அமரச்செய்து, தாம் நின்றவண்ணம் படமெடுத்துக்கொண்டதில் வியப்பில்லை.

இப்படத்தில் பாரதியையும் செல்லம்மாவையும் தவிர, பாரதியின் இரு புதல்வியரும், நண்பர்கள் இருவரும் இருக்கிறார்கள். செல்லம்மா அருகே இளைய மகள் சகுந்தலா அமர்ந்திருக்கிறாள். மூத்த மகள் தங்கம்மா பின்னே நிற்கிறாள். பாரதியுடன் ராமு, விஜயராகவன் என்ற இளைஞர்கள் நிற் கிறார்கள்.

விஜயராகவன் பிற்காலத்தில் போஸ்ட் மாஸ்டர் வேலை பார்த்து, பின் சென்னை குரோம் பேட்டை ராதா நகரில் வாழ்ந்து காலமானார். பாரதி போலவே பாகை அணிந்திருக்கிறார். ராமு சேலத்தில் வக்கீலாக இருந்தாராம்.

இரு படங்களும் விழுப்புரம் சி. கிருஷ்ண ராஜு என்பவர் அவரது புதுவை ஸ்டூடியோவில் எடுத்தவை.

பாரதியின் சகவாசத்தால் இளைஞர்கள் எப்படி உற்சாகமடைந்தனர் என்பதற்கு இப்படத் தில் இளம் விஜயராகவன் பாரதி போலவே தலைப்பாகை அணிந்திருப்பது ஒரு சான்றாகும்.

புதுவையில் எடுக்கப்பெற்ற இவ்விரு படங் களுக்குப் பின், புதுவையை விட்டுக் கடயத்தில் வசித்த சமயம் காரைக்குடிக்குச் சென்று, அங்கே ஹிந்து மதாபிமான சங்கத்தில் ஒரே நாளில் இரண்டு புகைப் படங்கள் எடுத்துக்கொண்டார். ஒரு படத்தில் தாம் மட்டும் தனியாகவும், மற்றொன்றில் சங்க அன்பர்களுடனும் அவர் விளங்குகிறார். இப் படங்களை இந்நூலில் வேறு பக்கங்களில் காணலாம்.

இதன் பிறகு கடயத்திலிருந்து சென்னைக்கு 1920இல் திரும்பிய பின், வி.பி. ஹாலில் செய்ததோர் ஆங்கிலப் பிரசங்கத்தை அறிவிக்கும் துண்டுப் பிரசுரத்தில் வெளியிடவென மார்பளவுப் பட மொன்று எடுத்துக்கொண்டார். இந்தத் துண்டுப் பிரசுரமும் அதில் வெளியான படமும் இப்போது நமக்குக் கிடைக்கவில்லை.

பாரதி கடைசியாக எடுத்துக்கொண்ட படமும் அவ்வளவு பிரசித்தமாகவில்லை. ஆனால் அதன் ஒரு பகுதி மட்டும் மிகப் பிரசித்தமாகிவிட்டது. பாரதிதாசனின் விருப்பப்படி, முழு அளவுப் படம் ஒன்று எடுத்துக்கொண்டார் பாரதி. இது 1921இல் இருக்க வேண்டும். மெலிந்த உருண்டைக் கழி நாற்காலியொன்றில் உட்கார்ந்திருக்கும் பாரதியை, தாடியற்ற பாரதியை, மீசையும் தலைப்பாகையு முள்ள பாரதியை இப் படத்தில் காண்கிறோம். வாழ்க்கையில் துயரின் ஆழத்தைக் கண்டிருந்தும் கலங்காத நெஞ்சும் மாறாத வீரத் திருப்பார்வையும் கொண்ட இப்படத்தில் பாரதியின் 'பாதரஸம் போன்ற' பரபரப்பான இயல்பு நன்கு தெரிகிறது. படமெடுத்தாகிவிட்டதா, நான் எழுந்து போகலாமா என்று கேட்பது போல நாற்காலியில் பட்டும்படா மலும் முன் தள்ளி முன்னால் குனிந்து வீற்றிருக் கிறார் இப்படத்தில்.

வழக்கமாக நறுக்கு மீசையுடனும் தலைப் பாகையுடனும் திறந்த கோட்டுடனும் காணும் பாரதியின் பிரபலமான மார்பளவுப் படம் இந்த முழு அளவுப் புகைப்படத்தின் ஒரு பகுதியேயாகும். ஆனால் இரண்டுக்கும் எவ்வளவு வித்தியாசம்! பரபரப்பு மிக்க புலவராக முழு அளவுப் படத்தில் விளங்கும் பாரதியை, முன்னால் சாய்ந்து வீற்றிருக் கும் பாரதியை, நிமிர்த்தி வைத்துப் பரபரப்பற்ற கவிராஜ சிங்கமாக்கிவிடுகிறது வழக்கமான மார் பளவுப் படம்!

குடும்பத்தாரும் இளம் நண்பர்களும்:
*1917*இல் முந்திய படம் எடுத்த அதே நாள் எடுத்த மற்றொரு படம்.
மனைவி செல்லம்மாவும், இளைய மகள் சகுந்தலாவும் அமர்ந்திருக்கிறார்கள்.
நிற்பவர்கள் மூத்த மகள் தங்கம்மா, நண்பர்கள் ராமு, டி. விஜயராகவன், பாரதி.

வைசாக்தர் பாரதி

பாரதியின் 'கதைக் கொத்து' என்ற நூலில், 'வைசாக்தன் என்ற பண்டாரம்' என்பது முதல் கதை.

ஒருநாள் இரவு பாரதி தூக்கமின்றி விழித்திருந்த சமயம், விடிகாலையில் தெருவில் ஒரு பண்டாரம் போனான். அவன் விபூதி, குங்குமம், நாமம் என்ற மூன்று மதச் சின்னங்களையும் நெற்றியில் அணிந் திருந்தான். இதென்ன விசித்திரம் என்று பாரதி கேட்டார்.

'நாங்கள் வைசாக்தர்கள். எங்கள் முன்னோர் கனவில் திருப்பதி வெங்கடாசலபதியும் தில்லை நடராஜனும் தோன்றி வைணவம், சைவம், சாக்தம் மூன்று மதங்களையும் இணைக்கச் சொல்லி உத்தரவிட்டார்கள். அதுமுதல் இவ்வாறு செய்து வருகிறோம்' என்றானாம்.

பாரதி சொன்ன பண்டாரத்தைப் போலவே அவரும் வைசாக்தர்தாம். அவருக்கு வைணவம், சைவம், சாக்தம் யாவும் ஏற்புடைத்தே. அதற்கு மேலும் சென்றுள்ளார். 'புதிய ஆத்திசூடி' காப்புச் செய்யுளில் வைணவர், சைவர், கிறிஸ்தவர், இஸ் லாமியர் எனப் பல மதத்தினர் உருவகத்தாலே உணர்ந்து உணராது பலப் பல வகையாகப் போற் றிடும் பரம் பொருள் ஒன்றே என்றும், அதன் இயல் ஒளியுறும் அறிவாம் என்றும், அதன் நிலை கண்டார் அல்லலை அகற்றினார் என்றும் கூறியுள்ளார்.

புதுவையில் சிறிது காலம் பாரதி தாடி வைத் திருந்தார்; நாமமும் அணிந்திருந்தார். புதுவையில் எடுத்த இரு படங்களிலும் இதைக் காணலாம்.

புதுவையில் 'தேவர் வருக என்று ஒரு சொல்' வேண்டி விரதம் இருந்த காலத்தில் இவ்வாறு தாடி வளர்த்தார் என்றும், மார்கழி மாத பஜனைக் காக நாமமணிந்தார் என்றும்கூடச் சொல்கிறார்கள்.

ஆனால் படத்தில் இருக்கும் டி. விஜயராகவன், பாரதி பற்றிய தமது நினைவுகளில் 'திருநீறை நெற்றி முழுவதும் பரவலாகத் தரித்துக்கொண்டு நடுவில் குங்குமத்தை உயரவாக்கில் இட்டுக் கொண்டார்' பாரதி என்று, படத்துக்கு பாரதி தம்மைத் தயாராக்கிக் கொண்டதை விவரிக்கையில் கூறியுள்ளார்.

வைசாக்த பண்டாரம் வந்தது மெய்யோ பொய்யோ, பாரதி வைசாக்தர் போல ஐக்கிய நாமம் அணிந்தது மெய்! அவரே வைசாக்தர்!

பாரதியின் வைசாக்தக் கொள்கை பரப்புதற் குரியது.

பாரதி தாடி வைத்திருப்பவராக இன்னொரு படம் இருக்கிறது. புகைப்படம் அல்ல; 1947இல் ஓர் ஓவியர் வரைந்த தைல வண்ணச் சித்திரம்.

ஜே. ஜகந்நாதன் என்ற புதுவை ஓவியர் வரைந்த இப்படத்தில் பாரதி கால்மேல் கால் போட்டு அலட்சியமாய் அமர்ந்திருப்பதும், தலை நிமிர்ந்து வீரப் பார்வை பார்ப்பதும் தத்ரூபமாக உள்ளதாக பாரதியை நேரில் அறிந்த பல புதுவை அன்பர்கள் கூறியுள்ளனர். (படத்தில் கால் விரல்கள் மட்டும் சரியாக இல்லை.)

பாரதி பொதுவாகத் தாடியின்றி, நெற்றியில் மதச் சின்னமின்றியே இருந்தார். இஷ்டப்பட்டால் ஏதேனும் மதச் சின்னம் அணிவார். குங்குமப் பொட்டும் அணிந்ததாகச் சிலர் கூறியுள்ளனர்; ஆனால் ஒரு போட்டோவிலும் இல்லை.

பாரதி மீசை வைத்தது ஏன் என்று அவரே விளக்கியுள்ளார். 'தமிழ் நாட்டு மாதருக்கு' என்ற கட்டுரையில் தாம் காசியில் ஜயநாராயண கலா சாலையில் படித்த சமயம் தமிழ் பிராமணர் வழக்கப்படி அடிக்கடி முகச்சவரம் செய்து கொண்டதாயும் (மீசை உட்பட), பிற மாணவர்கள் ஆச்சரியப்பட்டதாயும், ஒருவன், 'உங்கள் குடும்பத் தில் யாரேனும் வாரம் தவறாமல் செத்துப்போய்க் கொண்டிருக்கிறார்களா?' என்று கேட்டதாகவும் கூறியிருக்கிறார்.

துக்கத்துக்கு மட்டுமே மீசையை மழிப்பது வடக்கே வழக்கம்.

இதனால்தான் பாரதி மீசை வைத்துக்கொண் டார் என்பதை நமது ஊகத்துக்கு விட்டுவிடுகிறார் கவி.

தத்ரூபமான தைல வண்ண ஓவியம்:
கால் மேல் கால்போட்டு, கம்பீரமான பார்வை பார்க்கும் இந்த ஓவியம் புதுவை ஜே. ஜகந்நாதன் 1947இல் வரைந்தது.

‘தம்பி’ நெல்லையப்பர்

பரலி சு. நெல்லையப்ப பிள்ளை பாரதியைவிட ஏழு வயது இளையவர். 1889 செப்டம்பர் 18ஆம் தேதி திருநெல்வேலி மாவட்டத்தில் பிறந்தவர். வ.உ. சிதம்பரம் பிள்ளைக்கு வலக்கை போலிருந்த ‘வந்தே மாதரம் பிள்ளை’ என்ற பரலி சு. சண்முக சுந்தரம் பிள்ளையின் தம்பி. இவர் வ.உ.சி.யுடனும் பாரதியுடனும் நெருங்கிய தொடர்புகொண்டவர்.

வ.உ.சி.யின் சுதேசிக் கப்பல் கம்பெனியில் நெல் லையப்பர் ஒரு குமாஸ்தாவாக வேலை பார்த்தார்.

திலகரைச் சேர்ந்த காங்கிரஸ் தீவிரவாதிகள் 1908இல் ஒரு நாளை சுயராஜ்ய தினமாகக் கொண் டாடினார்கள். அந்த முதல் சுயராஜ்ய தினத்துக்கு ஏற்பாடு செய்த தமிழ் இளைஞர்களில் ஒருவர் நெல்லையப்பர். வ.உ.சி.யுடன் இருந்த அவர், திருநெல்வேலியில் சுயராஜ்யத்தின ஊர்வலத்தில் கலந்துகொண்டார்.

தூத்துக்குடியில் வெள்ளையர் ஆதிக்கத்தை ஒடுக்க வ.உ.சி. வெள்ளையர்களின் பட்லர்கள் வேலை நிறுத்தம் செய்யக் காரணமானார். இதிலும் நெல்லையப்பருக்குப் பங்கு உண்டு.

திருநெல்வேலி சுயராஜ்ய தினக் கொண்டாட் டத்தை ஒரு கலவரம் என்று விவரித்து வ.உ.சி., சுப்பிரமணிய சிவா, நெல்லையப்ப பிள்ளை, சுதேசி பத்மநாபய்யங்கார் ஆகிய நால்வர் மீதும் அரசாங்கம் வழக்குத் தொடுத்தது. இந்த வழக்கில் சாட்சியம் சொல்வதற்காக பாரதியும் ஸ்ரீநிவாஸாச்சாரியா ரும் சென்னையிலிருந்து திருநெல்வேலி போய் வந்தார்கள்.

இவ்வழக்கில் நால்வருக்கும் சிறைவாசம் விதிக்கப்பட்டது. சிறையிலிருந்து விடுதலையடைந்த பின் நெல்லையப்பர் ஒரு வருஷம் தலை மறைவாக இருந்து, கோவைச் சிறையிலிருந்த வ.உ.சி.யுடன் ரகசியத் தொடர்புகொண்டு, சிறுசிறு துண்டுக் காகிதங்களில் வ.உ.சி. தரும் செய்திகளைப் பெற்று அவரது திட்டங்களை நிறைவேற்றி வந்தார்.

இதன் பிறகு புதுவை சென்று பாரதியின் ‘இந்தியா’ பத்திரிகையில் சிறிது காலம் உதவியாசிரிய ராக இருந்தார். பாரதி இவரைப் பரிவுடன் ‘தம்பீ’ என்றழைப்பார். இவர் சிறந்த கவி, நல்ல பத்திரிகா சிரியர் என்று பாரதி கருதினார். ‘நெல்லையப்பருக்கு நன்கு மதிப்பு’ என்ற பாரதி அளித்த சிபார்சுக் கடிதம் பாரதியின் அபிப்பிராயத்தை எடுத்துக் காட்டுகிறது.

புதுவையிலிருந்து சென்னை வந்த நெல்லை யப்பர் பாரதியின் கவிதைகளைத் தொகுத்து, 1917லேயே, ‘நாட்டுப் பாட்டு’ என்ற நூலாக வெளியிட்டார். இதன் இரண்டாம் பதிப்பு 1919இல் வெளிவந்தது.

‘தேசிய கீதங்கள்’ என்று பெயரிட்டு விற்றால் பாரதி கவிதைகளை அரசாங்கம் தடுத்துவிடும் என்றே நெல்லையப்பர் ‘நாட்டுப் பாட்டு’ என்று பெயர் கொடுத்தாராம். அரசாங்கம் புத்தகத்தில் என்னென்ன கவிதைகள் வெளிவரும் என்று கேட்டது. அவர்களிடம் சொல்லி அனுமதி பெற்ற கவிதைகள் தவிர, அனுமதி பெறாத சில பாடல் களையும் தனியாக அச்சடித்து நூலில் ரகசியமாய்ச் சேர்த்து விற்றார் நெல்லையப்பர்!

‘லோகோபகாரி’, ‘பாரதி’, ‘நாரதர்’, ‘திராவிடப் பத்திரிகை’, திரு.வி.க.வின் ‘தேசபக்தன்’ ஆகிய அக்காலத்திய பத்திரிகைகளிலும் நெல்லையப்பர் உழைத்திருக்கிறார். 1921இல் ‘தேசபக்தன்’ ஆசிரியர் வ.வே.சு. ஐயர் சிறை செய்யப்பட்ட சமயம் நெல்லை யப்பர் அப்பத்திரிகையின் ஆசிரியரானார். பின்னர் ‘லோகோபகாரி’யின் ஆசிரியரும் அதிபருமாகி அப் பத்திரிகை மூலம் பாரதி எழுத்துக்களைத் தமிழ் மக்களுக்கு அறிமுகப்படுத்துவதிலும் இணையற்ற தொண்டு புரிந்தார்.

எளிய தமிழில் பெரிய விஷயங்களை எழுதித் தமிழ்ப் பத்திரிகை வசன நடையை வளர்த்தவர் களில் நெல்லையப்பரும் ஒருவர். சிறுசிறு வாக்கியங் களால், எவரும் புரிந்துகொள்ளக்கூடிய சொற்களால் அவர் ‘லோகோபகாரி’யில் எழுதிவந்த தலையங்கங் களும், ‘பாரி’ என்ற புனைபெயரில் எழுதிவந்த நானாவிதக் குறிப்புகளும், ‘மண்ணெண்ணெய்ச் சனியனை’ எதிர்த்தும், மகாத்மா காந்திக்காகவும் கதருக்காகவும் ஆதரவு தந்தும் அவர் எழுதிவந்த விஷயங்களும் முந்தின தலைமுறைத் தமிழ்ப் பத்திரிகை வாசகர்களின் அபிமானத்தைப் பெரிதும் கவர்ந்தன. தமது தமிழ்நடையைப் போலவே வாழ்க்கை யிலும் எளிமையைப் பேணியவர் நெல்லையப்பர்.

பாரதி நூல்களை லட்சக்கணக்கில் அச்சடித்தால் மலிவாக இரண்டணா விலையில் விற்க முடியும்; அப்போதுதான் கிராமங்களிலும் பாரதி பாடல் பரவும் என்று நெல்லையப்பர் வற்புறுத்துவார். இதை இன்னும் தமிழ்நாடு செய்யத் துணியவில்லை.

பிரம்மச்சாரியான நெல்லையப்பர் ஒரு பெண் குழந்தையை எடுத்து வளர்த்து மணம் செய்வித்து மிகக் கஷ்டப்பட்டார். சென்னை குரோம்பேட்டை பாரதி நகரில் வாழ்ந்து அங்கேயே காலமானார்.

பத்மநாபய்யங்கார்:
1908இல் வ.உ.சி., சிவா ஆகியோருடன் சிறை சென்றவர் (பிற்காலப் படம்).

பரலி சு. நெல்லையப்பர்:
வ.உ.சி.யின் நெருங்கிய நண்பர். பத்திரிகையாளர், 'லோகோபகாரி' ஆசிரியர் *(1939 படம்).*

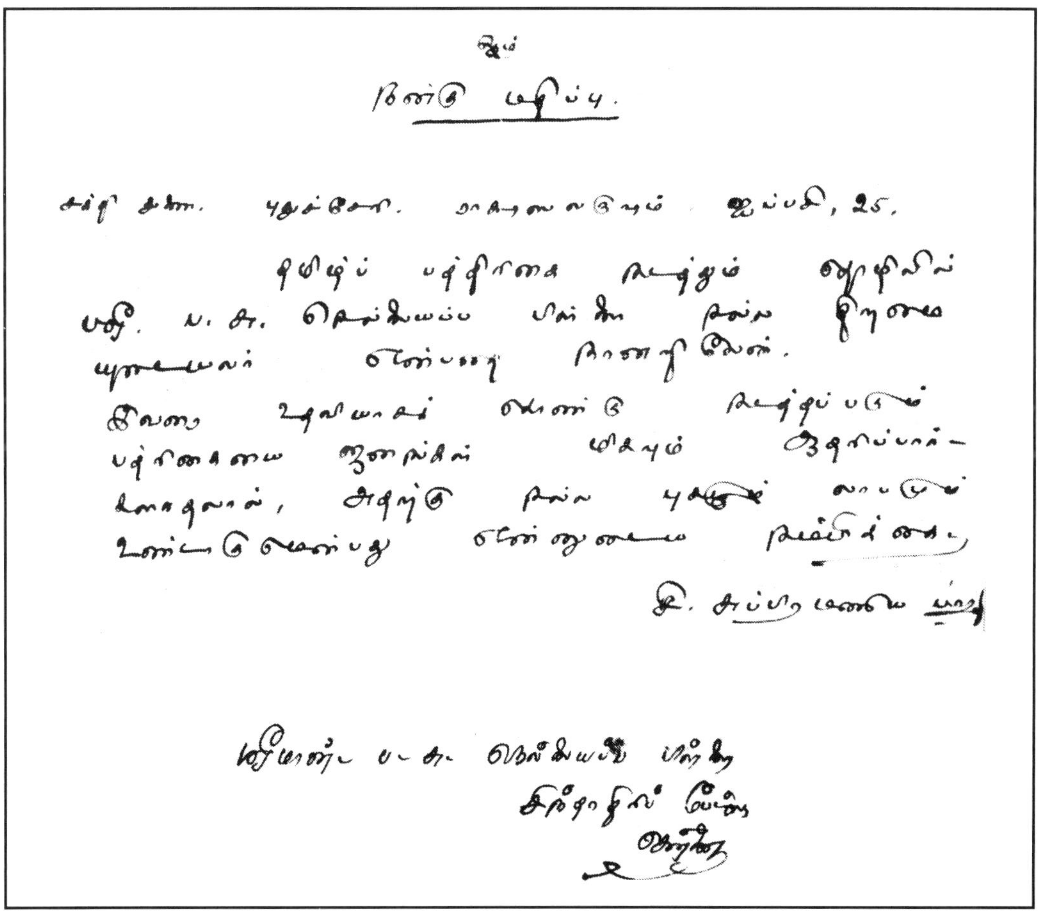

ஓம்

நன்கு மதிப்பு.

[illegible] புதுச்சேரி. ராக்ஷஸ வருஷம் ஐப்பசி, 25.

தமிழ்ப் பத்திரிகை நடத்தும் தொழிலில் ஸ்ரீ. பர. சு. நெல்லையப்ப பிள்ளை நல்ல திறமையுடையவர் என்பது காண்கிறேன். இவரை உதவியாகக் கொண்டு நடத்தப்படும் பத்திரிகையை ஜனங்கள் மிகவும் ஆதரிப்பார்களாதலால், அதற்கு நல்ல புகழும் லாபமும் உண்டாகுமென்பது என்னுடைய நம்பிக்கை.

சி. சுப்பிரமணிய பாரதி

ஸ்ரீமான் பர. சு. நெல்லையப்ப பிள்ளை
[illegible]

'நன்கு மதிப்பு': நெல்லையப்பருக்கு பாரதி அளித்த நற்சாட்சி

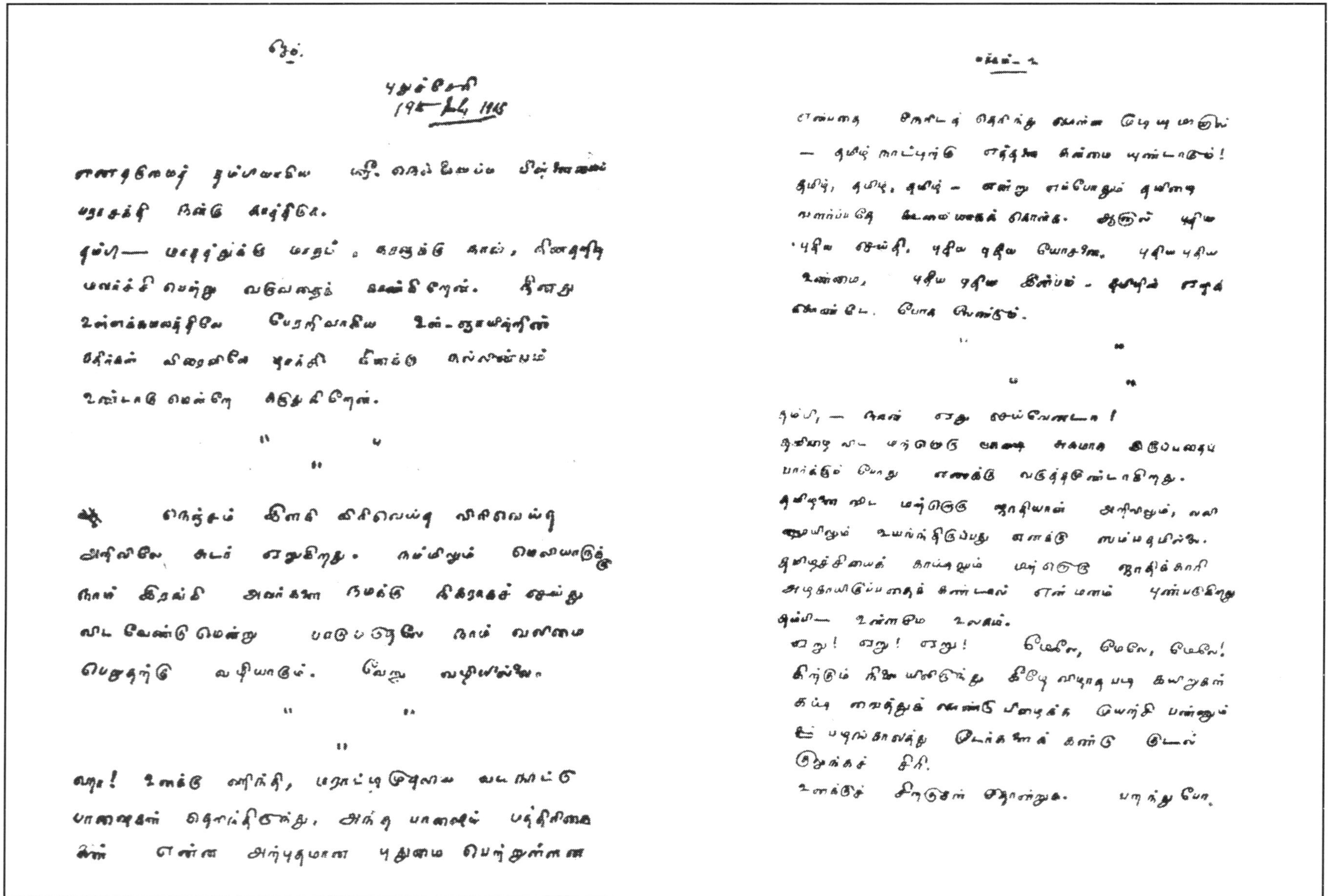
ஓம்.

புதுச்சேரி
19 ஜூலை 1915

என்னுடைய தம்பியாகிய ஸ்ரீ நெல்லையப்ப பிள்ளைக்கு பராசக்தி நன்று செய்க.

தம்பி — மரத்துக்கு மரம், காலுக்குக் காய், தினந்தினம் வளர்ச்சி பெற்று வருவதைக் காண்கிறேன். நினது உள்ளக்கமலத்திலே பேரறிவாகிய உள்-ஞாயிற்றின் கதிர்கள் விரைவிலே புகுந்து நினக்கு நல்லின்பம் உண்டாகுமென்றே கருதுகிறேன்.

" " "

என் நெஞ்சம் இளகி விரிவெய்தி விரிவெய்தி அறிவிலே சுடர் ஏறுகிறது. நம்மிலும் மெலியாருக்கு நாம் இரங்கி அவர்களை நமக்கு நிகராகச் செய்துவிட வேண்டுமென்று பாடுபடுவதே நாம் வலிமை பெறுவதற்கு வழியாகும். வேறு வழியில்லை.

" " "

ஹா! உனக்கு ஹிந்தி, மராட்டி முதலிய வடநாட்டு பாஷைகள் தெரிந்திருந்து, அந்த பாஷைப் பத்திரிகைகள் என்ன அற்புதமான புதுமை பெற்றுள்ளன

பக்கம் - 2

என்பதை நேரிடத் தெரிந்து கொள்ள முடியுமானால் — தமிழ் நாட்டிற்கு எத்தனை நன்மை உண்டாகும்! தமிழ், தமிழ், தமிழ் — என்று எப்போதும் தமிழை வளர்ப்பதே கடமையாகக் கொள்க. ஆனால் புதிய புதிய செய்தி, புதிய புதிய யோசனை, புதிய புதிய உண்மை, புதிய புதிய இன்பம் — தமிழில் ஏறிக்கொண்டே போக வேண்டும்.

" " " "

தம்பி, — நான் ஏது செய்வேனடா! தமிழை விட மற்றொரு பாஷை சுகமாக இருப்பதைப் பார்க்கும்போது எனக்கு வருத்தமுண்டாகிறது. தமிழனை விட மற்றொரு ஜாதியான் அறிவிலும், வலிமையிலும் உயர்ந்திருப்பது எனக்கு ஸம்மதமில்லை. தமிழச்சியைக் காட்டிலும் மற்றொரு ஜாதிக்காரி அழகாயிருப்பதைக் கண்டால் என் மனம் புண்படுகிறது. தம்பி — உள்ளமே உலகம்.

ஏறு! ஏறு! ஏறு! மேலே, மேலே, மேலே! நிற்கும் நிலையிலிருந்து கீழே விழாதபடி கயிறுகள் கட்டி வைத்துக் கொண்டு பிழைக்க முயற்சி பண்ணும் ஈ பழங்காலத்துப் பேடைகளைக் கண்டு ஓர் நகைச் சிரி.

உனக்குச் சிறகுகள் தோன்றுக. பறந்து போ.

'தம்பி' நெல்லையப்பருக்குக் கடிதம்:
19 ஜூலை 1915இல் எழுதிய இந்தக் கடிதம் பாரதிக்கு இருந்த தொல்லைகளையும், அவற்றை மீறிச் சுடர்விட்டெரிந்த அவரது லட்சிய ஆர்வத்தையும் நன்கு காட்டுகிறது.

வறுமையிற் செம்மை

1910இலிருந்து 1915 வரை பாரதிக்குத் தீராத கடன் தொல்லைகள் ஒரு புறம், கற்பனா வேகத்தால் படும் அவஸ்தைகள் ஒரு புறம். குடும்பப் பொறுப்பை நிர்வகிக்க அவர் பெரும்பாடுபட்டிருக்க வேண்டும். ஆனால், வறுமையிலும் துன்பத்திலும் உற்ற துணையாகச் செல்லம்மா இருந்தார்.

1907இல் நின்றுபோன பாரதி – 'சுதேசமித்திரன்' தொடர்பு 1915இல் தான் மீண்டும் ஏற்பட்டது. பல வருஷங்களுக்குப் பிறகு, 1915 ஜூன் 15ஆம் தேதிதான் முதன்முதலாக பாரதி கட்டுரை ஒன்று 'சுதேசமித்திர'னில் இடம் பெற்றது. அது முதல் பாரதி எழுதினாலும் எழுதாவிட்டாலும் மாதம் முப்பது ரூபாய் அனுப்புவதென 'மித்திரன்' ஆசிரியர் ஏ. ரங்கஸ்வாமி ஐயங்கார் முடிவு செய்தார்.

1915இல் பாரதிக்கு வறுமைப் பிணி எவ்வளவு கடுமையாக இருந்ததென்பதை அந்த வருஷம் அவர் எழுதியுள்ள குறிப்புகளிலிருந்தும் கடிதங் களிலிருந்தும் அறிகிறோம்.

ஜூலை மாதம் முதல் தேதி அவர் எழுதிய குறிப்பில், 'காலை கண் விழிக்கும் போதே 'பணம்' என்ற ஞாபகம்' என்று எழுதுகிறார். மறுநாள், ஜூலை 2ஆம்தேதி, எழுதிய குறிப்பில், 'வியாதி, பயம், சோம்பல். இன்று காலைப்பொழுதையும் இவை வந்து வீணாக்கிவிட்டன. செ – வழக்கம் போல் வந்தான். பரமேச்வரி, மகா சக்தீ – உன்னி டத்தில் அமரத்தன்மை கேட்கிறேன். என்னை மனக் கவலையிலிருந்து விடுவிக்க வேண்டும்' என்று வேண்டுகிறார். மேலும் –

'முதலாவது, எனக்கு என்மீது வெற்றி வர வேண்டும். குழந்தைக்கு ஜ்வரம் வந்தது. நினது திருவருளால் குணமாய்விட்டது. இரண்டு மாத காலம் இரவு பகலுமாக நானும் செல்லம்மாவும் புழுத் துடிப்பது போலத் துடித்தோம். ஊண் நேரே செல்லவில்லை இருவருக்கும். உறக்கம் நேரே வரவில்லை – இருவருக்கும். எப்போதும் சஞ்சலம். பயம், பயம், பயம்! சக்தீ, உன்னை நம்பித்தானிருக் கிறேன். நீ கடைசியாகக் காப்பாற்றினாய். உன்னை வாழ்த்துகிறேன்.

'கடன்காரர் தொல்லையும் அத்துடன் வந்து கலந்தது. வைத்தியனுக்குக் கொடுக்கப் பணமில்லை. குழப்பம், குழப்பம் – தீராத குழப்பம்! எத்தனை நாட்கள்! எத்தனை மாதங்கள்! எத்தனை வருஷங் கள்!

'பராசக்தீ, ஓயாமல் கவிதை எழுதிக் கொண்டி ருக்கும்படி திருவருள் செய்ய மாட்டாயா? கடன் களெல்லாம் தீர்ந்து, தொல்லையில்லாதபடி என் குடும்பத்தாரும் என்னைச் சார்ந்த பிறரும் வாழ்ந் திருக்க, நான் எப்போதும் உன் புகழை ஆயிர விதமான புதியபுதிய பாட்டுக்களில் அமைக்க விரும்புகிறேன். உலகத்தில் இதுவரை எங்குமில் லாதபடி அற்புதமான ஒளிச் சிறப்பும் பொருட் பெருமையும் உடைய பாட்டொன்று என் வாயிலே தோன்றும்படி செய்ய வேண்டும்.'

வீட்டுக்காரச் செட்டியாருக்கு 'எத்தனை நாள் பொய் வாயிதா, பொய் வாயிதா – தினம் இந்தக் கொடுமைதானா? சீச்சீ! பராசக்தி, உன்னை நான் நம்புவதை முற்றிலும்விட்டு, நிச்சயமாக நாஸ்தி கனாய்விடுவேன், நீ என்னை அற்பத் தொல்லை களுக்கு உட்படுத்திக் கொண்டேயிருந்தால்' என்றும் பராசக்தியிடம் உரிமையுடன் மன்றாடுகிறார்.

ஆனால், பராசக்தியிடம் அசையாத பக்தி கொண்ட அவர், முடிவில் 'சொல்லு, மனமே சொல்லு! பராசக்தி வெல்க! பராசக்தி வெல்க!' என்றே தமது அன்றைய குறிப்பை முடிக்கிறார்! எத்தனை தொல்லையிலும் எவ்விதச் சோதனை யிலும் தெய்வ பக்தி அவரை விட்டகலவில்லை. துன்பக் கனலில் அவரது பக்தி புடமிட்டு மெரு கேறியது.

1915 அதே ஜூலை 19ஆம் தேதி பாரதி தமது 'அருமைத் தம்பி' நெல்லையப்பருக்கு எழுதிய நீண்ட கடிதம் அப்போது அவருக்கிருந்த வறுமை யையும், வறுமைக்கு மேலாகச் சுடர்விட்டுப் பிரகாசித்த லட்சிய வேகத்தையும் நன்றாகக் காட்டுகிறது.

எதிர்ப்பக்கங்களில் முழுதும் வெளியாகியுள்ள அந்தக் கடிதம் இலக்கியமாக விளங்குகிறது.

‘பற! பற! – மேலே, மேலே, மேலே’

துன்பத்தின் நடுவே இன்பம் என்பதற்கு பாரதியின் இந்த நீண்ட கடிதம் சிறந்த இலக்காக விளங்குகிறது. வாழ்வில் எவ்வளவோ இன்னல்கள் இருந்தும் அவற்றில் அழுந்திப்போகாமல் லட்சியச் சிறகுகள் கொண்டு மேலே மேலே பறந்து சென்றது கவியின் உள்ளம். நெல்லையப்பருக்கு எழுதியுள்ள இந்த நீண்ட கடிதத்தில் கடைசி ஒரு பாரா மட்டுமே அவருக்குள்ள வாழ்க்கைச் சங்கடங்களைக் குறிப்பிடுகிறது. கடிதத்தின் பிற பகுதிகள் யாவும் கவிஞனது மனம் சிறகெடுத்துப் பறப்பதையே காட்டுகின்றன.

‘யாமறிந்த மொழிகளிலே தமிழ் மொழி போல் இனிதாவதெங்கும் காணோம்’ என்று வாயாரப் பாடிய கவிஞர், பிற மொழிகள் பெற்றுவரும் வளர்ச்சியைக் கண்டு தமிழில் அத்தகைய வளர்ச்சி இல்லையே என்று மனம் குமுறினார். ‘ஹா! உனக்கு ஹிந்தி, மராட்டி முதலிய வடநாட்டு பாஷைகள் தெரிந்திருந்து, அந்தப் பாஷைப் பத்திரிகைகள் என்ன அற்புதமான புதுமை பெற்றுள்ளன என்பதை நேரிடத் தெரிந்துகொள்ள முடியுமானால் தமிழ் நாட்டிற்கு எத்தனை நன்மையுண்டாகும்! தமிழ், தமிழ், தமிழ் – என்று எப்போதும் தமிழை வளர்ப்பதே கடமையாகக் கொள்க. ஆனால் புதியபுதிய செய்தி, புதியபுதிய உண்மை, புதியபுதிய இன்பம் தமிழில் ஏறிக்கொண்டே போக வேண்டும்’ என்று நெல்லையப்பருக்கும் அவர்மூலம் பிற தமிழர்களுக்கும் உபதேசிக்கிறார்.

தமிழ்நாட்டில் வீதிதோறும் தமிழ்ப் பள்ளிக்கூடங்கள் ஏற்பட்டு, அவற்றில் நவீன கலைகளெல்லாம் பயிற்சி பெற்று வளர வேண்டும் என்றார் கவிஞர். ஜாதி பேதம் என்ற நாசப் பூண்டை அடியோடு ஒழிப்போம் என்றார். பெண்ணுக்கு விடுதலையைப் பேச்சளவிலின்றிச் செயலிலும் காட்டுவோம் என்றார். தொழில்கள் வளர வேண்டும், தொழில் செய்பவன் தாழ்ந்தவனென்று கருதுவது முட்டாள்தனம் என்று அழுத்தம் திருத்தமாகக் கூறினார். மேலும் –

‘தம்பி – நான் ஏது செய்வேனடா! தமிழைவிட மற்றொரு பாஷை சுகமாக இருப்பதைப் பார்க்கும் போது எனக்கு வருத்தமுண்டாகிறது. தமிழனைவிட மற்றொரு ஜாதியான் அறிவிலும் வலிமையிலும் உயர்ந்திருப்பது எனக்கு ஸம்மதமில்லை. தமிழச்சியைக் காட்டிலும் மற்றொரு ஜாதிக்காரி அழகாயிருப்பதைக் கண்டால் என் மனம் புண்படுகிறது. தம்பி, உள்ளமே உலகம். ஏறு! ஏறு! ஏறு! மேலே, மேலே, மேலே!’

பாரதி இந்தக் கடிதம் எழுதிய சமயம் அவர் வீட்டில் செல்லம்மா, சகுந்தலா மூவரே இருந்தனர். மூத்த மகள் தங்கம்மாள் காசியில் வளர்ந்துவந்தாள்.

மண்டயம் ஸ்ரீநிவாஸாச்சாரியின் மனைவி சகுந்தலாவுக்கு ஒரு மைசூர் வெள்ளி கிருஷ்ண விக்ரகம் தந்திருந்தார். திடீரென ஒரு நாள் அது காணாமற்போயிற்று. அன்று முதலே சகுந்தலா ஜுரத்தினால் பீடிக்கப்பட்டு இரண்டு மாத காலம் மிகுந்த கவலையை உண்டாக்கினாள்.

நோய்க் கிருமிகள் என்றாலே பாரதிக்குப் பயம் அதிகம்.

‘பாப்பாவைத் தொட்டுவிட்டுக் கையைக் கழுவாவிட்டால் உள்ளே போகவிடமாட்டார். ஏதோ ஒரு மருந்தை ஒரு பாத்திரத்தில் வைத்து அதில் கையைக் கழுவு என்பார். எதைத் தொட்டாலும் அந்த மருந்தின் நாற்றம்!’ – இவ்வாறு செல்லம்மா கூறியுள்ளார்.

இரண்டாம் வாரம் சகுந்தலாவுக்கு ஜுரம் அதிகமாயிருந்த சமயம் நடந்த ஒரு சம்பவத்தையும் செல்லம்மா விவரித்திருக்கிறார்:

‘இரவு எட்டு மணி இருக்கும். இவர் (பாரதி) காய்ச்சல் குச்சியை வாயில் வைத்தார். ஐந்து நிமிஷம் கழித்து எடுத்துப் பார்த்தால் அளவு மீறி இருந்தது. மறுபடி வைக்கலாம் என்று உதறினார். அது கை நழுவிக் கீழே விழுந்து சுக்கல்சுக்கலாக ஆகிவிட்டது. கை நடுக்கம்! மனத்தில் பயம்!... இரவெல்லாம் தூங்காமல் ‘சக்தி, சக்தி’ என்று கதறினார். காலையில் ஜுரம் குறைந்தது.’

தமிழ்ச் சொல்லுக்குப் புதுப்புது சக்தி பிறக்க வேண்டும் என்ற துடிப்பும் பாரதிக்கு இந்தச் சமயம் இருந்தது. வாரத்தில் மூன்று நாள் பேசாமல் இருந்து, எழுத்து வேலையில் அவர் முனைந்தார். இது ஒரு விதத்தில் நல்ல பலன் தந்தது. ‘சுதேசமித்திர’னுக்கு பாரதி ஒழுங்காக எழுதவாரம்பித்தார்.

‘புதிய சொல் – அதாவது ‘ஓம்’ என்பதைப் போல் தமிழில் ஒரு பதம் கண்டுபிடிக்க வேண்டும்’ என்று பாரதி மௌன விரதமிருந்து வந்தார். இந்த லட்சியத்தையே அவர் ‘சொல்’ என்ற பாடலில் (‘தேவர் வருகவென்று சொல்வதோ?’ என்று ஆரம்பிப்பது) பாடியுள்ளார். ‘சொல் ஒன்று வேண்டும். தேவ சக்திகளை நம்முள்ளே நிலைபெறச் செய்யும் சொல் வேண்டும்’ என்பது இப்பாடலின் உப தலைப்பு.

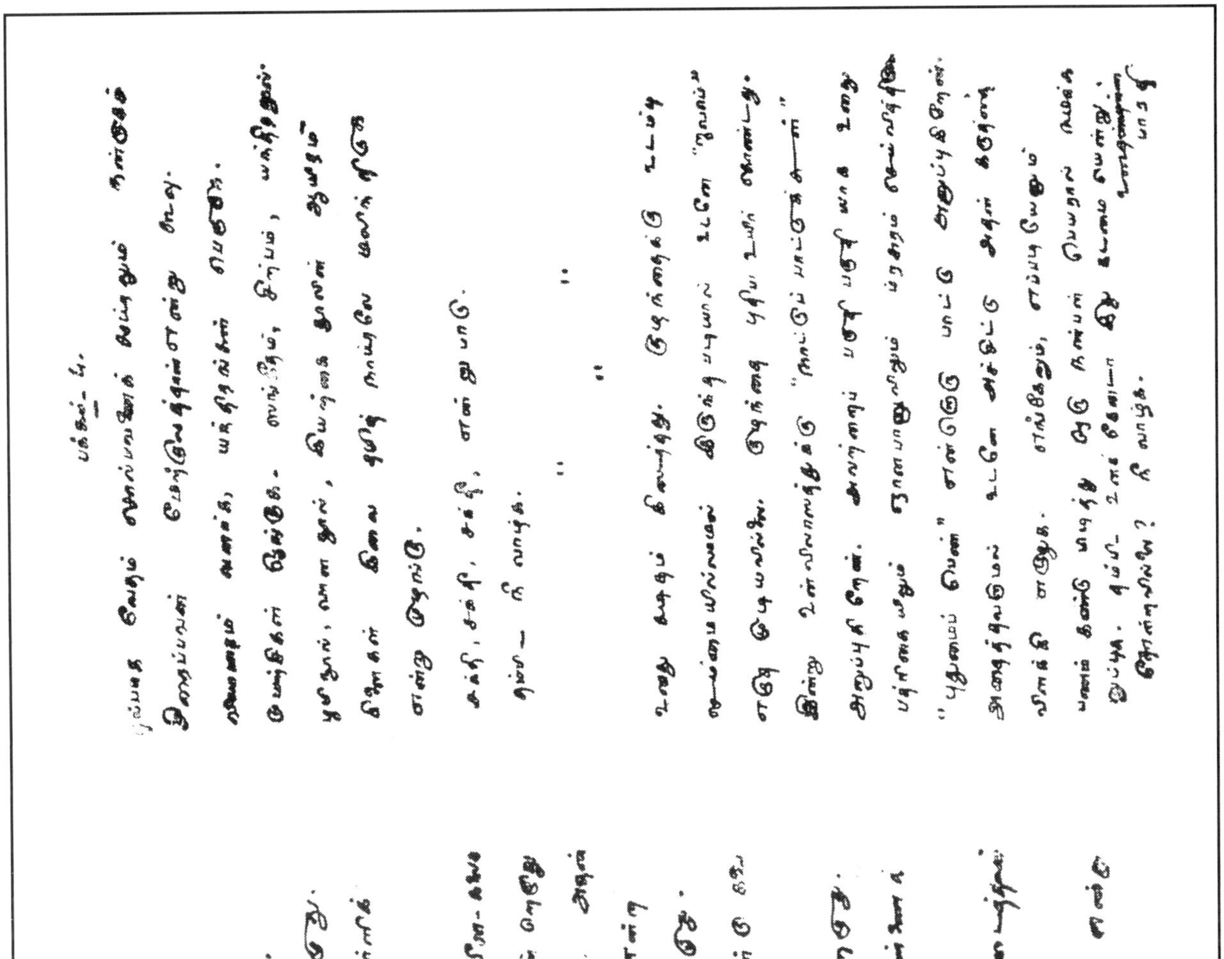

கடித இலக்கியம்: நெல்லையப்பருக்கு பாரதி எழுதிய நீண்ட கடிதத்தின் பிற்பகுதி. அவரது ஓயாத பணக் கவலை கடைசி வரிகளில் நம்மை உலுக்குகிறது.

தந்திக் காகிதத்தில் ரசீது!

புதுவையிலிருந்த 'சுதேசி'த் தலைவர்களுக்கு நிலையான வருவாய் கிடையாது. முதல் மகாயுத்தம் நடந்த காலத்தில் பிரிட்டிஷ் இந்தியப் போலீசார் புதுச்சேரியில் ஒரு பங்களாவை வாடகைக்கு வாங்கிக் கொண்டு அங்கே முகாம் போட்டிருந்தார்கள். 'சுதேசி' கள்மீது கண்காணிப்பும், அவர்களுக்கு உதவி கிடைக் காமல் செய்யும் நடவடிக்கைகளும் அதிகமாகிவிட்டன.

பாரதி, ஐயர், அரவிந்தர், ஸ்ரீநிவாஸாச்சாரி முதலிய 'சுதேசி'த் தலைவர்களின் பணக்கஷ் டத்தைச் சொல்லி முடியாது. தபால் சரியாகக் கிடைக்காது; பிரிட்டிஷ் போலீசார் வழிமறித்து விடுவார்கள். மணியார்டர்கள் வந்து சேரவே சேரா. புதுச்சேரி மக்களோ போலீஸ் பயத்தினால் உதவி செய்யப் பயந்தார்கள். அக்கம்பக்கத்து வீடுகளி லிருந்து சில்லறையாகச் சாமான்கள் கடன் வாங்கிக் கொள்வதுகூட அருமையாகிவிட்டது.

பண விஷயத்தில் பாரதி நிலைமைதான் மிக மோசம். வ.வே.சு. ஐயர் கட்டுப்பாடானவர்; கையில் கொஞ்சம் பணம் வைத்துக்கொண்டு சிக்கனமாகச் செலவு செய்யும் சுபாவமுள்ளவர். ஸ்ரீநிவாஸாச்சாரி யாருக்கும் பாதகமில்லை. உள்ளூரில் தொடர்பு கொண்டவர்; ஆதலால் அவருக்குப் புதுவையில் தெரிந்த நண்பர்கள் இருந்தனர். அரவிந்தரின் நிலைமையும் சுமாராக இருந்தது. கையில் கொஞ்சம் பணம் இருந்தால் நல்லதென்று சிக்கனமாயிருக்கும் யோசனையே இல்லாத பாரதியின் நிலைமைதான் மிகவும் சங்கடமாயிருந்தது.

தப்பித்தவறி பாரதிக்கு யாராவது பணம் அனுப்பினாலும் கர்ணனைப் போல அதைக் கொடையில் செலவழித்துவிடுவார்.

கும்பகோணத்துக்குக் கிழக்கே நாச்சியார் கோயில் என்றொரு ஊர். அதில் டி.ஜி. கிருஷ்ண சாமிப் பிள்ளை என்றொரு சித்திரக்காரர் இருந்தார். இவர் சில சிறுபுத்தகங்கள்கூடப் பிரசுரம் செய்திருக் கிறார். கிருஷ்ணசாமிப் பிள்ளை பாரதியாருடைய புத்தகங்களை விற்பனை செய்ய விரும்பி, அவருக்கு நூற்றைம்பது ரூபாய் அனுப்பினார். பணம் எப்ப டியோ போலீஸின் கண்களுக்குத் தப்பி பாரதியார் கைக்குப் போய்ச் சேர்ந்தது.

இந்த நூற்றைம்பது ரூபாய்க்கு பாரதியார் அழகான தமிழில் ஒரு ரசீது எழுதியனுப்பினார். கடிதம் எழுதுவதில் அவர் நடையே தனி அழகு வாய்ந்தது. கூடியவரையில் தமிழிலேயே எழுதுவார்; தமிழ்ச் சொற்களையே உபயோகிப்பார்; வாக்கியங் கள் வெகு நயமாய் இருக்கும்.

1918 ஜூலை 9ஆம் தேதியிட்டு கிருஷ்ணசாமி பிள்ளைக்கு பாரதி அனுப்பிய ரசீதின் வாசகம் வருமாறு:

'தங்களுக்கும் எனக்கும் பின்னே எழுதிக் கொள்ளக்கூடிய உடன்படிக்கைப்படி ஏற்படப் போகிற புஸ்தக வியாபாரச் சம்பந்தமாக இப்போது தங்களிடம் முன்பணமாகப் பெற்றுக் கொள்ளுகிற ரூபாய் நூற்றைம்பது (ரூ. 150)க்கு இதை ஏற்புச்சீட் டாகவும் கடன் பத்திரமாகவும் அங்கீகரிக்கும்படி ப்ரார்த்திக்கிறேன் – சி. சுப்பிரமணிய பாரதி.'

இந்த ரசீது ஒரு தந்திக் காகிதத்தின் பின்பக்கத் தில் எழுதப்பட்டிருப்பது கவனிக்க வேண்டிய விஷயம். புதுவையில் நல்ல காகிதம், மை இல்லாமல் பாரதி தவித்த சமயங்கள் பல. ஆனால், காகிதம் இருந்தாலும் இல்லாவிட்டாலும் கையில் கிடைத்த காகிதத்தில் எழுதும் வழக்கம் அவருக்கு உண்டு. இந்த ரசீது எழுத நினைத்த சமயம் தந்திக் காகிதம் தான் கிடைத்தது போலும்!

o

புதுவையிலிருக்கையில் 'சுதேசமித்திர'னுக்கு பாரதி எழுதியனுப்பிய விஷயங்கள் அவ்வப்போது வெளியாயின. ஆனால், பத்திரிகையில் வெளி யானவை தவிரப் புத்தக வடிவமாக அக்காலத்தில் வெளிவந்த விஷயங்களும் இருந்தன.

'பாரத ஜன சபை' என்ற ஒரு பெரிய நூலை பாரதியார் 'சுதேசமித்திர'னுக்கு எழுதியனுப்பினார். இது இந்திய தேசிய காங்கிரஸ் மகா சபையின் சரிதம்; சுமார் ஐம்பது அத்தியாயங்கள் கொண்ட நூல்.

இந்திய விஞ்ஞான அறிஞர் ஜகதீச சந்திர வசு எழுதிய 'ஜீவ வாக்கு' என்ற நூலும் தமிழில் பாரதியால் மொழிபெயர்க்கப்பட்டுச் சிறுநூலாக இரண்டணா விலையில் விற்கப்பட்டது.

தாகூரின் சிறுகதைகள் சிலவற்றையும் ஆங்கிலத் திலிருந்து தமிழ்ப்படுத்தினார் பாரதி. வங்காளியி லிருந்து ஆங்கிலத்தில் மொழிபெயர்த்து, அதிலிருந்து தமிழ்ப்படுத்தப்பட்டபோதிலும் பாரதியின் மொழி பெயர்ப்பு முதநூலின் அழகுடன் விளங்குகிறதே தவிர மொழிபெயர்ப்பாகவே தோன்றவில்லை.

'பாரத ஜன சபை', 'ஜீவ வாக்கு', தாகூர் கதைகள் முதலியவை பாரதியின் நூல் தொகுப்பு களில் இன்னும் சேர்க்கப்படவில்லை.

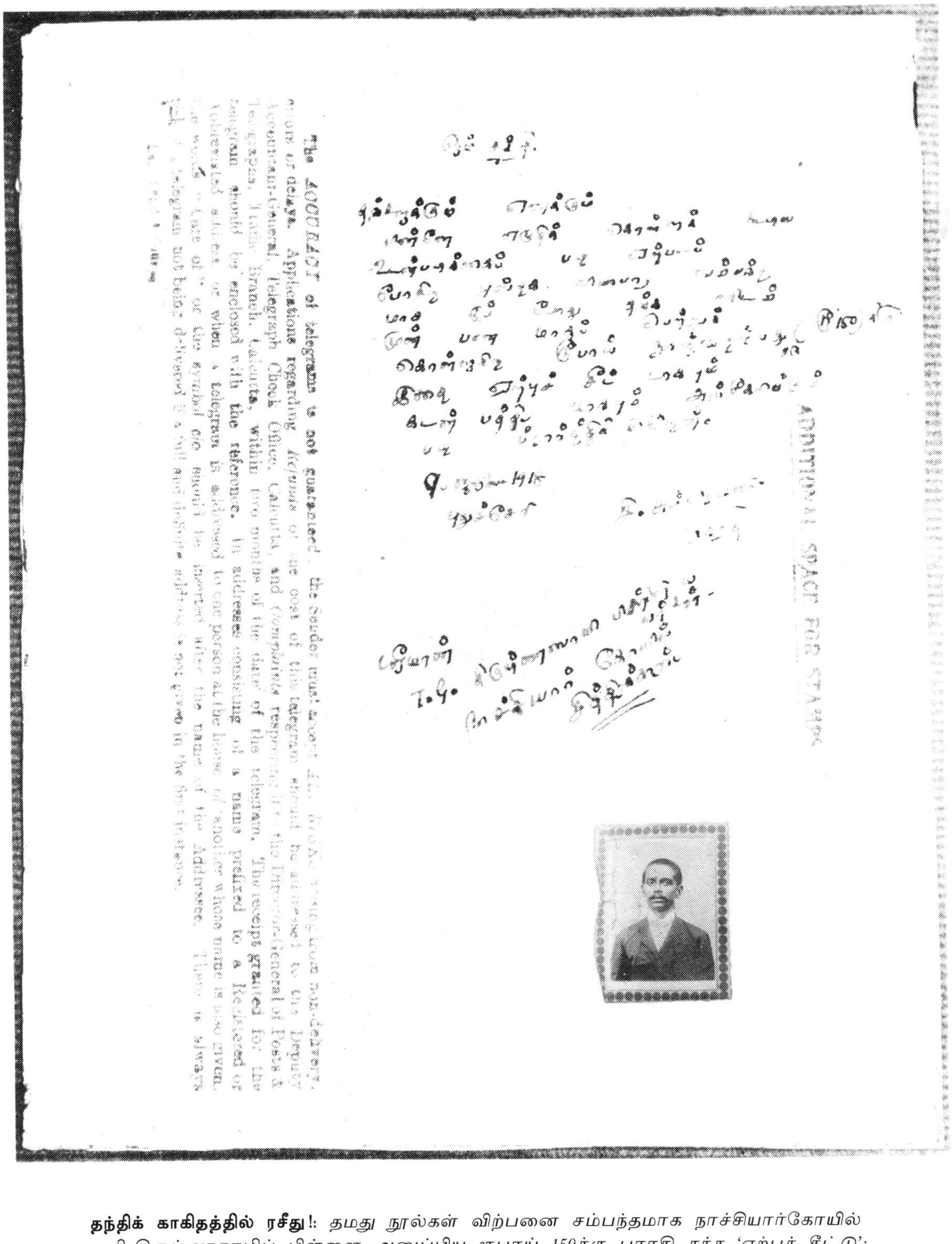

தந்திக் காகிதத்தில் ரசீது!: தமது நூல்கள் விற்பனை சம்பந்தமாக நாச்சியார்கோயில் டி.ஜி. கிருஷ்ணசாமிப் பிள்ளை அனுப்பிய ரூபாய் 150க்கு பாரதி தந்த 'ஏற்புச் சீட்டு'; (தந்திக் காகிதத்தின் கீழ்ப்புறம் உள்ளது பிள்ளையவர்களின் படம்; அவரே ஒட்டிவைத்திருந்தது.) இந்நூலில் வெளிவந்துள்ள 'எங்கள் காங்கிரஸ் யாத்திரை', 'புதிய கட்சியின் கொள்கைகள்' கிருஷ்ணசாமிப் பிள்ளை உதவியவை.

1918

1918ஆம் வருஷம் முதல் மகாயுத்தம் முடியும் தறுவாயில் பாரதியின் மைத்துனர் அப்பாதுரை புதுவைக்கு வந்திருந்தார். பாரதியிடம் அன்பும் மரியாதையும் கொண்டவர் அப்பாதுரை. தேசபக்தி கொண்டவர். அரசாங்க வேலையை ராஜிநாமா செய்தவர். பாரதி புதுவையைவிட்டு வெளிக் கிளம்புவதெப்படியென்ற ஆலோசனைகளில் அவரும் கலந்துகொண்டார்.

*1918*இல் பாரதிக்குப் பல விதமான எண்ணங்கள் இருந்துவந்தன. புதுவை வாழ்வு சலித்துவிட்டது. ஒரே ஊரில் அடைபட்டுக்கிடப்பதை விடுத்து, தாயகமான சென்னை மாகாணத்தில் சஞ்சரிக்க விரும்பினார். ஒரு சமயம் யாரிடமும் சொல்லிக் கொள்ளாமல் மன்னார்குடியை அடுத்த நாகை என்ற சிறுகிராமம் (நாகப்பட்டணம் அல்ல) வரை ரகசியமாய்ச் சென்றுவந்தாராம். பாரதிக்குத் தலை வழுக்கை. அதை மறைக்க எப்போதும் தலைப் பாகை இருக்கும். நாகை போனபோது அவர் தம் தலைப்பாகையை எடுத்துவிட்டார்; மீசையைச் சிரைத்துவிட்டார். அவ்வளவுதான். அவர் முகத்தை நன்றாக அறிந்த எல்லைப் போலீஸ்கூட அவரை அடையாளம் கண்டுகொள்ளவில்லை!

பாரதி திடீரென்று கிளம்பிவிட்டது செல்லம்மாவுக்கும் தெரியாது. பாரதி மாறுவேடத்தில் போன பத்துப் பதினைந்து தினங்கள் கழித்து மண்டயம் ஸ்ரீநிவாஸாச்சாரியார் வீட்டுக்கு யாரோ ஒரு புது மனிதர் வந்தார். தந்தையுடன் அவர் பேசிக் கொண்டிருக்கையில் ஸ்ரீநிவாஸாச்சாரியாரின் மகள் யதுகிரி மாடிக்குப் போனாள். பாரதியுடன் நெருங்கிப் பழகிய அவளால்கூட அந்தப் புது மனிதர் பாரதியே என்பதைக் கண்டுகொள்ள முடியவில்லை!

பாரதி இவ்வாறு மாறுவேஷத்தில் பிரிட்டிஷ் இந்தியாவுக்குப் போன சமயம்தான் 'பாருக்குள்ளே நல்ல நாடு' என்ற பாட்டைக் கவனம் செய்தாராம். ரயிலில் ஒரு பிச்சைக்காரப் பெண் ஹிந்துஸ்தானிப் பாட்டொன்றைப் பாட அதே மெட்டில் பாரதி இப்பாட்டை அமைத்தாராம்.

1918 ஆகஸ்ட் *3*ஆம் தேதி பாரதி தம் இளைய சகோதரர் சி. விசுவநாதனுக்கு ஒரு கடிதம் எழுதினார். அச்சமயம் அவர் மனதிலிருந்த கவலைகளை இக்கடிதம் வெளிப்படுத்துகிறது.

ஓம் சக்தி

C. Subramania Bharati — Pondicherry
3rd August 1918

ஸ்ரீமான் விசுவநாதனுக்குப் பராசக்தி துணை செய்க. உன்னுடைய அன்பு மிகுந்த கடிதம் கிடைத்தது. அதைப் படித்து அதினின்றும் உன்னுடைய புத்திப் பயிற்சியின் உயர்வைக் கண்டு சந்தோஷமடைந்தேன். தந்தைக்கப்பால் நீ என்னை முக்கிய சகாயமாகக் கருதுவது முறையே. இதுவரை உன்னை நேரே பரிபாலனம் செய்வதற்குரிய இடம் பொருளேவல் எனக்கு தெய்வ சங்கற்பத்தால் கிடையாமல் போய்விட்டது. அதையெண்ணி இப்போது வருந்துவதிலே பயனில்லை. எனினும் இயன்றவரை, விரைவாகவே எனக்கு நற்காலமும் அதனால் உன் போன்றோருக்குக் கடமைகள் செய்யும் திறமும் நிச்சயமாக வரும். உன் கடிதத்தில் கண்டபடி நீ இங்கே என்னைப் பார்க்கவரும் காலத்தை மிக ஆவலுடன் எதிர்பார்க்கிறேன் – சீக்கிரம் வா. தங்கை ஸ்ரீ லக்ஷ்மி சில வருஷங்களுக்கு முன் எட்டயபுரத்துக்கு வந்திருந்த காலத்தில் என்னைக் கொஞ்சம் பணம் அனுப்பச் சொல்லியிருந்தாள். அப்போது என் கையில் பணம் இல்லாதபடியால் அனுப்பவில்லை. அதுமுதல் என்மீது கோபங் கொண்டு எனக்கு ஒரு வார்த்தைகூட எழுதாமலிருக்கிறாள். என்னை மன்னிக்கும்படிக்கும் எனக்கு அடிக்கடி காயிதங்களெழுதும்படிக்கும் நீ அவளை அழுத்தமான பிரார்த்தனை செய்யும்படி வேண்டுகிறேன். 'தம்பியுள்ளோன் படைக்கஞ்சான்' என்ற வாக்கியத்தின் உண்மையை உன் விஷயத்தில் நம்பியிருக்கலாமென்றே நம்புகிறேன்.

எனக்கு இனிமேல் இங்கிலீஷில் காயிதம் எழுதாதே. நீ எழுதும் தமிழ் எத்தனை கொச்சையாக இருந்தபோதிலும் அதைப் படிக்க நான் ஆவலுறுவேன். கொச்சைத் தமிழ்கூட எழுத முடியாவிட்டால் ஸம்ஸ்கிர்தத்திலே காயிதம் எழுது. திருப்பயணம் வி. ராமஸ்வாமி ஐயங்கார் என்னிடம் 'விநாயகர் ஸ்தோத்திரம்' (தமிழ் நூல்) அச்சிட வாங்கிக்கொண்டு போனார். இன்னும் அச்சிட்டனுப்பவில்லை. மேலும், அவர் 'பாஞ்சாலி சபதம்' அச்சிடும் சம்பந்தமாகப் பணம் சேகரித்துப் பட்டணத்துக்கனுப்புவதாகச் சொன்னார். அங்ஙனம் அனுப்பமுடியுமானால் உடனே புதுச்சேரியில் எனது விலாசத்துக் கனுப்பும்படி ஏற்பாடு செய்.

அது மாத்திரமேயன்றி, 'விநாயகர் ஸ்தோத்திரம்' வேலையை விரைவில் முடித்துப் புஸ்தகங்களனுப்பும்படி சொல்லு. உடம்பை யெண்ணிப் பயப்படாதே. அடிக்கடி பால் குடி. ஜலத்தை எப்போதும் காய்ச்சிக் குடி. வேறு எந்த விஷயத்துக்கும் கவலைப்படாதே. பொறுமையாலும் பயமின்மையாலும் இவ்வுலகத்தில் மனிதன் தேவத்தன்மை அடைகிறான். அந்நிலைமை உனக்கு மஹாசக்தி அருள் செய்க.

உனதன்புள்ள ஸஹோதரன்,
சி. சுப்பிரமணிய பாரதி.

தம்பியும் தங்கையும்:
பாரதியின் தம்பி சி. விசுவநாத ஐயரும்
தங்கை லக்ஷ்மி அம்மாளும் (1934).

பாரதியின் மைத்துனர் கே.ஆர். அப்பாதுரை:
செல்லம்மாவின் தமையன். தேசிய நடவடிக்கைகளுக்காகத் தபால் இலாகா வேலையிலிருந்து நீக்கப்பெற்றவர். பிறகு ஆண்டிப்பட்டி ஜமீன் காரியஸ்தராக இருந்தார். 1948இல் காலமானார்.

யதுகிரி அம்மாள்:
மண்டயம் ஸ்ரீநிவாஸாச்சாரியாரின் மகள். சிறுமியாக பாரதியின் அன்புக்குப் பாத்திரமானவர். 'பாரதி நினைவுகள்' நூலை எழுதியவர். 1954இல் காலமானார் (1947).

கடயம் 1919: செல்லம்மாவின் ஊரான கடயத்தில் பாரதி வாழ்ந்த தெரு; அவர் காலத்தில் எடுக்கப்பட்ட இந்த அரிய படத்தை உதவியவர் பாரதியின் மைத்துனர் அப்பாதுரையின் மகன் கே.எல். சுந்தரராமன்.

1974இல் அதே தெரு: கடயம் ராமஸ்வாமி கோயிலுக்கு எதிரே.

புதுவை வாச முடிவு

முதல் மகாயுத்தம் முடிந்து ஒன்பதே நாளில் பாரதி பகிரங்கமாகப் புதுவையை விட்டுச் சென்னை மாகாணத்துக்குத் திரும்புவதாகத் தீர்மானித்துவிட்டார். அதற்கு முன்பாக, பாரதியின் மாமனார் இறந்து விட்டதனால் செல்லம்மா தம் ஊராகிய கடயத்துக்குச் சென்று, ஒரு மாதம் கழித்துத் திரும்பியிருந்தார். திரும்பி வந்தது முதல் பிரிட்டிஷ் இந்தியாவுக்குப் போய்விட வேண்டும் என்ற ஆசை அவருக்கிருந்தது. உற்றார் உறவினரும் பாரதிக்குக் கடிதம் எழுதினார்கள்.

1918 நவம்பர் மாத வாக்கில் ஒரு நாள் பாரதி தம்பதிகளுக்குள்ளே ஏதோ பிணக்கு. செல்லம்மா குழந்தைகளை அழைத்துக்கொண்டு முக்கியமான சாமான்களுடன் கடயத்துக்குக் கிளம்பிச் சென்றார். ஆனால் ஒரு வாரத்தில் தம் தமயன் அப்பாதுரையுடன் திரும்பிவிட்டார்.

1918 நவம்பர் 20ஆம் தேதி பாரதி, செல்லம்மா, அப்பாதுரை மூவரும் வில்லியனூர்ப் பக்கம் குதிரை வண்டியில் போனார்கள். ஆறாவது மைலில் ஒரு ஹெட்கான்ஸ்டேபிள் அவரைக் கைது செய்திருப்பதாகச் சொன்னார். வாரண்ட் தன்னிடம் இல்லையென்றும், அவரைக் கைதுசெய்ய வாரண்ட் தேவையில்லையென்றும் அவர் சொன்னார். பாரதியைத் திருப்பாதிரிப்புலியூர் போலீஸ் ஸ்டேஷனுக்குக் கொண்டுசென்று, போலீஸ் ரிபோர்ட் சகிதம் கடலூர் ஸ்டேஷனரி ஸப்மாஜிஸ்ட்ரேட் ஆர். சக்கரவர்த்தி ஐயங்கார் முன் ஆஜர் செய்தார்கள். பாரதியை இரண்டு நாள் கடலூர் ஸப் ஜெயிலில் வைத்திருக்கும் படி மாஜிஸ்ட்ரேட் உத்தரவிட்டார்.

கடலூர் வக்கீல்கள் சடகோபாச்சாரியார், நடராஜ ஐயர் என்ற இருவர் பாரதியை ஜாமீனில் விட வேண்டும்மென்று கோரினார்கள். பாரதி ஜில்லா மாஜிஸ்ட்ரேட்டிடம் அன்றே அனுப்பப்படுவாரென்றும், தம்மிடம் ஜாமீன் மனு கொடுப்பதில் பயனில்லை என்றும் ஸப்மாஜிஸ்ட்ரேட் கூறினார்.

செல்லம்மாவும் அப்பாதுரையும் புதுவை திரும்பி, வீட்டைக் காலிசெய்துகொண்டு, பாக்கிகளைத் தீர்த்து குழந்தைகளுடன் திருநெல்வேலியில் அம்பாசமுத்திரம் தாலுகாவிலுள்ள தங்கள் ஊரான கீழக்கடயம் போய்ச் சேர்ந்தார்கள்.

24–11–1918 ஞாயிற்றுக்கிழமைதான் சிதம்பரத்தில் முகாம் செய்த ஜில்லா மாஜிஸ்ட்ரேட் ஸ்டோடார்ட்டிடம் பாரதி ஆஜர் செய்யப்பட்டார். வக்கீல்களும் ஜாமீன் மனு சமர்ப்பித்தார்கள். பாரதியைச் சென்னை சர்க்கார் உத்தரவுப்படியே கைது செய்திருப்பதாயும், யுத்தம் ஆரம்பித்த சமயம் அமலுக்கு வந்த இந்தியா பிரவேசச் சட்டத்தின்படியே நடவடிக்கை எடுக்கப் பட்டதென்றும், அன்றே சென்னை சர்க்காருக்கு ரிப்போர்ட் அனுப்புவதாகவும் ஜில்லா மாஜிஸ்ட்ரேட் கூறினார்.

கடலூர் ஸப் ஜெயில் இருப்பதற்கு வசதியான தல்லவென்றும், சிவில் ஜெயிலிலாகிலும் வேறு எந்த இடத்திலாகிலும் பாரதியை வைத்திருப்பது தகுமென்றும், சமீபத்தில் காய்ச்சல் நோயினால் மிகவும் நலிந்திருக்கும் பாரதிக்கு இயன்ற சௌகரியங்கள் செய்துதர வேண்டுமென்றும் வக்கீல்கள் கேட்டுக்கொண்டார்கள். அவ்விதமே செய்வதாக ஜில்லா மாஜிஸ்ட்ரேட் வாக்களித்து, கடலூர் சிவில் ஜெயில் சூபரிண்டெண்டுக்குக் கடிதம் எழுதியனுப்புவதாகவும் சொன்னார்.

இரண்டொரு தினங்களில் சென்னை போலீஸ் டிப்டி இன்ஸ்பெக்டர் ஜெனரல் ஹானிங்டன் கடலூர் ஜெயிலில் பாரதியைக் கண்டு பேசினார். அப் பேச்சிலிருந்து பாரதி நிபந்தனையின்றி விடுவிக்கப்படுவாரென்று ஊகிக்கப்பட்டது.

1918 டிசம்பர் 16ஆம் தேதி 'சுதேசமித்திரன்' தினசரியில் தலையங்கத்துக்கு அடுத்தாற்போல் பின்வரும் செய்தி வெளிவந்தது:

"ஸ்ரீமான் சுப்பிரமணிய பாரதிக்கு
விடுதலை

'கடலூர் ஜெயிலிலிருந்து ஸ்ரீமான் சுப்ரமணிய பாரதி விடுதலை யடைந்துவிட்டதாகவும், அவர் திருநெல்வேலி வழியாய் கடயம் போய்ச் சேர்ந்து விட்டதாகவும், அவருடைய உடம்பு அசௌகரியமாயிருப்பதால் பாபநாசத்திலாவது குற்றாலத்திலாவது கொஞ்ச காலம் தாமதிப்பாரென்றும் அவர் திருநெல்வேலியைக் கடந்து சென்றபொழுது அவருடைய சிநேகிதர்கள் ரயில்வே ஸ்டேஷனில் எதிர்கொண்டழைத்துச் சந்தோஷ ஆரவாரம் செய்ததாகவும் தந்தி கிடைத்திருக்கிறது.'

பாரதி விடுதலையான சரியான தேதி இதிலிருந்து தெரியவில்லை. ஆனால் டிசம்பர் 14ஆம் தேதி என்று ஊகிக்கலாம். அப்படியென்றால் நவம்பர் 20 முதல் டிசம்பர் 14 வரை 24 நாள் சிறைவாசம் அனுபவித்திருக்கிறார் பாரதி.

பாரதி புதுச்சேரிக்குப் போனது 1908 ஜூலை அல்லது ஆகஸ்ட் மாதத்தில். அங்கிருந்து வெளியேறியது 1918 நவம்பர் 20ஆம் தேதி. பாரதியின் புதுவை அஞ்ஞாதவாசம் பத்தேகால் வருஷம் நடந்தது.

கடயத்தில்

கடயம் போய்ச்சேர்ந்த இரண்டு தினங்களில் பாரதி 'சுதேசமித்திரன்' ஆசிரியர் ஏ. ரங்கஸ்வாமி ஐயங்காருக்கு ஒரு வந்தனக் கடிதம் எழுதினார். இது 'மித்திர'னில் 19–12–1918 பிரசுரமாயிற்று.

'கடயம்
டிசம்பர் 17

ஸ்ரீமான் ரங்கசாமி அய்யங்காருக்கு நமஸ்காரம். ஞாயிற்றுக்கிழமை (15ஆம் தேதி) இரவு நான் இவ் வூருக்கு வந்து சேர்ந்தேன். என் விடுதலையின் பொருட்டாகத் தாங்களும் மற்ற நண்பர்களும் மிகவும் சிரத்தையுடன் பாடுபட்டதற்கு என் மனப் பூர்வமான நன்றி தெரிவிக்கிறேன்.

ஸ்ரீமதி அனிபெஸண்ட், ஸ்ரீ மணி ஐயர், ஸ்ரீ சி.பி. ராமசாமி ஐயர் முதலாக என் விடுதலை விஷயத்தில் சிரத்தையெடுத்துக்கொண்ட தங்களுடைய மித்திரர்களுக்கெல்லாம் எனதுநன்றி தெரிவிக்கும்படி வேண்டுகிறேன்.

தங்களன்புள்ள
சி. சுப்பிரமணிய பாரதி'

டிசம்பர் 21ஆம் தேதியன்று கடயத்திலிருந்து பரலி சு. நெல்லையப்பருக்கு எழுதிய கடிதத்தில் தமது நூல்களைப் பிரசுரிப்பதில் அரசாங்கத்துக்கு அளித்த வாக்கு பற்றியும், டிப்டி இன்ஸ்பெக்டர் ஜெனரல் ஹானிங்டன் தம்மிடம் அன்புடன் நடந்து கொள்வதாயும் பாரதி எழுதுகிறார். ஏற்கனவே 'நாட்டுப் பாட்'டை வெளியிட்ட நெல்லையப்பரே 'பாஞ்சாலி சபத'த்தையும் வெளியிடலாமென்று யோசனை சொல்கிறார். தமது நூல்களைப் பிரசுரிக்கும் காரியத்தில் தீவிரமாக ஈடுபட வேண்டியதன் அவசியத்தையும் வற்புறுத்துகிறார்.

○

கடயம் திருநெல்வேலியிலிருந்து தென்காசி போகும் ரயில் பாதையில் தென்காசிக்கு நான்கு ஸ்டேஷன்கள் முன்னே உள்ள ஒரு சிற்றூர். செல்லம்மாவின் சொந்த ஊர் இது. கடயம் இயற்கை யழகு நிறைந்த இடம். ஊருக்கு வெளியே அழகான தோர் சிற்றாறு உண்டு. அதற்கப்பால் எலுமிச்சைத் தோட்டங்களும் மாந்தோப்புகளும் பசுமையான நெல் வயல்களும் இருக்கும். ஊருக்கு மேற்கே எங்கு பார்த்தாலும் ஒரே நீலமலைச் சிகரங்கள். அவற்றிலிருந்து விழும் அருவிகளும் சலசலவென் றோடும் ஓடைகளும் பாரதிக்குப் பேரானந்தம் அளித்தன.

கடயத்திலிருந்து இரண்டு மைல் தூரத்தில் நித்தியகல்யாணி அம்மன் கோவில் இருக்கிறது. மலையடிவாரத்தில் ஒரு கற்பாறையிலுள்ள சுனையும் பாறைகளுக்கு நடுவே ஓர் அழகான ஏரியும் இருக்கின்றன. ஏரிக்கரையில் ஒரு பத்திரகாளி கோயில். அதனருகே ஒரு பழைய ஆலமரம். இந்த ஆலமரக் காட்சியை 'ஜகத் சித்திரம்' என்ற நாடகத்தில் பாரதி வர்ணித்திருக்கிறார்.

'நின்னையே ரதியென்று நினைக்கிறேனடி' என்று தொடங்கும் பாட்டிலும் 'பூலோக குமாரி' என்ற பாட்டிலும், 'உஜ்ஜயினி நித்தியகல்யாணி' என்ற நவராத்திரிப் பாட்டிலும் நித்திய கல்யாணி அம்மனைப் போற்றியிருக்கிறார்.

இயற்கையழகு மிகுந்திருந்தாலும் கடயம் நாகரிக வாசனையற்ற பிற்போக்கான கிராமம்தான். அதி சீக்கிரத்தில் கடயம் வாசம் பாரதிக்குப் புளித்துப் போய்விட்டது. புதுச்சேரியே தேவலை என்றுகூட ஆகிவிட்டது!

கடயத்தில் முதலில் ராமசாமி கோயிலுக்கெதிரே யுள்ள அக்கிரகாரத்தில் தமது மைத்துனர் வீட்டில் பாரதி தம் குடும்பத்தாரோடு வசித்தார். ஆனால் பாரதிக்கு பிராமணரல்லாதார், முஸ்லிம்கள் முதலியோரும் நண்பர்களாயிருந்தனர். ஒரு சமயம் ஓர் உற்சவத்தில் சைவப் பிள்ளைமார்களுடன் உட்கார்ந்து போஜனமருந்தினார் பாரதி. அது கடயம் பிராமண சமூகத்துக்கு மன்னிக்க முடியாத குற்றமாகிவிட்டது. அவரை வீட்டில் சேர்க்கக்கூடாதென்றும் உணவு அளிக்கக்கூடாதென்றும் உத்தரவு போட்டார்கள். செல்லம்மாவும் குழந்தைகளும் ஊரார் நிர்ப்பந்தத்தினால் பாரதிக்கு உணவளிக்க இயலாது போனார்கள். புதுவையில் நிர்க்கதியாய்ப் பட்டினி கிடந்த பாரதி கடயத்தில் நிர்ப்பந்தமாய்ப் பட்டினி கிடக்கும்படி நேர்ந்தது.

பாரதி மூன்றுநாள் பட்டினியிருந்தார். பசி தாங்காமல் தவிக்கும் அவரைக் கண்டு இரக்கப் பட்டுக் குடியானவன் ஒருவன் அவருக்கு ஏதோ தின்பண்டங்கள் கொடுத்தான். பாரதி இறந்து விடுவாரோ என்று பயந்து அக்கிரகாரத்தினரும் உணவு கொடுத்தார்கள். ஆனால் ஆகாரம் செல்லவில்லை; வாந்தியெடுத்து அவஸ்தைப்பட்டார் கவிஞர்.

வழக்கம் என்ற கட்டுப்பாட்டைச் சிறிதும் மதிப்பவரல்ல பாரதி. கழுதையைத் தொடக்கூடாது என்று தமிழ்நாட்டில் ஒரு குருட்டு வழக்கமுண்டு. கடயத்தில் ஒருநாள் அழகான கழுதைக்குட்டி யொன்று பாரதியின் வீட்டெதிரே மேய்ந்துகொண் டிருந்தது. அதன் அழகில் லயித்து அதைக் கட்டி யணைத்தார் கவி. ஊரார் அவரைக் கேலி செய்தனர்.

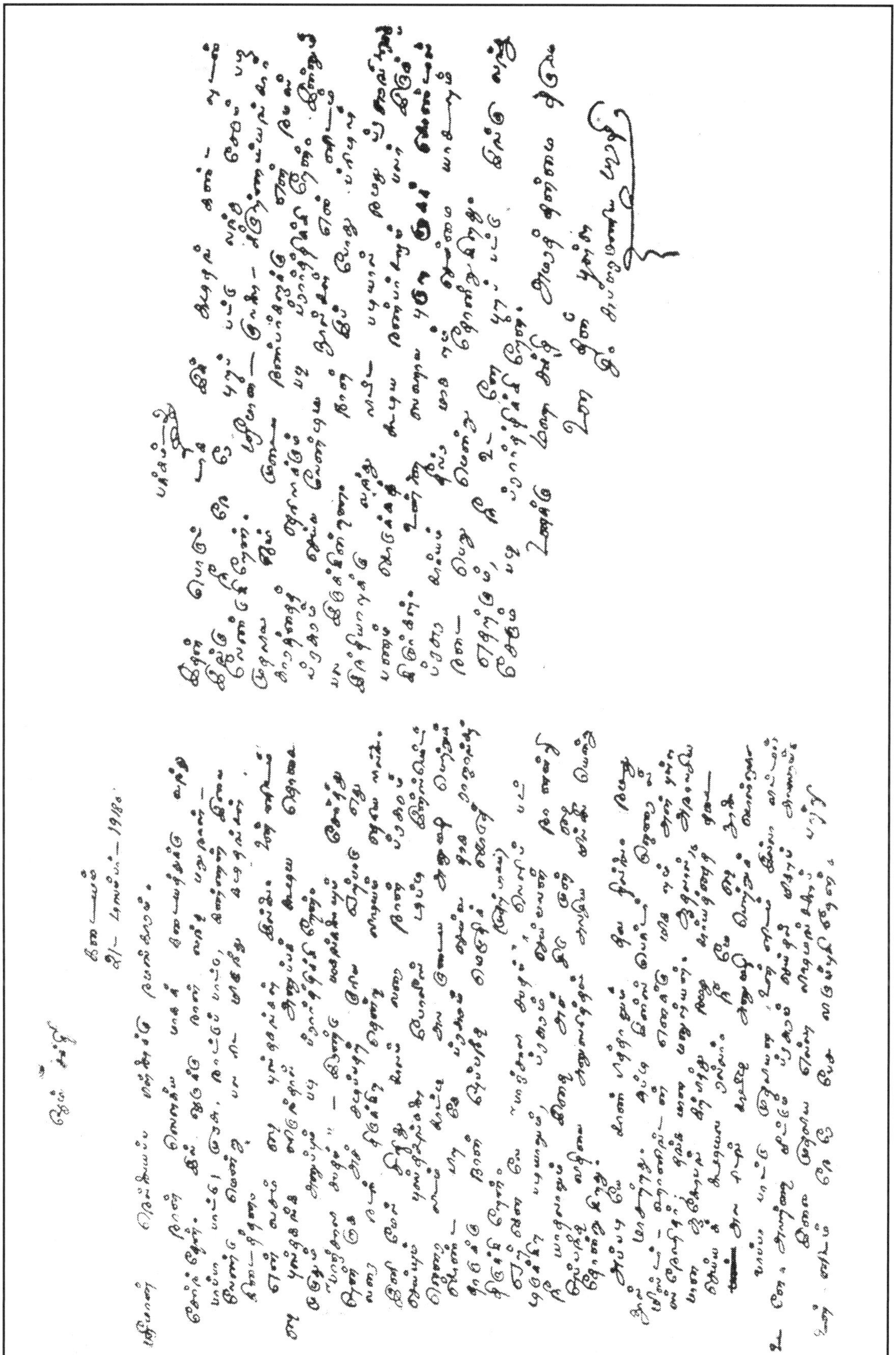

கடயத்திலிருந்து கடிதம்: *1918*இன் இறுதியில் புதுவையிலிருந்து வெளியேறி, கைதாகி, 24 நாட்களில் விடுதலை பெற்று, மனைவியின் ஊரான கடயத்துக்கு நேரே வந்து சேர்ந்த ஆறாவது நாள் நெல்லையப்பருக்கு பாரதி எழுதிய கடிதம்.

தனி வீடு போகிறார் பாரதி

கடயத்துக்கு பாரதியையும் குடும்பத்தையும் கொண்டு சேர்த்த அவரது மூத்த மைத்துனர் அப்பாதுரை, மிகுந்த சிரமத்துடன்தான் இந்தப் புதிய பொறுப்பை மேற்கொண்டார். ஏற்கனவே தமது வயதான தாய் தந்தையர், இளம் சகோதரிகள், தன் சொந்தக் குழந்தைகள் உட்படப் பத்துப் பன்னிரண்டு பேர் அப்பாதுரையின் சுமாரான வருமானத்தை நம்பி வாழ்ந்தனர். இதில் வருவாயற்ற பாரதி குடும்ப பாரமும் சேர்த்துக்கொள்ள அப்பாதுரை முன்வந்தது, பாரதியிடமும் தங்கை செல்லம்மாவிடமும் அவருக்கு இருந்த ஆழ்ந்த பற்றினால்தான்.

ஆனால், பாரதியின் நடையுடை பாவனைகளும், விசித்திரமான சில செயல்களும், போதைப் பொருள் பழக்கமும், ஜாதிக் கட்டுப்பாடுகளை அலட்சியமாய் மீறிய துணிவும் வைதிகமான கடயத்தில் அவரைப் பித்தர் ஆக்கின; அவருடைய குடும்பத்தாருக்கும் உறவினருக்கும் பல சங்கடங்களை உண்டு பண்ணின. அவரது முன்கோபமும் வேறு சேர்ந்து, அவரை வீட்டில் வைத்திருப்பதே பிரச்சனையாகிவிட்டது.

குறுகலான வீடு; மறைவுகளோ தனி அறைகளோ இல்லாதது; பந்தியாக உணவருந்தவோ படுக்கவோ கூட இடம் போதாது அப்பாதுரை இல்லம். அப்படியும் பாரதியை அவர் ஏற்று வைத்துக்கொண்டிருந்தார். ஆனால் அதற்கும் ஒரு சோதனை நேர்ந்தது.

ஒரு நாள் பாரதி 14 வயதான தமது மூத்த மகள் தங்கம்மாவைத் தம்முடன் கடயத்திலிருந்து ஐந்து மைலுக்காப்பாலுள்ள ஒரு ஐயனார் கோவிலுக்கு வருமாறு உத்தரவிட்டார். அக்கோவில் மலைச்சாரலில், காட்டு நடுவே உள்ளது; நடந்தே போகவேண்டும்; வழிநெடுகச் சிறு காட்டாறுகள், ஆளுயரமான நாணற் புதர்கள். புதர்களை விலக்கி, ஒற்றையடிப் பாதை வழியே செல்ல வேண்டும். ஊரார், இதனால், ஆண்டுக்கு ஒருமுறை அதிகாலையில் கிளம்பி, கூட்டாகச் சென்று, ஐயனாருக்குப் பூஜை போட்டு, மரத்தடியில் சோறு சமைத்து, பொழுது சாய்வதற்குள் திரும்புவார்கள்.

வயது வந்த மணமாகாத பெண்கள் வீட்டை விட்டே தலைகாட்டாத அக்காலத்தில் பாரதி பெண்ணை அழைத்ததும், தங்கம்மா தயங்கி, வர மறுத்தாள். பாரதிக்குக் கோபம் வந்து விட்டது. மகள் கன்னத்தில் விரல் பதிய அறைந்துவிட்டார். தடுக்க வந்த மைத்துனர் மீதும் இளைய மாமனார் மீதும் காறி உமிழ்ந்தார்.

சின்னாட்களில் தமது செயலுக்கு பாரதி வருத்தம் தெரிவித்தாரெனினும் இச்செயலே அவரைத் தனி வீட்டில் அமர்த்துவதென்ற முடிவுக்கு வழி செய்தது.

அக்கிரகாரத்துக்கு மேற்கே கோவில் அருகிலிருந்த 'பட்டர் வீடு' என்ற நலிந்த ஒரு வீட்டை வாடகைக்கு எடுத்து, பாரதி மட்டும் அதில் தங்க ஏற்பாடாயிற்று. செல்லம்மாவும் குழந்தைகளும் அப்பாதுரை வீட்டிலேயே இருந்தனர். பாரதிக்கு உணவும் பிற வசதிகளும் அப்பாதுரை இல்லத்திலிருந்தே அனுப்பப்பட்டன. இவ்வாறு நாலைந்து மாதம் நடந்தது. பின்னர் செல்லம்மாவும் குழந்தைகளும் பாரதியுடன் சேர்ந்து வசிக்கலானார்கள்.

தனி வீடு போவது பற்றி இச்சமயம் தமது எட்டயபுரம் நண்பர் ஒருவருக்கு பாரதி கடிதம் எழுதினார். வெங்கடேச ரெட்டுத் தேவர் என்ற அவர் பஞ்சாயத்துத் தலைவர். 'சேர்மன் ரெட்டு' என்று அழைக்கப்பட்டவர். பாரதிக்குச் சம வயதினர். பாரதி புதுவையிலிருந்த சமயமும் பண உதவி செய்தவர். பாரதி கடிதம் வருமாறு:

'கடயம்
30 ஜனவரி 1919

ஸ்ரீமான் வெங்கடேச ரெட்டுவுக்கு நமஸ்காரம்.

இந்த ஊரில் ஒரு வீடு மூன்று வருஷத்துக்கு வாடகைக்கு வாங்கியிருக்கிறேன். அதைச் செப்பனிடுவதற்கு அவசியமான தொகை நம் கையிலிருந்து செலவிட்டு, மேற்படி தொகைக்கு வீட்டுக்காரரிடமிருந்து கடன் சீட்டெழுதி வாங்கிக்கொள்வதாக ஒப்பந்தம் செய்யப்பட்டிருக்கிறது. இந்த ஊரில் வேறு வீடு கிடைக்காதபடியால் இவ்வித ஒப்பந்தத்தின்மீது செப்பனிட வேண்டிய வீட்டை வாங்கிக் கொள்ளுதல் இன்றியமையாததாயிற்று.

இந்த விஷயத்தைக் குறித்து மஹா ராஜாவிடம் தனிமையாகத் தெரியப்படுத்தி, அவர்கள் கொடுக்கும் தொகையுடன் நீயும், உன்னால் இயன்றது சேர்த்துக் கூடிய தொகையை 'ஸ்ரீமான் சி. சுப்பிரமணிய பாரதி, பழைய கிராமம், கடயம்' என்ற விலாசத்துக்கு ஸ்ரீமதி சின்னம்மாச் சித்தி மூலமாகவேனும் நேரிலேனும் விரைவில் அனுப்பும்படி வேண்டுகிறேன்.

உனக்கு மகாசக்தி அமரத் தன்மை (தருக).

உனதன்புள்ள,
சி. சுப்பிரமணிய பாரதி'

போதிய அளவு ஜமீன்தாரிடமிருந்தும் நண்பரிடமிருந்தும் பணம் கிடைத்ததா என்பது தெரியவில்லை.

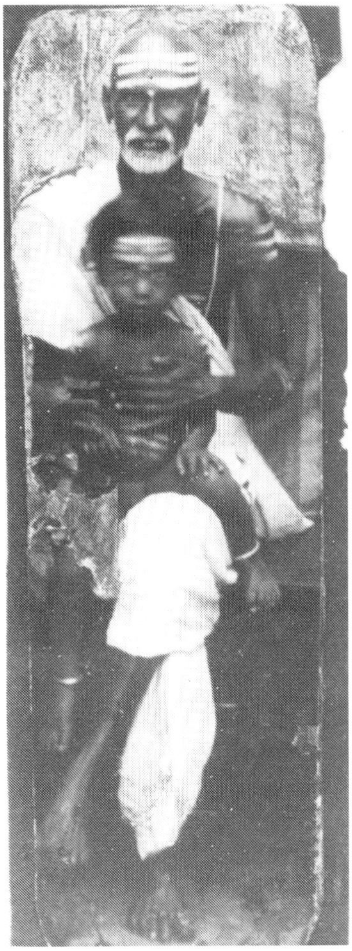

கடயத்தில் பாரதி இருந்த தனி வீடு

பாரதியின் மாமனார் கடயம் செல்லப்பா ஐயர்

பாரதி குடும்பமும் மைத்துனர் குடும்பமும்:
அப்பாதுரை, மனைவி, பெண் குழந்தை,
பாரதியின் மாமியார் மீனாம்பாள், செல்லம்மா,
தங்கம்மா, கீழே சகுந்தலா.

காந்திஜீயைச் சந்தித்தது

ரவுலட் சட்ட எதிர்ப்பு இயக்கத்தை ஆரம்பிக்குமுன் நாட்டின் பல பாகத்திலுமுள்ள தலைவர்களைக் கலந்துகொண்டார் மகாத்மா காந்தி. இது சம்பந்த மாக 1919 மார்ச்சில் காந்திஜீ சென்னைக்கும் வந்தார்.

சென்னையில் காந்திஜீ ராஜகோபாலாச்சாரியா ரின் விருந்தினராக, கதீட்ரல் ரோடு இரண்டாம் நம்பர் பங்களாவில் தங்கியிருந்தார். காந்திஜீயின் இந்த விஜயத்தின்போது பாரதியும் அவரும் சந்தித் தார்களென வ.ரா. கூறுகிறார். ராஜாஜியும் இதை ஊர்ஜிதம் செய்கிறார். இந்தச் சந்திப்பு வெகு சுவாரஸ்யமான சம்பவம்.

பகல் சுமார் இரண்டு மணி. காந்திஜீ ஒரு கட்டிலில் மெத்தை மேல் சாய்ந்தவண்ணம் தம் காரியதரிசி மகாதேவ் தேசாய்க்கு ஏதோ சொல்லிக் கொண்டிருந்தார். சேலம் பாரிஸ்டர் ஆதிநாராயண செட்டியார் குடகுக் கிச்சிலிப் பழங்களை உரித்துப் பிழிந்து காந்திஜீ அருந்துவதற்காகப் பழரசம் தயாரித்துக் கொண்டிருந்தார். அறையில் ஒரு பக்கம் 'சுதேசமித் திரன்' ஆசிரியர் ஏ. ரங்கஸ்வாமி ஐயங்காரும், எஸ். ஸத்தியமூர்த்தியும் சுவரில் சாய்ந்து நின்று கொண்டிருந்தார்கள். எதிரே ராஜாஜியும் மற்றும் சிலரும் நின்று கொண்டிருந்தனர். அறையில் வாயில் காப்போனாக வ.ரா. நின்றுகொண்டிருந்தார். யாரை யும் உள்ளே விட வேண்டாம் என்று கண்டிப்பான உத்தரவு.

அச்சமயம் பாரதி அங்கே வந்தார். புதுவையில் தமக்கு அறிமுகமான வ.ரா. நிற்பதைக் கண்டு 'என்ன ஓய்!' என்று சொல்லிக்கொண்டே அறைக் குள் நுழைந்துவிட்டார்.

பாரதி நேரே காந்திஜீயை வணங்கிவிட்டு அவர் பக்கத்தில் மெத்தையில் உட்கார்ந்துவிட்டார். 'மிஸ்டர் காந்தி! இன்று மாலை ஐந்தரை மணிக்குத் திருவல்லிக்கேணி கடற்கரையில் ஒரு கூட்டத்தில் பேசப்போகிறேன். அக்கூட்டத்துக்குத் தாங்கள் தலைமை வகிக்க முடியுமா?' என்று கேட்டார்.

அன்று மாலை தமக்கு என்ன அலுவல் என்று காந்திஜீ மகாதேவ் தேசாயைக் கேட்டார். வேறு ஒரு அலுவல் இருந்தது.

'இன்றைக்கு நான் வர இயலாது. தங்கள் கூட்டத்தை நாளைக்கு ஒத்திப் போட முடியுமா?' என்றார் காந்திஜீ.

'முடியாது. நான் போய்வருகிறேன். மிஸ்டர் காந்தி, தாங்கள் ஆரம்பிக்கப் போகும் இயக்கத்தை நான் ஆசீர்வதிக்கிறேன்' என்று சொல்லிவிட்டு பாரதி வெளியே போய்விட்டார்.

பாரதி போனதும், காந்திஜீ, 'இவர் யார்?' என்று வினவினார். யாரும் பதில் சொல்லவில்லை. ராஜாஜிதான், 'இவர் எங்கள் தமிழ்நாட்டுத் தேசியக் கவி' என்று அழகுறச் சொன்னார்.

இதைக் கேட்ட காந்தியடிகள், 'இவரைப் பத்திர மாய்ப் பாதுகாக்க வேண்டும். இதற்குத் தமிழ்நாட் டில் எவரும் இல்லையா?' என்றாராம்.

இந்தச் சம்பவம் பாரதியின் சுபாவத்தையும் காந்திஜீயின் சுபாவத்தையும் நன்கு காட்டுகிறது. மற்றவர்களெல்லாம் பயபக்தியுடன் நின்று கொண் டிருக்கையில் சரிசமமாய் காந்திஜீயுடன் பாரதி அமர்ந்தது அங்கிருந்த பலருக்குத் திகைப்பை அளித் திருக்கக்கூடும். மேலும், காந்திஜீயின் இனிவரும் இயக்கத்துக்கு பாரதி ஆசீர்வாதம் செய்ததும் அங்குள் ளோருக்கு விசித்திரமாகப் பட்டிருக்கலாம். ஆனால், காந்திஜீக்கோ அப்படித் தோன்றவில்லை. இந்த மேதையைக் காப்பது உங்கள் கடமையல்லவா என்று ஒரே வாக்கியத்தில் தமிழ்நாட்டுக்கு அதன் கடமையை நினைவுறுத்திவிட்டார். காந்திஜீயைச் சந்தித்த அந்தக் காலத்தில் பாரதி வேதாந்தம் முற்றிய பித்த சந்நியாசிபோல் இருந்தாரென ராஜாஜி சொல்கிறார். உடலிலும் மனதிலும் அவர் அனுப வித்த வேதனை அவரை அப்படி ஆக்கிவிட்டன போலும்!

பாரதி 1909இலேயே மகாத்மா காந்தியின் மேன்மையை நன்கறிந்திருந்தார். 1919–20இல் அவர் பாடியுள்ள 'வாழ்க நீ எம்மான்' என்ற பாடலிலும் இது புலனாகிறது.

தமிழ்நாட்டுத் தலைவர்களில் பாரதி வெகு நாளாய் அறிந்தவர் ராஜகோபாலாச்சாரியார். 1907இல் சூரத் காங்கிரசுக்குச் சென்ற சென்னைப் பிரதிநிதிகளில் அவர் ஒருவர். பாரதி புதுச்சேரியில் இருந்த சமயம் அவரைப் போய்ப் பார்த்துவந்திருக் கிறார் ராஜாஜி. புதுவையிலிருந்து திரும்பி, மீண்டும் சென்னைக்கு வந்தபோது அவரை ரயில் ஸ்டேஷனில் வரவேற்றவர்களில் ராஜாஜி ஒருவர். காந்திஜீயிடம், 'இவர் எங்கள் தமிழ்நாட்டுத் தேசியக் கவி' என்று ரத்தினச் சுருக்கமாகச் சொல்லித் தமிழர் மானத்தைக் காத்த இவரே, பாரதி காலமான பிறகு (1928இல்) சில பாரதி பாடல்களை ஆங்கிலத்தில் மொழிபெயர்த்து மகாத்மா காந்தியின் 'யங் இந்தியா' பத்திரிகையில் பாரதியின் மேதையை விளம்பரப்படுத்தினார்.

1915இல் சென்னை வந்தபொழுது மகாத்மா காந்தி

எட்டயபுர மன்னருக்குச் சீட்டுக்கவிகள்

கடயத்திற்கு வந்த கொஞ்ச நாளில் பாரதி தம் பிறந்த ஊராகிய எட்டயபுரத்துக்குப் போய் உற்றார் உறவினருடன் அளவளாவினார். உணர்ச்சி மிக்க வாலிபனாய், இளம் புருஷனாய் எட்டயபுரத்தை விட்டு 1904இல் சென்ற பாரதி 15 வருஷங்களுக்குப் பின் எலும்பும் தோலுமாக, பழுத்த வேதாந்தியாக, அதி தீவிரவாதியாகத் திரும்பியபோது எட்டயபுர மக்களுக்கும் அவர் ஒரு விசித்திரப் பேர்வழியாகவே தோன்றினார்.

செல்லம்மாவுடன் கை கோத்துக்கொண்டு தெருவில் நடப்பவர், எட்டயபுரம் மண்ணில் இடறி விழுந்தபோது அதைப் புண்ணிய பூமியென்று முத்தமிட்டவர், அரசாங்கத்துக்கு விரோதி, சமூகச் சீர்திருத்தம் என்று பேச்சளவிலன்றிச் செயலிலும் காட்டும் துணிச்சலுள்ளவர் என்றெல்லாம் எட்டயபுர மக்கள் பாரதியை ஏளனக் கண்களோடு பார்த்தார்கள்.

காசியிலிருந்து 1902இல் எட்டயபுரம் திரும்பிய போது இருந்த மன்னர் காலமாகிவிட்டார். அவருக்கு வாரிசு இல்லாததால் அவருடைய சிற்றப்பனும் இளம் பாரதியைப் பிரியத்துடன் நடத்தியவரும் தமிழ்ப் பற்றுடையவருமான வெங்கடேசுர ரெட்டப்ப பூபதி 1919இல் எட்டயபுரம் மன்னராக இருந்தார்.

மன்னருக்கு பாரதியைப் பார்க்க வேண்டுமென்ற ஆசைதான். குழந்தையாகத் தாம் எடுத்துப் பாலித்த பாலகன் தமிழுலகம் போற்றும் பெருங் கவிஞனாக விளங்குவது அவருக்கு மனப் பூரிப்பையே கொடுத்தது. ஆனால் அந்தச் சிறுவன் ஒரு அரசியல் தலைவனுமாக, பிரிட்டிஷ் ஆட்சியின் வைரியாக விளங்குவதுதான் மன்னருக்குத் தர்ம சங்கடமாக இருந்தது.

பாரதி எட்டயபுரம் மன்னரைக் காண விரும்பி அவருக்கு இரண்டு சீட்டுக் கவிகள் அனுப்பினார். முதலில் 1919 மே 2ஆம் தேதி ஐந்து பாக்கள் கொண்ட சீட்டுக்கவியும், மறுநாள் மே 3ஆம் தேதி மூன்று பாக்கள் கொண்டதோர் சீட்டுக் கவியும் மன்னருக்கு அவர் எழுதியனுப்பினார். மேனாட்டு அறிஞரெல்லாம் என் கவிதையைப் போற்றுகின்றார், உனைக் காண நான் வந்தேன், இருள் போக்கும் சூரியனொப்ப எனைக் காண விரைகிலாயோ என்று பாரதி விடுத்த வேண்டுகோள்களுக்கு மன்னரிடமிருந்து பதில் இல்லை. பயம்!

அதன் பின்னும் சில மாதங்களுக்குப் பிறகு பாரதி ஒரு கடிதம் எழுதி மன்னருக்கனுப்பினார்:

எட்டயபுரம்,
6 ஆகஸ்ட் 1919

"ஸ்ரீமான் மஹாராஜ ராஜ பூஜித மஹாராஜ ராஜ ஸ்ரீ எட்டயபுரம் மஹாராஜா, வெங்கடேசுர எட்டப்ப நாயக்க ஐயனவர்கள் ஸந்நிதானத்துக்கு சி. சுப்பிரமணிய பாரதி அநேக ஆசீர்வாதம்.

"முன்பு கவிகேஸரி ஸ்ரீ ஸ்வாமி தீக்ஷிதரால் எழுதப்பட்ட 'வம்சமணி தீபிகை' என்ற எட்டயபுரத்து ராஜ வம்சத்தின் சரித்திரம் மிகவும் கொச்சையான தமிழ் நடையில் பலவிதமான குற்றங்களுடையதாக இருப்பது ஸந்நிதானத்துக்குத் தெரிந்த விஷயமே.

"அதைத் திருத்தி நல்ல, இனிய, தெளிந்த தமிழ் நடையில் நான் அமைத்துத் தருவேன். அங்ஙனம் செய்தால் அந்நூலை ராஜாங்கப் பாடசாலைகளில் தமிழ்ப் பாடமாக வைக்க ஏற்பாடு செய்யலாம். சில மாசங்களுக்கு முன் கூடலூரில் என்னை விடுதலை செய்யுங் காலத்தில் விதிக்கப்பட்ட தடைகளெல்லாம் சமீபத்தில் நீங்கிவிட்டதினின்றும், ஆங்கில ராஜாங்கத்தார் என்னிடம் பரிபூர்ணமான நல்லெண்ணம் செலுத்துகிறார்களென்பது தெளிவாகப் புலப்படும். எனவே அந்நூலைச் சர்க்கார் பள்ளிக்கூடப் பாடங்களில் சேர்க்கும்படி செய்தல் எளிதாகும்.

"மேலும், நான் அதை எழுதுகிற மாதிரியை ஒட்டியும் என் பெயரை ஒட்டியும் அந்நூல் தமிழ் நாட்டில் வசன காவியத்துக்கோர் இலக்கியமாக எக்காலத்திலும் நின்றுநிலவும்படி செய்யப்படும்.

"அதை அரமனை அச்சுக் கூடத்திலேயே அடிக்கலாம். சந்நிதானத்தின் உத்தரவு கிடைத்ததற்கு மறுநாள் முதலாகவே அச்சுக்கூடத்தில் கோப்பு வேலை தொடங்கிவிடலாம். அன்றாடம் சேர்க்க வேண்டிய பகுதியை நான் முதல் நாள் எழுதிக்கொடுப்பேன். இக்கார்யத்தில் இவ்விடத்து ராஜ குடும்பத்துக்கு அழியாத கீர்த்தியும் தமிழ்மொழிக்கொரு மேன்மையும் பொருந்திய சரித்திர நூலும் சமையும்.

"இது தொடங்குவதற்கு விரைவில் உத்தரவளிக்கும்படி ப்ரார்த்திக்கிறேன். நூலின் 'காபிரைட்' அரமனைக்கே சேரும்.

"சந்நிதானத்துக்கு மஹா சக்தி அமரத் தன்மை தருக.

சந்நிதானத்திடம் மிக்க அன்புள்ள,
சி. சுப்பிரமணிய பாரதி

குறிப்பு: நான் இவ்வூரிலேயே ஸ்திரமாக வசிப்பேன். கைம்மாறு விஷயம் சந்நிதானத்தின் உத்தரவுப் படி.

பாரதி"

பிரிட்டிஷ் அதிகாரத்துக்கு அஞ்சிய மன்னர் பாரதியைப் பார்க்கத் துணியவில்லை; பாரதிக்குப் பதில் ஏதும் தெரிவிக்கவுமில்லை. ஆனால் பாரதியின் கடிதத்தையும் சீட்டுக்கவிகளையும் பலரிடம் படித்துக்காட்டி மகிழ்ந்தாராம்.

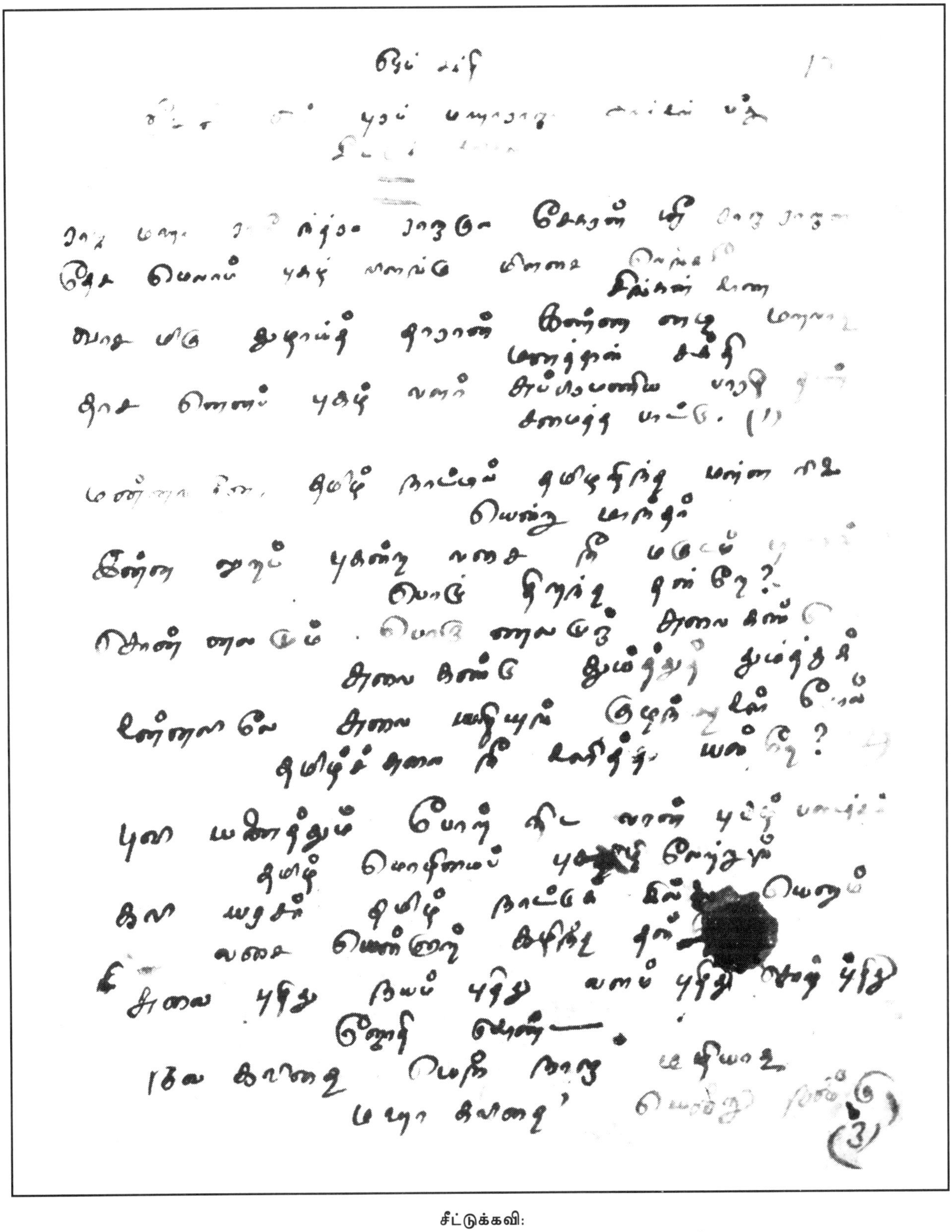

சீட்டுக்கவி:

எட்டயபுரம் மன்னரைக் காண வேண்டி 2 மே 1919இல்
பாரதி அனுப்பிய முதல் சீட்டுக்கவியின் முதல் பக்கம்.
'சுவை புதிது, நயம் புதிது, வளம் புதிது, சொற் புதிது,
ஜோதி கொண்ட நவ கவிதை யெந் நாளுமழியாத மஹா கவிதை'
என்ற அற்புத வரிகளைக் காணலாம்.

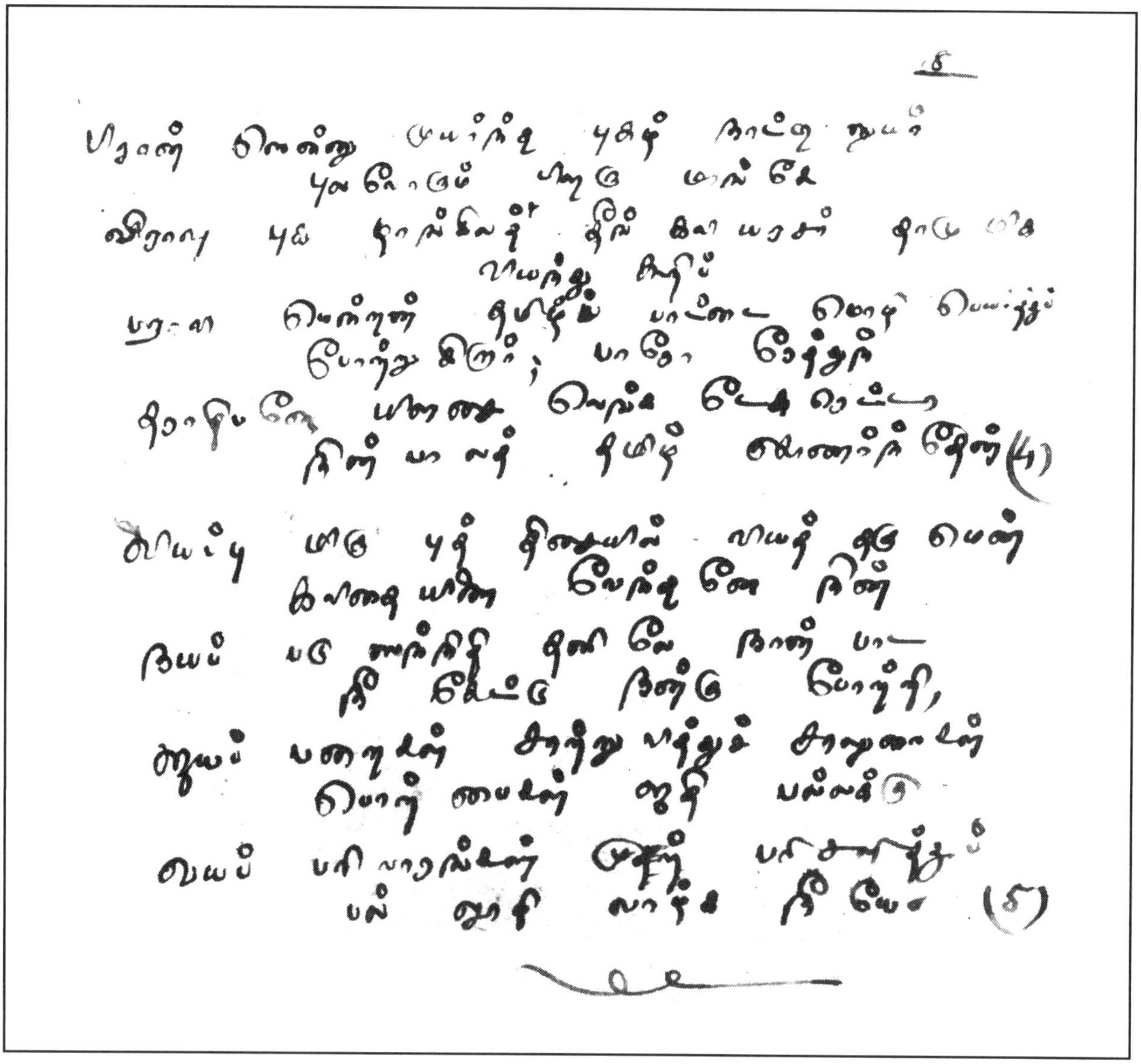

சீட்டுக்கவி இரண்டாம் பக்கம்:
இங்குள்ள பாடத்துக்கும் அச்சில் புழங்கும் பாடத்துக்கும்
மாறுபாடுகள் உள்ளன.

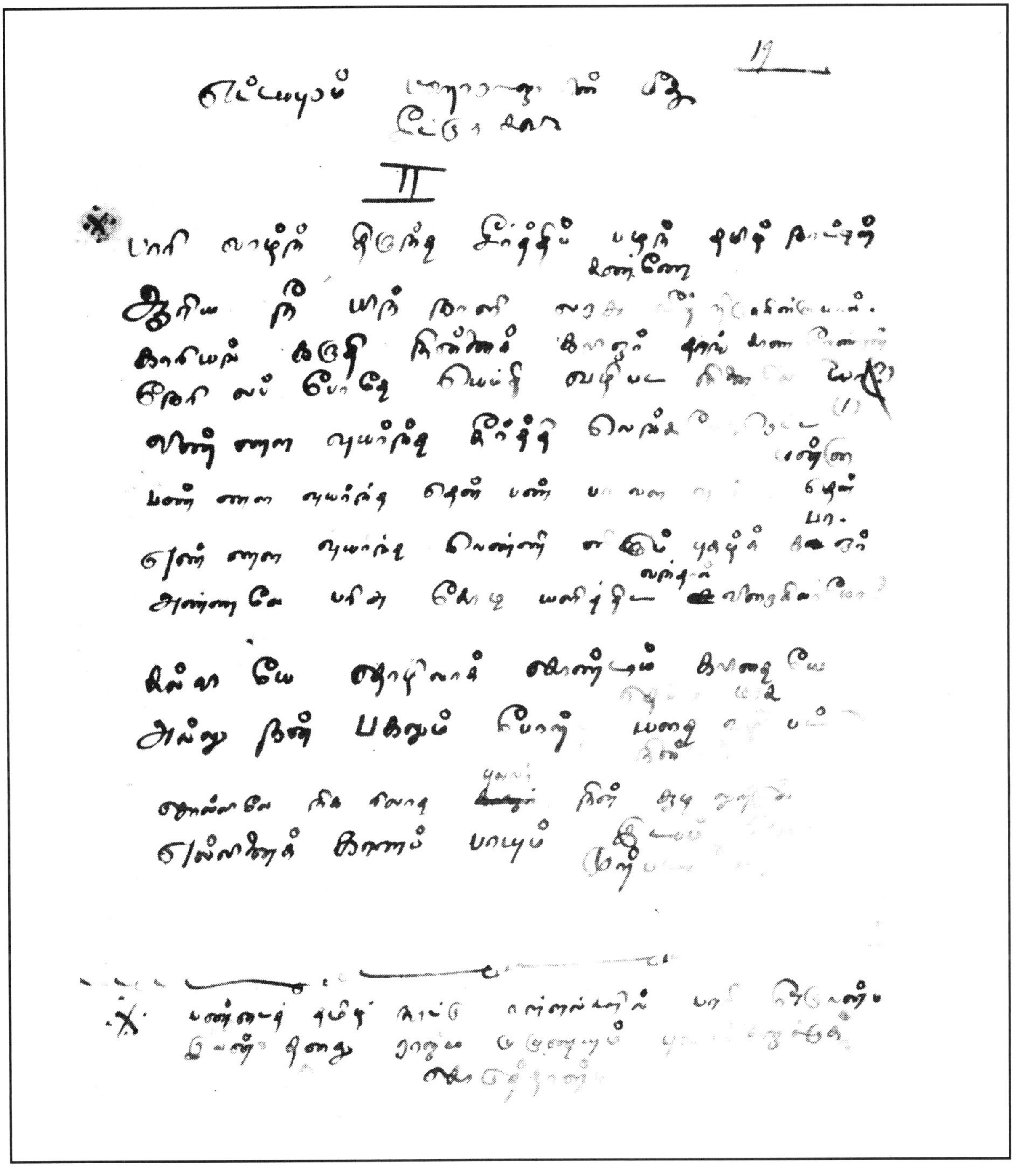

இரண்டாம் சீட்டுக்கவி:
முதல் சீட்டுக்கவிக்கு மன்னரிடமிருந்து பதில் வராததால்
மறுநாள் (3 மே 1919) பாரதி எழுதிய 'ஓலைத்தூக்கு'.

வைதிகரும் மெச்சிய பாரதி!

தங்கம்மாவுக்கு மணமுடிக்க உறவினர் வரன் தேடி அலைந்தனர். அவள் ருதுவான பின்பே மணம் முடிக்க வேண்டும் என்ற கொள்கையுடைய பாரதி வாளாவிருந்தார். காலத்துக்கு மிகமிக முற்பட்ட கொள்கை. திருமணம் நடத்த அவரிடம் பணமும் இல்லை. உற்றார் உறவினர் உதவ முன்வந்தாலும் வரன் கிடைப்பது லேசாக இருக்கவில்லை.

பாரதியின் அனாசாரப் போக்குகள் தவிர, அவருக்கும் அப்பாதுரைக்கும் இருந்துவந்த போலீஸ் கண்காணிப்பு வேறு. தினமும் போலீஸ்காரர்கள் வீடு தேடிவந்து விசாரித்துப்போவார்கள். இத்தகைய குடும்பத்தில் மண முடித்தால் அரசாங்க வேலை வாய்ப்புகளெல்லாம் போய்விடுமென எல்லாரும் அஞ்சினார்கள்.

அப்படியிருந்தும் களக்காடு என்ற கிராமத்தைச் சேர்ந்த கே.எச். ஸ்தாணு ஐயர் என்ற இளைஞர் தங்கம்மாவை மணக்க முன்வந்தார். உயர்நிலைப் படிப்பு முடித்து அரசாங்கத்தில் ‘ஸர்வேயர்’ வேலையில் இருந்தார் அவர். அரசு வேலையில் இருந்த அவர் துணிந்ததே ஆச்சரியம்.

வரதட்சிணை ஆயிரம் ரூபாய் தந்து, பெண் வீட்டார் கலியாணத்தை நடத்தி வைப்பதென ஒப்பமாயிற்று. அப்பாதுரையும் உறவினரும் செய்த இந்த ஏற்பாட்டில் பெண்ணின் தந்தை என்ற முறையில் பாரதி கலந்துகொள்வாரா, பெண்ணைக் கன்னிகாதானம் செய்து தருவாரா என்பது சந்தேகமாகவே இருந்தது. அவரது செய்கை எதனாலும் திருமணம் தடங்கல் படலாகாதே என்ற கவலையும் இருந்தது.

1919 ஜூன் மாதத்தில் முகூர்த்த நாள். விடிகாலை நான்கு மணிக்கு அப்பாதுரை தூக்கமின்றி யோசித்துக் கொண்டிருந்தார். சுப்பையா இல்லாமல் கலியாணம் நடப்பதை அவர் ரசிக்கவில்லை. தமது தங்கை செல்லம்மாவை அழைத்துக்கொண்டு பாரதி தனியே இருந்த இல்லத்துக்குப் போய்க் கதவைத் தட்டினார். பாரதி இன்முகத்துடனேயே வரவேற்றார். உடனே அப்பாதுரை, “சுப்பையா, இன்று நடக்கவிருக்கும் திருமணத்தில் நீ வந்து உன் கையில் தாரை வார்த்து உன் பெண்ணைக் கன்னிகாதானம் செய்து தர வேண்டும் என்பது என் மனப்பூர்வமான ஆசை. இதைச் செய்ய நீ உடனே என்னுடன் வா” என்று கண்ணில் நீர் மல்க அழைத்தார். ‘ஆஹா’ என்று ஒரே வார்த்தையில் சம்மதம் தெரிவித்தார் பாரதி.

அங்கேயே அவசரஅவசரமாக வெந்நீர் தயாராயிற்று. பாரதி ஸ்நானம் செய்து, அழகாகப் புத்தாடை அணிந்து, கிரமமான முறையில் மணப்பந்தலுக்கு வந்தார். வழக்கமான தலைப்பாகை கோட்டு இன்றி, நெற்றியில் பட்டையாக விபூதி அணிந்து, பளிச்சென்ற பூணூலுடன், பஞ்சகச்சக் கோலத்தில் அவரைக் கண்டோர் வியந்து மகிழ்ந்தனர்.

அதைவிட ஆச்சரியம் தந்தது அவர் ஸம்ஸ்கிருத மந்திரங்களை அழுத்தம் திருத்தமாக அர்த்த புஷ்டியுடன் உச்சரித்து பக்தி சிரத்தையுடன் கிரியைகளை நடத்தியதாகும். அவரை வேம்பென வெறுத்த வைதிகரும் புரோகிதர்மாரும்கூட வியந்து போற்றினர்.

கலியாணம் பழைய பாணியில் நான்கு நாள் நடந்தது. நான்காம் நாள் பொரி இடலில் மணமக்களுக்குப் பொரியிட்ட கே.எல். சுந்தரராமன் (அப்பாதுரை புதல்வர்) இதையெல்லாம் மிக அழகாகச் சித்திரித்து எழுதி வைத்துள்ளார்.

தமது மாப்பிள்ளையைச் சொந்த மகன் போலவே கருதிப் பரிவுடன் நடத்தினார் பாரதி. கலியாணமான மறு வருஷம் மாப்பிள்ளை ஸ்தாணு ஐயருக்கு வடக்கே ஆந்திரத்தில் உள்ள கர்னூலுக்கு வேலை மாற்றப்பட்டபோது பாரதி மாப்பிள்ளைக்குப் புது இடத்தில் உதவுமாறு குத்தி நகரப் பிரமுகரும், புகழ்படைத்த தமிழ்த் தலைவருமான திவான் பகதூர் பி. கேசவ பிள்ளைக்கு ஒரு சிபாரிசுக் கடிதம், *1920* மே *16* தேதியன்று, ஆங்கிலத்தில் எழுதினார். அதிலும் அவர், ‘ஸ்தாணு ஐயர் எனக்கு மகன் போல்’ என்று தெரிவித்துள்ளார்.

கடயம் சம்பவங்களில் கைகால் மூக்கு நாக்கு வைத்துப் பலப்பலவிதமாகப் பரப்பப்படும் ஒரு சம்பவம் கழுதைக்குட்டிச் சம்பவமாகும். இது பற்றிச் சுந்தரராமன் தெரிவிப்பதன் சுருக்கமாவது: கடயத்தில் கழுதைகள் அதிகம். ஒரு நாள், மிகவும் இளசான ஒரு கழுதைக்குட்டி பாரதி வீட்டெதிரே துள்ளி விளையாடிக் கொண்டிருந்தது. அதன் அழகில் லயித்த பாரதி, ஓடிச்சென்று, அதை வாரியணைத்து, மார்புடன் அணைத்து, சுமார் அரை மணி நேரம் அதனுடன் கொஞ்சி விளையாடினார். கோவில் கிணற்றில் நீரெடுத்துச் செல்லும் கிராமத்துப் பெண்டிரும், சுந்தரராமன் உள்ளிட்ட சிறுவர் பலரும் இதை வேடிக்கை பார்த்தனர். இதனால் பாரதி குடும்பத்தார் ஊரார் முன் தலைகுனிய நேர்ந்ததே தவிர, அவரை ஜாதியிலிருந்து விலக்கிவைக்கும் பேச்சு எழவில்லை. நடந்தது இப்படியிருக்க பிற்காலத்தில் இந்தச் சம்பவம் பற்றிப் பல கட்டுக்கதைகள் வந்து விட்டன என்கிறார் சுந்தரராமன்.

கே.எல். சுந்தரராமன் பாங்கு அதிகாரியாக இருந்து ஓய்வு பெற்றவர்; *1982* ஆண்டின் துவக்கத்தில் அவர் திடீரென மறைந்தது பாரதி அன்பர்களுக்குப் பெரு நஷ்டம்.

நித்தியகல்யாணி அம்மன் கோயில்:
கடயத்துக்கு அருகே உள்ள அழகான கோயில்.
இங்கே இருந்த சுனையும், அரசமரமும் பாரதியை கவர்ந்தன.
'ஜகத் சித்திரம்' சிறு நாடகம் இந்த மரத்தடியில் உதித்தது.

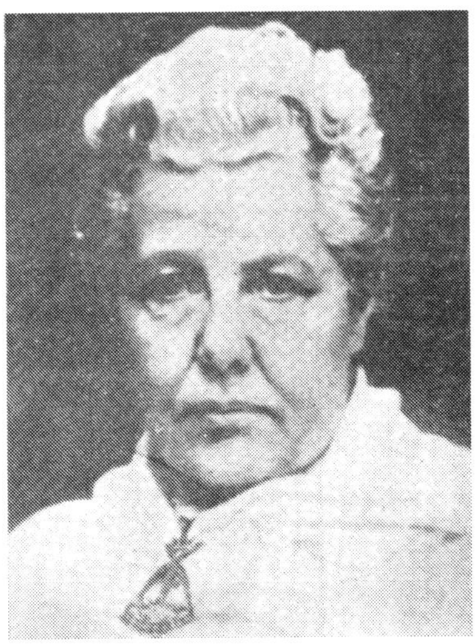

பாரதி விடுதலைக்கு உதவிய மூவர்:
'சுதேசமித்திரன்' ஏ. ரங்கஸ்வாமி ஐயங்கார்,
ஸர் சி.பி. ராமஸ்வாமி ஐயர்,
அன்னி பெஸண்ட் அம்மையார்.

வள்ளல் வயி.சு.சண்முகம்

செட்டிநாட்டில் கவியரசர்

தமிழ்நாட்டில் தனவணிக மக்கள் தமிழ்ப் பற்றுக்குப் பெயர் போனவர்கள். கவியரசர் பாரதியிடமும் அவர்கள் மெய்யன்பு பூண்டதில் ஆச்சரியமில்லை.

புதுவையிலிருந்து திரும்பிக் கடயத்திலிருக்கும் பாரதியாரைச் செட்டி நாட்டுக்கும் அழைத்துவர வேண்டும் என்ற எண்ணம் 1919இல் சில ஆர்வமிக்க தனவணிக இளைஞர்களுக்கு உதித்தது. கானாடுகாத் தானுக்கு வருமாறு வயி.சு. சண்முகம் என்ற தனவணிக அன்பர் வேண்டிக்கொண்டதன்பேரில் பாரதியார் 28–10–1919 அன்று காலை 10:30 மணிக்குக் காரைக்குடியில் சிவன் செயல் ஊருணித் தென் கரையிலிருந்த மதுரை பஸ் ஸ்டாண்டில் வந்திறங் கினார். பல இளைஞர்கள் அவரை வரவேற்றனர்.

அன்று மாலை பாரதி கானாடுகாத்தான் போய்ச்சேர்ந்தார். அங்கே வயி.சு. சண்முகம் இல்லத் தில் ஒன்பது நாட்கள் இருந்தார். கவிஞரின் தேவை கள் யாவும் அங்கு கவனிக்கப்பெற்றிருந்தன. அந்த ஊரிலேயே பாரதி இனித் தங்கி வசதியாய் வாழலா மென சண்முகம் கூறினார். பாரதியும் இசைந்து, செல்லம்மாவை அழைத்துவர ஒரு ஆளைக் கடயத் துக்கு அனுப்பினார். ஆனால் செல்லம்மா வரவில்லை. மனைவியின்றி இங்கே வாழ இயலாதென்று பாரதி 6–11–1919 அன்று கிளம்பிச் சென்றுவிட்டார். கானாடு காத்தானிலிருந்து அன்று மாலையே காரைக்குடி சென்றார். பின்னர் கடயம் திரும்பினார்.

கானாடுகாத்தானில் வள்ளல் சண்முகத்தின் மீது பாரதி ஒரு பாடல் பாடியுள்ளார். எட்டயபுரம் ஜமீன்தாரிடம் நொந்து ‘மன்னர் மிசைச் செல்வர் மிசைத் தமிழ் பாடி யெய்ப்புற்று மனங் கசந்து பொன் னனைய கவிதையினி வானவர்க்கேயன்றி மக்கட் புறத்தோர்க்கீயோம்’ என்று கொண்டிருந்த முடிபை வயி.சு. சண்முகத்தின் வள்ளன்மை கண்டு மாற்றிக் கொண்டதாக இப்பாடலில் பாரதி குறிப்பிடுகிறார்.

கடயம் திரும்பும் வழியில் காரைக்குடி போன சமயம்தான் அந்நகர் ஹிந்து மதாபிமான சங்கத்தின் மீது வாழ்த்துப் பாடல் பாடினார் பாரதி.

செட்டிநாட்டு அன்பர்கள் பாரதிக்குத் தேவை யான பொருளுதவியும், அணிவதற்கு ஒரு கோட்டும், எழுதுவதற்கு மாணிக்கம் பதித்த ஒரு பவுண்டன் பேனாவும், அழகான வேலைப்பாடமைந்த ஒரு மரக் கைப்பெட்டியும் அளித்தனர். இவற்றை பாரதி பத்திரமாய்க் கடயம் கொண்டுசேர்த்தார். ஆனால், பேனாவை நாராயணப் பிள்ளை என்ற நண்பருக்குக் கொடுத்துவிட்டார்!

இதற்கு இரண்டு மாதம் கழித்து, பாரதி மீண்டும் ஒரு முறை கானாடுகாத்தான் வந்தார். 6–1–1920 முதல் 10–1–1920 வரை அந்த ஊரில் தங்கினார், இம்முறை காரைக்குடி வழியே சென்ற போது, ஹிந்து மதாபிமான சங்க இளைஞர்களான சொ. முருகப்பா, ராய. சொக்கலிங்கன் முதலியோரது விருப்பத்திற்கிணங்கத் தனியாகவும் அவர்களுடனும் இரு புகைப்படங்கள் எடுத்துக்கொண்டார்.

இந்தப் புகைப்படங்களில் பாரதி தமது கைத் தடியை வைத்திருக்கும் கோலம் விசித்திரமானது. அன்று நடந்ததைச் சொ. முருகப்பா அவர்கள் ஒரு கடிதத்தில் விவரித்திருக்கிறார்.

அன்று பாரதியை முதலில் தனியாக ஒரு படமெடுத்தார்கள். புகைப்படத்துக்கு உட்கார்ந்த பாரதி தமது கைத்தடியை நடுபாதியில் சிலம்பு சுற்றுவது போல் பிடித்துக்கொண்டிருந்தார். பட மெடுப்பவர் தடியை இப்படிப் பிடித்தால் நன்றா யிராதென்று சொன்னார். ‘எனக்குத் தெரியும் படமெடு’ என்று கூறிவிட்டார் பாரதி.

ஹிந்து மதாபிமான சங்க இளைஞர்களுடன் சேர்ந்து எடுத்துக்கொண்ட இரண்டாவது படத்தின் போதும் பாரதி தடியை நடுவில் பிடித்தவண்ணம் உட்கார்ந்தார். அன்பர்கள் சொல்லிப்பார்த்தார்கள். பாரதி உடனே தடியை அதன் கொண்டைப் பக்கம் பிடித்து, செங்கோல் பிடிப்பதுபோல நுனியை மேல் பக்கம் நீட்டிப் பிடித்துக் கொண்டுவிட்டார்! அதிகம் சொன்னால் எழுந்து போய்விடுவாரென்று பயந்து அவர் இஷ்டப்படியே படமெடுத்துக் கொண்டார்கள்.

பாரதிக்கு முழங்கால்கள் உட்பக்கமாய் நெருங்கி யிருக்கும். அவர் அமர்ந்திருந்தபோது புகைப்படக் காரர் பாரதி தம் முழங்கால்களை அகற்றி வைத்துக் கொள்ளும்படி சொன்னார். பாரதிக்குக் கோபம் வந்துவிட்டது. ‘என் கால்களைச் சீர்திருத்துவது இருக்கட்டும். முதலில் உன் கால்களைச் சீர்திருத்திக் கொண்டுவா!’ என்று பதிலளித்தார். பாவம், அந்தப் புகைப்படக்காரருக்குக் கால் ஊனம்!

காரைக்குடியில் எடுத்த முதல் படம்:
1920 ஜனவரியில் பாரதி காரைக்குடி ஹிந்து மதாபிமான சங்கத்துக்கு வந்தபோது எடுக்கப்பட்ட இரு படங்களில் முதலாவது. பாரதி தடியைப் பிடித்திருப்பதை மாற்ற முயன்றார் படமெடுப்பவர். பலன் பாரதி தடியைச் செங்கோல் போலப் பிடித்துக்கொண்டு, படமெடுக்கச் செய்துவிட்டார்.

செங்கோல் செலுத்தும் கவியரசர்:
காரைக்குடி ஹிந்து மதாபிமான சங்கத்தில் எடுத்த இரண்டாம் படம்.
இடமிருந்து வலம்: அ. மு. க. மு. க. கருப்பன் செட்டியார், ராய. சொக்கலிங்கன்,
பாரதி, சொ. முருகப்பா, கி. நாராயணன் செட்டியார்.
பின்னால்: மு. நடராசன்; சிறுவன் பெயர் தெரியவில்லை.

புத்தகப் பிரசுரத் திட்டம்

எட்டயபுரம் மன்னருக்குக் கடிதமெழுதி ஏமாற்ற மடைந்த பாரதி மீண்டும் அங்கே வசிப்பதென்ற எண்ணத்தைக் கைவிட்டுவிட்டுக் கடயம் திரும்பினார்.

கடயத்தில் தம்முடைய நூல்கள் எல்லாவற்றை யும் ஒழுங்குபடுத்தி வரிசையாய் வெளியிடப் பெரிய தோர் திட்டமிட்டார். பிரசுரத் திட்டத்துக்குப் பணம் சேர்ப்பதற்காக பாரதி தமது அன்பர்களுக்கு ஒரு அச்சடித்த சுற்றறிக்கை விடுத்தார். தலைக்கு நூறு ரூபாய் வீதம் இருநூறு அன்பர்கள் கடனாகப் பண உதவி செய்தால் போதுமென்பது அவர் யோசனை.

ஆங்கிலத்தில் உள்ள அந்தச் சுற்றறிக்கை தமது நூல்களின் மகிமை பற்றி பாரதிக்கிருந்த தன்னம்பிக்கை யையும், அவற்றை எப்படி வெளியிட்டு, எவ்வளவு பிரதி கள் அச்சிட்டு, என்ன விலையில் விற்க வேண்டும் என்று அவர் கொண்டிருந்த கருத்துகளையும் விளக்குகிறது.

மதுரை தேச பக்தர் ஆர். ஸ்ரீநிவாஸவரதனுக்கு அனுப்பிய சுற்றறிக்கைப் பிரதி மறுபக்கத்தில் பிரசுரிக்கப்பட்டுள்ளது. அந்தச் சுற்றறிக்கையின் மொழிபெயர்ப்பு வருமாறு:

கடயம்
28 ஜூன் 1920

ஆர். ஸ்ரீநிவாஸ வரதாசார்யனுக்கு,
மதுரை.

அன்புள்ள நண்பரே,

எனது எழுத்துப் பிரதிகள் யாவும் – என்னு டைய பன்னிரண்டு வருட அஞ்ஞாதவாசத்தின் பலன்கள் – புதுவையிலிருந்து இங்கு வந்து சேர்ந்து விட்டன. அவற்றை 40 தனிப் புத்தகங்களாகப் பிரிக்க வேண்டும்; முதல் பதிப்பாக ஒவ்வொரு புத்தகத்திலும் 10,000 பிரதிகள் நான் அச்சிடப்போகி றேன். இந்த வேலைக்கு ஆரம்பத்தில் 20,000 ரூபாய் மூலதனம் தேவைப்படும். புத்தகங்கள் வெளிவந்த ஒரு வருஷத்தில், அதிகமானால் இரண்டு வருஷத் திற்குள் செலவெல்லாம் போக நிகர லாபமாக ஒன்றரை லக்ஷம் ரூபாய் அடைவது நிச்சயம்.

வெளியிடுவதற்காக நான் இப்போது தேர்ந் தெடுத்திருக்கும் நூல்களில் பெரும்பாலானவை வசனக் கதைகள். அவை நெஞ்சை அள்ளக்கூடியவை; அதே சமயம் ஆழ்ந்த இலக்கிய அழகு கொண்டவை; எளிய நடையில் உள்ளவை; தெளிவானவை; ஒளி மிகுந்தவை. ஜனங்களுக்குப் பிடித்தமான நடை யும் சொல்லழகும் கொண்டவை. அதே சமயம் பரிசுத்தமானவை, வழுவில்லாதவை. இவை காவிய ரஸம் பொருந்தியவை. காலத்தை மீறி நிற்க வல்லவை.

இதனாலும், இது தவிர (2) தமிழ்நாட்டிலும் தமிழ் படிக்கும் வெளிநாடுகளிலும் தினந்தோறும் தமிழ் வாசகர்கள் ஆண், பெண், குழந்தைகள் பெருகி வருவதனாலும்; (3) தமிழ்நாட்டின் முன்னேற்றத்துக்கு எனது நூல்கள் சரித்திர பூர்வமாய் அத்தியாவசிய மானவை யென்பதனாலும், உடனே நிகழப் போகின் றதும் தெய்வ சித்தமானதும் தவிர்க்க முடியாதது மான கீழ்த்திசை நாடுகளின் மறுமலர்ச்சிக்குத் தமிழகத்தின் மேம்பாடு அத்தியாவசிய மென்பதனா லும்; (4) என்னுடைய பதிப்புகளில் நான் கையாளப் போகிற புதுமையான, அமெரிக்க வழியிலுள்ள முன்னேற்றங்களாலும், கதைகளில் வரும் சம்பவங் களுக்கேற்ப அழகான பொருத்தமான சித்திரங்களைக் கொண்டிருப்பதாலும் மக்கள் பிரமித்துப்போய் மனதைப் பறிகொடுத்து விடுவார்கள் என்பதனாலும்; (5) எனது நூல்களின் மலிவான விலையினாலும் – வசன நூல் களை எட்டணா விலையிலும், கவிதை நூல்களைக் கூடுமானவரை நான்கணா விலையிலும் நான் விற்கத் திட்டமிட்டிருப்பதனாலும்; (6) என்னுடைய பழைய பிரசுரங்களினால் எனக்கிருக்கும் உயர்ந்த மதிப்பினா லும் ஈடுஇணையற்ற செல்வாக்கினாலும் – இவை எல்லாவற்றினாலும் என்னுடைய நூல்கள் அமோக மாக விற்பனையாவது திண்ணம்.

புத்தகங்களை அச்சடிப்பதற்கான செலவிற்காக உங்களால் முடிந்த அளவு தொகையை தயவுசெய்து கடனாக அனுப்பிவையுங்கள். உங்களிடமிருந்து குறைந்தபட்சம் 100 ரூபாயாவது எதிர்பார்க்கிறேன். கிருபை கூர்ந்து தங்கள் நண்பர்கள் இருபது பேரை யாவது இதே மாதிரியோ அல்லது அதிகமான தொகையோ கடன் தந்து உதவும்படி தூண்டுங்கள்.

உங்களிடமிருந்தும் உங்கள் நண்பர்களிடமிருந் தும் கிடைக்கும் தொகைகளுக்கு நான் ஸ்டாம்பு ஒட்டி புரோ – நோட்டு எழுதிக்கொடுக்கிறேன். எனக்குக் கிடைக்கக்கூடிய அபரிமிதமான லாபத்தை முன்னிட்டு மாதம் 2 சதவிகிதம் தாராளமாகவே வட்டி தருகிறேன். உங்கள் அன்பான பதிலையும் உங்கள் தரப்பிலிருந்து பற்பல மணியார்டர்களையும் ஆவலுடன் எதிர்பார்க்கிறேன். தங்களுக்கு நீடித்த ஆயுளும் இன்பகரமான வாழ்க்கையும் அளிக்குமாறு கடவுளைப் பிரார்த்தித்திருக்கும்,

தங்கள் அன்புள்ள
சி. சுப்பிரமணிய பாரதி

குறிப்பு: என்மீதிருந்த அரசாங்கத் தடைகள் யாவும் நீக்கப்பட்டுவிட்டன. என்மீதிருந்த குற்றச்சாட்டுகள் யாவும் வாபஸ் பெறப்பட்டுவிட்டன. ஆகையால், அரசாங்க அதிகாரிகள்கூட இந்தக் கடனுக்கு உதவி செய்யும்படி தூண்டலாம். இது சம்பந்தமாக அவர்கள் பெயரும் வெளியிடப்பட மாட்டாது. கடன் தருபவர் கள் யாவரும் தனிப்பட்ட முறையில் கடன் தந்தவர் களாகவே கருதப்படுவார்கள். இரண்டே வருஷங் களில் இக்கடன்கள் யாவும் தீர்க்கப்படும். – சி.எஸ்.பி.

C. Subramania Bharati

Kadayam

28th June 1920

To

R. Srinivasa Varadacharya

Madura

DEAR friend,

All my manuscripts—the accumulated labour of my 12 years' exile—have arrived here from Pondichery. They are to be divided into 40 separate books; of each book I print 10,000 copies for the first edition. This work will cost me an initial outlay of Rs. 20,000. And, within one year, or, at the most, two years from the date of publication, I shall certainly be able to get a net profit of a lac and a half rupees.

Most of the works which I have now selected for publication are prose-stories, sensational and, at the same time, classical; very easy, lucid, clear, luminous and all but too popular in style and diction and, at the same time, chaste, pure, correct, epic and time-defying. This fact and (2) the ever-growing increase of Tamil-reading men, women and children in the Tamil land and the Tamil world overseas; (3) the historic necessity of my works for the uplift of the Tamil land which, again, is a sheer necessity of the inevitable, imminent and Heaven-ordained Revival of the East; (4) the novel and American-like improvements which I propose to make in the printing, binding and get-up of my editions—which, aided by the beautiful and suitable pictures illustrating the interesting events occurring in the stories, will make them a tremendous attraction to our public and such a wondrous surprise; (5) the comparatively low prices of my books; for I am going to sell my prose-works uniformly at eight annas a copy and my poems at, so far as possible, four annas a copy; and (6) my high reputation and

2

unrivalled popularity in the Tamil-reading world due to my past publications—all these are bound, most evidently, to make my sales a prodigious success.

Please send whatever you can send as loan towards the printing expenses. I expect from you at least Rs. 100. Kindly induce at least twenty more of your friends to lend me similar and much larger sums, if possible.

I shall give stamped 'Pro'—notes for the sums I receive from you and your friends, paying the generous interest of 2% per month, in view of my large profits. Expecting, very eagerly, your kind reply and scores of money orders from your side and praying to God to grant you a long and joyous life,

I remain,

Yours faithfully,

Subramania Bharati

N. B. All Government restrictions against me have been removed and all accusations withdrawn and so Government Officials may also be asked to subscribe for this loan. Nobody's name will be announced to the public in this connection and the subscribers will be merely treated as private creditors. *The debts will be fully cleared within 2 years.* C. S. B.

நூல் பிரசுரத் திட்டம் 1921:

தாம் எழுதியவற்றையெல்லாம் 40 புத்தகங்களாக வெளியிடும் திட்டம். இதற்காக அன்பர்களுக்கு ஆங்கிலத்திலும் தமிழிலும் அச்சுக் கடிதம் அனுப்பினார் பாரதி (ரா. ஸ்ரீநிவாஸவரதனுக்கு அனுப்பிய பிரதி).

ஓம் சக்தி.

C. Subramania Bharati

" Swadesamitran " Office,
G. T. Madras *192*

To

....

Dear

All my manuscripts—the accumulated labour of my 12 years' exile—have arrived here from Pondichery. They are to be divided into 40 separate books; of each book I print 10,000 copies for the first edition. This work will cost me an initial outlay of Rs. 20,000. And, within one year or, at the most, two years from the date of publication, I shall certainly be able to get a net profit of a lac and a half rupees.

Most of the works which I have now selected for publication are prose-stories, sensational and, at the same time, classical; very easy, lucid, clear, luminious and all but too popular in style and diction and, at the same time, chaste, pure, correct, epic and time-defying. This fact and (2) the ever-growing increase of Tamil-reading men, women and children in the Tamil land and the Tamil world overseas; (3) the historic necessity of my works for the uplift of the Tamil land which, again, is a sheer necessity of the inevitable, imminent and Heaven-ordained Revival of the East; (4) the novel and American-like improvements which I propose to make in the printing, binding and get-up of my editions—which, aided by the beautiful and suitable pictures illustrating the interesting events occuring in the stories, will make them a tremendous attraction to our public and such a wondrous surprise; (5) the comparatively low prices of my books: for I am going to sell my

2

prose-works uniformly at eight annas a copy and my poems at, so far as possible, four annas a copy; and (6) my high reputation and unrivalled popularity in the Tamil-reading world due to my past publications—all these are bound, most evidently, to make my sales a prodigious success.

Please send whatever you can send as loan towards the printing expenses. I expect from you at least Rs. 100. Kindly induce at least twenty more of your friends to lend me similar and much larger sums, if possible.

I shall give stamped 'Pro'—notes for the sums I receive from you and your friends, paying the generous interest of 2% per month, in view of my large profits. Expecting, very eagerly, your kind reply and scores of money orders from your side and praying to God to grant you a long and joyous life.

I remain,

Yours faithfully,

....

Swadesamitran Branch Press, Madras.

ஆங்கில அச்சுக் கடிதம்:

1921இல் சென்னையிலிருந்து அச்சடித்த மாதிரி.
தன்மீதிருந்த கட்டுப்பாடுகள் பற்றிய பின்குறிப்பு இதில் இல்லை.

‘தீப்பெட்டியிலும் ஸாதாரணமாக’

தமது நூல்களை வெளியிடுவதற்கு பாரதி போட்ட திட்டமும் அதற்காக விடுத்த வேண்டுகோளும் அக்காலத் தமிழ் மக்கள் மனதைக் கவரவில்லை. தாம் எதிர்பார்த்தபடி எவரும் உதவி செய்ய முன் வராதது கண்டு பாரதி மனம் வெதும்பினார். ஆனால் அவர் இந்தத் திட்டத்தை அதன் பின்னரும் விட்டுவிடவில்லை.

கடயத்தில் இருந்தவரை வேறு திட்டங்களும் போட்டுப்பார்த்தார். அதன்பின் 1921இல் மீண்டும் சென்னைக்குத் திரும்பி ‘சுதேசமித்திர’ னில் பணி யாற்றிய சமயம், தமது நூல் பிரசுரத் திட்டத்தை மீண்டும் வற்புறுத்தி ஆங்கிலத்திலும் தமிழிலும் சுற்றறிக்கைகள் அனுப்பிப்பார்த்தார்.

சென்னையில் அப்போது ஸ்தாபிக்கப்பட்டிருந்த ‘தமிழ் வளர்ப்புப் பண்ணை’யின் பெயரால் தமிழ் விளம்பரமொன்று அச்சடிக்கப்பெற்றது. அதில் பாரதியின் ‘பூமண்டலம் நிறைந்த கீர்த்தி’ எடுத்துக் காட்டப்பட்டிருக்கிறது. அந்த விளம்பரப் பிரசுரம் கூறியதாவது:

‘இவருடைய கீர்த்தி தமிழ்நாட்டில் மாத்திரமே பரவியிருப்பதாக நினைத்துவிடக் கூடாது. இவருடைய பாட்டுக்கள் பல தெலுங்கு பாஷையில் மொழிபெயர்க்கப்பட்டு ஆந்திர தேசத்தாரால் கொண்டாடப்படுகின்றன. ஐர்லாந்து தேசத்து மகாகவிகளில் ஒருவரும், ஜப்பான் தேசத்தின் ராஜதானியாகிய டோக்யோ நகரத்திலுள்ள இம்பீரியல் யுனிவர்ஸிடி என்ற ஸாம்ராஜ்ய ஸர்வகலா ஸங்கத்தில் இங்கிலீஷ் ஆசிரியராக விளங்கியவருமாகிய ஜேம்ஸ் எச். கஸின்ஸ் என்பவர் இவருடைய தமிழ்ப் பாட்டுக்கள் சிலவற்றை இங்கிலீஷில் மொழிபெயர்த்து மேல்நாட்டார் வியப்புறும்படி செய்திருக்கிறார்.

‘மேலும் மேற்படி கஸின்ஸ் என்ற வித்வான் 1916 டிசம்பர் 8ஆம் தேதியன்று பிரசுரமான ‘காமன் வீல்’ என்ற பத்திரிகையில் வெர்ஹேரன் என்ற பெல்ஜியம் தேசத்துக் கவிச்சக்கரவர்த்தியைப் பற்றி எழுதியிருக்கும் நீண்ட வியாஸத்தினிடையே, மேற்படி வெர்ஹேரனையும் நம் இந்தியா தேசத்துப் புலவர் சிலரையும் சீர்தூக்கிப் பார்க்குமிடத்தே பின்வருமாறு சொல்கிறார்:

‘“ஒரு வஸ்துவின் புறத்தே காணப்படும் ஸௌந்தரியத்தை மட்டுமன்றி அதனை ஊடுருவிப் பார்த்து (அதில் மறைந்து கிடக்கும்) உள்ளழகையும் உணரும் சக்தி ஞான திருஷ்டிக்குரியதாகும். புறத்தோற்றம் வெறுமே வாய்க்கால் போன்றது, வெறும் அடையாளமென்பதை ஒரு புலவன் எத்தனைக்கெத்தனை தெளிவாகக் காண்கிறானோ அத்தனைக்கத்தனை அந்த வஸ்துவுக்கும் அந்தப் புலவனுக்கும் அதிக மஹிமை யேற்படும். இங்ஙனம் விமோசனம் படைத்த ஞான திருஷ்டியெய்தும் பருவத்தை வெர்ஹேரன் கவி மிகவும் நெருங்கி வந்தார். ஆனால் ரவீந்திரநாத டாகுர், ஸரோஜினி நாயுடு, அரவிந்த கோஷ், சுப்பிரமணிய பாரதி இவர்களுடைய கவிதையிலும் இவர்களைப் போன்ற ஞானத் தெளிவு கொண்ட ஐரிஷ் கவிஞர் சிலரின் கவிதையிலேயுந்தான் ஸௌந்தரிய தெய்வத்தைப் பிரத்தியக்ஷமாகக் கண்டு, அதை உண்மையாகவும் சுத்தமாகவும் உணர்த்தும் சக்தி காணப்படுகிறது’ ” என்கிறார்.

‘இங்ஙனம் கீர்த்தி வாய்ந்த கவியரசர் ஒருவர் தமிழ்நாட்டில் இருப்பது நமக்கெல்லாம் சாலமிகப் பெருமை யன்றோ? இவர் தமிழ்நாட்டையும் தமிழ் பாஷையையும் மேம்படுத்தியதற்கு நாம் என்ன கைம்மாறு செய்யப் போகிறோம்?...’

பாரதி தமது நூல்களை நாற்பது புத்தகங்களாய் அச்சிடப் போகிறார் என்றும், ஒவ்வொன்றிலும் பத்தாயிரம் பிரதி அச்சடிப்பார் என்றும் குறிப்பிட்டு, ‘இந்நான்கு லக்ஷம் புத்தகங்களும் தமிழ்நாட்டில் மண்ணெண்ணெய் தீப்பெட்டிகளைக் காட்டிலும் அதிக ஸாதாரணமாகவும் அதிக விரைவாகவும் விலைப்பட்டுப்போகுமென்பதில் சிறிதேனும் ஸந்தேஹத்துக்கிடமில்லை’ என்றும் தமிழ் வளர்ப்புப் பண்ணையின் பிரசுரம் வற்புறுத்தியது.

பாரதியின் திட்டத்துக்குக் கடனாகவோ நன்கொடையாகவோ தந்து ‘எக்காலத்திலும் அழியாத புண்ணியம்’ அடையும்படியும் இப் பிரசுரம் கோரிக்கை விடுத்தது. ‘ஸமயத்தை மதிமயக்கத்தாலே தவறவிட்டு விடாதீர்கள்! உடனே, உடனே, உடனே தத்தம்மால் இயன்ற தொகைகளை அடியிற்கண்ட ஸ்ரீ சுப்பிரமணிய பாரதியாரின் விலாசத்துக்கனுப்புங்கள். உங்களுக்கு மஹாசக்தி அமர வாழ்க்கை தருக!’ என்றும் இப்பிரசுரம் கூறிற்று.

ஆனால் தமிழ் மக்கள் பாரதிக்குப் போதிய ஆதரவு தரவில்லை. பிரசுரத் திட்டமும் நடைபெற வில்லை.

ஓம் சக்தி

தமிழ் வளர்ப்பு-ஒரு வேண்டுகோள்.

[ஸ்ரீமான் சி. சுப்பிரமணிய பாரதியின் புதிய நூல்கள்]

அன்பர்களே,

ஸ்ரீமான் சி. சுப்பிரமணிய பாரதியின் தமிழ் புதுமை, தெளிவு, முதலிய பல குணங்களுடைய தாய்த் தமிழ் நாட்டில் எல்லா ஜனங்களாலும் மிகவும் அன்புடனும் ஆதரவுடனும் போற்றப் பட்டு வருகிற தென்ற விஷயம் உங்களுக்குத் தெரியாததன்று.

இவர் இயற்றிய "ஞானரதம்" என்ற கதையைப் பற்றி எழுதுகையில், மிகவும் கீர்த்தி பெற்ற ஆசிரியராகிய மஹேச குமார சர்மா, இதைப் போல் அற்புதமான கதை தமிழ் பாஷையில் வேறு கிடையாதென்று சொல்லுகிறார். அங்ஙனமே ஸ்ரீமான் பாரதி இயற்றிய "கண்ணன் பாட்டு" முதலிய நூல்களை அச்சிட்டு வெளிப் படுத்தி யிருக்கும் "தேசபக்தன்" உதவிப் பத்திராதிபராகிய ஸ்ரீமான் நெல்லையப்பபிள்ளை நமது பாரதியாரைத் தெய்விகப் புலவரென்றும், தமிழ் நாட்டின் தவப் பயனென்றும், ஜீவன் முக்தரென்றும் கொண்டாடுகிறார். இவர் நூல்களில் ஏற்கெனவே வெளிப் பட்டிருக்கும் பகுதிகளைப் படித்தவர்களனைவரும் மேலே காட்டிய வியப் புரைகளை எளிதில் அங்கீகாரம் செய்வார்கள்.

பூமண்டல நிறைந்த கீர்த்தி.

ஆனால் இவருடைய கீர்த்தி தமிழ் நாட்டில் மாத்திரமே பரவி யிருப்பதாக நினைத்து விடக் கூடாது. இவருடைய பாட்டுக்கள் பல தெலுங்கு பாஷையில் மொழி பெயர்க்கப் பட்டு ஆந்திர தேசத்தாரால் கொண்டாடப் படுகின்றன. ஐர்லாந்து தேசத்து மஹா கவிகளில் ஒருவரும், ஜப்பான் தேசத்தின் ராஜதானி யாகிய டோக்யோ நகரத்திலுள்ள 'Imperial University (இம்பீரியல் யூனிவர்ஸிடி) என்ற ஸாம்ராஜ்ய ஸர்வ கலா ஸங்கத்தில் இங்கிலீஷ் ஆசிரியராக விளங்கியவருமாகிய ஜேம்ஸ்-எச்-கஸின்ஸ் (James. H. Cousins) என்பவர் இவருடைய தமிழ்ப் பாட்டுக்கள் சிலவற்றை இங்கிலிஷில் மொழி பெயர்த்து மேல் நாட்டார் வியப் புறும்படி செய்திருக்கிறார். மேலும், ஷை கஸின்ஸ் என்ற வித்வான் 1916 டிஸம்பர் 8-ஆம் தேதி யன்று பிரசுரமான "காமன்வீல்" பத்திரிகையில் வெர்ஹேரன் (Verhaeren) என்ற பெல்ஜியம் தேசத்துக் கவிச் சக்ரவர்த்தியைப் பற்றி எழுதி யிருக்கும் நீண்ட வ்யாஸத்தினிடையே, ஷை வெர்ஹேரனையும் நம் இந்தியா தேசத்துப் புலவர் சிலரையும் சீர் தூக்கிப் பார்க்குமிடத்தே பின் வருமாறு சொல்லுகிறார்:—

["The Seeing eye apprehends Beauty not only **in** the thing seen but **through** it; and the more faithfully the thing is seen as channel and symbol, the more certainly will both it and the seer be dignified, not degraded. Verhaeren came within sight of imaginative freedom; but it is in the poetry of Tagore and Naidu, Ghose and Bharati, and their spiritual comrades of the Irish School that the purest and truest expression of realised Beauty can be found":-] இதன் பொருள் பின்வருமாறு.

"ஒரு வஸ்துவின் புறத்தே காணப் படும் ஸௌந்தர்யத்தை மட்டுமன்றி அதனை ஊடுருவிப் பார்த்து (அதில் மறைந்து கிடக்கும்) உள் அழகையும் உணரும் சக்தி ஞான திருஷ்டிக்குரியதாகும். புறத் தோற்றம் வெறுமே வாய்க்கால் போன்றது; வெறும் அடையாள மென்பதை ஒரு புலவன் எத்தனைக் கெத்தனை தெளிவாகக் காணுகிறானோ, அத்தனைக் கத்தனை அந்த வஸ்துவுக்கும் அந்தப் புலவனுக்கும் அதிக மஹிமை யேற்படும். இங்ஙனம் ஸ்வாதந்த்ரியம் படைத்த ஞான திருஷ்டி யெய்தும் பருவத்தை வெர்ஹேரன் கவி மிகவும் நெருங்கி வந்தார். ஆனால் ரவீந்த்ர நாத டாகுர், ஸரோஜினி நாயுடு, அரவிந்த கோஷ், சுப்பிரமணிய பாரதி, இவர்களுடைய கவிதையிலும், இவர்களைப் போன்ற ஞானத் தெளிவு கொண்ட ஐரிஷ் கவிஞர் சிலரின் கவிதையிலேயுந் தான் ஸௌந்தர்ய தெய்வத்தை ப்ரத்தியக்ஷமாகக் கண்டு, அதை உண்மையாகவும் சுத்தமாகவும் உணர்த்தும் சக்தி காணப் படுகிறது" என்கிறார்.

இங்ஙனம் கீர்த்தி வாய்ந்த கவியரசர் ஒருவர் தமிழ் நாட்டில் இருப்பது நமக்கெல்லாம் சால மிகப் பெருமை யன்றோ? இவர் தமிழ் நாட்டையும் தமிழ் பாஷையையும் மேம்படுத்தியதற்கு நாம் என்ன கைம்மாறு செய்யப் போகிறோம்? எனினும், இவருக்கு நாம் செலுத்த வேண்டிய கடமையில் ஒரு சிறிதளவு செலுத்துதற் குரிய சந்தர்ப்பம் இப்போது வாய்த்திருக்கிறது. அது யாதெனில் சொல்லுகிறேன்.

ஸ்ரீமான் பாரதியார் பன்னிரண்டு வருஷம் ப்ரிட்டிஷ் இந்தியாவை விட்டுப் புதுச்சேரியில் வனவாஸம் செய்து கொண்டிருந்தார். அந்தக் காலத்தை யெல்லாம், அவர் அங்கு வீணே கழிக்கவில்லை. ஏராளமான நூல்களெழுதிக் குவித்துக் கொண்டிருந்தார்.

பாரதியார் நூல்களை அச்சடிக்கிற மாதிரி.

அவற்றை யெல்லாம் இப்போது அச்சிடப் போகிறார். அவற்றை 40 புஸ்தகங்களாகப் பிரித்து ஒவ்வொரு புஸ்தகத்திலும் 10000 பிரதிகள் அச்சிட உத்தேசிக்கிறார். 40 "X" 1000 (நாற்பதைப் பத்தாயிரத்தால் பெருக்கும் போது) 4 லக்ஷம் சுவடிகளாகின்றன. இந் நான்கு லக்ஷம் புஸ்தகங்களும தமிழ் நாட்டில், மண்ணெண்ணெய் தீப்பெட்டிகளைக் காட்டிலும் அதிக

'பூமண்டல நிறைந்த கீர்த்தி':
தமிழ் வளர்ப்புப் பண்ணை பாரதி நூல்கள் வெளியீடு பற்றி அனுப்பிய தமிழ் அச்சுக் கடிதம்.

2

ஸாதாரணமாகவும், அதிக விரைவாகவும், விலைப்பட்டுப் போகுமென்பதில் சிறிதேனும் ஸந்தேஹத்துக் கிடமில்லை. இங்ஙனம் நிச்சயமாக அறிந்து கொள்ள எத்தனை போகாரணங்களிருக்கின்றன. இவற்றுள் முக்யமான சில காரணங்களை இங்கு குறிப்பிடுகிறேன்.

முதலாவது:—இந் நூல்களிலே பெரும் பகுதி வசன நூல்கள்; நேர்த்தியான, ஆச்சர்யமான, ரஸமான, வாசிக்க வாசிக்கத் தெவிட்டாத கதைகளடங்கிய வசன கிரந்தங்கள்; மிகவும் தெளிவான, இனிய, எளிய, தமிழ் நடையில் குழந்தைகளுக்குக் கூட நன்றாக விளங்கும்படி எழுதப்பட்டன. எனவே இந் நூல்கள் லக்ஷக் கணக்காக விலையாகுமென்பதில் ஸந்தேஹமில்லை.

இரண்டாவது:—தமிழ் நாட்டிலும் தமிழர் சென்று குடியேறியிருக்கும் வெளித்தீவுகளிலும், தமிழ் வாசிப்பவரின் ஜனத் தொகை நாளுக்கு நாள் ஒன்று, பத்து, நூறு, ஆயிரமாகப் பெருகிக் கொண்டு வருகிறது.

மூன்றாவது:— இந்த நூல்கள் அச்சிடப் படும் மாதிரியே இவை ஏராளமாக விலைப்படுவதற் கொரு ஸாதனமாகும் அமெரிகா, ஐரோப்பா கண்டத்துப் பதிப்புகளைப் போல் நேர்த்தியாகவும் மனோரம்யமாகவும் நல்ல காயிதத்தில், தெளிவான எழுத்துக்களில், தெளிவாகப் பதம் பிரித்து ஆச்சர்யமான தகுந்த சித்திரங்கள் பதிப்பித்து வெளியிடுவதால், இந் நூல்கள் ஜனங்களுக்குள்ளே மிகுந்த வியப்பையும், பிரியத்தையும், விளைவித்து லக்ஷக் கணக்காக விலையாகுமென்பதில் ஸந்தேஹமில்லை.

நான்காவது:— ஏழை, எளியவர், உட்பட, ஸகல ஜனங்களும் வாங்கும்படி இவற்றின் விலை மிகவும் குறைவாக ஏற்படுத்தப் படும். சராசரி ஒரு புஸ்தகத்தின் விலை அரை ரூபாய்.

ஐந்தாவது:— "கீழ்த் திசை முன்னேற்றம் பெறக் கடவது, புனர் ஜன்மம் எய்தக் கடவது" என்று கால சக்தி விதித் திருக்கிறது. தமிழ் நாடும் ஆசியாவின் பகுதியாதலால், இதற்கும் அந்தப் புனர் ஜன்மம் உண்டு. இப் புனர்ஜன்மத்தை ஏற்படுத்துவதற்கு ஸ்ரீமான்—சுப்பிரமணிய பாரதியின் நூல்களே தகுந்த கருவிகளாவன. ஆதலால், தெய்வ பலத்தைக் கருதுமிடத்தேயும் இந் நூல்கள் லக்ஷக் கணக்காக விலையாகுமென்பது தெளிவாக விளங்குகிறது.

ஆறாவது:—ஸ்ரீமான்—சுப்பிரமணிய பாரதியாருக்குத் தமிழ் நாட்டில் நிகரற்றுயர்ந்த கீர்த்தி ஏற்பட்டிருக்கிறது. இவர் நூல்களை வாங்காமல் ஜனங்கள் யாருடைய நூல்களை வாங்கப் போகிறார்கள்? இந்த நூல்கள் மிகவும் நீண்ட பக்ஷம் 2-வருஷங்களில் விலையாகி விடும். அதற்குள்ளேயே இரண்டாம் பதிப்புக்களுக்கும் புதிய நூல்களுக்கும் வேண்டுதல் ஏற்படுமென்பது மிகவும் நிச்சயம்.

வரவு செலவு கணக்கு.

இவற்றை இவர் விரும்புகிறபடி அச்சிட 20000 ரூபாய் பிடிக்கும். விளம்பரச் செலவு; 10000 ரூபாய். ஷை 30000 ரூபாய்க்கு மாஸம் 1-க்கு 2-ரூபாய் வீதம் இரண்டு வருஷத்து வட்டி ரூபாய் 14,400. ஆக மொத்தம் செலவு ரூபாய் 44,000.

புஸ்தகம் ஒன்றுக்கு அரை ரூபாய் வீதம் மொத்தப் புஸ்தகத்துக்கு வரவு ரூபாய் 2-லக்ஷம். ஆகவே, மிச்ச லாபம் ரூபாய் 156000. ஒன்றரை லக்ஷத் தாயிர ரூபாய் விசித்தமாகக் கிடைக்கிறது. இத்தனை நல்ல லாபம் கிடைப்பதை உத்தேசித்தே ஸ்ரீமான்—பாரதியார் மாஸம் 1-க்கு ரூபாய் 2-வீதம் வட்டி கொடுக்கத் துணிந்தார்.

பிரார்த்தனை.

இதற்குத் தாங்களும் தங்கள் நண்பர்களும் தலைக்குக் குறைந்த பக்ஷம் ரூ 100-வீதம் இயன்ற தொகை கடனாகவேனும் இனாமாகவேனும் கொடுத்துதவும் படி பிரார்த்திக்கிறேன். இனாமாகக் கொடுப்போர் ஸ்ரீமான் பாரதியாரால் மேன் மேலும் நடத்தப் படும் தமிழ் வளர்த்தலாகிய மஹா புண்ணிய கர்மத்திற்குப் பொருள் கொடுத்து, எக்காலத்திலும் அழியாத புண்ணியமடைவார்கள். கடனாகக் கொடுப்போர்க்கு அங்ஙனமே உயர்ந்த புண்ணியம் கிடைப்பதுடன் மிகவும் லாபகரமான வட்டியும் கிடைக்கிறது. கடன் கொடுப்போர்க்கு ஆறு மாஸங்கழிந்தவுடன் மாஸந் தோறும் வட்டி கொடுக்கப் படும். முதலும் வட்டியும் இரண்டு வருஷ காலத்தில் முழுதும் கொடுத்துக் கணக்குத் தீர்த்து விடப் படும். கீர்த்தியை விரும்புவோருக்கு இதில் கீர்த்தியும் கிடைக்கும். உத்தம கார்யம். எவ்வகையில் யோசித்தாலும் செய்யத் தக்கது.

தாங்களும் தங்கள் நண்பர்களும் அனுப்பக் கூடிய தொகையை உடனே மணியார்டர் செய்தனுப்புங்கள். கீழே ஸ்ரீமான் சி. சுப்பிரமணிய பாரதியின் விலாஸம் குறிப்பிடப்பட்டிருக்கிறது. அவருடைய விலாஸத்திற்குப் பணம் அனுப்பினால் அவர் கடனாகக் கிடைக்குந் தொகைகளுக்கு தாஹ ஸ்டாம்பு ஒட்டிக்கடன் பத்திர மெழுதிக் கையெழுத்துச் சார்த்தி உங்களுக் கனுப்புவார். தகுந்த லாபம் கிடைக்கும். ஸமயத்தை மதி மயக்கத்தாலே தவற விட்டு விடாதீர்கள்!

அன்பர்களே, உடனே, உடனே, உடனே, தத் தம்மால் இயன்ற தொகைகளை அடியிற் கண்ட ஸ்ரீமான் சி. சுப்பிரமணிய பாரதியாரின் விலாசத்துக் கனுப்புங்கள். உங்களுக்கு மஹாசக்தி அமர வாழ்க்கை தருக.

உங்களன்பு மிக்க

காரிய தரிசி

குறிப்பு.—பணம் அனுப்ப வேண்டிய

விலாசம்:—

ஸ்ரீமான். சி. சுப்பிரமணிய பாரதி,
"சுதேசமித்திரன் உதவிப் பத்திராதிபர்,"
சென்னை.

தமிழ் வளர்ப்புப் பண்ணை
சென்னை.

The Swadesamitran Branch Press, Madras.

பிரசுரத் திட்டக் கணக்குவழக்கு:

நூல் பிரசுரத் திட்டம் கவிஞன் கற்பனையல்ல,
நல்ல கணக்கு, வழக்கமான வர்த்தகத் திட்டம்!

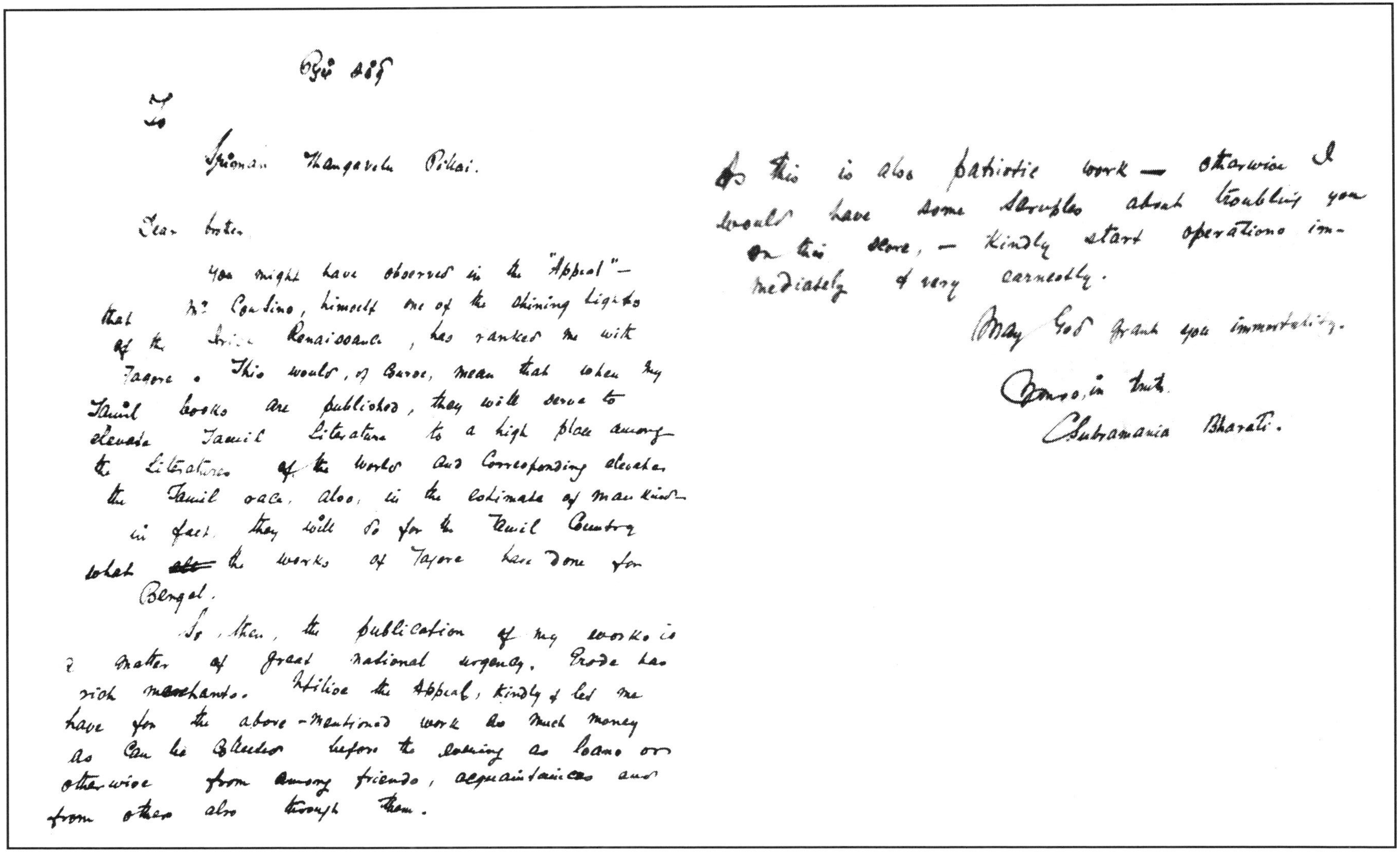

ஓம் சக்தி

To

Srimān Thangavelu Pillai.

Dear brother,

You might have observed in the "Appeal"— that Mr Cousins, himself one of the shining lights of the Irish Renaissance, has ranked me with Tagore. This would, of course, mean that when my Tamil books are published, they will serve to elevate Tamil Literature to a high place among the Literatures of the world and correspondingly elevate the Tamil race, also, in the estimation of mankind — in fact, they will do for the Tamil Country what ~~all~~ the works of Tagore have done for Bengal.

So, then, the publication of my works is a matter of great national urgency. Erode has rich merchants. Utilise the Appeal, kindly & let me have for the above-mentioned work as much money as can be collected before the coming as loans or otherwise from among friends, acquaintances and from others also through them.

As this is also patriotic work — otherwise I would have some scruples about troubling you on this score, — kindly start operations immediately & very earnestly.

May God grant you immortality.

Yours, in truth.

Subramania Bharati.

நூல் பிரசுரம் பற்றிக் கடிதம்:

நூல் பிரசுரத் திட்டத்துக்கு ஆதரவு தேடி அச்சுக் கடிதங்கள் மட்டுமல்ல, கையாலும் கடிதமெழுதிப் பலருக்கு அனுப்பினார் பாரதி. ஈரோடு வக்கீலும் காங்கிரஸ்காரரும், ஈ.வே.ரா.வின் 'குடியரசு'வின் முதல் ஆசிரியரும், பாரதியை ஈரோடுக்குப் பேச அழைத்தவருமான கே. எம். தங்கப்பெருமாள் பிள்ளைக்கு எழுதிய ஆங்கிலக் கடிதம் இது.

இதை அவசரத்தில் எழுதினார் போலும். தங்கவேலு பிள்ளை என்று எழுதிவிட்டார். மேலும், கடிதத்தில் ஓரிடத்தில் சொல் ஒன்று விடுபட்டுப் போயிருக்கிறது. தம்மைத் தாகூருக்கு இணையாக அறிஞர் கஸின்ஸ் பாராட்டியுள்ளதை பாரதி சுட்டிக்காட்டுகிறார்.

நோபல் பரிசுக்குப் போட்டி

'மேதை என்பது தொண்ணூற்றொன்பது சதவிகிதம் உழைப்பு; ஒரே ஒரு சதவிகிதம்தான் வரப் பிரசாதம்' என்று எடிஸன் என்ற அமெரிக்க மேதை கூறினான்.

பாரதி விஷயத்தில் இது மிகவும் பொருந்தும். தமக்கு அளவற்ற வரப் பிரஸாதம் இருந்தும் அவர் அதற்குமேல் உழைப்பும் உண்டென்று ஓயாமல் காட்டி வந்தார்.

தமது புத்தகங்களை வெளியிடத் தாம் வகுத்த திட்டத்துக்கு ஆதரவு கிடைக்கவில்லை யென்றதும், சளைக்காமல் 'அமிர்தம்' என்ற பெயரில் புதிய பத்திரிகையொன்று ஆரம்பிக்க முயன்றார். இந்தப் பத்திரிகை சம்பந்தமாக 'சுதேசமித்திர'னில் 1920 ஆகஸ்ட் 2இல் விளம்பரமும் செய்தார்.

தமது வாழ்நாளின் கடைசி வருஷங்களில் பாரதி சாகாமை என்ற விஷயத்தில் அளவு கடந்த கவனம் செலுத்தலானார்.

1919 டிசம்பர் முடிவில், அதாவது தாம் இறப்பதற்கு ஒன்றேகால் வருஷத்துக்குமுன்பு வெளியான 'சுதேசமித்திரன் ஆண்டு மல'ரில் 'காலனுக் குரைத்தல்' என்ற பாடல் பிரசுரமாயிற்று. "காலா உன்னைச் சிறு புல்லென மதிக்கின்றேன்; சற்றே என் காலருகே வாடா, உனை மிதிக்கின்றேன்" என்று காலனைக் காறி உமிழ்கின்றது இப்பாட்டு. முன்பு மார்க்கண்டனைப் பிடிக்கப் போய் நீ பட்ட பாட்டை மறந்தனையோ என்றும் ஏளனம் செய்கிறது.

'ஏசு செத்தான்; கண்ணன் மாண்டான்; ராமன் இறந்தான் – பார்மீது நான் சாகாதிருப்பேன் கண்டீர்' என்று பாரதி அறுபத்தாறிலும் கவி வலியுறுத்துகிறார்; மரணத்தை வெல்ல உபாயமெல்லாம் சொல்கிறார்.

பாரதிக்குத் தமது அந்திம காலம் நெருங்கி விட்டதெனத் தோன்றிற்றா? மார்க்கண்டன் போலத் தாமும் என்றும் சிரஞ்சீவியாக வாழ விரும்பினாரா?

1920 செப்டம்பர் முதல் தேதியிலிருந்து 'அமிர்தம்' பத்திரிகை ஆரம்பமாகுமென்று நண்பர் ஸ்ரீநிவாஸ வரதனுக்கு ஆகஸ்ட் 6இல் எழுதிய கடிதத்தில் பாரதி கூறுகிறார். 'நன்கொடை, சந்தாக்கள், கையிலுள்ள பொருள் எல்லாவற்றையும் சேர்த்துக் கொண்டு' இரண்டு மூன்று தினங்களில் வந்துசேரும் படியும் கடிதம் துரிதப்படுத்துகிறது. 'இயன்றவரை பணத்துடன் வாருங்கள்' என்று மீண்டும் கடித முடிவில் வற்புறுத்துகிறார் பாரதி.

இதையெல்லாம் கவனிக்கும்போது தனது திட்டங்களுக்குப் போதிய செல்வமில்லாக் குறை அவரை வாட்டி வதைப்பதை ஒருவாறு அறிந்துகொள்கிறோம்.

○

புதிய பத்திரிகை முயற்சியின் நடுவே பாரதி அக்கம்பக்கத்திலுள்ள ஊர்களுக்கும் பிரசங்கம் செய்யப் போய் வருகிறார். 1920 ஜூன் கடைசியில் ரவணசமுத்திரம், பொட்டல்புதூர் என்ற இரு ஊர்களுக்குச் சென்று, அங்கே முஸ்லிம் சகோதரர்களிடையே இஸ்லாம் மார்க்கத்தின் மகிமைபற்றி பாரதி பேசுகிறார். பொட்டல்புதூர் முஸ்லிம் வாலிப சபையில் நபிகள் நாயகம் பிறந்த தினத்தன்று 'அல்லா, அல்லா, அல்லா!' என்று தாம் பாடியுள்ள பாட்டையும் பாரதி அரங்கேற்றுகிறார்.

○

பாரதி இந்த ஆண்டு இருந்த மனோநிலைக்கு உதாரணமாக இன்னொரு சம்பவமும் கூறப்படுகிறது. 1920இல் ரவீந்திரநாத டாகுர் மதுரைக்கு வந்திருந்தார். அப்போது பாரதி திருநெல்வேலிக்குப் போயிருந்தார். ரவீந்திரர் தென்னாடு வந்திருக்கும் சேதி கேட்டு, அருகிலிருந்த நண்பரிடம், 'மதுரைக்குப் புறப்பட வேண்டும். ரயிலில் சீட்டு வாங்கு' என்றாராம். நண்பர் எதற்கெனக் கேட்க, 'நான் தாகூரோடு பேசி வென்று நோபல் பரிசைத் தமிழுக்குப் பெற்றுத் தரப்போகிறேன்' என்றாராம். எப்படி என்று நண்பர் கேட்டார். 'மதுரை சென்று தாகூரிடம் போய், 'நீர் வங்கக் கவி, நான் தமிழ்க் கவி. விக்டோரியா ஹாலில் கூட்டம் போடுவோம். உமது நோபல் பரிசைச் சபை முன்பு வையும். இருவரும் பாடுவோம். ஜயித்தவர் பரிசை எடுத்துக்கொள்ளலாம். எனது பாடலையே ஜனங்கள் சிறந்ததென மதிப்பார்கள். உமது கையாலேயே அப்பரிசை எனக்குத் தர வேண்டும்' என்பேன்' என்றாராம் பாரதி.

நண்பருக்கு நம்பிக்கை ஏற்படவில்லை. "தாகூர் வங்காளியில் பாடுவார்; நீங்களோ தமிழில் பாடுவீர்கள். எப்படிப் போட்டி நடத்த முடியும்?" என்றாராம். உடனே பாரதி, "அட சனியனே! கடவுள் தமிழனுக்கு எல்லாம் வைத்தான்; புத்தியை மட்டும் வைக்கவில்லையே! தமிழுக்கு ஏன் நோபல் பரிசு வரக்கூடாது? தமிழனே தமிழைத் தாழ்வாக மதிக்கலாமா?" என்று ஆத்திரத்துடன் பேசினாராம். தமிழை உலகம் போற்றும்படி செய்ய வேண்டும் என்ற நினைப்பு பாரதிக்கு எப்போதும் மங்காச் சுடராக இருந்தது.

ஸ்ரீநிவாஸவரதன் *(1930, 1954)*

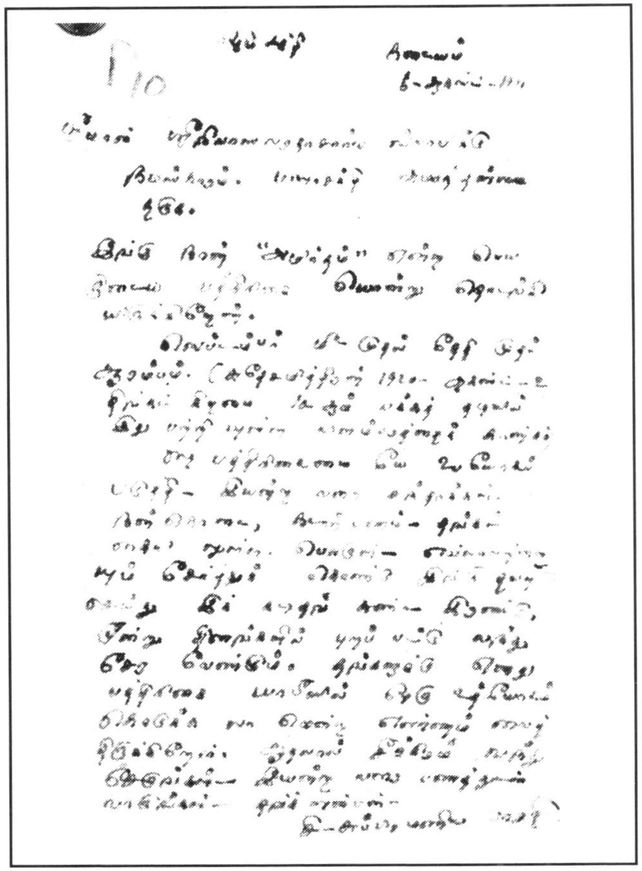

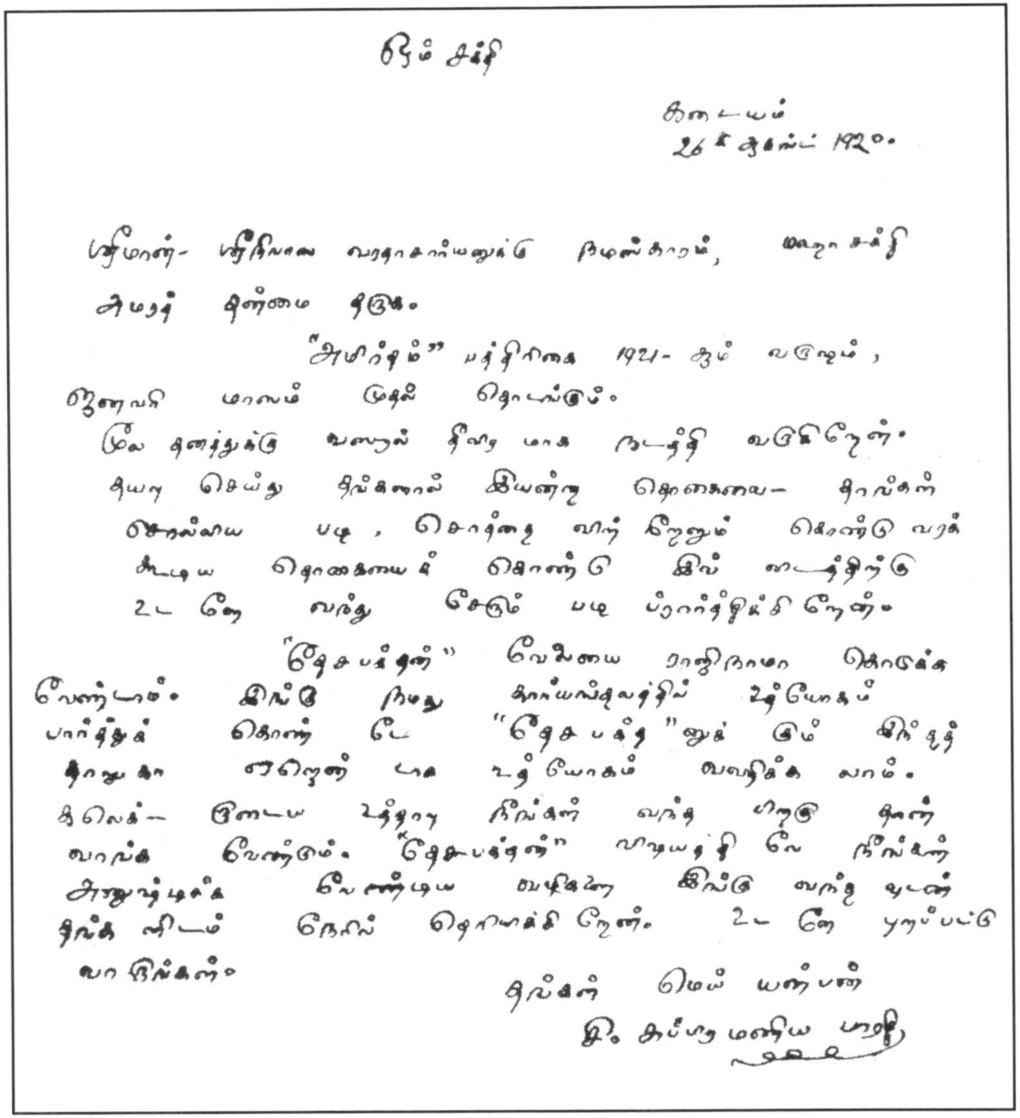

ஓம் சக்தி

கடையம்
26 ஆகஸ்ட் 1920.

ஸ்ரீமான் ஸ்ரீநிவாஸ வரதாசார்யனுக்கு நமஸ்காரம், பராசக்தி அமரத் தன்மை தருக.

"அமிர்தம்" பத்திரிகை 1921-ஆம் வருஷம், ஜனவரி மாஸம் முதல் தொடங்குவோம். இதை அனுத்துக்கு வாரம் இருமுறையாக நடத்தி வருகிறேன். தயவு செய்து நீங்களால் இயன்ற தொகையை — நீங்கள் சொல்லிய படி, சொத்தை விற்றேனும் கொண்டு வரக் கூடிய தொகையைக் கொண்டு இவ் விடத்திற்கு உடனே வந்து சேரும் படி பிரார்த்திக்கிறேன்.

"தேசபக்தன்" வேலையை ராஜிநாமா கொடுக்க வேண்டாம். இங்கு நமது காரியஸ்தலத்தில் உத்யோகம் பார்த்துக் கொண்டே "தேசபக்த"னுக்கும் இங்கிருந்து நிரந்தரமாக ஏழெட்டு பாக உத்யோகம் வஹிக்கலாம். கிலெக்— ஊடைய உத்தரவு நீங்கள் வந்த பிறகு நான் வாங்க வேண்டும். "தேசபக்தன்" விஷயத்திலே நீங்கள் அனுஷ்டிக்க வேண்டிய வழிகளை இங்கு வந்த வுடன் தங்களிடம் நேரில் தெரிவிக்கிறேன். உடனே புறப்பட்டு வாருங்கள்.

தங்கள் மெய் யன்பன்
சி. சுப்பிரமணிய பாரதி

'அமிர்தம்' பத்திரிகை முயற்சி:
மன்னரிடம் ஏமாந்து, பிரசுரத் திட்டமும் கைகூடாமலிருக்க, ஒரு பத்திரிகையாவது துவக்கலாமென பாரதி நினைக்கிறார். அதற்குச் 'சொத்தை விற்றேனும்' பணம் கொண்டுவருமாறு அன்பர் ரா.ஸ்ரீநிவாஸவரதனுக்குக் கடிதங்கள் எழுதுகிறார்.

கடயத்தில் ஒரு நாள்

மதுரை ரா. ஸ்ரீநிவாஸவரதய்யங்காருக்கு முதல் கடிதம் எழுதிய இருபது நாட்களில், 1920 ஆகஸ்ட் 20இல் இன்னொரு கடிதம் எழுதினார் பாரதி. செப்டம்பர் மாதம் முதலாக வெளிவருவதாயிருந்த 'அமிர்தம்' பத்திரிகை அடுத்த 1921 ஜனவரி முதலே ஆரம்பமாகுமென்று இக்கடிதத்தில் தெரிவிக்கிறார். பணத்துக்கு அவசியம் முன்னைவிடக் கடுமையாக இருக்கிறது. 'தாங்கள் சொல்லியபடி சொத்தை விற்றேனும் கொண்டுவரக்கூடிய தொகையைக் கொண்டு இவ்விடத்திற்கு உடனே வந்துசேரும்படி' பிரார்த்திக்கிறார் கவிஞர்.

1920ஆம் ஆண்டில் திருநெல்வேலி தாமிரவருணி நதிக்கரையில் தமிழ் மாகாண அரசியல் மாநாடு கூடியது. அப்போதுதான் அட்வகேட் – ஜெனரல் பதவியை உதறியெறிந்துவிட்டு வந்திருந்த எஸ். ஸ்ரீநிவாஸய்யங்கார் தலைமையில் இம்மாநாடு மகாத்மா காந்தியின் ஒத்துழையாமை இயக்கத்தை ஆதரித்துத் தீர்மானம் நிறைவேற்றியது.

மாநாட்டுக்கு பாரதி வருவதாயிருந்தது; ஆனால் வரவில்லை. ஸ்ரீநிவாஸவரதய்யங்காரும் பாரதி மருமான் சங்கரனும் மற்றும் இருவரும் மகாநாட்டுக்குப் போய்விட்டு, பாரதியைக் காணக் கடயம் சென்றார்கள்.

இரவு பத்து மணிக்கு பாரதியின் வீட்டை அடைந்தார்கள். செல்லம்மாவும் குழந்தை சகுந்தலாவும் உறங்குகின்றனர்; பாரதி படுக்கையை விரித்து, எதிரே ஒரு மரக் கைப்பெட்டியின் முன் உட்கார்ந்து 'சுதேசமித்திர'னுக்கு ஒரு வியாசம் எழுதிக்கொண்டிருந்தார். அருகே ஒரு முக்காலியில் ஹரிகேன் விளக்கு; பக்கத்தில் வெற்றிலைப் பெட்டி. கறுப்புக் கோட்டு, வால்விட்ட தலைப்பாகையுடன்தான் அந்த நேரத்திலும் விளங்குகிறார் பாரதி.

வந்தவர்கள் பாரதியை நமஸ்கரித்தனர்.

அரசியலைப் பற்றிப் பேச்சு ஆரம்பித்தது. "நாடு எப்படியும் முன்னேறப் போகிறது. தீவிரமான தீர்மானங்கள் நிறைவேறியிருக்கின்றன; காந்தியடிகள் வழி காட்டப் போகிறார்கள். எல்லோரும் சுகமடைய வேண்டும்" என்று பாரதி சொன்னார்.

பிறகு, தாம் புதிதாய்ப் புனைந்துள்ள சில பாடல்களை பாரதி பாடினார். தம்மைப் போலவே உணர்ச்சியுடனும் கம்பீரத்துடனும் பாடக்கூடியவரான சங்கரனிடம் 'இதைக் கேட்டாயா?' என்று பாடிக் காண்பித்தார். 'சந்திரமதி காதல்' (பச்சைக் குழந்தையடி), 'வருவாய், வருவாய் கண்ணா', 'காலா சற்றே என் காலருகே வாடா' முதலிய பாடல்களைப் பாடியபின், 'ஆறுதுணை' யென்ற ஓம் சக்திப் பாட்டையும் பாடினார் கவிஞர். சமீபத்தில் பொட்டல்புதூரில் பாடிய 'அல்லா' பாட்டையும் பாடிக்காட்டினார்.

பாட்டு முடிந்தது. மனிதன் அமரத்தன்மையடையும் விதத்தை விளக்க ஆரம்பித்தார் பாரதி. பயத்தை ஒழி, சாவுக்கு அஞ்சாதே, கவலையை விடு என்று கூறி, 'ஒவ்வொருவரும் அமரநிலை எய்தல் வேண்டும்' என்று வற்புறுத்தினார்.

இரவு 12:30 மணிக்கு எல்லாரும் உறங்கப்போனார்கள். காலையில் நண்பர்களுக்குச் செல்லம்மா சிற்றுண்டி அளித்தார். பாரதி காலைப் பத்திரிகை 'மித்திர'னைப் பார்த்தார். அப்போது உள்ளூர் பிராமணரல்லாத அன்பர்கள் சிலர் வந்து பாரதியுடன் உரையாடினார்கள். ஆரியர் – திராவிடர் பற்றிப் பேச்சு. 'அன்பர்களே! ஆரியர்களுக்கு முன்னால் திராவிடர்கள், அவர்களுக்கு முன்னால் ஆதித் திராவிடர்கள், அதற்குமுன் இருந்தது மிருகங்கள், ஜீவராசிகள். அவை வாழ்ந்த இடத்தை வெட்டித் திருத்தி வீடு கட்டி, பயிர் செய்து நாம் வாழுகின்றோம். அவை உரிமை கொண்டாடினால் நாம் அனைவரும் அவற்றிடம் விட்டுப் போக வேண்டியதுதான்' என்று நகைத்தார் கவிஞர்.

பிறகு, 'அமிர்தம்' பத்திரிகைத் திட்டத்தைப் பற்றியும், தமது நூல்கள் எப்படிப் பிரசுரமாக வேண்டுமென்பது பற்றியும் அவர் பேசினார். மணி 11. பாரதி ஸ்நானம் செய்து வந்தார். ஸ்நான அறைக்குக் கச்சம், கோட்டு தலைப்பாகையுடன் சென்றவர், ஸ்நானம் முடித்து அதே போலத் திரும்பினார்.

பகல் உணவும் நடந்தது. மணி ஒன்று. பாரதி உள்ளே சென்று ஒரு சாக்கு மூட்டையைக் கொண்டுவந்து பிரித்தார். அருமையான காவியங்களின் எழுத்துப் பிரதிகள்! அவற்றை வைக்கப் பெட்டிகூட இல்லை!

'பாஞ்சாலி சபத'த்தை ஆரம்ப முதல் கடைசி வரை பாடிக்காட்டினார். எல்லாம் நேரில் நடப்பது போல் கேட்போருக்கும் உணர்ச்சி பொங்கியது. மாலை 5 மணியாகிவிட்டது. 6 மணிக்கு ரயில். அன்பர்கள் பிரிய மனமின்றி விடை பெற்றனர். 'சென்று வாருங்கள். கடிதம் போடுங்கள்' என்று விடை சொல்லி அனுப்பினார் பாரதி.

அவர் வாழ்க்கையில் அது ஒரு நாள். மற்றவர்கள் வாழ்க்கையில் மறக்க முடியாததோர் சுதினம்.

சிங்கம் தந்த பதில்

கடயத்திலிருக்கையில் பாரதி தம் உறவினர் வீட்டுக் கல்யாணம் ஒன்றுக்காகத் திருவனந்தபுரம் போயிருந்தார். திருவனந்தபுர விஜயத்தின்போது சில குறிப்பிடத்தக்க சம்பவங்கள் நடந்தன.

கல்யாண வீட்டில் பலர் புகழ் பெற்ற திருவனந்தபுர மிருகக்காட்சிசாலைக்குப் போயிருந்தார்கள். பாரதியும் செல்லம்மாவும்கூடப் போனார்கள். மிருகக்காட்சிசாலையில் ஒவ்வொரு மிருகத்தையும் அன்புடன் தடவிக் கொடுத்துவந்தார் பாரதி. குரங்குகள் கரடிகள் பாதகமில்லை; புலி சிங்கத்தை நம்ப முடியாது என்று காட்சிசாலைக் கிழவன் எச்சரிக்கை செய்தான். என்னை ஒன்றும் செய்யாது, சிங்கத்தைக் கூப்பிடு, தழுவிக்கொள்கிறேன் என்றார் பாரதி. அரை மனதுடன் கிழவன் சிங்கத்தை அழைத்தான். எதற்கும் முன்ஜாக்கிரதையாக அதன் வாலைப் பிடித்துக்கொண்டு, தொடச் சொன்னான்.

பாரதி பயமின்றி சிங்கத்தினருகே போனார். ‘மிருகராஜா! கவிராஜன் பாரதி வந்திருக்கிறேன். உன் சக்தியையும் வீரத்தையும் எனக்குக் கொடுக்க மாட்டாயா? நீ பொல்லாதவனென்று இவர்கள் பயப்படுகிறார்கள். உங்கள் இனம் மனிதரைப் போல் உள்ளொன்று வைத்துப் புறமொன்று செய்யும் சுபாவம் இல்லாதது என்பதையும், அன்பு கொண்டோரை வருத்தாதது என்பதையும் இங்கிருப்போர் தெரிந்துகொள்ளும்படி உன் கர்ஜனையின்மூலம் தெரியப்படுத்து ராஜா’ என்றார்.

உடனே சிங்கம் கம்பீரமாகப் பத்து நிமிஷம் கர்ஜித்தது. தமக்குத் திருப்தியாகும் வரை பாரதியும் சிங்கத்தின் தலை, பிடரி, காது எல்லாவற்றையும் தடவிக் கொடுத்தார். செல்லம்மா முதலியோர் மட்டும் தடுக்காமலிருந்தால் வாயிலும் கைவிட்டுப் பார்த்திருப்பாராம்!

திருவனந்தபுரத்தில் பிரபல வக்கீலாகவிருந்த கே.ஜி. சேஷையர் வீட்டில் பாரதி இறங்கியிருந்தார். சேஷையர் நல்ல தமிழபிமானி. அவரது மாப்பிள்ளை கே.ஜி. சங்கரய்யரும், கவிமணி தேசிக விநாயகம் பிள்ளையும், அப்போது திருவனந்தபுரத்தில் வக்கீலாயிருந்த எஸ். வையாபுரிப் பிள்ளையும் சைவப் பிரசார சபை என்ற சங்கத்தில் மாலைதோறும் திருக்குறள் வகுப்பு நடத்தி வந்தனர். திருவனந்தபுரத்தில் தெருவழியே சென்ற பாரதி, மலையாள நகரில் தமிழ்ப் பெயர்ப் பலகை ஒன்றைக் கண்டார். குதூகலத்துடன் உள்ளே நுழைந்து, அங்கு பிறரை எதிர்பார்த்து நின்ற வையாபுரிப் பிள்ளையிடம் தாம் யாரென்று அறிவித்துக்கொண்டார். வையாபுரிப் பிள்ளை பாரதியை உள்ளேயழைத்துச் சென்று எல்லாருக்கும் அறிமுகப்படுத்தி வைத்தார்; பாரதியைப் பாடும்படியும் வேண்டினார். ‘சின்னஞ்சிறு கிளியே’, ‘வெடுபடு மண்டத் திடி பல தாளம் போட’ என்ற பாடல்களை பாரதி பாடினார்.

பாரதி குடிக்க நீர் கேட்டார். பிள்ளையவர்கள் ஆரஞ்சு கிரஷ் கொண்டுவர ஆளை அனுப்பினார். ‘தண்ணீர் போதுமானது’ என்றார் பாரதி. அக்கம் பக்கத்தில் பிராமணர் வீடுகள் இல்லையென்றார் பிள்ளை. எரித்துவிடும் பார்வையுடன், தாம் அவ்வாறான ஜாதி வேறுபாடுகளைப் பாராட்டுவதில்லை என்று கடுமையாகவே பாரதி சொன்னாரெனப் பிள்ளையவர்கள் குறித்திருக்கிறார்.

○

கடயத்தில் பாரதி இருந்த இரண்டாண்டுக் காலத்தில் அவருடன் நெருங்கிப் பழகும் நண்பராக விளங்கியவர் சாவடி நாராயண பிள்ளை என்பவர். நிலபுலன்கள் நிறைந்தவர். பாரதி தினமும் காலையில் நாராயண பிள்ளை வீட்டுக்குப் போவார். அங்கே அவருக்குச் சிற்றுண்டி உபசாரம் நடக்கும். பிறகு இருவரும் மணிக்கணக்கில் பேசிக்கொண்டிருப்பார்கள்.

1919இல் சென்னை ராஜதானியில் பிராமணரல்லாதார் இயக்கம் தீவிரமாகப் பரவிக்கொண்டிருந்தது. நாராயண பிள்ளை பிராமணரல்லாதார் இயக்கத்தைத் தீவிரமாய் ஆதரித்தார். அது பற்றி அவரும் பாரதியும் காரசாரமாக விவாதிப்பார்கள்.

ஒரு நாள் நாராயண பிள்ளை மொட்டையடித்துக்கொண்டு, விபூதி தரித்து, ஒரு பூணூலும் அணிந்து, பாரதியிடம் ‘பாரதி, உங்களுக்கும் எனக்கும் இனி ஒரு வித்தியாசமும் கிடையாது; நானும் பூணூல் அணிந்து கொண்டுவிட்டேன் பார்த்தீர்களா?’ என்றார்.

பாரதி நிதானமாகத் தமது கோட்டுப் பித்தான்களை நீக்கி, உள்ளிருந்த தமது பூணூலை வெளியே எடுத்து, ‘பட்’டென்று அதை அறுத்துச் சுருட்டி எறிந்து, ‘பிள்ளைவாள், இப்போது நான் பூணூலுடன் இல்லை. என்றாலும், என்னை பிராமணன் அல்ல என்று சொல்ல முடியாது; நீங்கள் பூணூல் அணிந்திருந்தபோதிலும் உங்களை பிராமணன் என்று கூறிவிட முடியாது!’ என்று கூறி, வேத உபநிடதங்களில் கூறியுள்ள விஷயங்களை விவரமாக எடுத்துச்சொன்னார்.

இதனாலெல்லாம் அவர்களது நட்பு கெடவில்லை.

கடயத்தைவிட்டுச் சென்னை விரைந்தார்!

பாரதி நாராயண பிள்ளை நட்பு 1920 இறுதியில் ஒருநாள் எதிர்பாராதபடி பெரும் பகையாக மாறி விட்டது. கடயம் விஷயங்களை நேரில் அறிந்த வரான கே.எல். சுந்தரராமன் (பாரதியின் மைத்துனர் அப்பாதுரையின் புதல்வர்) இதுபற்றி விவரமாக நீண்டதொரு கட்டுரை எழுதிவைத்திருக்கிறார். பாங்கி அதிகாரியாக இருந்து 1982இன் துவக்கத்தில் காலமான சுந்தரராமனது கட்டுரை இன்னும் அச்சேறவில்லை.

ஒருநாள் பாரதியும் நாராயண பிள்ளையும் கலப்புத் திருமணம் பற்றிப் பேசிக்கொண்டிருந்தார்கள். திடீரென்று நாராயண பிள்ளை, "பாரதி, நாம் இருவரும் எவ்வித வித்தியாசமும் இல்லாமல் பழகி வருகிறோமே, உங்கள் மகள் சகுந்தலா பாப்பாவை என் மகனுக்குக் கல்யாணம் செய்து வைத்தால் என்ன?" என்று கேட்டார்.

பாரதி, சற்று உஷ்ணமாகவே, "கலப்பு மணத்தை மனப்பூர்வமாக ஆதரிக்கும் எண்ணம் உங்களுக்கு இருக்குமானால், நீங்கள் முதலில் உங்கள் மகனுக்கு ஒரு பறை அல்லது சக்கிலியப் பெண்ணைத் தேடித் திருமணம் செய்விக்க வேண்டியது. அதன் பிறகு பாப்பா திருமணத்தைப் பேசலாம்" என்றார்.

பிள்ளையும் பாரதியும் இதன்பின் கடுமையாக வாதப்பிரதிவாதம் செய்தார்கள். முடிவில், பாரதி ஒன்றும் சொல்லாமல் விடுவிடென்று வெளியேறி, தம் வீடு சேர்ந்தார். அப்போது காலை 11 மணி இருக்கும்.

நாராயண பிள்ளை செல்வரானதால் அவரது நடவடிக்கைகளை விமர்சிக்கவும் ஊரார் பயப்படுவார்கள். மனைவியை இழந்த அவர், ஊர்க் கோவில் அர்ச்சகரான ஒரு பிராமணரின் மனைவியைத் தம் வீட்டில் வைத்துப் பராமரித்துவந்தார். அந்த அர்ச்சகரும் நிர்ப்பந்தம், லாபம் இரண்டையும் கருதி அதைப் பொருட்படுத்தாமல் இருந்தார். நாராயண பிள்ளையிடம் லைசென்ஸ் பெற்ற துப்பாக்கி இருந்தது. இதுவும் அவர் பற்றி எவரும் பேச பயந்த காரணங்களில் ஒன்றாகும்.

வீட்டுக்கு வந்த பாரதி மனம் நொந்து திண்ணையில் அமர்ந்திருந்தார். அச்சமயம் அந்த அர்ச்சகர் தெரு வழியே போனார். பாரதி திண்ணையிலிருந்து குதித்து, அர்ச்சகரிடம், "உன் போன்ற மானங்கெட்டவர்களின் செய்கையால்தானே நாராயண பிள்ளை என்னைப் பார்த்து அக்கேள்வி கேட்கும்படி ஆயிற்று!" என்று சொல்லி, அவர் கன்னத்தில் பளீரென்று அறைந்துவிட்டார்.

அர்ச்சகர் அலறிப் புடைத்துக்கொண்டு ஓடி, நாராயண பிள்ளையிடம் முறையிட்டார்.

நாராயண பிள்ளைக்குக் கட்டுக்கடங்காத ஆத்திரம் ஏற்பட்டுவிட்டது. தன் வேலையாள் ஒருவனை அனுப்பி, அப்பாதுரையை வரச்சொன்னார். பதறிப்போய் விரைந்து வந்த அப்பாதுரையிடம், ஒரே வாக்கியத்தில், அன்று இரவுக்குள் பாரதியைக் கடயத்தைவிட்டு வெளியேற்றாவிட்டால், ஆட்களை ஏவி அவரை இரவே தீர்த்துக்கட்டிவிடப்போவதாக எச்சரித்தார்.

பாரதி வீட்டில் ஒரே குழப்பம், கலக்கம். சொன்னதைச் செய்து காட்டும் திறனுள்ளவர் பிள்ளை. ஆகையால் பாரதியை எங்கே அனுப்புவதென்று பல யோசனைகள் செய்து, முடிவில் அவரையும் குடும்பத்தாரையும் சென்னைக்கு அனுப்பத் தீர்மானித்தார்கள். விடியற்காலை நாலு மணிக்கு வரும் திருவனந்தபுரம் எக்ஸ்பிரசுக்குக்கூடக் காத்திராமல், பிற்பகல் 2:30க்கு வரும் செங்கோட்டைப் பாசஞ்சரில் அவர்களை ஏற்றி அனுப்பினார்கள். அவசரஅவசரமாக எடுத்துக்கொண்ட சில மூட்டை முடிச்சுகளுடன் 36 மணி நேரம் பயணம் செய்து பாரதியும் குடும்பத்தாரும் மறுநாள் பிற்பகலில் சென்னையை அடைந்தார்கள்.

பாரதி புறப்பட்டுவரும் செய்தி 'மித்திரன்' ஆசிரியர் ஏ. ரங்கஸ்வாமி ஐயங்காருக்கும் எஸ். துரைசாமி ஐயருக்கும் தந்தி மூலம் தெரிவிக்கப்பட்டது.

1920 முடிவில், அநேகமாக நவம்பர் மாதத் துவக்கத்தில், பாரதி மீண்டும் சென்னை வந்துசேர்ந்தார். நேராகப் பழைய நண்பர் வக்கீல் துரைசாமி ஐயர் வீட்டுக்குச் சென்றார். ஜார்ஜ் டவுனில் மண்ணடி அருகே ராமசாமித் தெருவில் வசித்துவந்த துரைசாமி ஐயர், பாரதி தங்க அருகிலேயே ஒரு வீடு அமர்த்திக் கொடுத்தார்.

துரைசாமி ஐயரும் பாரதியும் முதல் நாளே ஏ. ரங்கஸ்வாமி ஐயங்காரைப் போய்ப் பார்த்தார்கள். தமது காரியாலயத்தில் பாரதிக்கு எப்போதும் வேலை உண்டென்றார் ஐயங்கார். 14 வருஷங்களுக்குப் பின் பாரதி மீண்டும் 'மித்திரன்' உதவியாசிரியரானார்.

1920 நவம்பர் 15 முதலாக பாரதியின் நானாவிதக் குறிப்புகள் அநேகமாய் தினந்தோறும் 'மித்திர'னில் வெளிவரலாயின.

'சுதேசமித்திரன்' ஆசிரியர்:
1920இல் பாரதி மீண்டும் 'மித்திர'னில் சேர்ந்த சமயம் அதன் ஆசிரியராயிருந்த ஏ. ரங்கஸ்வாமி ஐயங்கார்.

'சுதேசமித்திரன்' நிர்வாகி:
பாரதி காலத்தில் 'மித்திரன்' நிர்வாகக் குழுவிலும் பின்னர் அதன் ஆசிரியராகவுமிருந்த ஸி.ஆர். ஸ்ரீநிவாஸன்.

'சுதேசமித்திரன்' அலுவலகம் 1921:
பாரதி காலத்தில் ஜார்ஜ் டவுன் எர்ரபாலு செட்டி தெருவும் சிங்கண்ண நாய்க்கன் தெருவும் கூடுமிடத்தில் இருந்தது.

'சுதேசமித்திரன்' அலுவலக மாடிப் படி:
முன்பு மரப்படியாக இருந்தது. பாரதி இரண்டு மூன்று படிகளைச் சேர்த்தே தாண்டுவாராம்.

வேதனை வடிந்த கண்கள்

பாரதி மீண்டும் 'மித்திர'னில் சேர்ந்த சமயம் அதன் காரியாலயம் ஜார்ஜ் டவுனில் எர்ரபாலு செட்டித் தெருவும் சிங்கண்ண நாய்க்கன் தெருவும் கூடுமிடத் திலுள்ள மூலைக் கட்டடத்தில் இருந்தது. பக்கத்தில், சிங்கண்ண நாய்க்கன் தெருவில், ஒரு மரப்படி. மாடியில் ஆசிரியர்கள் அறைக்கு இது வழியே தெருவி லிருந்தே ஏறலாம். பாரதி மரப் படிகளை அடிக்கு இரண்டு மூன்றாகத் தாவி ஏறுவார், இறங்குவார்!

பாரதியைத் தாம் முதன்முதலாகச் சந்தித்த விவரத்தை 'மித்திரன்' ஆசிரியர் சி.ஆர். ஸ்ரீநிவாஸன் சொற்சித்திரமாய் வரைந்துகாட்டியிருக்கிறார். 1920இன் இறுதி – ஸ்ரீநிவாஸன் அப்போது 'மித்திரன்' நிர்வாகக் குழுவில் இருந்தார்.

'ஒரு நாள் காலை 10 மணி இருக்கும். ஆபீஸில் தபால் பார்த்துக் கொண்டிருந்தேன். கனவேகமாய் ஒரு ஜட்கா வண்டி ஆபீஸை நோக்கி வந்தது. ஆபீஸ் பெயரைப் பார்த்ததும் 'நிறுத்து' என்று கூறினார் வண்டியிலிருந்தவர். நிற்கிறவரையில் தாங்கவில்லை. குறுக்குக் கம்பியைத் தள்ளிக்கொண்டு கீழே குதித்தார். தள்ளின கம்பி திரும்பிவந்து சொக்காயில் மாட்டிக்கொண்டது. அலக்ஷியமாகக் கையை உதறினார். சொக்காயின் கை கிழிந்துவிட்டது. அதையும் கவனிக்கவில்லை. ஓடோடியும் உள்ளே வந்தார். நான் இருந்த அறைக்குக் குறுக்குக் கதவுகள் இருக்கக் கண்டு சற்று தயங்கினார். மெள்ளக் கதவைத் தட்டினார். பதில் இல்லை. கதவுக்குமேல் தலையை நீட்டி உள்ளே பார்த்தார். என்னைக் கண்டதும் சிறிது லஜ்ஜைப்பட்டார். 'யார்?' என்று நான் கேட்டேன். 'நான்தான் சுப்பிரமணிய பாரதி' என்றார். 'வாருங்கள், உள்ளே வாருங்கள், உட்கா ருங்கள்' என்றேன்.

'அன்று கண்ட பாரதி இன்றளவும் என் அகக் கண்முன் நின்றுகொண்டேயிருக்கிறார். நடுத்தர உயரம்; ஒற்றை நாடி; மாநிறம் படைத்த மேனி; பிரிபிரியாய்ச் சுற்றிய தலைப்பாகை; அகன்ற நெற்றி; அதன் மத்தியில் காலணா அளவு குங்குமப் பொட்டு. அடர்ந்த புருவங்கள் உருண்ட கண்களைக் காத்து வந்தன. நிமிர்ந்த நாசி வாடிய கன்னங்களை விளக்கிக் காட்டியது. முறுக்கிய மீசை மேல்உதட்டை மறைத்தும், உறுதியிழந்த உயிர் நிலையைக் கீழ் உதடு காட்டிவிட்டது. உடல்மீது பித்தான் இல்லாத ஷர்ட்டு; அதை மூட ஒரு அல்பகா கோட்டு; வண்டியிலிருந்து குதித்தபோது அதுவும் கிழிந்து விட்டது.

'நாற்காலியில் உட்கார்ந்தார். நாவெழவில்லை; கண்கள் வட்டமிட்டுக் கொண்டிருந்தன; அறையைச் சுற்றிப் பார்த்தன; என்னையும் ஏறஇறங்கப் பார்த் தன. வெகுண்ட கண்கள்; வேதனை வடிந்த கண்கள்; சாந்தம் நிறைந்த கண்கள்; வசியம் மிகுந்த கண்கள். அவை என் உள்ளத்தைக் கொள்ளை கொண்டு விட்டன!'

இந்தச் சொற்சித்திரத்துடன் இன்னொரு சொற் சித்திரத்தையும் ஒப்பிட்டுப்பார்க்க வேண்டும். புதுவை யிலிருந்து கடயம் சென்ற பாரதி, 1919 மார்ச் மாதம் முதன்முதலாகச் சென்னைக்குத் திரும்பி வந்தபோது துரைசாமி ஐயர், நெல்லையப்பர், ராஜாஜி முதலிய நண்பர்கள் அவரை ரயிலடியில் சந்தித்து வரவேற்றார்கள். அப்போது தாம் கண்ட காட்சியை ராஜாஜி விவரிக்கிறார்:

'பாரதியார் ரயிலிலிருந்து இறங்கினார். அவரைப் பார்த்ததும் எனக்கு ஒரே துக்கமாய்ப் போய்விட் டது. ஏற்கனவே நான் அவரைப் பார்த்தபோது அவருடைய முகம் பூரணச்சந்திரனைப் போன்ற தேஜஸ் பொருந்தியதாயிருந்தது. ஆனால், இப்போதோ களையிழந்து வற்றி உலர்ந்துபோயிருந்தது. 'ஐயோ! இவர் இப்படிப் போய்விட்டாரே!' என்று நான் வருத்தப்பட்டேன்.'

1919 துவக்கத்தில் மலர்ச்சியற்றிருந்த பாரதி 1920 முடிவில் 'மித்திர'னில் சேர்ந்த சமயம் ஓரள வாவது அகமலர்ந்திருந்தாரா?

○

'சுதேசமித்திர'னில் மீண்டும் வேலை பார்க்கத் தொடங்கிய பாரதி, தமது பொது வாழ்வு அலுவல் களையும் ஓரளவு ஆரம்பித்தார். ஆனால் முன்போல அவர் அரசியலில் தீவிரமாக ஈடுபடவில்லை; அவரது கவனமெல்லாம் இலக்கிய, வேதாந்த விஷயங் களிலேயே இருந்தது.

1920இல் பாரதிக்குச் சுமார் நூறு ரூபாய் சம்பளம் கிடைத்துவந்த சமயம் 'மித்திரன்' ஆசிரிய ருக்கு ஆயிரம் ரூபாய் சம்பளம் கிடைத்துவந்தது. இதில் பாரதிக்கு மட்டற்ற மகிழ்ச்சி. 'தமிழ்ப் பத்திரா திபர் ஒருவருக்கு ஆயிரம் ரூபாய் சம்பளம் கிடைக் கும் காலம் வந்துவிட்டது பார்த்தாயா!' என்று குவளைக் கண்ணனிடம் சொல்லி மகிழ்ந்தாராம்.

பாரதியுடன் 'மித்திர'னில் உழைத்து வந்த உதவியாசிரியர்களில் எம்.எஸ். சுப்பிரமணிய அய் யரும் எஸ். நடேசனும் இருவர். முதல்வர் தேசிய வீரர் சரித்திர நூல்களை எழுதிப் புகழ் பெற்றார்; மற்றவர் 'மித்திர'னில் இருந்து காலமானார்.

சென்னையில் குள்ளச்சாமி

புதுவையிலே பாரதிக்குப் பழக்கமான பரதேசிச் சாமியார்களில் குள்ளச்சாமி என்பார் ஒருவர். பாரதி கூறுகிறார்:

'அவருக்கு வயது ஐம்பதோ, அறுபதோ, எழுபதோ, எண்பதோ யாருக்கும் தெரியாது. அவருடைய உயரம் நாலரை அடியிருக்கும். கருநிறம். குண்டு சட்டியைப் போல் முகம். உடம்பெல்லாம் வயிரக்கட்டை போலே நல்ல உறுதியான பேர்வழி.

'அந்த மனுஷ்யன் ஜடபரதருடைய நிலைமையிலே இருப்பதாகச் சொல்லலாம். பேசினால் பயித்தியக்காரன் பேசுவதுபோலிருக்கும். இழுத்திழுத்து, திக்கித்திக்கி, முன்பின் சம்பந்தமில்லாமல் விழுங்கிவிழுங்கிப் பேசுவார். தெருவிலே படுத்துக் கிடப்பார். பசித்தபோது எங்கேனும்போய்ப் பிச்சை வாங்கிச் சாப்பிடுவார். கள் குடிப்பார். கஞ்சா தின்பார். மண்ணிலே புரளுவார். நாய்களுடன் சண்டை போடுவார்.

'வீதியிலே பெண் பிள்ளைகளுக்கெல்லாம் அவரைக் கண்டால் இரக்கமுண்டாகும். திடீரென்று ஒரு வீட்டிற்குள் நுழைந்து, அந்த வீட்டிலிருக்கும் குழந்தைகள் நெற்றியிலே திருநீற்றைப் பூசிவிட்டு ஓடிப்போவார். யாராவது திட்டினாலும் அடித்தாலும் பொறுத்துக்கொண்டு அவ்விடத்தைவிட்டு ஓடிப்போய்விடுவார் . . . .

'பின்னொரு நாள் அவரிடம் பரிகாசமாக நான் . . . 'ஏதேனும் தொழில் செய்து பிழைக்கக் கூடாதா?' என்று கேட்டேன். அந்தப் பரதேசி சொல்கிறார்: 'தம்பி, நானும் தொழில் செய்துதான் பிழைக்கிறேன். எனக்கு வண்ணான் வேலை. ஐம்புலன்களாகிய கழுதைகளை மேய்க்கிறேன். அந்தக்கரணமான துணிமூட்டைகளை வெளுக்கிறேன்.'

இந்தக் குள்ளச்சாமியை ஒரு நாள் நண்பர் ஒருவர் வீட்டில் சந்தித்து உலகில் உண்மை எது என்று கேட்டார் பாரதி. பிடித்த கையைத் திமிறிக்கொண்டு கொல்லைப்பக்கம் ஓடி, அங்கே ஒரு குட்டிச்சுவர் காட்டி, சூரியனைக் காட்டி, கிணற்றில் சூரிய பிம்பம் காட்டி, 'அறிந்தாயா?' என்று சைகையால் வினவினார் குள்ளச்சாமி. மனத்தைக் கட்டி மண் போலே சுவர் போலே வாழ்ந்தால், கிணற்றுள் சூரிய பிம்பம் தெரிவது போல உனக்குள்ளே தெய்வ ஒளி காண்பாய் என்று பொருள் தெரிந்து கொண்டார் கவிஞர்.

குள்ளச்சாமி அஷ்டமாசித்திகள் பெற்றவரென்று பாரதி விவரித்திருக்கிறார். தமது யோக சித்தியாலும் காயகல்ப சிகிச்சையினாலும் வயதுரைக்க வழியில்லாமல் சாவைக் கடந்துவிட்டவர் என்று பாடியிருக்கிறார். ஒரு சமயம் பாரதி தம் வீட்டு மேல்மாடியில் தனியே உலவிக்கொண்டிருக்கையில் சாமியாரும் வேணு முதலி என்பவனும் வந்தபோது வேணு முதலியின் சுடுசொற்களை அடக்குவதற்காகச் சாமியார் விசுவரூப தரிசனம் காட்டிய அதிசயத்தைச் 'சும்மா' என்ற கட்டுரையில் பாரதி விவரித்திருக்கிறார்.

இத்தகைய மகிமை வாய்ந்த பெரியாரைச் சென்னைக்கு அழைத்துவர வேண்டுமென்று பாரதி தீர்மானித்தார். துரைசாமி ஐயரிடம் சொல்லி ஏற்பாடுசெய்து, சாமியாரைச் சென்னைக்கு அழைத்து வரும்படி புதுவையில் பொன்னு முருகேசம் பிள்ளையின் இளைய புதல்வர் கனகராஜாவுக்கு ஒரு கடிதம் எழுதினார்.

குள்ளச்சாமி சென்னைக்கு வந்தார். அவருக்கு கோகளே ஹாலில் ஒரு உபசாரம் நடந்தது. கூட்டத்தின் விவரமும் குள்ளச்சாமியின் படமும் அக்காலத்தில் 'ஹிந்து' பத்திரிகையில் வெளிவந்தனவாம்.

குள்ளச்சாமியை பாரதி மிக உயர்வாகக் கருதிய போதிலும் அவ்வமயம் சென்னையிலிருந்த வ.உ. சிதம்பரம் பிள்ளை அவரை மிகத் தாழ்வாகவே மதிப்பிட்டிருக்கிறார். பாரதியும் குள்ளச்சாமியாரும் பிரம்பூரில் வ.உ.சி. வீட்டுக்கு வந்திருந்தனராம்.

வ.உ.சி. தமது பாரதி நினைவுக் குறிப்புகளில் கூறுகிறார்: 'மூவரும் மத்தியானச் சாப்பாடு சாப்பிட்டோம். சிரமபரிகாரத்தின்பொருட்டு மூவரும் படுத்து உறங்கினோம். மாலை சுமார் மூன்று மணிக்கு அவர்களிருவரும் பேயிரைச்சலிட்டு வாதாடிக் கொண்டிருப்பதைக் கேட்டு நான் விழித்துக்கொண்டேன். ஒரு சிறு அமிர்தாஞ்சன் டப்பாவிலிருந்து ஏதோ ஒரு லேகியத்தை எடுத்து ஆளுக்கு ஒரு எலுமிச்சங்காய் அளவு வாயில் போட்டுக் கொண்டனர். அவர்கள் கொம்மாளம் அதிகமாயிற்று.

' 'அது என்ன மாமா?' எனக் கேட்டேன். 'அதுவா, மோக்ஷ லோகத்திற்குக் கொண்டுபோகும் ஜீவாம்ருதம்' என்றார் மாமா (பாரதி). எனக்கு விஷயம் விளங்கிவிட்டது . . . மாமாவின் மாற்றத்திற்கு இம்மருந்துதான் காரணம் என்று நிச்சயமாய்த் தெரிந்துவிட்டது.'

ஆனால், குள்ளச்சாமியாரை அறிந்த மற்றும் பலர் அவர் பரமயோகியென்றும், மகாபுருஷர் என்றுமே வற்புறுத்திக் கூறியிருக்கிறார்கள்.

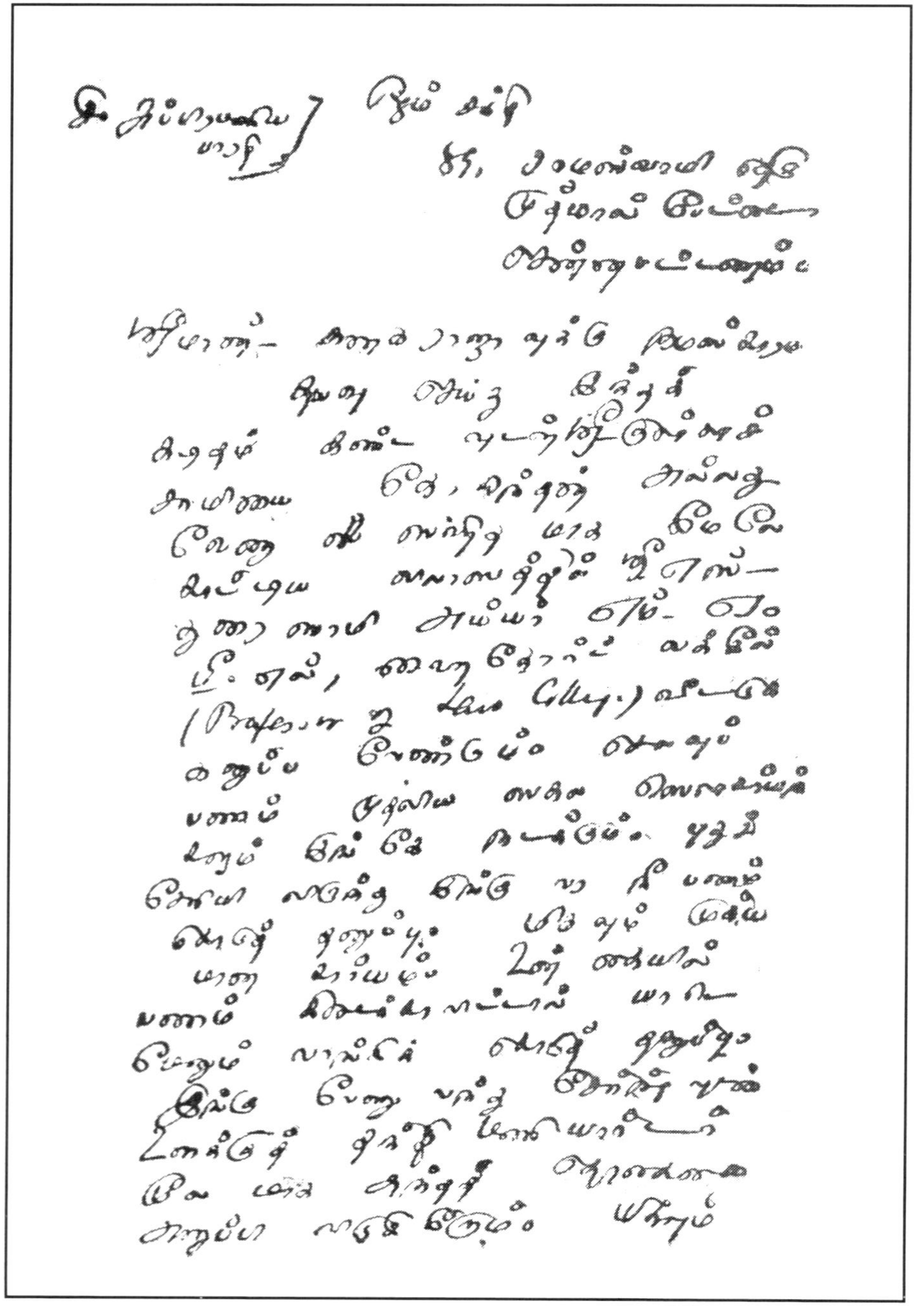

பாரதி குள்ளச்சாமி சந்திப்பு:
'அன்றொரு நாட் புதுவை நகர்தனிலே' இருவரும் சந்தித்ததை விளக்கும் கே.ஆர். சர்மா ஓவியம் (1930). தலைப்பாகையற்ற பாரதி.
அக்காலத்தில் 'சுதேசமித்திர'னில் தொடர்ச்சியாக வந்த பாரதி பாடல் சித்திரங்களில் இது ஒன்று.

குள்ளச்சாமிக்காகக் கடிதம்:
தாம் பரமயோகியெனக் கருதிய குள்ளச்சாமியைப் புதுவையிலிருந்து சென்னைக்குத் தருவிக்க பாரதி அனுப்பிய கடிதத்தின் பகுதி.

திருவல்லிக்கேணியில் பாரதி

குள்ளச்சாமியைத் தருவித்த பாரதி, தமது சாகாமை தத்துவத்தைப் பற்றியும் ஒரு கூட்டத்துக்கு ஏற்பாடு செய்தார். 'நித்திய வாழ்வு' *(Life Eternal)* என்ற தலைப்பில் அவர் ஆங்கிலத்தில் பேசிய இக்கூட்டத் துக்கு நீதிபதி மணி ஐயர் (ஸர் எஸ். சுப்பிரமணிய ஐயர்) தலைமை வகித்தார். கூட்டம் வி.பி. ஹாலில் நடந்தது.

கூட்டத்துக்கு இரண்டு நாள் முன்பு பாரதி பிராட்வேயிலிருந்த ரத்னா கம்பெனி என்ற போட்டோ கடைக்குப் போனார். தாம் முக்கியமானதோர் பொதுக்கூட்டத்தை விளம்பரம் செய்யும் துண்டுப் பிரசுரம் வெளியிடப் போவதாயும், அதற்காகத் தம்மை நேர்த்தியான படம் எடுக்க வேண்டும் என்றும் சொன்னார். அவர் வந்த சமயம் கடையில் முதலாளி இல்லை. வி.எஸ். ஸர்மா என்ற பையனே இருந்தான். இவன் அப்போது கடையில் 'கத்துக் குட்டி.' தம் புகைப்படம் எடுக்கும் வேலையை ஒரு சிறுபையனிடம் ஒப்படைக்க பாரதி தயங்கி னார். அவசரம் ஒரு பக்கம்; பையனின் தெம்பான பேச்சு ஒரு பக்கம். பாரதி போட்டோவுக்கு உட் கார்ந்தார். நெகடிவைக் கழுவிப்பார்த்துத் தம்மிடம் காட்டும்வரை பாரதி காத்திருந்தார். படம் அவ ருக்கு மிகவும் திருப்தியாகிவிட்டது.

பாரதியால் புகழப்பெற்ற இந்தப் படம் இப்போது எங்கும் கிடைக்கவில்லை. இதே போல் குவளைக் கண்ணனுடன் சென்று இதே ரத்னா கம்பெனியில் எடுத்துக்கொண்ட மற்றொரு படமும் கிடைக்கவில்லை.

ரத்னா கம்பெனியில் பாரதியால் பாராட்டப் பெற்ற இளைஞன், முன்பு மதுரையில் இருந்த பிரபல சித்திரக்காரரான வி.எஸ். ஸர்மா என்பவ ராகும்.

○

1920–21இல் பாரதி சென்னையில் வாழ்ந்த சமயம், பாரதி முதலில் தம்புச் செட்டித் தெருவிலும், பிறகு திருவல்லிக்கேணி தெளிசிங்கப் பெருமாள் கோயில் தெருவிலும் குடியிருந்தார். தெளிசிங்கப் பெருமாள் கோயில் தெருவில் 67ஆம் எண் வீடு, கிழக்குப் பார்த்த சிவப்புக் கட்டடம்; பழங்காலத்துப் பாணியில் மற்ற வீடுகளில் இல்லாதபடி அலங்கார முகப்புக் கொண்டது. இந்தப் பெரிய வீட்டின் பின்புறக் கட்டில், இருட்டான அறைகளில், அதற் கும் வாடகை கொடுக்க முடியாத நிலையில்தான் பாரதி வசித்தார்.

இக்காலத்திய பாரதி பற்றி அதே தெருவில் வசித்த கி. சடகோபன் விவரித்துள்ளார்.

திருவல்லிக்கேணி பார்த்தசாரதி ஸ்வாமி வீதி பவனி வரும்போதும் உற்சவ காலங்களிலும் பாரதி தம்மை மறந்து விடுவார். அலுங்காமல் நலுங்காமல் இரண்டொரு வார்த்தைகளில் பிரார்த்தனை செய்து தெய்வ அருள் பெற்றுவிட்டதாக நம்பும் கோஷ்டிக் கும் பாரதிக்கும் வெகு தூரம். ஸ்வாமியின் வாகனம் தெருவில் தென்பட்டால் ஓடோடி வருவார் தரி சனத்துக்கு. ஆனால், தரிசனமென்றால் நின்று கும்பிடுவதல்ல. வியர்க்க விறுவிறுக்க வாகனம் தூக்கும் ஆட்களில் தாமும் சேர்ந்துகொண்டு ஒரு தெரு முழுவதும் தோள் போட்டுச் செல்வார்.

பாரதியார் தெருவில் நடந்துபோகும் போதும் இவர்தான் பாரதி என்று சொல்லி விடலாம். தெருவில் நடக்கும்போது மார்பை முன்னே தள்ளி, தலையை உயர நிமிர்த்தி யார்க்குமஞ்சாத பார்வை யுடன் சிப்பாய் மாதிரி அடியெடுத்து வைப்பார். எதிரே எவராவது நமஸ்காரம் செய்தால் சட் டென்று நின்று, இரு பாதங்களையும் இணைத்து, அழகாகக் கையெடுத்துக் கும்பிடுவார்.

பெரியவர்களுக்கு பாரதி ஒரு அசட்டுப் பைத் தியம்; ஆனால் இளைஞர்களுக்கோ அவர் தீரமிக்க லட்சிய புருஷர். தம்மை அணுகியவர்கள் சிறுவர் களாக இருந்தாலும் பாரதி பிரியமாக அவர்கள் விருப்பத்தை நிறைவேற்ற முயல்வார். பாரதியை சந்தித்துப் பேசிவிட வேண்டும், பாடிக் கேட்க வேண் டும் என்று சடகோபன் விரும்பினார். தம் விருப் பத்தை சடகோபன் குவளைக் கண்ணனிடம் தெரி வித்தார். 'அதற்கென்ன பிரமாதம், வா' என்று குவளைக் கண்ணன் சடகோபனை 'மித்திரன்' காரியாலயத் துக்கு அழைத்துச் சென்று, பாரதிக்கு அறிமுகம் செய்து வைத்து, விருப்பத்தைச் சொன்னார்.

உடனே பாரதி மாடியை விட்டுக் கீழே இறங்கி வந்தார். கீழே பத்திரிகைக் காகிதம் அடுக்கிவைத் திருக்கும் கிடங்குக்கு அழைத்துச்சென்றார். அங்கே காகித 'பேல்' மூட்டைகளில் ஒன்றின் மேல் சட கோபனும் மற்றொன்றின் மேல் குவளைக் கண்ண னும் அமரும்படி செய்தார். மற்றொரு மூட்டையின் மேல் தாம் ஏறி அமர்ந்துகொண்டார். உடனே ஐந்தாறு பாட்டுக்களைப் பாடித்தீர்த்துவிட்டார்! சிறுவனாயிற்றே, பாடுவானேன் என்றோ, கேட்பவர்களிடமெல்லாம் பாடலாமா என்றோ துளிக்கூட அகம்பாவம் அல்லது பிகு கிடையாது!

வி.பி. ஹால், சென்னை:
நீதிபதி மணி ஐயர் தலைமையில் பாரதி ஆங்கிலத்தில் 'நித்திய வாழ்வு' சொற்பொழிவாற்றிய அரங்கம்.

பாரதியின் பிரபல புகைப்படத்தை எடுத்த வி.எஸ். சர்மா.

சோமதேவ சர்மா

யானைக் காலடியிலிருந்து பாரதியைக் காத்த குவளைக் கண்ணன்.
1938இல் 'கோபி' வரைந்தது.

திருவல்லிக்கேணியில் பாரதி வீட்டருகே வசித்த நண்பர் ஆர். சின்னசாமி ஐயங்கார்.

ஈரோட்டில் பாரதியைச் சந்தித்த பாலபாரதி ச.து.சு. யோகி.

யானைக் காலடியில்

1921 ஆகஸ்ட் மாதம் முதல் இரண்டு தேதிகளில் பாரதி ஈரோட்டுக்குப் போய், அங்கே கருங்கல்பாளை யத்திலிருந்த ஒரு வாசகசாலையின் ஆண்டு விழாவில் 'மனிதனுக்கு மரணமில்லை' என்ற பொருளில் பிரசங்கம் செய்தார். மறுநாள் ஈரோட்டில் வாய்க் கால் கரையில் ஒரு பொதுக்கூட்டத்தில் 'இந்தியா வின் எதிர்கால நிலை' என்பது பற்றிப் பேசினார். 'எனது ஈரோடு யாத்திரை' என்றொரு கட்டுரையும் எழுதினார். இது 'சுதேசமித்திர'னில் ஆகஸ்ட் 4ஆம் தேதி வெளியாயிற்று.

இதற்குப் பின், ஆகஸ்ட் 11இல், காந்தியடிகளின் ஒரு கோடி ரூபாய் திலகர் நிதி முயற்சி பற்றியும், ஆகஸ்ட் 25ஆம் தேதி ரவீந்திரநாத தாகூரின் ஐரோப்பா திக்விஜயம் பற்றியும் கட்டுரைகள் எழுதினார். இவையே அவரது கடைசிக் கட்டுரைகளாக முடிந்தன.

திருவல்லிக்கேணியில் வசித்த பாரதி தினமும் பார்த்தசாரதி கோயிலுக்குப் போய் ஸ்வாமி தரிசனம் செய்து வருவார். கோயிலுக்குப் போகும் போது கையில் பழமும் தேங்காயும் எடுத்துச் செல்வார். ஸ்வாமிக்கு நைவேத்தியம் செய்வதற் கல்ல; கோயில் யானைக்குக் கொடுப்பதற்காக.

1921ஆம் ஆண்டில் பார்த்தசாரதி கோயிலில் ஒரு பெரிய யானை இருந்தது. அதைக் கோவிலுக்கு வெளியே கட்டி வைத்திருப்பார்கள். சிங்கத்தையே சகோதரனாகத் தடவிக்கொடுத்த பாரதி யானை யையும் சகோதரனாக பாவிப்பார். கையில் எடுத்துச் செல்லும் பழம் தேங்காயை யானையிடம் தாமே நீட்டி, அது உண்பதைக் கண்டு மகிழ்வார். நாளாக ஆக, பழக்கம் ஏற்படஏற்பட யானையிடம் தங்கு தடையின்றிப் போவார். பழம் தேங்காயைக் கொடுப்பார். யானையின் துதிக்கையைத் தடவிக் கொடுப்பார்.

கோயில் யானைக்கு ஜூனில் திடீரென்று மதம் பிடித்துவிட்டது. அதைச் சங்கிலியால் பிணைத்து, கோயில் முன் கட்டிப்போட்டிருந்தார்கள். வழக்கம் போல் தேங்காய் பழத்துடன் யானையைத் தேடிக் கொண்டு வந்தார் பாரதி. யானைக்கு மதம்பிடித் திருக்கிறதென்று எச்சரித்தார்களோ இல்லையோ, பாரதி எதையும் கவனிக்கவில்லை. 'சகோதரா! இந்தா பழம், தேங்காய்!' என்று அன்புடன் நெருங்கிக் கையை நீட்டினார். யானை அதை வாங்கத்தான் வந்ததோ, மதத் திமிரில் தட்டிவிடத்தான் செய்ததோ தெரியவில்லை; துதிக்கையை வீசியது. அடுத்த கணம் பாரதி யானையின் காலடியில் மூர்ச்சித்துக் கிடந்தார்!

வெறி பிடித்த யானை என்ன செய்யுமென்று தெரியாது. காலடியில் கிடக்கிறார் ஒரு மனிதர். கவிஞர் பிரான். மக்கள் இன்னது செய்வதென்று தெரியாமல் தவித்தனர்.

யானைக் காலடியில் பாரதி கிடக்கிறாரென்ற செய்தி திருவல்லிக்கேணி முழுதும் தீப்போல் பரவியது. எங்கோ இருந்த குவளைக் கண்ணன் காதிலும் விழுந்தது. பறந்து வந்தது போல் தூக்க முடியாத தமது சரீரத்தைத் தூக்கிக்கொண்டு ஓடோடி வந்தார் குவளைக் கண்ணன். எவ்வித யோசனையுமின்றி யானை இருந்த இரும்புக் கிராதிக் கோட்டத்துக்குள் ஒரே பாய்ச்சலாகப் பாய்ந்தார். ரத்தப் பிரவாகத்தில் கிடந்த பாரதியை எடுத்து நிமிர்த்தி, தோளில் சார்த்திக்கொண்டு வெளியே கொண்டுவந்துசேர்த்தார். கண் நொடிக்குமுன் எல்லாம் நடந்து விட்டது!

மனிதச் சிங்கம் குவளைக் கண்ணனது தீரத்தைக் கண்டு மலைத்தது போல மத யானையும் பிரமித்துப் போயிருக்க வேண்டும்!

குவளைக் கண்ணனுடைய அன்பு வேறு யாருக்கும் இல்லை! அன்றொரு நாள் புதுவையில் தெய்வமே அனுப்பிய தூதனாய்த் தோன்றிக் கைகொடுத்துக் காத்த அதே குவளைக் கண்ணன் இன்று மீண்டும் தெய்வமே அனுப்பிய தூதனாய் யானையினின்றும் பாரதியைக் காத்தார். 'மிகத் தானும் உயர்ந்த துணிவுடைய நெஞ்சின் வீரர் பிரான் குவளையூர்க் கண்ணனென்பான்' என்று ஏற்கனவே பாரதி பாடிய புகழ்மாலையும் பொய்க்க வில்லை!

பாரதியை மண்டயம் ஸ்ரீநிவாஸாச்சாரியாரும் மற்றும் சிலரும் ஒரு வண்டியில் வைத்து ராயப் பேட்டை ஆஸ்பத்திரிக்குக்கொண்டு போனார்கள். பாரதிக்கு உடம்பெல்லாம் காயம். ஏற்கனவே பூஞ்சையான உடலில் மரண வாதனையை உண்டாக் கின. பாரதி சில நாட்கள் வலியால் அவதிப்பட் டார். ஆனால் விரைவில் குணமாகிவிட்டார். குண மடைந்த பின் 'மித்திர'னில் எழுதியதோர் கட்டுரை யில், "யானை இன்னாரென்று தெரியாமல் தள்ளி விட்டது; தெரிந்திருந்தால் தள்ளிருக்காது. துன்புறுத் தும் எண்ணமிருந்தால் கீழே விழுந்ததும் தூக்கி எறிந்திருக்காதா? அல்லது கால்களினால் துவைத்தி ராதா? அப்படியே நின்றதன் அர்த்தம் என்ன? என் னிடம் அதற்குள்ள அன்பே காரணம்" என்றாராம்.

குணமாகி, வெளியூரும் சென்றார்

யானைச் சம்பவத்தைப் பற்றி பாரதியின் இளைய மகள் சகுந்தலா பாரதி, 'என் தந்தை' என்ற தமது நூலில் சொல்கிறார்:

('பாரதியைத் தூக்கிவந்த குவளைக் கண்ணன் அவரைக் கோவில் முன்வாசல் மண்டபத்துக்குக் கொண்டுவந்தார்'.) எதிர் வீட்டில் இருந்த மண்டயம் ஸ்ரீநிவாஸாச்சாரியருக்கு விஷயம் எட்டியது. அவர் ஓடிவந்து ஒரு (ஜட்கா) வண்டியில் என் தந்தையைப் படுக்கவைத்து ஆஸ்பத்திரிக்குக் கொண்டுபோனார். குவளைக் கண்ணனும் கூடவே போனார்.

ஸ்ரீநிவாஸாச்சாரியார் பெண் ரங்கா (ஆஜி. ரங்க நாயகி அம்மாள்) (தெளிசிங்கப் பெருமாள் கோவிலில் உள்ள) எங்கள் வீட்டுக்கு ஓடிவந்தாள். 'சகுந்தலா, அப்பாவை ஆனை அடிச்சுடுத்து!' என்று அழுதுகொண்டே கத்தினாள். கடவுளே! அந்த ஒரு நிமிஷமும் என் உள்ளம் இருந்த நிலையை எதற்கு ஒப்பிடுவேன்! 'அப்பாவை ஆனை அடிச்சுடுத்து!' ரங்காவுடன் பார்த்தசாரதி கோயில் வாயிலுக்கு ஓடினேன். அதற்குள் அவரை ஆஸ்பத்திரிக்குக் கொண்டு போய்விட்டார்கள். என்ன ஆஸ்பத்திரி என்று தெரியாது. என்ன செய்வது?'

சகுந்தலா, விக்டோரியா ஹாஸ்டலில் தங்கியிருந்த தன் இளைய மாமனைத் தேடிப்பிடித்து, தவறாக ஜெனரல் ஆஸ்பத்திரிக்குப் போய்த் திரும்பி வீடு வருவதற்குள் பாரதியை வீட்டுக்குக் கொண்டு வந்துவிட்டார்கள்.

'மேல் உதட்டில் யானையின் தந்தம் குத்தியதால் ஏற்பட்ட காயம். தலையில் நல்ல பலமான அடி. மண்டை சிதைவுற்றிருந்தது. நல்ல காலமாக அவரது பெரிய தலைப்பாகை இருந்தபடியால் தலை தப்பியது. என் தந்தையின் உயிருக்கு ஆபத்தில்லையெனக் கேட்டு என் மனம் ஒருவாறு ஆறுதல் அடைந்தது. காயங்கள் சிறிது குணமடைந்து அவர் திரும்ப வேலைக்குச் செல்ல பல நாட்களாயின.' இவை சகுந்தலா கூறியிருப்பவை.

யானைச் சம்பவம் ஜூன் மாதத்தில். அதன் பின் பாரதி ஜூலை, ஆகஸ்ட் மாதங்கள் 'சுதேசமித்திர'னில் வேலைக்குப் போய்வந்துள்ளார்; திருவல்லிக்கேணியில் தேசிய வீதி பஜனை நடத்தியிருக்கிறார்; பொதுக் கூட்டங்களுக்குப் போயிருக்கிறார்; மனைவியையும் சகுந்தலாவையும் கோவிந்தப்ப நாயக்கர் தெரு ஸௌந்தரிய மஹாலில் ஒரு மாதர் கூட்டத்தில் விட்டுவிட்டு ஆபீஸ் போயிருக்கிறார்.

எல்லாவற்றிற்கும் மேலாக, ஆகஸ்ட் மாதம் வெளியூர்ப் பயணமும் மேற்கொண்டுள்ளார். அவர் ஈரோடு போய் அங்கே கருங்கல்பாளையத்தில் பேசிவிட்டுத் திரும்பி, தமது ஈரோடு விஜயம் பற்றியும் பேச்சு விவரமும் 'மித்திர'னுக்குத் தாமே எழுதித் தந்துள்ளார். இத்தனை சான்றுகள் போதாவா அவர் யானை அடித்துச் சாகவில்லை என்பதற்கு?

திருவல்லிக்கேணி கோயில் யானை பெயர் அர்ஜுனன். வயது 40. சம்பவத்துக்கு இரண்டு ஆண்டுகளுக்குப் பின் யானை 1923 ஆகஸ்ட்டில் இறந்துபோயிற்று.

மண்டயம் ஸ்ரீநிவாஸாச்சாரியார் வீடு:
கோவில் வாசலில் உள்ள 'கௌதமாசிரமம்'.

குணம் தேறிய பாரதி:
யானைச் சம்பவத்திலிருந்து தேறிய பாரதி,
கவலை கொண்ட தமது நண்பர் பாரதிதாசனுக்கு அனுப்ப எடுத்துக்கொண்ட படம்.
சென்னை பிராட்வே ரத்னா கம்பெனியில் வி.எஸ். சர்மா எடுத்த இந்த
முழுப்படத்திலிருந்தே மிகப் பிரபலமான 'ஓவல்' பாரதி படம் நமக்குக் கிடைத்துள்ளது.

யமன் வந்த வழி

யானை மூலம் உயிரைக் கவராத யமன், இரண்டு மாதம் காத்திருந்து, வேறொரு எளிய வழியில் பாரதியை நெருங்கினான்.

1921 செப்டம்பர் முதல் தேதி பாரதிக்கு வயிற்றுப் போக்கு ஏற்பட்டது. பூஞ்சை உடல் தாங்கவில்லை. விரைவில் அது இரத்தக்கடுப்பாக மாறியது. முதல் தேதியிலிருந்து விடுப்பில் இருந்த பாரதி எப்போது வேலைக்குத் திரும்புவார் என்றறிய 'மித்திரன்' அலுவலகத்திலிருந்து ஒரு சக ஊழியர் வந்து விசாரித்தார். சில தினங்களில், சரியாக செப்டம்பர் 12ஆம் தேதி திங்களன்று வேலைக்குத் திரும்பிவிடுவதாகச் சொல்லியனுப்பினார் பாரதி. அன்றுதான் அவர் பூத உடல் எரிகாடு சென்றது!

பாரதியின் உடல்நலமின்மை விவரம் பல நண்பர்களுக்குத் தாமதித்தே தெரிந்தது. செப்டம்பர் 11ஆம் தேதி 'தேசபக்தன்' நாளிதழில் வெளியான தாம் எழுதாத ஒரு தலையங்கத்துக்காகத் தண்டிக்கப் பட்டுச் சிறைக்குச் சென்று கொண்டிருந்த வ.வே.சு. ஐயர், போலீஸ் துணையுடன் பாரதியைப் பார்க்க வந்தார். கவலையுடன் அவரது நிலைமையறிந்து, 'பாரதி, நீ மருந்து சாப்பிடமாட்டேன் என்கிறாயாமே. சாப்பிட்டு உடம்பைத் தேற்றிக்கொள்ள வேண்டாமா?' என்று பரிவுடன் நல்ல வார்த்தை சொல்லிச் சென்றார்.

அதன்பின் பரலி சு. நெல்லையப்பர், நீலகண்ட பிரம்மச்சாரி, லக்ஷ்மண ஐயர் என்ற உறவினர் முதலியோர் பாரதி வீட்டில் கவலையோடு இருந்தார்கள். ஆந்திர கேசரி டி. பிரகாசத்தின் தம்பியான டாக்டர் டி. ஜானகிராம் என்ற ஹோமியோபதி வைத்தியரை அழைத்து வந்தனர். நீலகண்ட பிரம்மச்சாரி சொல்கிறார்:

"டாக்டர் பாரதியை நெருங்கி, என்ன செய்கிறது என்று கேட்டார். பாரதிக்கு ஒரே கோபம் வந்துவிட்டது. 'யாருக்கு உடம்பு சரியில்லை? எனக்கொன்றும் உடம்பு அசௌக்கியம் இல்லை. உங்களை யார் இங்கே அழைத்தது? என்னைச் சும்மா விட்டுவிட்டுப் போங்கள்!' என்று இரைந்தார். வேறு வழியின்றி டாக்டர் போய்விட்டார்.

"பிறகு, பாரதி வீட்டுக்குப் பக்கத்தில் வசித்து வந்த நண்பர் ஆர். சின்னசாமி ஐயங்காரின் தாயார், வயதான கிழவி, பாரதியிடம் வந்து, பிரியத்துடன், 'என்னப்பா பாரதி, உனக்கு உடம்பு சரியில்லையாமே ...' என்று கேட்க ஆரம்பித்ததுதான் தாமதம், பாரதி மறுபடி கோபாவேசத்துடன், 'யாருக்கு உடம்பு சரியில்லை? எனக்கெல்லாம் சரியாகவே இருக்கிறது. என்னை இப்படி வதைப்பது தவிர உங்களுக்கெல்லாம் வேறே வேலை இல்லை?' என்று கத்தினார்."

பாரதியின் உடல் நிலையை முன்னிட்டு நீலகண்டன், நெல்லையப்பர், லக்ஷ்மண ஐயர் மூவரும் இரவை பாரதி வீட்டில் கழிப்பதென்று தீர்மானித்தார்கள்.

பாரதியின் இளைய மகள் சகுந்தலா கூறுகிறார்: 'பதினொன்றாம் தேதி சாயங்காலம் விளக்கேற்றும் நேரம். 'இன்றிரவு தப்பினால்தான் பிழைப்பார்,' அதாவது இனிமேல் நம்பிக்கையில்லையென்று வைத்தியர் சொல்லிவிட்டார். ஏது நேருமோவெனக் கிலி பிடித்த மனதுடன் என் தந்தை படுத்திருக்கும் அறை வாயிலில் உட்கார்ந்திருந்தேன். சில நாட்களாகவே அவர் மருந்து சாப்பிட மறுத்துவிட்டார். மிகுந்த சிரமத்துடன் கட்டாயப்படுத்தித்தான் மருந்து கொடுக்கவேண்டிவந்தது.

"அன்று, 'அப்பாவுக்கு மருந்து நீ கொடுத்தால், ஒருவேளை கோபிக்காமல் சாப்பிடுவார்' என்று என் தாயார் என்னை மருந்து எடுத்துக்கொடுக்கும்படி சொன்னார். மங்கலான விளக்கு வெளிச்சம். நான் மருந்தென்று நினைத்து, பக்கத்தில் கிளாசில் வைத்திருந்த பார்லி தண்ணீரை அவரிடம் கொடுத்தேன். மருந்து வேண்டாமென்றார். உடனே அவர் மனதில் என்ன தோன்றியதோ, என் கையிலுள்ள கிளாசை வாங்கி ஒரு வாய் குடித்தார். 'நீ கொடுத்தது மருந்து இல்லையம்மா! கஞ்சி!' என்று சொல்லிவிட்டுக் கண்ணை மூடிவிட்டார். எனக்கு மறுபடி அவரை இமிசை பண்ணி மருந்து கொடுக்க மனமில்லை. அப்படியே வெளியில் கூடத்தில் வந்து படுத்திருந்தேன். தூங்கிவிட்டேன் போலும்!"

வி. ஹரிஹர சர்மா

கடைசி நாள்

1921 செப்டம்பர் 11ஆம் தேதி இரவு பாரதி வீட்டில் கவலையுடன் விழித்திருந்த நண்பர்களில் ஒருவரான நீலகண்ட பிரம்மச்சாரி கூறுகிறார்:

"அன்றிரவு பாரதி தமது நண்பர்களிடம் 'அமானுல்லா கானைப் பற்றி ஒரு வியாசம் எழுதி ஆபீஸுக்கு எடுத்துக்கொண்டு போகவேண்டும்' என்று சொல்லிக் கொண்டிருந்தார். அமானுல்லா கான் அப்பொழுது ஆப்கானிஸ்தானத்து மன்னனாக இருந்தவர். 1914–18 முதல் மகாயுத்தத்தில் ஜெர்மானியருக்குச் சாதகமாக இருந்தாரென்று சண்டையில் வெற்றி பெற்ற பிரிட்டிஷார் அவர்மீது கறுவிக்கொண்டிருந்தார்கள்.

"முன்இரவில் பெரும்பாகம் மயக்கத்திலிருந்த பாரதி, இறப்பதற்கு இரண்டு மணி நேரம் முன்னால் சொன்ன இந்த வார்த்தைகளே அவர் பேசிய கடைசி வார்த்தைகளாகும்"

நெல்லையப்பர், "எங்களுக்குத் தூக்கம் வரவில்லை. அடிக்கடி எழுந்து, எமனுடன் போராடிக் கொண்டிருந்த பாரதியாரைக் கவனித்துக்கொண்டிருந்தோம். பின்னிரவில் சுமார் இரண்டு மணிக்கு பாரதியாரின் மூச்சு அடங்கிவிட்டது. உலகத்தாருக்கு அமரத்துவ உபதேசம் செய்த பாரதியார் மரணம் அடைந்தார். "கரவினில் வந்து உயிர்க் குலத்தினை அழிக்கும் காலன் நடுநடுங்க விழித்தோம்" என்றும், "காலா, உனை நான் சிறு புல்லென மதிக்கின்றேன் – என்றன் காலருகே வாடா! சற்றே உனை மிதிக்கின்றேன், அட (காலா)" என்றும் பாடிய பாரதியார் காலனுக்கு இரையானார்" என்று கூறுகிறார்.

பாரதி காலமானது சரியாக இரவு 1:30 மணி. இதை நீலகண்ட பிரம்மச்சாரி, ஹரிஹர சர்மா முதலியோர் தெரிவித்துள்ளனர்.

பாரதியாரின் மரணச் செய்தியைப் பொழுது விடிந்ததும் நண்பர்களுக்குச் சொல்லியனுப்பினார்கள். துரைசாமி ஐயர், ஹரிஹர சர்மா, வி. சக்கரைச் செட்டி, கிறிஸ்தவப் பாதிரியாகப் புரசைவாக்கத்தில் ஒரு பங்களாவில் குடியிருந்த யதிராஜ் சுரேந்திரநாத் ஆர்யா, மண்டயம் ஸ்ரீநிவாஸாச்சாரியார், எஸ். திருமலாச்சாரியார், குவளை கிருஷ்ணமாச்சாரியார் முதலியோர் வந்தனர். பாரதியார் குடும்பத்துக்கு எப்போதும் ஆதரவு புரிந்துவந்த துரைசாமி ஐயரே பாரதியின் கடைசி நாள் கிரியைகளுக்கும் உதவிபுரிந்தார்.

"பாரதியார் உடலைக் காலை எட்டு மணிக்குத் திருவல்லிக்கேணி (கிருஷ்ணாம்பேட்டை) மயானத்திற்குக் கொண்டுசென்றோம். நானும், லக்ஷ்மண ஐயரும், குவளை கிருஷ்ணமாச்சாரியார், ஹரிஹர சர்மா, ஆர்யா முதலியவர்களும் பாரதியார் பொன்னுடலை இறுதியாகச் சுமந்து செல்லும் பாக்கியம் பெற்றோம். பாரதியார் உடல் மிகச் சிறியது. அன்று தீக்கிரையான அவர் உடல் நிறை சுமார் 100 பவுண்டுக்கும் குறைவாகவே இருக்கும். இன்று உலகம் போற்றும் கவிச்சக்கரவர்த்தியுடன் அன்று அவரது கடைசி நாளில் திருவல்லிக்கேணி மயானத்துக்குச் சென்றவர்கள் சுமார் இருபது பேருக்கும் குறைவாகவே இருக்கலாம். பாரதியாரின் பொன்னுடலை அக்னி தேவரிடம் ஒப்புவிக்கு முன்னர் நண்பர் சுரேந்திரநாத் ஆர்யா சிறியதோர் சொற்பொழிவு நிகழ்த்தினார்" – இவ்வாறு நெல்லையப்பர் கடைசி நாளை விவரித்துள்ளார்.

பாரதிக்குப் பிள்ளை இல்லாததால் யார் அவருக்குக் கொள்ளியிடுவது என்ற பேச்சு வந்த போது, யாரோ நீலகண்ட பிரம்மச்சாரி கொள்ளியிடலாமென்று சொன்னார்கள். உடனே அவர், "என்ன, நானா? இந்தச் சடங்குகளிலெல்லாம் துளிக்கூட நம்பிக்கை இல்லாதவன் நான். என் தகப்பனாராகவே இருந்தாலும் நான் இந்தச் சடங்குகளைச் செய்யமாட்டேன். அப்படியிருக்க, பாரதிக்காக நான் செய்வேனென்று எப்படி நினைத்தீர்கள்?" என்று மறுத்துவிட்டார்.

முடிவில் பாரதியின் தூரத்து உறவினரான வி. ஹரிஹர சர்மாதான் கர்மங்களைச் செய்தார்.

பல நூற்றாண்டுக்கொருமுறை தோன்றும் அதிசய மேதை ஒருவரின் வாழ்வு இவ்வாறு முடிவெய்தியது. தம்மிடையே ஒரு மகாபுருஷர் வாழந்தாரென அவர் காலத்துத் தமிழுலகம் அறியவில்லை. நண்பர்களும் அறிஞர்கள் சிலருமே உணர்ந்திருந்தனர்.

தென் தமிழ்நாட்டில் சித்திரபாநு கார்த்திகை 27 மூல நட்சத்திரத்தில் (1882 டிசம்பர் 11) தோன்றிய அந்த சித்த புருஷர், சென்னை திருவல்லிக்கேணியில் துன்மதி வருஷம் ஆவணி மாதம் 27ஆம் தேதி (1921 செப்டம்பர் 12) ஞாயிறன்று, அதிகாலை 1:30 மணிக்குப் புகழுடல் எய்தினார். அப்போது அவருக்கு வயது 39 நிரம்பவில்லை! சரியாக 38 வயதும் 9 மாதங்களுமே ஆகியிருந்தன!

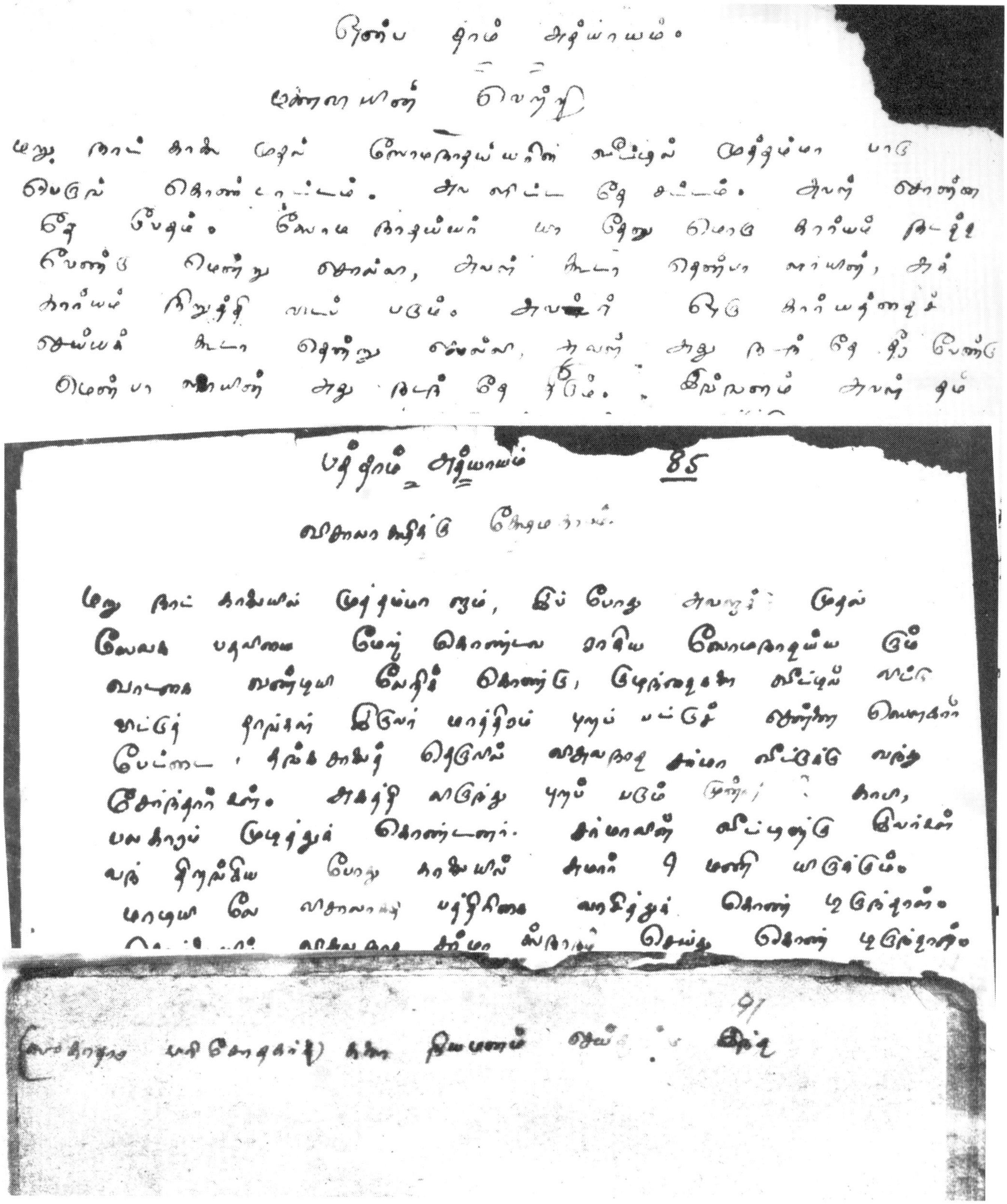

ஒன்பதாம் அத்யாயம்

பத்தாம் அத்யாயம்

பாரதி கடைசியாக எழுதிய எழுத்துகள்:

தமது கடைசி நாட்களில் பாரதி எழுதியவை 'சந்திரிகையின் கதை'யின் 9 மற்றும் முற்றுப்பெறாத 10ஆம் அத்தியாயமாகும். கடைசி வாக்கியம் 'இந்த' என்ற ஒரு சொல்லுடன் நிற்கிறது.

கடைசியாக இருந்த இல்லம்:
திருவல்லிக்கேணி தெளிசிங்கப் பெருமாள் கோவில் தெருவில்
பாரதி கடைசியாக வாழ்ந்து உயிர் நீத்த இல்லம். இது டாக்டர் நஞ்சுண்ட ராவ் கட்டியது.

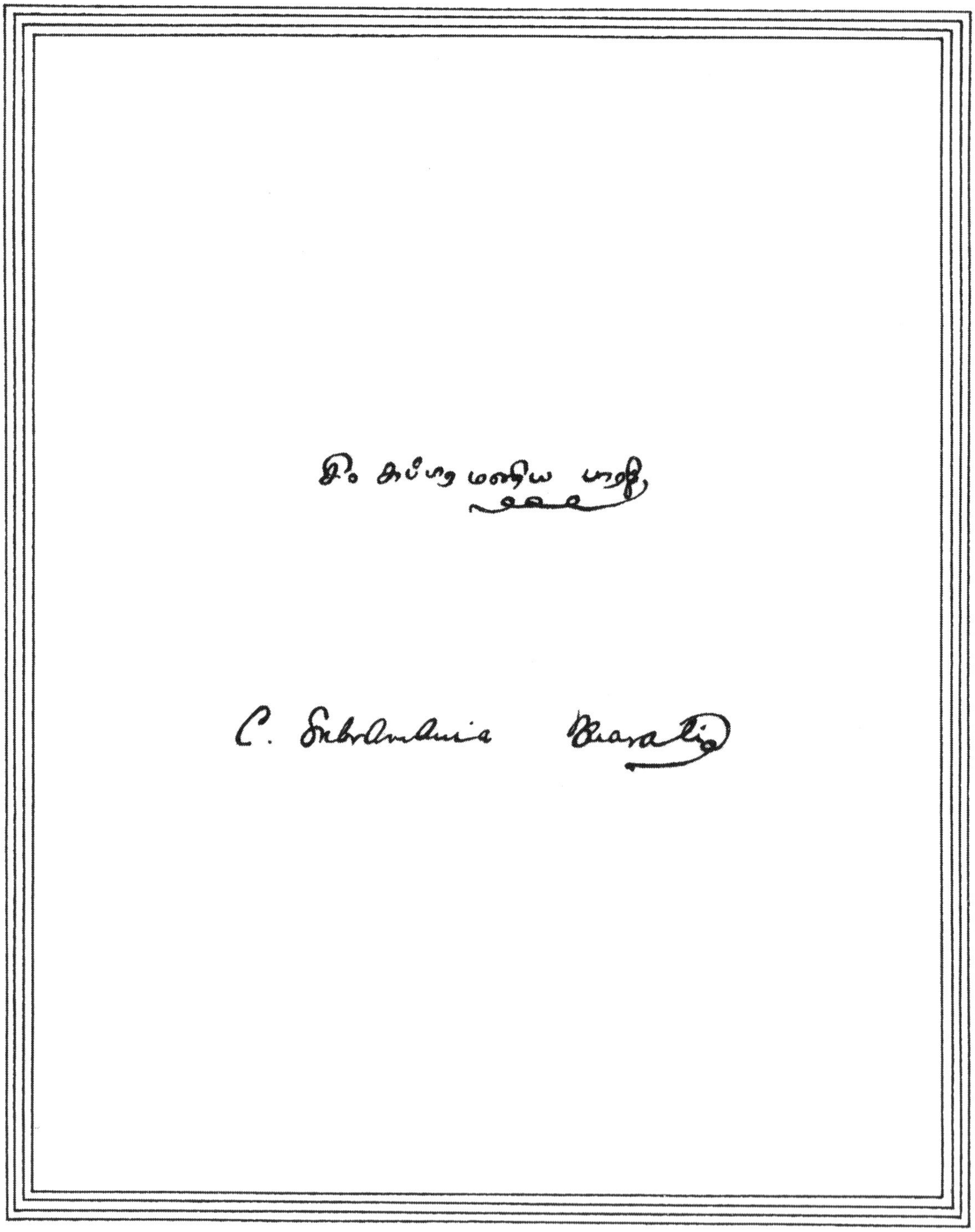
சி. சுப்பிரமணிய பாரதி
C. Subramania Bharati

‘மனம் பதறுகிறது’

1921 செப்டம்பர் 12ஆம் தேதி, திங்கட்கிழமை (துன்மதி வருஷம் ஆவணி மாதம் 28ஆம் தேதி) ‘சுதேசமித்திர’னில் 6ஆம் பக்கம் ‘நகரச் செய்திகள்’ பத்தியில் கடைசிச் செய்தியாக இது வெளிவந்தது:

தென்னாட்டுக் கவிசிரேஷ்டர்
ஸ்ரீ சுப்பிரமணிய பாரதி மரணம்

ஒரு வாரமாக ஸ்ரீ சுப்பிரமணிய பாரதி தேக நோய் கொண்டு திருவல்லிக்கேணியில் அசௌக்கியமாயிருந்து திடீரென்று நேற்று இரவு 1 மணிக்கு இம்மண்ணுலகை விட்டு விண்ணுலக மடைந்தார். அவர் இறந்த செய்தி தெரிந்தவுடன் ஸ்ரீமான்களான புதுச்சேரி ஸ்ரீநிவாஸாச்சாரியார், திருமலாச்சாரியார், ஹரிஹர சர்மா, கிருஷ்ணசாமி சர்மா, சின்னஸ்வாமி, நெல்லையப்பர், நீலகண்டன் முதலான பலர் வந்தனர். செய்ய வேண்டிய காரியங்களுக்கு ஆரம்பஞ் செய்து தகனக்கிரியையும் நடந்தது. ஹரிஹர சர்மா, கிருஷ்ண சாமி சர்மா முதலானவர்கள் பிரேதத்தைத் தாங்கிக்கொண்டு சுடுகாடு சென்று, ஆங்கு தகனத்திற்குச் சற்று முன்னர் ஸ்ரீமான் சக்கரைச் செட்டியார், கிருஷ்ணசாமி சர்மா, இராமச்சந்திர ஐயர் இவர்கள் தமிழில் பேசிய பிறகு, சுரேந்திரநாத ஆரியா தெலுங்கில் பேசினார். பாரதியார் இயற்றிய கீதங்கள் பாடின பிறகு தீ மூட்டப்பட்டது. பாரதியார் ஆவி நற்கதியடையும்படி எல்லோராலும் பிரார்த்திக்கப்பட்டது.

○

அன்றைய தினமே ‘சுதேசமித்திரன்’ இரண்டாவது தலையங்கம் பாரதியின் மரணத்தைப் பற்றிக் குறிப்பிட்டது:

காலஞ்சென்ற ஸ்ரீ சி. சுப்பிரமணிய பாரதி

‘மக்கள் வாழ்வு நீர்மேல் குமிழிபோலும்! தமிழ்நாடு போற்றும் ஸ்ரீ சுப்ரமணிய பாரதியார் இவ்வுலக வாழ்வை நேற்றிரவு துறந்து விண்ணவருக்கு விருந்தாகிவிட்டார் என்ற செய்தியை அறிவிக்க நமது மனம் பதறுகிறது. சில தினங்களாக நோயினால் வருந்திக் கொண்டிருந்த அவரை மறுபடியும் ஸ்தூல சரீரத்தில் பார்க்கப் போகிறதில்லை என்று நாம் நினைக்கவில்லை. திங்கட்கிழமையன்று ‘மித்திரன்’ வேலைக்கு வந்துவிடுவதாகச் சில தினங்களுக்கு முன் சொல்லியனுப்பிய அவர் திங்கட்கிழமையன்று சாம்பலாகி விட்டது என்ன கொடுமை! 39 வயதுக்குள் தமது கவித்திறமையாலும் தேசபக்தியாலும் தமிழ் நாட்டை வசப்படுத்திவிட்ட இச்சிறு பிள்ளையின் பிரிவை தமிழ்நாடு எப்படிச் சகிக்குமோ அறியோம். அன்பே உருவெடுத்தாற்போன்று விளங்கிய அவரைப் பிரிந்து அவரது மனைவியும் இரண்டு பெண் குழந்தைகளும் எப்படிப் பொறுத்திருப்பாரோ கொடிய எமனுக்குத் தான் தெரியும்.

‘அவரது சரித்திரச் சுருக்கம் வேறிடத்தில் பிரசுரம் செய்யப்படுகிறது. பள்ளிக்கூடத்தை விட்டுக் கிளம்பியதும் ஸ்ரீமான் ஜீ. சுப்பிரமணிய ஐயரிடத்தில் ‘மித்திரன்’ உதவி ஆசிரியராக அமர்ந்து வேலை செய்து வரும் நாளில் ‘இந்தியா’ என்ற வாரப் பத்திரிகை ஒன்றைத் தாமே நடத்திவந்தார். அதன் மூலமாக ராஜாங்கத்தாருடைய கோபத்துக்கு ஆளாகி சுமார் 10 வருஷகாலம் பிரஞ்சு இந்தியாவில் வாழ வேண்டிய நிர்ப்பந்தம் ஏற்பட்டுவிட்டது. பரபரப்பாக வேலை செய்யும் இயல்புடைய ஒருவர் சும்மா இருக்கும்படி நேர்ந்த காரணத்தால், அவருடைய தேகம் மெலிந்து போய் பழைய பாரதியின் சாயல் போல் இரண்டு வருஷங்களுக்கு முன் அவர் புதுச்சேரியிலிருந்து மீண்டு வந்தார். சிறிது காலம் தம்முடைய ஊராகிய கடயத்தில் இருந்துவிட்டு தம் ஆசையைக் கவர்ந்த பத்திரிகை வேலைக்குத் திரும்பிவந்து ‘மித்திரன்’ உதவியாசிரியர்களில் ஒருவராகி தேச ஊழியம் செய்துவரும் நாளில் திடீரென்று நம்மையெல்லாம் விட்டு மறைந்துபோய்விட்டார். அவர் போய் விட்டாராயினும் அவருடைய அரிய பாட்டுகளும் அவருடைய கீர்த்தியும் எந்நாளும் பிரகாசிக்குமென்பதில் சந்தேகமில்லை. புதுச்சேரியில் வாழ்ந்து வந்த காலத்திலும் ‘சக்திதாஸன்’ என்ற புனைப்பெயர்களுடன் அவர் ‘மித்திர’னுக்கு அடிக்கடி எழுதி வந்ததை இந்தச் சந்தர்ப்பத்தில் குறிப்பிட விரும்புகிறோம். ‘இந்தியா’ என்ற வாரப்பத்திரிகையை அவர் நடத்திவந்த காலத்தில் படித்தவர்கள் அவரது திறமையை நன்கு அறிந்திருப்பார்கள். அன்ன மர்த்தனம் செய்துகொண்டு நூறு வயது வாழ்வதைவிட லோகோபகாரமாகச் சின்னாள் வாழ்வது சிறந்ததேயாகுமாயினும், தம்முடைய மனைவி மக்களுக்கு ஆதரவெதுவுமில்லாத

நிலைமையில் பாரதியார் காலகதியடைந்து விட்டது மிகவும் பரிதாபகரமான விஷயம். 'வேதம் நிறைந்த தமிழ்நாடு, வீரம் செறிந்த தமிழ்நாடு' என்று தமிழ்நாட்டின் பெருமையைப் பாடின ஸ்ரீ சுப்ரமணிய பாரதியின் குடும் பத்தைக் காக்க தமிழ்நாடு முன்வரவேண்டு மென்று கேட்டுக்கொள்கிறோம். அவருடைய ஞாபகத்தைப் பாராட்டி பகல் இரண்டு மணியுடன் வேலை நிறுத்தப்படுகிறதால் ஏற்பட்ட சமாசாரங்கள் இன்று 'மித்திர'னில் பிரசுரமாகமாட்டா.'

1921 செப்டம்பர் 12ஆம்தேதி 'ஹிந்து' பத்திரிகை யிலும் ஒரு உப தலையங்கம் வெளியாயிற்று; செய்தி தனியாகப் பிரசுரிக்கப்படவில்லை.

'We regret to learn of the death of Vara Kavi Subramaniya Bharati at his residence in Triplicane last night. The deceased was an ardent nationalist, a great thinker, a shining speaker and a powerful writer. He is the author of a number of Tamil works including 'National Songs'. His recitation of his national songs infused genuine patriotism in the hearts of his listeners. He, like many other patriots of India, was an exile in Pondicherry for some years, because his patriotic speeches did not please the gods in power. He had for some time past been ailing and by his premature death the country has lost a born poet and a sincere patriot.'

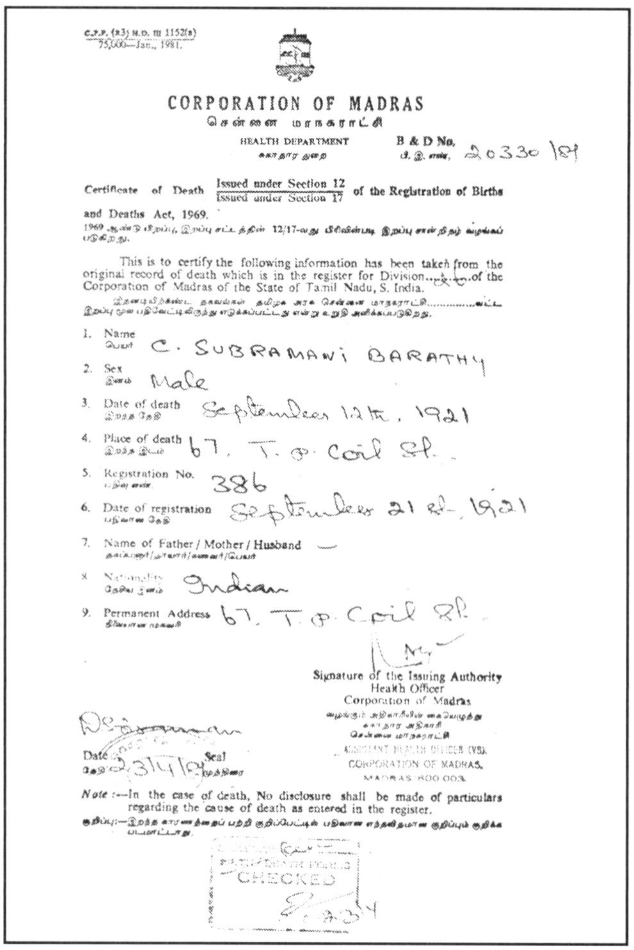
C.P.P. (R3) H.D. III 1152(S)
75,000—Jan., 1981.

CORPORATION OF MADRAS
சென்னை மாநகராட்சி

HEALTH DEPARTMENT
சுகாதார துறை

B & D No. 20330/81

Certificate of Death Issued under Section 12 / Issued under Section 17 of the Registration of Births and Deaths Act, 1969.

This is to certify the following information has been taken from the original record of death which is in the register for Division ... of the Corporation of Madras of the State of Tamil Nadu, S. India.

1. Name: C. SUBRAMANI BARATHY
2. Sex: Male
3. Date of death: September 12th, 1921
4. Place of death: 67, T. P. Coil St.
5. Registration No.: 386
6. Date of registration: September 21st, 1921
7. Name of Father / Mother / Husband: —
8. Nationality: Indian
9. Permanent Address: 67, T. P. Coil St.

Signature of the Issuing Authority
Health Officer
Corporation of Madras

ASSISTANT HEALTH OFFICER (VS)
CORPORATION OF MADRAS,
MADRAS 600 003.

Date: 23/4/81
Seal

Note:—In the case of death, No disclosure shall be made of particulars regarding the cause of death as entered in the register.

CHECKED

இதன் மொழிபெயர்ப்பு:

"வரகவி சுப்பிரமணிய பாரதி நேற்றிரவு திருவல்லிக்கேணியில் தமது இல்லத்தில் காலமானது கேட்டு வருந்துகிறோம். காலம் சென்ற பிரமுகர், தீவிர தேசியவாதி, கூர்த்த சிந்தனையாளர், மனம் கவரும் பேச்சாளர், வலிமையான எழுத்தாளர். 'தேசிய கீதங்கள்' உள்ளிட்ட பல நூல்களை அவர் செய்திருக்கிறார். தமது தேசியப் பாடல்களை அவர் பாடினால் கேட்போர் உள்ளத்தில் உண்மையான தேசபக்தி உண்டாகிவிடும். அவருடைய தேசபக்தி நிறைந்த பேச்சுகள் அதிகார தெய்வங்களுக்குப் பிடிக்கவில்லை யென்றதனால், வேறு பல இந்திய தேசபக்தர்களைப் போல அவர் புதுச்சேரியில் சில ஆண்டுகள் அஞ்ஞாதவாசம் செய்ய வேண்டி யிருந்தது. கொஞ்ச காலமாகவே அவர் நோய்வாய்ப் பட்டிருந்தார். அவருடைய அகால மரணத்தினால் நாடு ஒரு பிறவிக் கவியையும் மனப்பூர்வமான தேசபக்தரையும் இழந்து விட்டது."

சென்னை கார்ப்பரேஷன் ஜனன மரண ரிஜிஸ்தரில் பாரதி மரணம் பற்றிப் பதிவு செய்யப்பட்டுள்ள விவரங்கள்:

386. 12th September 1921. Brahmin. C. Subramania Barathy. Male. 38 years. Sub-Editor. Acute Dysentry 10 days. 67, T.P. Koil St. C. Viswanatha Iyer. Brother. 21.9.1921.

தமிழாக்கம்:

386 செப்டம்பர் 12, 1921. பிராமணர். சி. சுப்பிரமணிய பாரதி. ஆண். 38 வயது. உதவி ஆசிரியர். 10 நாட்களாகக் கடுமையான ரத்தக் கடுப்பு. 67, டி.பி. கோயில் தெரு. சி. விசுவநாத ஐயர் சகோதரர். 21.9.1921.

அனுபந்தம் 1

பாரதி இறந்த ஒரு வாரத்தில்

பாரதியார் காலமான செய்தி தாங்கிய 1921 செப்டம்பர் 12ஆம் தேதி 'சுதேசமித்திர'னிலேயே தலையங்கத்துக்கு எதிர்ப்பக்கமான 5ஆம் பக்கத்தில் பின்வரும் விளம்பரம் வெளியாயிற்று:

காலஞ்சென்ற கவிராயர் சுப்பிரமணிய பாரதியார் எழுதிய அநேக விஷயங்கள் நமது 'கதா மாலிகா' என்னும் நூலில் வெளியிடப் பட்டிருக்கின்றன. சுமார் 33 பிரிவுகளுடன் கூடியது. கதைகளும் ரஸமான குறிப்புகளும் பொதிந்து கிடக்கின்றன. விலை ரூ1.

மானேஜர்,
சுதேசமித்திரன் புத்தகசாலை,
சென்னை.

மறுநாள் செப்டம்பர் 13ஆம் தேதி இதழில், பாரதியார் மரணத்தையொட்டிய முதல் அனுதாபக் கூட்டத்தைப் பற்றிச் செய்தி வெளியாயிற்று:

ஓர் அனுதாபக் கூட்டம்

நேற்றிரவு தம்புச் செட்டி வீதி சாந்தாச்ர மத்தில் அமரகலா விலாஸினி ஸபையினாதர வில் ஓர் கூட்டம் கூடி, ஸ்ரீ வெ. சோமதேவ சர்மாவின் தலைமையின்கீழ் கீழ்க்கண்டபடி தீர்மானித்தது: 1. இச் சபையின் கௌவர அங்கத்தினரும் தமிழ்க் கவிராயருமான ஸ்ரீ சுப்பிரமணிய பாரதியாரின் அகால மரணத் திற்கு ஆறாத்துயரமடைவதுடன், அவரது குடும்பத்தாருக்கு அநுதாபத்தை அறிவிக்கிறது. 2. அடியிற் கண்ட நபர்களை கவிராயரின் சின்னத்திற்காக அவரது கவிகளை அச்சிட்டுப் பிரசுரித்து அதன் லாபத்தைக் கொண்டு அவர் குடும்பத்தை ஸம்ரக்ஷிக்க ஓர் தக்க கமிட்டி ஏற்படுத்தும்படி வேண்டுகின்றன: தி.வெ.சோம தேவ சர்மா, ஏ. கிருஷ்ணசாமி ஐயர், கல்யாண சாமி ஐயங்கார், நாராயணராவ், மணி பாகவதர், ஸாம்பய்யர்.

அடுத்தநாள் 14–9–1921 இதழில் 'நகரச் செய்தி கள்' பத்தியின் கடைசியில் இந்நிருபம் வெளிவந்தது:

எனது குருவையிழந்தேன்

சென்ற ஞாயிற்றுக்கிழமை இரவு 1 மணிக்கு எனது குருவாகிய ஸ்ரீமான் சி. சுப்பிரமணிய பாரதியார் இம்மண்ணுலுகை விட்டு விண் ணுலகமடைந்தார் என்ற துக்கச் செய்தியைக் கேட்டு ஆற்றொணாத் துயரமடைந்தேன். அவர் புதுச்சேரியிலிருந்த காலத்தில் 'ஜாதி வித்தியாச' மென்னும் தொத்து வியாதியை இந்தியாவி லிருந்து ஓட்டினால்தான் நம் பாரதமாதா விடுதலை பெறுவாளென்று என்னிடம் அடிக் கடி சொல்லிபோதிப்பார். இவர் கவிசிரேஷ்டர் மாத்திரமல்ல. வேத வேதாங்க வேதாந்த சாஸ்திரங்களிலும் நிகரில்லாத பாண்டித்ய முள்ளவர். இவர் தம்முடைய சக்தி முழுவதை யும் மத விஷயங்களிலும் இராஜீய விஷயங் களிலும் ஜாதி விஷயங்களிலுமே உபயோகப் படுத்தி வந்தார். காளிதேவியின் சுய ரூபத்தையே அவர் கண்ணால் பார்த்ததாகச் சொல்லியிருக் கிறார். அவர் பயமென்பதே கிஞ்சிற்றுமில்லாத தீரபுருஷர். கவிசிரேஷ்டருக்குள் கவிசிரேஷ்ட ரென்றும், பேசும் திறமையுள்ளவர்களுக்குள் சிறந்தவரென்றும், இராஜ தந்திரியென்றும் இப்படிப் பலவிதங்களில் சிறந்த புகழ்பெற்ற இப்புண்ணிய புருஷர் நம்மெல்லோரையும் விட்டுப் பிரிந்து சென்றதானது பாரத புத்திரர் களெல்லோரையும் துக்கக் கடலில் அமிழ்த்தி யது என்பதற்கு எம்மாத்திரமும் சந்தேகமில்லை. பகவத் கீதையில் பகவான் கிருஷ்ணன் அர்ஜு னனுக்கு ஆத்மாவுக்குச் சாவு இல்லையென்று சொல்லியதைப் போல எனது குருவாகிய ஸ்ரீமான் பாரதியாரின் சரீரம் மறைந்து போனா லும் அவருடைய ஆத்மாவானது நம்மைச் சுற்றிக்கொண்டே இருக்கும். அவரைப் பிரிந்து தவிக்கும் அவரது மனைவியாருக்கும் இரு குழந்தைகளுக்கும் என் அநுதாபத்தைத் தெரிவிப் பதாக சீஷன் ஸ்ரீமான் ரா.க. லிங்கம் எழுதுகிறார்.

14–9–1921 'சுதேசமித்திர'னிலேயே சில இரங்கற்பாக்களும் பிரசுரமாயின:

காலஞ்சென்ற ஸ்ரீமான் சுப்பிரமணிய பாரதி கையறு நிலை

இடியேறு எதிர்ந்து படவர வென்னச்
செந்தமிழ் மாது நொந்து வருந்தவும்
இசைத் தமிழ்வாணர் அசையா தழுங்கவும்
நேற்று நின்னுடலுயிர் வேற்றுமை கண்ட

கூற்றுவ னென்னும் மாற்றலன் நின்னுயிர்
பருகின னன்றி யுருகின னின்றே
தமிழ்ச் சுவை யின்பஞ் சற்று மறியான்
அமிழ்தின் றேறல் அதுவென வறியான்

ஒப்பிலா பாரத சுப்பிரமணிய நின்
நாட்டுப் பாட்டின் நலஞ் சிறிதுணரான்
கண்ணன் பாட்டின் கருத்தைத் தேறான்
வீரச் சுவையதில் விளங்குவ துணர்கிலன்

நேரமின்னும் நெருங்கிலை யுண்டான்
நினைக்க நினைக்க நெட்டுயிர்ப் பெடுக்கும்
வினை விளை காலம் வேறில்லை
பினையும் பிறப்பாய்ப் பெறுவாய் பணியே.

ஆர்வலன்
சு. அர்த்தநாரீச வர்மா

'சுதேசமித்திரன்' 17-8-1921 இதழில் 'கடிதங்கள்' பகுதியில் பின்வரும் கடிதங்கள் பிரசுரமாயின:

காலஞ்சென்ற ஸ்ரீமான் பாரதியார்

I

ஸ்ரீமான் சுப்பிரமணிய பாரதியாரை இப்பாரத தேசத்தில் இன்னம் சில காலம் வைத்திருப்பதற்கு பாரத மாதாவிற்கு இஷ்ட மில்லாதிருந்ததற்கு நாம் இங்கு மிகவும் வருத்த மடைகிறோம் என்று புதுச்சேரி ஸ்ரீமான் வெ. கிருஷ்ணசாமி செட்டியார் எழுதுகிறார்.

II

உத்தம தேசாபிமானியும் தெய்வபக்தி நிறைந்தவரும் தேசிய கீதாமிருதத்தை இந்தியா வுக்கு அளித்தவருமாகிய ஸ்ரீமான் ஸி. சுப்பிர மணிய பாரதியார் தமது குடும்பத்தையும் இந்திய ஜனங்களையும் விட்டு விண்ணுலக மடைந்ததின் பொருட்டுக் கொண்டுள்ள அநுதாபத்தை 'ஈரோடு செங்குந்த சன்மார்க்க பரிபாலன சபையார்' மேற்படி குடும்பத்திற்கு நேரே தெரிவித்திருப்பதோடு இதன் மூலமாக வும் தெரிவித்துக் கொள்ளுகிறார்கள் என்று காரியதரிசி எழுதுகிறார்.

III

காரைக்குடியில் 15ஆம் தேதி நடந்த ஓர் பொதுக் கூட்டத்தில் ஸ்ரீமான் சுப்பிரமணிய பாரதியாரின் மரணத்துக்காக அநுதாபம் தெரி விக்கப்பட்டதோடு, ஸ்ரீமான் வ.வே.சு. ஐயரும் ஹநுமந்த ராவும் தேச சேவை செய்து அடக்கு முறைகளுக்கு ஆளாயிருப்பது பற்றி அவர் களைப் பாராட்டுவதாகவும் தீர்மானம் செய்யப் பட்டது. ஸ்ரீமான்கள் கோவிந்தராஜ ஐயங்காரும் சுப்பிரமணிய சிவாவும் மேற்படி விஷயமாகப் பாடுபட்டு வருகின்றனர். பாரத மாதா ஆலயத் துக்கு மகாத்மா காந்தி அஸ்திவாரக்கல் நாட்டு வாரென்றும் தெரிகிறது என்று ஸ்ரீமான் பசலா கிருஷ்ணய்யர் தந்திமூலம் அறிவிக்கிறார்.

அதே செப்டம்பர் 17ஆம் தேதி 'சுதேசமித்திரன்' இதழில் எஸ். ஸத்தியமூர்த்தியின் கடிதமொன்றும் வெளியாயிற்று:

காலஞ்சென்ற ஸ்ரீமான் பாரதியார்

ஸ்ரீமான் எஸ். ஸத்தியமூர்த்தி ஐயர் பி.ஏ., பி.எல். பின்வருமாறு நமக்கு எழுதுகிறார்: ஒவ்வொரு தேசத்தின் சுதந்திர உணர்ச்சிக்கும் புனருத்தாரணப் பிரயத்தனங்களுக்கும் அனு குணமான கவி சிரேஷ்டர்கள் அவ்வப்போது தோன்றி வந்திருக்கிறார்கள். ராஜதந்திரிகளும் பட்டாளக்காரரும் ஒரு தேசத்துக்கு எவ்வளவு நலத்தைத் தந்தருளக்கூடுமோ, அந்த அளவுக்குக் கவிராயர்களும் நலந் தரக்கூடும். திருஷ்டாந்த மாக 'மார்ஸல்லே' என்ற தேசகீதத்தைக் கேட்ட மாத்திரத்தில் பிரெஞ்சுக்காரர்களின் உணர்ச்சி எத்தகைத்தாயிருக்கிறதென்று நான் சொல்ல வேண்டியதில்லை. அந்த கீதத்தை உச்சரித்த வுடனே பிரெஞ்சுக்காரர்களின் உடல் புளகாங் கிதமாகி, மகா உத்தமமான தீரச்செயல்களுக்கு அவர்களைத் தூண்டி விடுகின்றது. அப்படிப் பட்ட தேச மகா கவிகளில் எனது நண்பர் ஸ்ரீமான் சுப்பிரமணிய பாரதியும் ஒருவராகக் கொள்ள வேண்டும். கவிபாடும் திறமை அவருக்கு இயற்கையாகவே உண்டாகி, சிறு வயது முதற்கொண்டே தமது அபார புத்தியை தேசத்திற்காக அர்ப்பணஞ் செய்துவிட்டார். ஆங்கிலக் கவிகளான ஷெல்லியும் கீட்ஸூம் இவரைப் போன்ற இளம் வயதில்தான் அற்புத மான கவிகளை இயற்றியபின் உலக வாழ்வை விட்டொழிந்தனர். ஸ்ரீ பாரதியாரின் தமிழ்ப் பாடல்கள் எளிய நடையில் இயற்றப்பட்டு மனதை மிகவும் உருகச் செய்துவிடும் தன்மை யுடையன. ஆயினும் எவ்வளவு பிராபல்யம் அடைய வேண்டுமோ அந்த அளவுக்கு அவருடைய கவிகள் பிரசித்தியடையவில்லை. ஆனால் அக்கவிகளை எங்கு பாடியபோதிலும், ஒரு மாயசக்தி அதில் மறைந்து கிடத்தல் புலப் படாமற் போகாது. இதை நான் அனுபவத்திற் கண்டிருக்கிறேன். ஒரு கவியின் மனத்தே உதயமாகி வெளிவரும் விஷயம் எப்போதுமே ஸாமான்யமாயிராது. ஸ்ரீ பாரதியார் போன்ற வர் இங்கிலாந்தில் பிறந்திருந்தால் அரண் மனைக் கவியாக அவர் கொண்டாடப்பட்டி ருப்பார். சுயேச்சையடைந்த எந்த நாட்டிலாவது அவர் ஜனித்திருப்பாராகில் இவ்வளவு பால்யத்தில் மாண்டிருக்கமாட்டார்; தேச பாஷைக்கும் தாம் பிறந்த ஜாதிக்கும் ஒரு மஹத்தான செல்வத்தைச் சேர்த்து வைத்திருப் பார். வங்காள சிரேஷ்டர் ரவீந்திரநாதருக்கு அவர் சமமானவர். நான் மிகைபடப் பேசு வதாக நினைக்கக்கூடாது. ஸ்ரீ பாரதியாரை அறிந்தவர்களுக்கே நான் சொல்வதன் உண்மை செம்மையாகப் புலப்படும். தமது ஆயுள் காலத் தில் பெரும் பாகத்தை அவர் வனவாஸத்தில் செலவழித்துவிட்டார். தமிழ்நாட்டில் பிறந்து படாத கஷ்டங்கள் எல்லாம் பட்டு இளவய திலேயே அவர் இறந்துபோய்விட்டார்.

ஆயினும் கடுகளவாவது இத்தமிழ்நாட்டுக்கு தேசாபிமானம் இருக்குமளவும், தமிழ் பாஷை இந்நாட்டைவிட்டு மறையாதிருக்கும்வரையிலும் ஸ்ரீ சுப்பிரமணிய பாரதியின் ஞாபகம் இருந்து கொண்டேதானிருக்கும். அவருடைய கவிகளை நான் பூராவும் நேரில் பாடிக் கேட்டிருக்கிறேன். ஆகையால் எனது மரியாதையை இச்சந்தர்ப்பத்தில் தெரிவிக்க நான் கடமைப்பட்டிருக்கிறேன். அவருடைய குடும்பம் நிர்க்கதியாயிருப்பது பலருக்குத் தெரியும். தமிழ்நாடு அதைச் சகித்திருக்கக்கூடாது. அவருடைய கவிகளை அச்சிட்டு விற்று, பெரிய நிதி சேர்த்து, அவரது மனைவி மக்களைக் காப்பாற்ற நாம் கடமைப்பட்டிருக்கிறோம். பண உதவி செய்வோரும் செய்க.

'சுதேசமித்திரன்' அதே இதழில், செப்டம்பர் 17ஆம் தேதி சனிக்கிழமையன்று, வார அநுபந்தத்தில் 'பிரஜாநுகூலன்' ஆசிரியரும் பாரதியை நன்கறிந்தவருமான எஸ்.ஜி. ராமாநுஜலு நாயுடு பாரதி பற்றித் தம் நினைவுகள் சிலவற்றை விவரிக்கிறார். பாரதியார் பற்றிய முதல் கட்டுரை இதுவென்றே சொல்லலாம்.

ஸ்ரீமான் சுப்பிரமணிய பாரதி சில குறிப்புகள்

ஸ்ரீமான் சுப்பிரமணிய பாரதியார் ஆதியில் 'சுதேசமித்திரன்' உதவி ஆசிரியராக இருந்துகொண்டே 'சக்ரவர்த்தினி' என்ற தமிழ் மாதப் பத்திரிகைக்கும் ஆசிரியராக இருந்து அதை நடத்திவந்தார். அதன் பின்னர் 'இந்தியா' பத்திரிகையுடன் 'பால பாரதம்' என்ற ஆங்கில வாரப் பத்திரிகையையும் நடத்தினார். 'இந்தியா' பத்திரிகை 4000 காபிகள் வரைபோல் பிரசுரமாகிக் கொண்டிருந்தது. பிறகு புதுச்சேரிக்குச் சென்றார். அந்தச் சமயம் ஸ்ரீ அரவிந்த கோஷ் 'கர்மயோகின்' என்ற பத்திரிகையை நடத்துவதைப் பார்த்து, அதன் கருத்துக்களைத் தமிழில் தெரிவிக்க 'கர்மயோகி' என்ற மாதப் பத்திரிகையை பாரதியார் ஆரம்பித்தார். மிக்க நன்றாக நடந்தது. அதன் பின் 'விஜயா' என்ற தினசரித் தமிழ்ப் பத்திரிகையைத் தொடங்கினார். அப்பத்திரிகை முற்றும் சித்திரங்கள் நிறைந்திருந்தன. அதுவும் எங்கும் வியாபகமாயிற்று. அதன் பின் படங்களைப் பிரசுரித்து அதன் விளக்கம் வரைந்து அவ்விதமாக ஒரு மாத சஞ்சிகையை வெளியிடுவதென்று ஏற்பாடு செய்தார். அந்தச் சமயத்தில் 'இந்தியா' பத்திரிகை பறிமுதலாகிவிடவே, அவரது பத்திரிகை முயற்சிகளும் நின்றுபோயின.

○

சென்னையில் 'இந்தியா' பத்திரிகையை நடத்தும்போது அதில் சுதேச கீதங்கள் அடிக்கடி பிரசுரித்து வந்தார். அக்கீதங்களையெல்லாம் ஒன்று சேர்த்து 'ஸ்வதேச கீதங்கள்' என்ற பெயருடன் ஸ்வல்ப கிரயமாகிய அணா 2 விலை வைத்து வெளியிட்டார். அக்காலை ஸ்ரீ திலகரின் புதிய கக்ஷியின் வியாபகம் எங்கும் பரவுவதாயிற்று. ஸ்ரீ திலகர் 'புதிய கட்சியின் கோட்பாடுகள்' என்று ஒரு அரிய பிரசங்கத்தைச் செய்ய, அதை அப்பெயருடனேயே தமிழில் வெளியிட்டு ஒரு அணா கிரயத்துக்கு எல்லோருக்கும் வழங்கினார். சூரத்தில் நடந்த காங்கிரசுக்கு ஸ்ரீ ஜி. சுப்பிரமணிய ஐயரவர்கள் சென்றபோது இவரும் சென்றிருந்தார். சூரத்தில் காங்கிரஸ் பிளவுபட்டது. ஸ்ரீ பாரதியார் சென்னையிலிருந்து பிரயாணப்பட்டது முதல் மறுபடியும் சென்னை வந்து சேர்ந்த வரையில் நடந்த விஷயங்களைக் கோவையாகத் தொகுத்து 'எங்கள் காங்கிரஸ் யாத்திரை' என்று வெளியிட்டார். அதன் கிரயமும் இரண்டணாதான். நூல்கள் யாவும் சொற்ப விலைக்கே உதவப்பட்டன.

○

சென்னையில் 'இந்தியா' பத்திரிகை நடத்திய போது 'ஞானரதம்' என்ற தலைப்பின்கீழ் இயற்கையனுபவங்களையும் தேசச் செயல்களையும் கலந்துகொண்டு அற்புதமான கற்பனைகளோடும் ஒரு அரிய ஞானப் பிரபந்தம் எழுதிவந்தார். இறுதியில் அவற்றையெல்லாம் ஒன்றுசேர்த்து 'ஞானரதம்' என்று வெளியிட்டார். அதற்கு இணையான நூல் தமிழ்மொழியில் இல்லை. சொற் சுவையும் பொருட் சுவையும் நிரம்பியது. பாச்சுவை பரவிய நடையாக வமைந்தது. அதன்பின் புதுச்சேரியிலிருந்து 'ஸ்வதேச கீதங்'களின் இரண்டாம் பாகமாக 'ஜன்ம பூமி' யென்ற நூலை வெளியிட்டார். ஆதியில் வந்தே மாதர கீதத்துக்கு ஸ்ரீ பாரதிதான் 'இனிய நீர்ப் பெருக்கினை, இன்கனி வளத்தினை' என்று தமிழ் மொழிபெயர்ப்பு வெளியிட்டுதவினார். இந்த மொழிபெயர்ப்பு அத்தனை தெளிவாயில்லை என்று, 'நளிர்மணி நீரும், நயம்படு கனிகளும், குளிர்பூந் தென்றலும்' என்று வேறொரு மொழிபெயர்ப்பும் பிரசுரம் புரிந்தார். பின் சொல்லிய பாவுடன் வேறு பலவும் சேர்த்து 'மாதா மணிவாசகம்' என்ற பெயருடன் ஒரு நூலை வெளியிட்டார். இது மூன்றாவது கீத நூலாகும்.

○

அதன் பின்னர் 'பாஞ்சாலி சபதம்' என்ற அரிய நூலை வெளியிட்டார். அதிலுள்ள சுவையை என்னதென்று புகழ்வோம்? அதற்கு அதுவே நிகர். அதை முதற் பாகமாகத்தான் வெளியிட்டார். இரண்டாம்

பாகம் பார்க்கத் தமிழ்நாட்டிற்கு பாக்கியமில்லை. ஸ்ரீ பாரதியார் பாலகர்களுக்கென 'முரசு,' 'பாப்பா பாட்டு' என்று சிறு நூல்களை எழுதினார். அவை இரண்டும் இரண்டு தங்க விக்கிரகங்கள்தாம். அதற் கடுத்ததாக 'கண்ணன் பாட்டு' என்ற அரிய பிரபந் தத்தைத் தமிழகத்திற்கு உதவினார். அதன் அற்பு தத்தைப் பேச நமக்குச் சக்தியில்லை.

❍

காங்கிரஸ் மகாசபையின் ஆரம்பகால முதற் கொண்டு ஒவ்வொரு காங்கிரஸ் சபையின் நடவடிக்கை களையும் விளக்கி 'பாரத ஜன சபை' என்று தொடர்ந்த நூல்களாக எழுதினார். அவை நம் 'மித்திரன்' அச்சுக்கூடத்தில் அழகாய்ப் பதிக்கப்பட்டு வெளியா யின. வங்காள வரகவியாகிய ஸ்ரீ ரவீந்திரநாத் டாகூரின் பிரசங்கங்களைத் தமிழில் மொழிபெயர்க்க முன்வந்து தமது வித்வத் திறனையெல்லாம் உணர்த்தி அவரது ஐந்து உபந்யாசங்களையும் வெளியிட்டார். இதுவும் நம் 'மித்திரன்' காரியாலயத்தில் பதிப்பிக்கப் பட்டது. அவர் புதுச்சேரியில் இருந்தபோது 'ஸக்தி தாஸன்', 'காளிதாஸன்' என்ற புனைப்பெயருடன் 'மித்திர'னில் எழுதிவந்த பல அரிய கதைகளையும் இயற்கைச் சம்பவங்களையும் ஒருசேரத் திரட்டி சென்ற வருஷத்தில் 'கதா மாலிகா' என்று ஒரு நூல் 'மித்திரன்' புஸ்தகசாலையினின்றும் வெளியேறிற்று. இன்னும் அவரால் 'மித்திர'னுக்கு எழுதப்பட்ட எத்தனையோ விஷயங்கள் புஸ்தக உருவம் பெறாமல் உள்ளன. அவற்றையெல்லாம் ஆராய்ந்தெடுத்து வெளியிடுவது தமிழ்நாட்டிற்குப் பெரிய உபகாரமாகும்.

❍

ஸ்ரீ பாரதியார் தாம் இதுவரையில் எழுதிய விஷயங்களையெல்லாம் ஒன்றாகச் சேர்த்து, 'தமிழ் வளர்ப்புப் பண்ணை' என்ற பெயரின் கீழ் நூலுருவ மாக வெளியிடக் கருதி, அதற்காகப் பகீரதப் பிரயத் தனங்கள் செய்துகொண்டிருந்தார். இன்னும் எத்த னையோ ஆசைகளையெல்லாம் வைத்துக்கொண்டு தமிழ்நாட்டை அலங்கரிக்க எண்ணியிருந்தார். அதற்கு நாம் கொடுத்து வைக்கவில்லை.

❍

காதல் முறையில் நவீனமாகக் கவிதை இயற்ற வேண்டுமென்றும், பச்சைப் பச்சையாக எழுதும் வழக்கம் தவிர்க்கப்பட வேண்டும் என்றும் தெரிவித்து, அதற்கு உதாரணமாக 'வள்ளிப் பாட்டு' என்ற சிங்கார ரஸக் கீர்த்தனை சென்ற 1920ஆம் வருஷ 'மித்திரன்' அநுபந்தத்தில் வெளியிட்டார். இன்னும் அநேக பாடல்கள் இயற்றி வைத்திருப்பதாக முகவுரையில் கூறியிருக்கிறார். இனி இயற்றலாம் எனக் கருதினாரோ, இயற்றித்தான் வைத்துள்ளாரோ அறியோம்.

❍

ஸ்ரீ பாரதியார் புதுச்சேரியினின்றும் வந்த பின்பு பழைய பாரதியின் உருவமே இல்லை. ஒரு வங்காளி போன்ற உருவுடனும் காணப்பட்டார். அதற்கானபடி தலைப்பாகையும் பிளவும் பொருந்தி யிருந்தது. அவரது நடையும் கோலமும் யாவுமே மாறின. எல்லாம் புதுவிதமாக இருந்தது. ஒரு பிரம்ம ஞானி போன்றும் காணப்பட்டார். அவரைப் பார்த்தாலே உற்சாகம் தோன்றிவிடும். எவ்வித கர்வமும் இல்லை. அவர் படிப்பை அவர் அறியார். சிறுகுழந்தை போன்றும் இருப்பார். தமக் கென்று ஒரு பெருமையை அவர் வைத்துக்கொள்ள வில்லை. எந்த இடத்தில் அவரை உட்காரவைத்துப் பாடச்சொன்னாலும் உடனே ஆனந்தத்துடன் பாட ஆரம்பித்துவிடுவார். அவர் பாடுங்கால் கூட இருந்து கேட்ட பாக்கியம் நமக்கு உண்டு. அவர் பாடுகை யில் அந்தப் பாட்டின் அத்தனை ரசங்களும் அவரது வதனத்தில் தத்ரூபமாய்த் தோன்றும், ஜ்வலிக்கும். எவரையும் லக்ஷ்யம் பண்ணுகிற சிந்தை அவருக் கில்லை. எல்லோருக்கும் வணங்கிய உடம்பாகத் தாழ்ந்து பணிந்து நடந்து கொள்வார். ஏதேனும் நெஞ்சில் எண்ணம் குடிகொண்டுவிட்டால் ராஜ புத்திர வீரனாய்விடுவார். விரிக்கிற் பெருகும்.

❍

ஸ்ரீ பாரதியார் வெளியிட்ட கீதங்களை காலத் திற்கேற்றபடி ஒழுங்குபடுத்தி அவரது நண்பர் ஸ்ரீமான் பரலி சு. நெல்லையப்ப பிள்ளை 'நாட்டுப் பாட்டு' என்று வெளியிட்டார். அது இப்பொழுது விலைக்குக் கிடைக்கும். அவரது நூல்களில் பலவற்றை 'மித்திரன்' புஸ்தகசாலையில் பெறலாம்.

❍

ஸ்ரீ சுப்பிரமணிய பாரதி போய்விட்டார். இனி அவர் பெயரால் புதிய கவிதைகள் வெளிவரப்போவ தில்லை. 1921ஆம் வருஷத்து 'மித்திரன்' அநுபந்தத்திற்கு விஷயங்கள் எழுத அவர் இப்போது இல்லை. ஔவை வாக்கைப் போன்ற சிறுசிறு முடிவுகளில் அழகாக இயற்றும் பாக்களும் வசனாமிர்தங்களும் இனிக் காணப்போவதில்லை. அவரது வாக்கே ஒரு தனி வாக்கு. அந்த வாக்குக்கே ஒரு தனிச் சுவை.

அவர் வாழ்த்திச் சென்ற தமிழ்நாடு அவருக்குப் பின் அவர் குடும்ப சம்ரக்ஷணைக்கான திரவிய சகாயம் செய்வித்துக்கொடுத்துத் தன் கடமையைச் செலுத்துமென்று எதிர்பார்க்கிறோம். 'தோன்றிற் புகழொடு தோன்றுக.'

எஸ்.ஜி. இராமாநுஜலு நாயுடு
ஸ்ரீரங்கம்

அனுபந்தம் 2

பாரதிக்குப் பின் பாரதி எழுத்துகள்

பாரதி எழுதிய எல்லா நூல்களுமே அவர் காலத்தில் பிரசுரமாகவில்லை. ஆனால் அவர் இறந்து 61 ஆண்டுக்குப் பின் இன்றுகூட (1982) பாரதி எழுதிய பல பாடல்களும் கதைகளும் கட்டுரைகளும் குறிப்புகளும் புத்தக உருவம் பெறாமலே இருப்பதுதான் விந்தை. பாரதியின் கவிதைகளுக்கு அத்தாட்சிபெற்ற 'முத்திரைப்' பதிப்பாக சென்னை அரசாங்கத்தின் பாரதி பதிப்புக் குழு வெளியிட்டுள்ள பெருநூலில் கூடப் பல பாரதி பாடல்கள் சேர்க்கப்படாமல் விடுபட்டுப் போயிருக்கின்றன.

என்றுதான் முடிவான, எல்லா பாரதி எழுத்துகளும் கொண்ட பாரதி நூல் தொகுதிகள் வருமோ நாம் சொல்ல இயலவில்லை. ஆனால், ஒன்று நிச்சயம். காலம் மேன்மேலும் அதிகமாக, பழம் பத்திரிகைகளும் சுவடிகளும் நசித்துப் போகுமுன் பாரதி எழுத்துகள் என்னென்ன இருக்கின்றன என்று பாரதியன்பர்கள் தேடுவது அத்தியாவசியமாகும். இக்காரியத்தை அரசாங்கமோ குறிப்பிட்ட குழுக்களோதான் செய்யவேண்டும், செய்ய இயலும் என்பதில்லை. ஆங்காங்குள்ள தனிப்பட்ட பாரதி அன்பர்கள்கூட முயன்று பாரதி எழுத்துகளைக் காக்க முடியும். ஏனெனில் ஏற்கனவே அச்சேறியுள்ள பாரதி எழுத்துகளில் பெரும்பாலானவை தனிப்பட்டவர் முயற்சியினால் தேடிக் காக்கப் பட்டவையே.

பாரதி காலத்தில் வெளிவந்த நூல்கள்

பாரதி வாழ்ந்த காலத்தில் அவரது நூல்களில் புத்தகமாக அல்லது சிறு பிரசுரமாக வெளிவந்தவை வருமாறு:

தேசிய கீதங்கள் (பெரும் பகுதி), தோத்திரப் பாடல்கள் (பெரும் பகுதி), வேதாந்தப் பாடல்கள் (ஒரு பகுதி), 'கனவு' என்ற ஸ்வசரிதை, 'முரசு,' 'பாப்பா பாட்டு,' 'புதிய ஆத்திசூடி', 'பாஞ்சாலி சபதம்' (முதல் பாகம் மட்டும்), 'கண்ணன் பாட்டு', 'ஞானரதம்' முதலிய நூல்களும், தற்போது கிடைக்காதவையான 'பாரத ஜன சபை' (காங்கிரஸ் சரிதம்), 'எங்கள் காங்கிரஸ் யாத்திரை', 'புதிய கட்சியின் கொள்கைகள்' (திலகர் கட்சியின் கொள்கைகள் பற்றி), 'திலகர் பிரசங்கங்கள்', 'விவேகானந்தர் பிரசங்கங்கள்', 'ஜீவவாக்கு' (ஜகதீச சந்திர வஸுவின் ஆராய்ச்சி பற்றிய கட்டுரை), 'பொன்வால் நரி' (ஆங்கிலத்திலும் தமிழிலும் எழுதிய கேலிக்கதை) முதலிய நூல்களுமேயாகும்.

'ஞானரதம்' பாரதியின் 'இந்தியா'வில் தொடர் கதையாக வந்து, பிறகு தனி நூலாக வெளியிடப் பெற்றது.

பாரதி காலமாகுமுன் 'சுதேசமித்திரன்' காரியாலயம் வெளியிட்ட நூலான 'கதாமாலிகா'வில் பெரும் பகுதி பாரதியின் கதை, கட்டுரைகளே. இவற்றில் பெரும் பகுதி பாரதி நூல் தொகுதிகளில் இடம் பெறவில்லை.

பாரதி தாம் இருந்த காலத்திலேயே தமது நூல்களை நாற்பது தனிப் புத்தகங்களாக வெளியிட்டு, பல்லாயிரக் கணக்கான பிரதிகள் அச்சடித்து, கவிதைகளைப் பிரதி நாலணா விலையிலும் வசனங்களைப் பிரதி எட்டணா விலையிலும் விற்கவேண்டுமென்று கனவு கண்டார். 'மண்ணெண்ணெய் தீப்பெட்டியிலும் ஸாதாரணமாக' தம் நூல்கள் பரவ வேண்டும் என்று அவர் கொண்ட அவா இன்றுகூடப் பூர்த்தியாகவில்லை.

'பாரதி ஆச்ரமம்'

பாரதி நூல்களையெல்லாம் பிரசுரிக்க வேண்டும். அதற்கு மக்கள் நிறைய ஆதரவு தரவேண்டும் என்ற முறையீடு பாரதி காலமானவுடனேயே எழுந்தது. இந்நூல்களின் விற்பனை மூலம் பாரதி குடும்பத்துக்கு உதவ வேண்டும் என்பதே முதலில் தோன்றிய எண்ணம். பாரதி காலமானவுடன் எஸ். ஸத்தியமூர்த்தி விடுத்ததோர் அறிக்கையில் அவர் இதை வற்புறுத்தியுள்ளார். சென்னையில் கூடிய பாரதி நண்பர்கள் சிலர் பாரதி நூல் பிரசுரத்துக்கென சோமதேவ சர்மா உள்ளிட்டதொரு கமிட்டியையும் நிறுவினார்கள். இது 1921 செப்டம்பரில்.

இதன்பின், அதே ஆண்டில், நண்பர்கள் உதவிய தொகை கொண்டும், தமிழ் மக்கள் 12 ரூபாய் வீதம் அனுப்பிய முன்பணம் கொண்டும், திலகர் ஸ்வராஜ்ய நிதியிலிருந்து கிடைத்த ஆயிரம் ரூபாய் கொண்டும், ரங்கூன் தமிழன்பர்கள் அனுப்பிய நிதி கொண்டும் பாரதியின் மனைவி செல்லம்மாவும் மைத்துனர் க.ரா. அப்பாதுரையும் திருவல்லிக்கேணி பெரிய தெருவில் 'பாரதி ஆச்ரமம்' என்ற ஸ்தாபனத்தை அமைத்து, 12 பாரதி நூல்களை வெளியிடுவதென முடிவு செய்தார்கள்.

1922ஆம் ஆண்டுக்குள் 'தேசிய கீதங்கள்' இரு பாகங்களும், 'குயில்', 'கண்ணன் பாட்டு', 'பாரதி

அறுபத்தாறு' ஆகிய மூன்றுமடங்கிய ஒரு நூலும் வெளியாயின. அதன்பின் வரவிருந்த நூல்கள் வெளிவரவில்லை. நூல்களின் விற்பனையும் சுமாராகவே இருந்தது.

பாரதி இருந்த காலத்தில் அவருக்குப் பொருளுதவி செய்தவரும், கவிஞரைக் கானாடுகாத்தானுக்கு அழைத்துச்சென்று போஷித்து, அங்கேயே குடும்ப சகிதம் நிரந்தரமாய் வசிக்கும்படி வேண்டிக் கொண்டவருமான வயி.சு. சண்முகம், 1923இல் பாரதி குடும்பத்தின் சிரமத்தைப் போக்கும் கருத்துடன் பாரதி நூல்களின் உரிமைக்கு 10,000 ரூபாய் கொடுக்கவும் அவற்றை ஒழுங்காய்ப் பிரசுரிக்கவும் முன் வந்தார். இதற்குச் செல்லம்மா சம்மதித்தாரெனினும் அவரது தமையனார் ஆர்வம் காட்டாததால் ஏற்பாடு முற்றுப்பெறாமலே போயிற்று.

1923ஆம் ஆண்டு முடிவுக்குள் 'பாரதி ஆச்ரமம்' நூல் பதிப்பு வேலை நின்றுபோய், பிரசுரமாயிருந்த நூல்களின் விற்பனையும் ஒடுங்கிப்போயிற்று.

'பாரதி பிரசுராலயம்'

1924இல், விற்பனையாகாமல் முடங்கிக்கிடந்த நூல்களின் பிரதிகளை பாரதி குடும்பத்தினர் தங்களுக்கு நெருங்கிய நண்பரும் தூர பந்துவும் பாரதியின் 'இந்தியா' பத்திரிகையில் உழைத்தவருமான ஹிந்தி பிரசாரகர் வி. ஹரிஹர சர்மாவிடம் ஒப்படைத்தார்கள். நூல்களை விரைவில் விற்று பாரதி குடும்பத்தின் சம்ரட்சணைக்கு மாதம் ஒரு குறிப்பிட்ட தொகை தருவதாக ஏற்பாடாயிற்று.

இச்சமயம், பாரதி நூல்களின் உரிமையை விற்பது பற்றி மறுபடி பேச்சு வந்தது. ஆனால், இவ்வமயம் யாரும் 3,500 ரூபாய்க்கு மேல் தர முன்வரவில்லை. அதையும் தவணைகளாய்க் கொடுக்கவே முன்வந்தனர்.

இதே 1924இல் பாரதியின் இளைய புதல்வி சகுந்தலாவின் திருமணத்துக்காக ஹரிஹர சர்மாவும், பாரதியின் தம்பி சி. விசுவநாதனும் பாரதி நூல்களை வைத்து 2,000 ரூபாய் கடன் வாங்கிக் கொடுத்தார்கள். பூ. சுப்புராஜா என்ற அன்பர் 2,000 ரூபாய் நன்கொடையளித்தார்.

இதன்பின் அதே ஆண்டில், ஹரிஹர சர்மா, சி. விசுவநாதன், சகுந்தலாவின் கணவர் நடராஜன் மூவரும் சேர்ந்து 'பாரதி பிரசுராலயம்' என்ற ஸ்தாபனத்தை அமைத்தனர். பாரதி நூல்களின் உரிமை பாரதி குடும்பத்தாரிடமே இருக்க, பாரதி நூல்களைக் கிரமப்படுத்தி வெளியிடும் பணியை பாரதி பிரசுராலயம் மேற்கொண்டது. பாரதி நூல்கள் ஒன்றன்பின் ஒன்றாய் வெளிவரத் தொடங்கின. சிதிலமான கையெழுத்துப் பிரதிகளிலிருந்தும் பத்திரிகை விள்ளல்களிலிருந்தும் பாரதி எழுத்துக்களைத் தேடிப்பிடித்து, ஒழுங்குபடுத்தி வெளியிட்டு பாரதி தினக் கொண்டாட்டங்களிலும், பாட்டுப் போட்டிகள் மூலமாகவும், கதர்க் கடைகளில் விற்பனை மூலமாகவும், இதர வகைகளிலும் பாரதி நூல்களைப் பரப்பிய பெருமை பாரதி பிரசுராலயத்தையும், முக்கியமாக வி. ஹரிஹர சர்மாவையும் சார்ந்ததாகும். அலட்சியமாயிருந்த தமிழ் மக்கள் பாரதியின் மேதையை உணரச் செய்யும் கடினமான ஆரம்ப வேலையை பாரதி பிரசுராலயம் செய்தது.

பாரதியின் பாடல்கள் சிலவற்றை ஆங்கிலப்படுத்தி, மகாத்மா காந்தியின் 'யங் இந்தியா'வில் வெளியிடச் செய்து கவிஞரை பாரத தேசத்துக்கு அறிமுகப்படுத்தி வைத்தார் ராஜாஜி. இதன் பின், பாரதியின் கீதை மொழிபெயர்ப்பு வெளியான போது அதற்கு காந்தியடிகள் ஒரு முகவுரை வழங்கினார்.

பாரதி பாடல்களுக்குத் தடை!

பாரதி பாடல்களைப் பரப்புவதில் சமீபகாலத்திய சென்னை அரசாங்கங்கள் தாம் தொண்டு புரிந்துள்ளன என்று நினைப்பது தவறு. சுதந்திரத்துக்கு முன்பிருந்த சென்னை அரசாங்கம் ஒன்றுகூட இவ்வழியில் பெருந்தொண்டு புரிந்தது!

1928 ஆகஸ்ட் 7ஆம் தேதி பர்மா கவர்னர், திருவல்லிக்கேணி பாரதி ஆச்ரமம் வெளியிட்ட பாரதி 'தேசிய கீதங்கள்' இரண்டு பாகங்களும் பர்மா மாகாண எல்லையில் நுழையக்கூடாதெனத் தடையுத்தரவு பிறப்பித்தார். ராஜத்துவேஷமான நூலெனக் கருதி இந்நூலின் பிரதிகளையெல்லாம் பறிமுதலும் செய்ய உத்தரவுவிட்டார்.

இந்தச் சமயம் பர்மா இந்தியாவில் ஒரு மாகாணமாக இருந்தது. பர்மா அரசாங்க உத்தரவு 1928 செப்டம்பர் 11ஆம் தேதி (பாரதி தினம்!) சென்னை அரசாங்க கெஜட்டில் வெளியிடப் பெற்றது. அதைத் தொடர்ந்து, சென்னைப் போலீஸ் துப்பறியும் இலாகாவினர் பிரதம மாகாண மாஜிஸ்ட்ரேட்டிடம் விண்ணப்பித்து, திருவல்லிக்கேணி தலையாரி தெருவிலிருந்த 'பாரதி ஆச்ரம'த்தையும், பாரதி நூல்கள் அச்சடிக்கப்பெற்ற ஹிந்தி பிரசார் பிரஸ்ஸையும், பாரதி நூல்களை விற்று வந்த ஓ.என். தண்டபாணி கம்பெனி என்ற புத்தகக் கடையையும் சோதனை போட்டு தேசிய கீத நூல் பிரதிகளைப் பறிமுதல் செய்ய உத்தரவு பெற்றார்கள். இந்தச் சோதனையில் பாரதி தேசிய கீத நூல்களின் 2,000 பிரதிகளைப் போலீசார்

பறிமுதல் செய்து எடுத்துச் சென்றார்கள். கி.பு.கோ. 99 ஸெக்ஷன் ஏ பிரிவின்படி கோர்ட் உத்தரவு பிறப்பிக்கப்பட்டிருந்தது. இந்த உத்தரவு நியாயமானதல்ல என்று பாரதி ஆச்ரமத்தார் உடனே ஹைக்கோர்ட்டில் விண்ணப்பித்தார்கள்.

ஓத்திவைப்புப் பிரேரணை

இதன் பின், எஸ். சத்தியமூர்த்தி சென்னை சட்டசபையில் இவ்விஷயத்தை அக்டோபர் 8ஆம் தேதி கிளப்பினார். போலீசின் நடவடிக்கையைக் கண்டிப்பதாக அவர் கொண்டுவந்த ஒத்திவைப்புப் பிரேரணையை விவாதத்துக்கு எடுத்துக்கொள்ள லாமா கூடாதா என்ற சட்ட நுணுக்கப் பிரச்னை எழுந்தது. பாரதி பாடல்கள் ராஜத்துவேஷமான வையா அல்லவா என்ற பிரச்னை ஹைக்கோர்ட் முன் இருப்பதால் அந்தப் பிரச்சனையைப் பற்றிப் பேசலாகாதென்றும், பர்மா அரசாங்கம் ஏதோ உத்தரவு பிறப்பித்ததென்பதற்காகச் சென்னைப் போலீஸ் நடவடிக்கையெடுத்தது சரியா தவறா என்ற விஷயத்தைப் பற்றி மட்டும் பேசுவதானால் ஒத்திவைப்புப் பிரேரணையை விவாதத்துக்கு அனுமதிப்பதாகவும் சபாநாயகர் ராவ்பகதூர் ஸி.வி.எஸ். நரசிம்மராஜு கூறினார். சத்தியமூர்த்தி இதற்கிணங்கவே, மறுநாள் – 1928 அக்டோபர் 9ஆம் தேதி – பிற்பகல் 2:30 மணிக்கு ஒத்திவைப்புப் பிரேரணை விவாதத்துக்கு எடுத்துக்கொள்ளப் பட்டது.

நூல்களின் அரசியல் தன்மையைப் பற்றிப் பேசக்கூடாதென்று சபாநாயகர் தீர்ப்பளித்துவிட்ட தால் சத்தியமூர்த்தியும் அவரை ஆதரித்துப் பேசியவர் களெல்லாரும் பாரதி பாடல்களின் மேன்மையை யும், அவற்றை அரசாங்கம் பறிமுதல் செய்தது முட்டாள்தனம் என்றும் பேசினார்கள். சில மாதங் களுக்கு முன்தான் பாரதி பாடல்களை அரசாங்கப் பள்ளிக்கூடங்கள் உட்பட எல்லாப் பள்ளிக்கூடங் களிலும் போதிப்பதில் சர்க்காருக்கு ஆட்சேபணை யில்லை என்று கல்வி மந்திரி டாக்டர் சுப்பராயன் சட்டசபையில் பதிலளித்திருக்க, அதே மந்திரிசபை யின் போலீஸ் இப்போது இவ்வாறு செய்திருப்பது அர்த்தமற்றது என்று சத்தியமூர்த்தி வாதித்தார். பாரதி பாடல் நூல் ஒன்று தம் கையில் இருக்கிறது என்று காட்டி, அதிலிருந்து 'வந்தே மாதரமென் போம்', 'செந்தமிழ் நாடெனும் போதினிலே', 'வீர சுதந்திரம் வேண்டி நின்றார்', 'யாமறிந்த மொழிகளிலே' முதலிய பாக்களைப் படித்துக்காட்டி, 'இவற்றில் என்ன தவறு இருக்கிறது? தேசபக்தி பரிமளிக்கச் செய்வதுகூடக் குற்றமா? டென்னிஸன், ப்ளேக், கீட்ஸ் பாடல்களில் இருப்பதுபோல்தானே பாரதி பாடலிலும் இந்த தேசபக்தி உணர்ச்சி இருக்கிறது? அவர்களாவது தங்கள் தேசம் மட்டும் வாழ வேண்டுமென்றார்கள்; பாரதியோ உலகமே செழிக்க வேண்டுமென்கிறார். இத்தகைய பாடல்களைப் போலீசார் பறிமுதல் செய்தது தமிழ் இலக்கியத்துக்கு சவால், தமிழைத் தாய்மொழியாய்க் கொண்டோர்க் கெல்லாம் சவால், சிந்தனா சுதந்திரத்தையும் தேச பக்தியையும் போற்றுவோருக்கெல்லாம் சவால். அரசாங்கம் தன் பறிமுதல் கோரிக்கையை உடனே ரத்து செய்துவிட வேண்டும்' என்றார் சத்தியமூர்த்தி.

சட்டசபையில் பாரதி பாட்டு

பாரிஸ்டர் ஆதிநாராயண செட்டி, ஜி. ஹரிஸர் வோத்தம ராவ், டி.ஸி. ஸ்ரீநிவாஸய்யங்கார், டி.கே. சிதம்பரநாத முதலியார், எல்.கே. துளசிராம், ராம்நாத் கோயங்கா முதலிய பல தேர்ந்தெடுக்கப் பட்ட அங்கத்தினர்களும், என். சிவராஜ், ஷாம்னாடு சாயபு, டேனியல் தாமஸ் முதலிய நியமன அங்கத்தி னர்களும், ஜே.ஏ. டேவிஸ் என்ற வெள்ளையரும்கூட ஆதரிக்க, தீர்மானம் நிறைவேறியது. 'புத்தகங்களைப் பறிமுதல் செய்துவிட்டீர்கள். மக்கள் மனதில் மனப் பாடமாகிவிட்டதை என்ன செய்யப் போகிறீர்கள்?' என்று குத்தலாகக் கேட்ட எல்.கே. துளசிராம், 'செந்தமிழ் நாடு', 'விடுதலை' ஆகிய இரண்டு பாடல்களையும் சங்கீதச் சுவையுடன் ரசித்துப் பாடினார். 'பிரிட்டிஷ் சாம்ராஜ்யமா, ஷேக்ஸ்பியர் இலக்கியங்களா இரண்டில் ஒன்றுதான் கிடைக்கு மென்றால், ஷேக்ஸ்பியரே வேண்டுமென்பேன் என்றான் கார்லைல். அதேபோல பாரதி இலக்கிய மும் மக்கள் மனதைக் கவர்ந்ததாகும்' என்று டி.ஸி. ஸ்ரீநிவாஸ ஐயங்கார் சொன்னார்.

சட்ட மெம்பர் எம். கிருஷ்ணன் நாயர், போலீஸ் நடவடிக்கை மாமூல் நடவடிக்கையென்றும், ஹைக்கோர்ட் என்ன செய்கிறது என்று அரசாங்கம் காத்திருக்கும் என்றும் விவாதத்துக்குப் பதிலளித் தார். ஒத்திவைப்புத் தீர்மானத்தை எதிர்த்துப் பேசியவர் அவர் ஒருவரே!

தீர்மானம் வோட்டுக்கு விடப்பட்டபோது, 79 உறுப்பினர்கள் அதை ஆதரித்தனர்; ஸர் மகமது உஸ்மான், எம். கிருஷ்ணன் நாயர் ஆகிய மந்திரி களும், சி.வி. அனந்தகிருஷ்ணய்யர், ராவ்பகதூர் ஆர். ஸ்ரீநிவாஸன் என்ற இரு உறுப்பினர்களும், எட்டு வெள்ளையர்களும் மொத்தம் 12 பேர் தீர்மானத்தை எதிர்த்தனர். கல்வி மந்திரி டாக்டர் சுப்பராயனும், சுகாதார மந்திரி எஸ். முத்தையா முதலியாரும் மற்றும் பதின்மூன்று பேரும் மொத்தம் 15 பேர் வோட்டளிப்பில் கலக்காமல் நடுநிலை வகித்தனர். மந்திரிகளே சர்க்கார் நடவடிக்கையை ஆதரிக்காமல் நடுநிலை வகித்தது அக்காலத்தில் மிக அபூர்வமானதொரு விஷயமாகும்.

சென்னை சட்டசபை விவாதத்துக்குப்பின் ஹைக்கோர்ட்டில் அப்பீல் விசாரணை நடந்தது. முடிவில், பாரதி தேசியப் பாடல்களில் ராஜத் துவேஷமாக ஏதும் இல்லை என்று கோர்ட் உத்தர விட்டது. இதனால், சென்னை அரசாங்கம் தான் பறிமுதல் செய்த பாரதி தேசியப் பாடல் பிரதிகளை பாரதி ஆச்ரமத்துக்குத் திருப்பிக் கொடுத்தது. இது 1929ஆம் ஆண்டு பிப்ரவரி மாதம் நடந்தது. அரசாங்கம் இந்நூல்களைத் திருப்பித்தருமாறு நேர்ந்தது பாரதி நூல்களை விற்பனைக்கு நல்ல விளம்பரமாயிற்று. 'இந்நூல் சர்க்காரால் பறிமுதல் செய்யப்பட்டுத் திருப்பித் தரப்பட்டது' என்று பாரதி தேசிய கீதங்கள் பிரதிகள் ஒவ்வொன்றிலும் முத்திரையடித்து, மேலும் உற்சாகத்துடன் விற்றது பாரதி பிரசுராலயம்.

மக்கள் நாவில்

அரசாங்கத் தடையினால் மக்களுக்கு பாரதி பாடல்களில் பற்றுதல் அதிகரிப்பதற்கு முன்பே, பல தனிப்பட்ட பாரதியன்பர்கள் தங்கள் தேசபக்திப் பிரசாரத்திற்கு பாரதி பாடல்களை ஊன்றுகோலாய்க் கொண்டு நாடெங்கும் பாரதி பாடல்களைப் பாடிப் பரப்பி வந்தார்கள். தேசபக்த சிங்கம் சுப்பிரமணிய சிவா திருநெல்வேலி சுதேசிக் கலகத்தின்போது சிறை புகுந்து வெளியே வந்ததும் தேசபக்த சமாஜம் என்ற தொண்டர் படையை ஆரம்பித்தார். இப்படையைச் சேர்ந்த இளைஞர்கள் தமிழ் நாடெங்கும் ஏழு மாதம் ஊர்ஊராய்ச் சென்று தமது தேசாவேசப் பேச்சுகளுடன் பாரதி பாடல்களையும் பாடிவந்தனர். 'கல்கி' தி. சதாசிவம், மதுரை ரா. சிதம்பர பாரதி, ரா. ஸ்ரீநிவாச வரதன், தியாகராஜ சிவம், தூத்துக்குடி ந. சோமயாஜுலு, சென்னை எவரெஸ்ட் ஓட்டல் ஸ்தாபகர் சுந்தரம், திருமயம் கிருஷ்ணமூர்த்தி, மதுரை கிருஷ்ண குந்து முதலியோர் சிவாவின் சிஷ்யர்களாவர்.

சிவாவைப் பின்பற்றி அவரது சிஷ்யர் ஸ்ரீநிவாஸ வரதனும் தமது வீரபத்தினி பத்மாஸனி அம்மாளுடன் பாரதி பாடல்களைத் தமிழ்நாடெங்கும் பரப்பும் பணியில் ஈடுபட்டார். 'நம் நாட்டு முன்னேற்றத்தைக் கருதி, காலம் சென்ற கவிச்சக்ரவர்த்தி சுப்பிரமணிய பாரதியார் கீதங்களைப் பரப்புவதற்காக'வென்று 'பாரதி பஜனை சமாஜம்' மதுரையில் 1933இல் ஸ்ரீநிவாஸவரதனால் ஆரம்பிக்கப்பட்டது. தினந்தோறும் காலையிலும் மாலையிலும் பாரதி கீதங்களைப் பாடிக்கொண்டு வீதி பஜனை வருவது சமாஜத்தின் முக்கிய வேலையாக நடந்தது. ஸ்ரீநிவாஸ வரதனது பாட்டில் சங்கீதத்தைவிட உணர்ச்சியே முக்கியமானதாக விளங்கியதாலும், 'ஜய பேரிகை கொட்டடா' என்ற பாட்டை இவர் விரும்பிப் பாடி வந்ததாலும் இவரது ஊராகிய சோழவந்தான் மக்கள் இவரை 'கொட்டடா ஐயங்கார்' என்று அழைத்து வந்தார்களாம்!

1922ஆம் ஆண்டிலேயே பாரதி பாடல்கள் நாடகமேடையேறத் தொடங்கிவிட்டன. பெண் வேஷத்துக்குப் பெயர் போன கே.எஸ். அனந்தநாராயணனும், சங்கீத மேதை எஸ்.ஜீ. கிட்டப்பாவும் நாடக மேடையில் பாரதி பாடல்களைப் பாடித் தமிழ் மக்களைப் பரவசப்படுத்தினார்கள். தமது நண்பர் ஆக்கூர் அனந்தாச்சாரி கொடுத்த 'தேசிய கீதங்கள்' நூலிலிருந்து 'முன்னையிலங்கை' பாட்டை மனனம் செய்து தம் நாடகங்களில் அதை உற்சாகமாகப் பாடிவந்தார் கிட்டப்பா.

1930ஆம் ஆண்டு உப்பு சத்தியாக்கிரக காலத்தில் பாரதி பாடல்களைப் பாடக்கூடாதென்ற தடையை மீறி நாடக மேடையில் பாரதி பாடல்களைப் பாடி வந்தார் கிட்டப்பா.

மந்திரக் கவிகள்

உப்பு சத்தியாக்கிரக இயக்கத்தின் போது பாரதியின் மந்திரக் கவிகள் தமிழ்நாட்டில் சாதித்த அற்புதம் சொல்லி மாளாது. சோர்ந்து கிடந்த மக்களைத் தட்டியெழுப்பி, அவர்கள் நரம்பில் முறுக்கேறச் செய்து, தேசத்துக்காக எண்ணற்ற பேர்கள் தங்களைத் தியாகம் செய்துகொள்ளத் தூண்டியதற்கு பாரதி பாடல்கள் பொறுப்பாக இருந்தன. இந்தக் காலத்தில் 'சங்கு' சுப்பிரமணியம், ஈ. கிருஷ்ணய்யர், கே.எஸ். கோபாலகிருஷ்ணன், 'கல்கி' ரா. கிருஷ்ணமூர்த்தி முதலியோர் பாரதி பாடல்களை இசையழகும் உணர்ச்சி வேகமும் சேர்த்துப் பாடிப் புகழெய்தினார்கள். பாரதியின் மருமான் சங்கரன் என்பவரும், தம்பி சி. விசுவநாதனும் பாரதி பாடல்களை இசையழகுடன் பாரதியைப் போலவே பாடுவார்கள். சங்கீதமறியாத மற்றும் எண்ணற்ற தொண்டர்கள், உணர்ச்சியே பிரதானமாய் பாரதி பாடல்களைப் பாடி மக்களை தேசப் பணிக்குத் தயாராக்கினார்கள். கவிதைமூலம் புதிய மானுட ஜாதியை உண்டாக்க முடியும் என்பதைத் தமிழகம் கண்ணெதிரே கண்டது.

பத்திரிகைகளின் தொண்டு

மக்கள் நாவில் பரவியது போலவே, தமிழ்ப் பத்திரிகை உலகின் மூலமாகவும் பாரதி எழுத்துகள் பரவத் தொடங்கின. பிரசுரமாகாத பாரதி எழுத்துகளை தேடிக் கண்டுபிடித்து வெளியிடும் பணியிலும் தமிழ்ப் பத்திரிகைகள் பெருந்தொண்டு புரிந்துள்ளன.

பாரதியின் நண்பரும் அவர் காலத்தில் ‘கண்ணன் பாட்’டையும் ‘நாட்டுப் பாட்டு’ என்ற பெயரில் பாரதியின் தேசிய கீதங்களையும் பிரசுரித்தவருமான பரலி சு. நெல்லையப்பர், பாரதி காலமான பின் தமது ‘லோகோபகாரி’ வாரப் பத்திரிகையில் அநேகமாய் வாரந்தோறும் ஏதாவதொரு பாரதி கட்டுரை அல்லது கவிதையை வெளியிட்டு வந்தார். ‘இனி’, ‘ஜாதிபேத விநோதங்கள்’, ‘தமிழருக்கு’ முதலிய கட்டுரைகளை ஒரு முறையல்ல இருமுறையல்ல பன்முறை வெளியிட்டது ‘லோகோபகாரி’.

அ. மாதவையா தமது ‘பஞ்சாமிர்தம்’ மாதப் பத்திரிகையில் பாரதி பாடல்களின் இலக்கிய மேன்மையை இலக்கிய விமர்சனம் மூலம் வெளியிட்டார். மாதவய்யாவின் புதல்வர் மா. அனந்த நாராயணன் இவ்விமரிசனத்தை எழுதினார்.

பழம் பெரும் பத்திரிகையாளர் எஸ்ஜி. ராமாநுஜலு நாயுடுவின் ‘பிரஜாநுகூலன்’, பிற்காலத்தில் அவரை ஆசிரியராகக் கொண்ட ‘அமிர்த குண போதினி’, தஞ்சையில் வ.ரா. நடத்திய ‘சுதந்திரன்’, சது. சுப்பிரமணிய யோகி, பெரியசாமி தூரன் முதலியோர் நடத்திய ‘பித்தன்’, வ.ரா.வை ஆசிரியராகக் கொண்ட ‘மணிக்கொடி’ வாரப் பதிப்பு, பாரதிதாசனை ஆசிரியராகக் கொண்டு புதுவையிலிருந்து வந்த ‘பாரதி கவிதா மண்டலம்’ என்ற முற்றிலும் கவிதையாலான அதிசய மாதப் பத்திரிகை, சங்கு சுப்பிரமணியனை ஆசிரியராகக் கொண்ட ‘சுதந்திரச் சங்கு’, தெ.ச. சொக்கலிங்கத்தின் ‘காந்தி’, ரா. நாராயணசாமியின் ‘பாரதி’, ரா. நாராயணனை ஆசிரியராகக் கொண்ட ‘ஜெயபாரதி’, சங்கு சுப்பிரமணியம், ‘நாலி’ என்ற எம்.ஜே. ராமலிங்கம் ஆகியோரை ஆசிரியராகக் கொண்ட ‘ஹநுமான்’, கி.வா. ஜகந்நாதனை ஆசிரியராகக் கொண்ட ‘கலைமகள்’, ஈ.ஆர். கோவிந்தனையும் ரா. நாராயணனையும் ஆசிரியர்களாகக் கொண்ட ‘ஹிந்துஸ்தா’னில் இந்நூலாசிரியர் பதிப்பித்த ‘பாரதி மலர்’கள், ஏ.என். சிவராமனை ஆசிரியராகக் கொண்ட ‘தினமணி’யின் ஆண்டு மலர்கள், கே. அருணாசலத்தை ஆசிரியராய்க்கொண்ட ‘பாரததேவி’ முதலிய தமிழ்ப் பத்திரிகைகள் ஏற்கனவே நூல் வடிவம் பெறாத பற்பல பாரதி கவிதைகளையும் கதைகளையும் கட்டுரைகளையும் வெளியிட்டன.

‘சுதேசமித்திர’னில் 1930ஆம் ஆண்டிலேயே, பாரதி தனிப் பாடல்கள் பலவும் ‘பாஞ்சாலி சபத’மும் கே.ஆர். சர்மா என்ற பிரபல ஓவியரின் சித்திரங்களுடன் வெளியிடப்பெற்றன. இதே போல சி.வி. மார்கன், சேகர் முதலியோரது அழகான சித்திரங்களுடன் பல பாரதி பாடல்களை ‘ஆனந்த விகடன்’ 1933 முதலாக வெளியிடவாரம்பித்தது.

சிறு பிரசுரங்கள்

தமிழ்ப் பத்திரிகைகள் தவிர தனிப்பட்ட பாரதி தொண்டர்களும் தத்தமக்குக் கிடைத்த பாரதி பாடல்களைச் சிறுபிரசுரங்களாக வெளியிட்டு உதவினார்கள். புதுவையில் பணிப்பெண் அம்மாக் கண்ணுவின் புதல்வர்களில் ஒருவரும் பாரதியின் சிஷ்யகோடிகளில் ஒருவரும் ‘தாய்நாடு’ என்ற பத்திரிகையின் ஆசிரியருமான வ. வேணுகோபால் நாயக்கர் ‘உயிர் பெற்ற தமிழன்’ என்ற இதுவரை பாரதி தொகுப்புகளில் சேராத பாட்டை 1936இல் சிறுபிரசுரமாக வெளியிட்டார். புதுவை தேசிய வாலிபர் சங்கம், மதுரை பாரதி ஆசிரமம் முதலியவை ‘சத்ரபதி சிவாஜி தன் சைனியத்துக்குக் கூறியது’, ‘குரு கோவிந்தன்’ முதலிய பாடல்களைத் தனிப் பிரசுரங்களாக வெளியிட்டன.

தஞ்சை ஜில்லா குடவாசல் புதுக்குடியைச் சேர்ந்த சாமி உடையார் என்ற அன்பர் தினமும் கையெழுத்தில் ஒரு பாரதி பாட்டை எழுதி, இவ்வாறு பாரதிப் பாட்டு எழுதிய காகிதங்களின் பின்புறத்தை நண்பர்களுக்குக் கடிதமெழுத உபயோகித்துவந்தார். தமது கடிதங்களின் முடிவில் பரம பக்தியுடன், ‘சுப்பிரமணிய பாரதி திருவடிகள் வெல்க!’ என்றும் இவர் எழுதுவாராம். இவ்வாறு கடிதங்களின் பின்புறத்தில் பாரதி பாடல்களை எழுதிப் பரப்பிய தனிப் பெருமை இவரைச் சேர்ந்தது. இவ்வாறு இவரிடமிருந்து கிடைத்த கடிதத்தின் பின்புறம் இருந்த பாட்டைப் படித்துத்தான் தாம் ‘விண்ணும் மண்ணும் தனியாளும்’ என்ற பாரதி பாட்டை அறிந்து மனனம் செய்ததாக சங்கு சுப்பிரமணியம் கூறுகிறார்.

‘மகாகவி அல்ல!’

இவ்வாறாகப் பற்பல அன்பர்களின் பலவித முயற்சிகளினால் பாரதி பாடல்கள் தமிழ் மக்களுக்கு அறிமுகமாயின. ஆனால், பாரதியின் வீராவேச தேசியப் பாடல்களினாலும் ஒருசில வேதாந்தப் பாடல்களினாலும் கவர்ச்சியுற்ற தமிழகம் அவரை ஒரு தேசியக் கவி என்று மட்டுமே ஒப்புக் கொண்டிருந்தது. பாரதி ஓர் இலக்கிய மேதை என்றோ மகாகவி என்றோ ஒப்புக் கொள்ளத் தமிழ் அறிவாளிகள் தயாராயில்லை. 1935இல்கூட, சிறந்த தமிழ்ப் புலமை கொண்ட இலக்கிய விமர்சகரான பி.ஸ்ரீ. ஆச்சாரியார், ‘பாரதி மகாகவி அல்ல; ஒரு நல்ல கவி’ என்று சொல்லிவிட்டு, இளம் எழுத்தாளர்களின் தாக்குதலுக்கு இலக்கானார். அக்காலப் பத்திரிகைகளில் இந்த இலக்கிய விவாதம் காரசாரமாக நடந்தது. பாரதியின் சிறப்பை எடுத்துக் காட்டும் நோக்கத்துடன் கு.ப. ராஜகோபாலன்

'பாரதியின் இலக்கிய பீடம்' என்றொரு நூலும், பெ.கோ. சுந்தரராஜன் ('சிட்டி') 'கண்ணன் என் கவி' என்றொரு நூலும் எழுதி, தற்கால மேனாட்டு இலக்கிய விமர்சன முறையில் பாரதி மகாகவி என்று வாதித்தார்கள்.

வ.ரா.வின் ஊக்கத்தினாலும், பாரதி நண்பர் சா. துரைசாமி ஐயரின் ஆதரவினாலும் பாரதி சங்கம் 1938இல் தோன்றியது. இதில் பாரதி பற்றிச் சில விவாதங்கள் நடந்தன. ஆனால் இச்சங்கம் அதிக காலம் நடக்கவில்லை.

நூல் உரிமை மாற்றம்

1931இல் பாரதி குடும்பத்தார் பாரதி நூல்களின் உரிமையை 4,000 ரூபாய்க்கு பாரதி பிரசுராலயத்துக்கு விற்றனர். ஏற்கனவே சகுந்தலாவின் கல்யாணச் செலவுக்காக வாங்கப்பெற்ற கடனைத் தீர்த்து, பாக்கியைத் தவணைகளில் செல்லம்மா விடம் தருவதாக ஒப்பமாயிற்று.

இந்தச் சமயத்தில், பாரதி பாடல்கள் ஒலிப்பதிவு உரிமையை ஸுரஜ்மல் கம்பெனியார் தங்கள் பிராட்காஸ்ட் ரிக்கார்டுக்காக ரூ. 400க்கு வாங்கினார்கள். பின்னர் இதே உரிமையை அவர்களிட மிருந்து ரூ. 10,000க்கு ஏ.வி. மெய்யப்ப செட்டியார் வாங்கினார்.

இதற்கிடையே, 1929இல் பாரதியின் தேசியப் பாடல்களையும் 'விநாயகர் நான்மணி மாலை'யை தனி நூல்களாகவும் பாரதி பிரசுராலயம் வெளியிட்டது. 1930இல் 'தோத்திரப் பாடல்கள்', 'வேதாந்தப் பாடல்கள்' என்ற பாடல் தொகுதிகள் வெளிவந்தன. இதுவரை பாரதி கவிதைகளை மட்டுமே வெளியிட்டுவந்த பாரதி பிரசுராலயம், 1930இல் பாரதியின் வசன நூல்களையும் தனித்தனிப் புத்தகங்களாக வெளியிட ஆரம்பித்தது. இதன்பின், 'பாரதி நூல்கள் – கவிதை', 'பாரதி நூல்கள் – வசனங்கள்' என்ற இரு பெருந்தொகுதிகளையும் வெளியிட்டது.

பாரதி நூல்கள் விற்பனையினால் பாரதியின் மனைவிக்குத் தக்க லாபம் கிடைக்கவில்லை என்று ஒரு புகார் 1935இல் எழுந்தது. தாம் வறுமையால் வாடுவதாயும், பாரதி பிரசுராலயம் குறித்த தவணைகளில் பணம் அனுப்பவில்லை என்றும், விவரம் தெரியாமல் நூல்களின் உரிமைகளைக் கொடுத்து விட்டதாயும், நூல்களின் விற்பனையால் கிடைக்கும் லாபத்தில் பங்கு வேண்டும் என்றும் செல்லம்மா பாரதி கூறினார். இவருக்கு ஆதரவாக ஆக்கூர் அனந்தாச்சாரி முதலிய இளைஞர்கள் பத்திரிகைகளில் கிளர்ச்சி செய்தார்கள். பாரதி பிரசுராலயத்தினர் இப்புகார்கள் உண்மையல்லவென்று மறுத்து, பாரதி பிரசுராலயம் நிறைய லாபம் சம்பாதிப்ப தாய்க் கூறுவது அபாண்டமென்று பதிலளித்தார்கள்.

பாரதியின் ஆங்கில நூல்கள்

இந்தச் சமயத்திலும் பிரசுரமாகாத பாரதி நூல்களை ஒழுங்குசெய்து பிரசுரிக்கும் வேலை தொடர்ந்து நடந்தது. செல்லரித்துப்போன பழைய கையெழுத்து ஏடுகளினின்று சேர்க்கப்பட்ட பாரதி கவிதைகளைப் பரிசோதித்துச் சரிவர வெளியிடும் பணியில் பாரதி பிரசுராலயத்துக்குத் தமிழ் லெக்ஸிகன் காரியாலய வி. நாராயணன், கவிமணி தேசிகவிநாயகம் பிள்ளை, எஸ். வையாபுரிப் பிள்ளை, சுத்தானந்த பாரதி ஆகியோர் உதவிபுரிந்தனர்.

1937இல் முதன்முதலாக, பாரதி எழுதிய ஆங்கில நூல்கள் இரண்டு பாரதி பிரசுராலயத்தால் பிரசுரிக்கப் பெற்றன. அன்னி பெஸண்டின் 'காமன்வீல்' பத்திரிகையிலும், அரவிந்தரின் 'ஆரியா' பத்திரிகையிலும் பாரதி காலத்தில் வெளிவந்த அவரது ஆங்கிலக் கவிதைகளும் கட்டுரைகளும் *'Agni and Other Poems', 'Essays and Other Prose Fragments'* என்ற நூல்களாக வெளியாயின. இவற்றைத் தொகுத்து வெளியிடுவதில் கே. ஸ்வாமிநாதனும், கே.எஸ். வேங்கடரமணியும் உதவி செய்தார்கள்.

1938 'ஸ்வசரிதையும் பிற பாடல்களும்' என்ற தொகுதி வெளிவந்தது. அத்துடன், ஏற்கனவே 'சுதேசமித்திர'னிலும் 'இந்தியா'விலும் பாரதி காலத்தில் வெளியான பல கட்டுரைகள் தொகுக்கப் பட்டு, 'தத்துவம்', 'மாதர்', 'கலைகள்', 'சமூகம்' என்ற நான்கு பிரிவுகளாகவும், 'பாரதி நூல்கள் – கட்டுரைகள்' என்ற தொகுதியாய்த் தனி நூலாகவும் வெளியிடப்பெற்றன.

பாரதி சரிதங்கள்

பாரதியைத் தமிழ் மக்கள் சரிவரப் புரிந்து கொள்ளும்முறையில் முதல் பாரதி சரிதம் கவிஞர் மறைந்த வருஷமே வெளியாயிற்று. ஆனால், இதை உருவான பாரதி சரிதம் என்பதைவிட பாரதியை நேரில் அறிந்த மூன்று அறிஞர்களின் நினைவுக் குறிப்புகள் என்பதே பொருத்தமாகும். 'பாரதியார் சரித்திரம்' என்ற இச்சிறு நூலை பாரதி பிரசுராலயம் வெளியிட்டது. இதில் சோமசுந்தர பாரதி, பரலி சு. நெல்லையப்பர், வி. சக்கரை ஆகிய மூவரும் தனித்தனியே கட்டுரை எழுதியிருந்தார்கள்.

இதற்குப் பல வருஷங்களுக்குப் பின், 1929இல், பாரதியின் தம்பி சி. விசுவநாதன் எழுதிய 'பாரதியும் அவரது படைப்புகளும்' *(Bharati and His Works)* என்ற சிறு ஆங்கில நூலை பாரதி பிரசுராலயம்

வெளியிட்டது. பாரதியின் வாழ்க்கை விவரங்களில் முக்கியமானவற்றைக் கொடுத்து, பாரதி பாடல்களின் உயர்வை விமர்சித்தது இந்நூல்.

ஆனால், முதன்முதலாக, ஆதியோடந்தமாக விரிவான பாரதி சரிதம் எழுதியவர் வ.ரா.தான். 'சுப்பிரமணிய பாரதியார்' என்ற தலைப்பில் அவர் 'காந்தி' பத்திரிகையில் 1935–36இல் எழுதிய தொடர்ச்சியான கட்டுரைகளே பின்னர், 1944இல் நூலாக உருப்பெற்றன.

1936 ஆக்கூர் அனந்தாச்சாரியார் 'கவிச்சக்கர வர்த்தி சுப்பிரமணிய பாரதி சரித்திரம்' என்ற நூலைப் பிரசுரித்தார். புத்தக வடிவில் வெளிவந்த முதல் பாரதி சரிதம் இதுவாகும்.

1938இல் சக்திதாஸன் சுப்பிரமணியன் பாரதியார் வாழ்க்கைச் சம்பவங்கள் கொண்ட 'பாரதி லீலை' என்ற சிறியதோர் நூலை வெளிக்கொணர்ந்தார். இதே ஆண்டு, 'ஹிந்துஸ்தான்' பத்திரிகையில் இந்நூலாசிரியர் பதிப்பித்த பாரதி மலர்களில் முதல் மலர் பிரசுரமாயிற்று. இம்மலர்களில் வெளியிடப்பெற்ற அதுவரை வெளிவராத பல தகவல்கள் பாரதி வாழ்க்கைச் சரிதம் விரிவானதாக வெளிவர ஊக்கமளித்தன. 1941இல் பாரதியின் மனைவி செல்லம்மா எழுதிய 'சுப்பிரமணிய பாரதியார்' என்ற நூல் அச்சிடப்பட்டது. இதன்பின், ரா. கனக லிங்கத்தின் 'என் குருநாதர் பாரதி', 'வ.உ.சி. கண்ட பாரதி', தங்கம்மா பாரதியின் 'பாரதியின் கவிதை', சுத்தானந்த பாரதியின் 'கவிக்குயில் பாரதியார்', யதுகிரியம்மாளின் 'பாரதி நினைவுகள்', பாரதி பற்றி பாரதிதாசன் பாடியுள்ள பாடல்கள் முதலியனவும் பல பாரதி சரிதங்களும் வெளியாயின.

யுத்த காலத்தில்

1938இல் சகுந்தலாவின் கணவர் நடராஜன் பாரதி பிரசுராலயத்திலிருந்து விலகிக்கொண்டார். 1941இல் ஹரிஹர சர்மாவும் சொந்தக் காரணங்களால் விலகிக்கொண்டார். பாரதி பிரசுராலயம் பாரதியின் தம்பி விசுவநாதனின் தனிப் பொறுப்பாயிற்று.

யுத்த காலத்தில் காகிதப் பஞ்சம் பாரதி நூல்களையும் பாதித்தது. பழுப்பு நிறக் காகிதத்தில் பாரதி நூல்கள் காட்சியளித்தன. ஆனால், முதன் முறையாக உள்ளே பாடல்களுக்கேற்ற படங்கள் சேர்க்கப்பெற்ற பதிப்புகளும் தலைகாட்டலாயின. பாரதி நூல்கள் சிறப்பான கண்கவர் பதிப்புகளாக வெளிவராததற்கு நூல்களின் உரிமை தனிப்பட்டவர்களிடம் இருப்பதுதான் காரணம் என்று சிலரும், பாரதி பாடல்களைத் தேசத்தின் பொதுச் சொத்தாக்கிவிட்டால் பல பேர் பல்லாயிரக்கணக்கில் பிரதிகள் வெளியிட இடமுண்டாகிப் பாடல்கள் விரைவில் பரவும் என்று சிலரும் குறைபட்டு வந்தார்கள். இதே சமயம், பாரதி நூல்கள் விற்பனையால் வரும் லாபத்தில் அதிகப் பங்கு பாரதி குடும்பத்துக்குக் கிடைக்கச் செய்ய வேண்டும் என்று வற்புறுத்திய சிலரும் இருந்தனர்.

எட்டயபுரம் பாரதி மண்டபம்

1945 செப்டம்பர் 11ஆம் தேதி, எட்டயபுரத்தில் பாரதி நினைவுச் சின்னம் ஒன்று அமைக்க ராஜாஜி அடிக்கல் நாட்டினார். பாரதி பிறந்த ஊரில் அவர் நினைவாக ஒரு மணிமண்டபம் வேண்டுமெனக் 'கல்கி' ரா. கிருஷ்ணமூர்த்தி தம் பத்திரிகையில் விடுத்த வேண்டுகோள் தமிழ் மக்களின் உற்சாகமான ஆதரவைப் பெற்றது. ஆயிரக்கணக்கான தமிழ் மக்கள் அளித்த நன்கொடையினால் அழகான மணிமண்டபம் எட்டயபுரத்தில் கட்டப்பெற்றது. 1948, அப்போது மேற்கு வங்காள கவர்னராகவிருந்த ராஜாஜி மண்டபத்தைத் திறந்துவைத்தார். திறப்பு விழாவில் கலந்துகொள்ளச் சென்னையிலிருந்து சென்ற பிரதிநிதிகள் பாரதி படத்துடன் விசேஷமாக அலங்கரிக்கப்பட்ட எஞ்சின் பூட்டிய தனி ரயிலில் எட்டயபுரம் சென்று கூடினார்கள். அரசியலில் அபிப்பிராய பேதமுள்ள பல கட்சியினரும் ஒருங்கே கூடியிருக்க, மிகுந்த கோலாகலத்துடன் மண்டபத் திறப்பு விழா நடந்தேறியது. திறப்புவிழாவை முன்னிட்டு, ஒரே ரூபாய் விலையில், உயர்ந்த காகிதத்தில், வண்ணச் சித்திரங்கள் நிறைந்த பாரதி பாடல் நூலொன்றும் வெளியிடப்பட்டது.

எட்டயபுரம் பாரதி மணிமண்டபத்தில் வங்காளி ஓவியர் ஹரிபாத ராய் எழுதிய பாரதி படமொன்றும், 'பெண்மை வாழ்கென்று கூத்திடுவோமடா', 'காணி நிலம் வேண்டும் பராசக்தி', 'ஜயமுண்டு பயமில்லை, மனமே', 'பறையருக்குமிங்கு தீயர் புலையருக்கும் விடுதலை' என்று துவங்கும் பாடல்களின் பாரதி கையெழுத்துப் பிரதியின் புகைப்படங்களும், பாரதி சிலையும் திறந்து வைக்கப்பட்டன.

பாரதி மண்டபத்தை நிர்வகித்து நடத்த ஒரு 'ட்ரஸ்ட்டும்', பாரதியார் ஞாபகார்த்த சங்கமும் இச்சமயம் அமைக்கப்பட்டன. ஆண்டுதோறும் பாரதி நாளைப் பெருங்கொண்டாட்டத் திருவிழாவாக நடத்திவரும் பணியில் ஈடுபட்டிருக்கிறது பாரதியார் சங்கம்:

அரசாங்கம் மேற்கொள்கிறது

பாரதி நூல்களைப் பொதுச் சொத்தாக்க வேண்டும் என்ற கிளர்ச்சி நாளுக்குநாள் வலுக்கவே, ஓமந்தூர் பி. ராமசாமி ரெட்டியாரை முதன் மந்திரியாய்க் கொண்ட சென்னை மந்திரி சபை இது சம்பந்தமாக நடவடிக்கை மேற்கொண்டது. இதன் பலனாக 1949இல் பாரதி பிரசுராலயத்திடமிருந்த பதிப்புரிமையை சி. விசுவநாதனிடமிருந்து அரசாங்கம் விலைக்கு வாங்கிற்று. பாரதி பாடல்களின் ஒலிப் பதிவு உரிமையை ஏ.வி. மெய்யப்ப செட்டியார் இலவசமாக வழங்கினார். செல்லம்மாவுக்கு 10,000 ரூபாயும், தங்கம்மாள், சகுந்தலா இருவருக்கும் தலைக்கு 5,000 ரூபாயும் நிதியளித்து, பாரதி குடும்பத்தாரின் சம்மதமும் பெற்று அரசாங்கம் பாரதி நூல்களின் உரிமைகளை ஏற்றுக் கொண்டது. பாரதி பிரசுராலயம் தவிர்த்த பிற ஸ்தாபனங்களிடமிருந்த பாரதி நூல்களின் உரிமைகளை அரசாங்கம் வாங்கவில்லை; அவற்றின் உரிமைகள் நிலைமை முன்போலவே இருந்துவருகிறது.

பாரதி பிரசுராலயத்திடமிருந்து உரிமையை வாங்கிக்கொண்டபோது அவர்களிடம் கைவசம் பாக்கி நின்ற பாரதி நூல் பிரதிகளையும் அரசாங்கம் எடுத்துக்கொண்டது. இவை சென்னை அரசாங்க நூல் விற்பனை நிலையத்திடம் ஒப்படைக்கப் பெற்றன.

1950 முதலாகவே பாரதி நூல்களுக்கு 'அத்தாட்சி பெற்ற' பதிப்பொன்று வெளியிடும் வேலையிலும் அரசாங்கம் கவனம் செலுத்தலானது. பாரதி நூல்களைப் பரிசோதித்துப் பதிப்பிக்க உதவுமாறு 'பாரதி நூல்கள் பதிப்புக் குழு'வையும் அரசாங்கம் அமைத்தது. இக் குழுவில் ரா.பி. சேதுப்பிள்ளை சி. விசுவநாதன், கி. ஸ்வாமிநாதன், ரா. கிருஷ்ணமூர்த்தி ('கல்கி') ஆகிய நால்வர் அங்கம் வகித்தனர். இவர்களுக்கு ஆலோசனை சொல்ல 'கவிதைப் பதிப்பு ஆலோசனைக் குழு'வாகப் பரலி சு. நெல்லையப்பர், கி.வா. ஜகந்நாதன், மு. வரதராசன், ரா.பி. சேதுப்பிள்ளை ஆகியோர் நியமிக்கப்பட்டார்கள். சி. விசுவநாதன், ஆலோசனைக் குழுவினர் குறிப்பிட்டபடி கவிதைகளை வரிசைப் படுத்திக்கொடுத்தார். மு. சண்முகம் பிள்ளை பதிப்புக் குழுவினர் விருப்பப்படி பாடல்களை முற்பதிப்புகளோடு ஒப்பிட்டு, பிழையற எழுதி, அச்சடிக்கத் தகுந்தபடி பிரதி தயாரித்தும், அநுபந்தங்கள் வகுத்துக் கொடுத்தும் உதவி புரிந்தார். முடிவாக, 1954ஆம் ஆண்டு இறுதியில் அரசாங்கப் பதிப்பின் கவிதைத் தொகுதி வெளிவந்தது. இது 'தேசிய கீதங்கள்', 'தெய்வப் பாடல்கள்', 'பல்வகைப் பாடல்கள்', 'முப்பெரும் பாடல்கள்' என்ற நான்கு பிரிவுகளைக் கொண்டிருந்தது. ஏற்கனவே நூல் வடிவில் வழங்கிவந்த பாடல்களைத் தவிர மூன்று பாடல்கள் புதிதாக இப்பதிப்பில் சேர்க்கப்பட்டன. ஏற்கெனவே பாரதி பாடலெனப் பிரசுரிக்கப்பட்ட நான்காவது பாடலொன்று, பாரதி பாடலாக இல்லாதிருந்தும் பாரதி கவிதைத் தொகுதியில் இடம் பெற்றுவிட்டது! சைவ எல்லப்ப நாவலரின் செவ்வந்திப் புராணப் பாடல் அது! அதை பாரதி தம் கைப்பட எழுதி வைத்திருந்ததனால் பாரதி பதிப்புக் குழுவினர்கூட அது பாரதி பாடலெனக் கருதிவிட்டனர்!

சென்னை அரசாங்கப் பதிப்பில் பயனுள்ள பல அனுபந்தங்கள் சேர்க்கப்பட்டிருந்தன. ஆராய்ச்சியாளர்களுக்கும் பாரதியன்பர்களுக்கும் இப்பதிப்பின் அனுபந்தங்களில் தரப்பட்டுள்ள விரிவான விவரங்கள் மிகவும் உபயோகமானவை. ஆனால், இப்பதிப்பில் பாடல்களுக்குக் கவிஞர் கொடுத்த தலைப்புகள் பலவிடங்களில் பதிப்புக் குழுவினரால் மாற்றப்பட்டுவிட்டன. தமிழ்நாட்டில் தற்போது நிலவும் கருத்துப்படி தனித்தமிழ்த் தலைப்புகளாக இவை மாற்றப்பட்டிருப்பினும், கவிதைகளுக்குக் கவிஞர் கொடுத்த தலைப்புகளை இவ்வாறு அவரவர் இஷ்டப்படி மாற்றுவது முறையா என்பது சிந்தனைக்குரியது.

அருங்காட்சியகத்தில் கையெழுத்துப் பிரதிகள்

பாரதி பிரசுராலயத்திடமிருந்து அரசாங்கம் பெற்ற பாரதி கையெழுத்துப் பிரதிகளும் பழம் பதிப்புகளும், 1949 ஆகஸ்ட் 6ஆம் தேதி சென்னை அரசாங்கப் பொருட்காட்சிசாலையிடம் ஒப்படைக்கப் பட்டன. இவை அங்கே மிகப் பத்திரமாக, தக்க முறையில், எழுத்தை மறைக்காத மிக மெல்லிய துணியில் ஒட்டப்பெற்று, பைண்டு செய்யப்பட்டு நீண்டகாலம் இருக்குமாறு பாதுகாக்கப்பட்டு வருகின்றன. ஆனால், இவற்றில் எதையும் பொதுமக்கள் பார்வைக்கு வைக்கவில்லை. இவற்றைப் பார்க்க விரும்புவோர் பொருட்காட்சிசாலை அதிகாரிகளிடம் தனி அனுமதி பெற்றுப் பார்க்கலாம்.

எவரும் வெளியிடலாம்!

பாரதி பிரசுராலயம் வெளியிட்ட பாரதி நூல்களைச் சென்னை அரசாங்கம் வாங்கி விற்றதென்றாலும், அரசாங்க இலாகாவின் சிவப்பு நாடா முறைகளால் நூல் பிரதிகள் இருப்பதும் இல்லாததும் தெரியாமல் சில வருஷங்கள் பொதுமக்கள் கஷ்டப்பட்டார்கள். நூல் இருப்பது தெரிந்தவர்கள் கூட வெளியூர்களிலிருந்து தருவிப்பது அநேகமாய் சாதிக்க முடியாத காரியமாகவே இருந்து வந்தது.

ஆனால், நல்ல வேளையாக, பாரதி கவிதைத் தொகுதியொன்றை வெளியிட்ட கொஞ்ச நாட்களுக்கெல்லாம் பாரதி கவிதைகளை இனி எவர் வேண்டுமானாலும் பிரசுரிக்கலாம் என்று அரசாங்கம் அனுமதி கொடுத்துவிட்டது. அதாவது, அத்தாட்சி பெற்ற பதிப்பாகிய தன் பதிப்பில் வெளியான பாடல்களை எவர் வேண்டுமானாலும் பிரசுரிக்கலாம் என்று பாரதி கவிதைப் பதிப்புரிமையைப் பொதுச் சொத்தாக்கினார்கள். இப்போது இதைப் பயன்படுத்திக்கொண்டு பல பிரசுரகர்த்தர்கள் பாரதி கவிதைகளுக்குத் தத்தம் பதிப்புகளைக் கொண்டுவரலானார்கள்.

ஆனால், அரசாங்கம் வாங்கிக் கொள்ளாத பல பாரதி பாடல்களின் உரிமை நிலையோ முன்போலவே தனிப்பட்டவர்களிடமே இருக்கின்றது. அப்பாடல்கள் அரசாங்கப் பதிப்பில் இடம் பெறாமல் நிற்கின்றன. மேலும், பாரதியின் வசனங்களை வெளியிடும் உரிமையைப் பற்றி அரசாங்கம் ஒன்றும் சொல்லவில்லை. பாரதி நூல் பதிப்புக் குழு வசனங்களுக்கு அரசாங்கப் பதிப்பு வெளியிட்டுவிட்டால், பிறகு அந்த உரிமையையும் அரசாங்கம் அதிகாரப் பூர்வமாகப் பொதுமக்கள் சொத்தாக்கிவிடும் போலும். பாரதி நூல் பதிப்புக் குழு பின்னர் வசனங்களைப் பதிப்பது பற்றி ஆராய்ந்தது. காலம் சென்ற 'கல்கி' கிருஷ்ணமூர்த்திக்குப் பதிலாக ம.ப. பெரியசாமித் தூரன் பதிப்புக் குழுவில் இடம்பெற்றார்.

'பாரதி தமிழ்'

பாரதி நூல்கள் பிரசுரத்தில் முக்கியமானதோர் சம்பவம் 1953இல் நடந்தது. 1905 முதல் பாரதியின் கடைசிக்காலம் வரை 'சுதேசமித்திர'னில் வெளியான பாரதி கவிதைகளையும் கதை, கட்டுரை, குறிப்புகளையும் பெரியசாமித் தூரன் தொகுத்து, 'பாரதி தமிழ்' என்ற நூலாக 1953 அக்டோபர் மாதம் வெளிக்கொணர்ந்தார். இது அமுத நிலைய வெளியீடாகப் பிரசுரமாயிற்று.

பதினாறு வருஷத்து தினசரிப் பத்திரிகை இதழ்களைப் பக்கம்பக்கமாய்ப் புரட்டிப் பார்த்து, புத்தக வடிவில் பிரசுரமாகாத கவிதை, கதை, கட்டுரை, குறிப்புகளைப் பிரதியெடுத்து, புத்தக வடிவில் வந்துள்ளவற்றைப் பத்திரிகையில் வந்துள்ளவற்றுடன் ஒப்பிட்டுப் பார்த்து, பாடபேதங்களையும் விட்டுப்போன பகுதிகளையும் 'சுதேசமித்திர'னில் பிரசுரமான தேதிகளையும் கிரமமாய் எழுதி, மிகுந்த ஆராய்ச்சியுடன் ஒரு நூலாக வெளியிட்டிருக்கிறார் தூரன். தூரன் தந்துள்ள இந்த விவரங்களும், இதுவரை புத்தக வடிவில் கிடைக்காதிருந்த ஏராளமான பாரதி கவிதை, கதை, கட்டுரை, குறிப்புகள் இந்நூலில் வெளியாகியிருப்பதும் இதை பாரதி ஆய்வாளர்களுக்குப் பெருவிருந்தாக்குகின்றன. அவர்கள் இதற்கு பெரியசாமித் தூரனுக்கு மிகவும் கடமைப்பட்டிருக்கிறார்கள்.

மேலும் தேட வேண்டும்

இதே போல, பாரதி காலத்திய இதர பத்திரிகைகளையும் தேடிப்பிடித்து ஆராய்ந்தால் இன்னும் பல பாரதி எழுத்துகள் கிடைக்கும். மேலும், 'சுதேசமித்திரன்' பழம் பிரதிகளை மீண்டும் ஒரு முறை சோதித்துப் பார்த்தால், தூரன் கண்களுக்கும் படாமல்போன சிற்சில கதை, கட்டுரைகள் கிடைக்கும். இவ்வாறு இரண்டொரு பாரதி கதைகள் இரண்டு ஆண்டுகளுக்குமுன் நான் தேடியபோது கிடைத்தன. ஒருவரே எவ்வளவுதான் கண்ணில் விளக்கெண்ணெய் விட்டுத் தேடினாலும் சில விஷயங்கள் கண்ணில் படாமல் தப்பிப்போவது இயற்கையே.

முடிவான பாரத நூல் தொகுதிகள் வெளியிடுவதற்காகக் குறைந்தபட்சம் பின்வரும் பழம் பத்திரிகைகளைக் கண்டுபிடித்து, பக்கம்பக்கமாய் ஆராய்வது அவசியமாகும்:

1. 'சுதேசமித்திரன்' (தினசரி, வாரப் பதிப்பு, ஆண்டு மலர்கள்) 1905 முதல் 1921 செப்டம்பர் முடிய.
2. 'சக்ரவர்த்தினி' மாதப் பத்திரிகை, 1905 முதல் 1921 முடிய.
3. 'பால பாரதா' *(Bala Bharata)* ஆங்கில வாரப் பத்திரிகை, பாரதி நடத்தியது. சென்னை, புதுவை, 1906 – 1910.
4. 'இந்தியா' வாரப் பதிப்பு. சென்னை, புதுவை, 1906 –1910.
5. 'விஜயா', சென்னை, புதுவை, 1908 – 1910.
6. 'சூர்யோதயம்', வாரப் பதிப்பு, புதுவை, 1910.
7. 'கர்மயோகி', மாதப் பதிப்பு, புதுவை, 1910.
8. 'சித்ராவளி' மாதப் பதிப்பு. புதுவையில் ஆரம்பிக்கப் போவதாய் அறிவிக்கப்பெற்ற ஆங்கில – தமிழ் கார்ட்டூன் பத்திரிகை.
9. 'ஞானபாநு', சென்னை. 1912 – 1919(?)
10. 'மெட்ராஸ் ஸ்டாண்டர்டு' – சென்னை ஆங்கில தினசரி. (பாரதி – சுந்தரராமன் விவாதத்துக்காக.)

11. ‘நியூ இந்தியா’, ‘காமன்வீல்’, ‘ஆர்யா’ முதலிய ஆங்கிலப் பத்திரிகைகள். (இவற்றில் பாரதியின் ஆங்கிலக் கட்டுரைகள், கவிதைகள் வெளிவந்துள்ளன.)

12. ‘தேசபக்தன்’ தினசரி, (வ.வே.சு. ஐயர், திரு.வி.க., பரலி சு. நெல்லையப்பர், வெ. சாமிநாத சர்மா முதலியோர் ஆசிரியர்களாக இருந்த பத்திரிகை).

13. ‘ஹிந்து’ தினசரி. (கீதை பற்றிய விவாதத்துக்கும், குள்ளச்சாமி படத்துக்கும், சென்னையில் 1921இல் நீதிபதி மணி ஐயர் தலைமையில் பாரதி செய்த ‘நித்திய வாழ்வு’ (Life Eternal) என்ற பேச்சின் விவரத்துக்கும், இதர செய்திகளுக்கும்.)

தேடுவதென்று ஆரம்பித்தோமானால் இன்னும் இதரப் பத்திரிகைகளிலும் எதிர்பாராதபடி பல பாரதி எழுத்துகள் கிடைக்கும். பிற்காலத்தில் வந்த தமிழ்ப் பத்திரிகைகளிலும் பல பாரதி கதை, கட்டுரைகள் வெளியாகியிருப்பதால் அவற்றையும் பார்ப்பது பலனளிக்கும். தமிழ்நாடெங்கும் உற்சாகமான தேடுதல் முயற்சி ஆரம்பிக்கப்பெற்றால் ஆங்காங்குள்ள அன்பர்களிடமும் நூல்நிலையங்களிலும் இருக்கும் பழைய தமிழ்ப் பத்திரிகைகளைப் புரட்டிப் பார்த்துத் தேடி மேலும் பல புதிய பாரதி கவிதைகளையும் கதைகளையும் கட்டுரைகளையும் கண்டெடுக்கலாம். இந்த முயற்சிக்கு ஏதாவதொரு தமிழ்ப் பத்திரிகை முன்வந்து ஊக்கமளிக்க வேண்டும். இவ்வாறு செய்தால் பரிபூரணமாக பாரதி நூல் பதிப்பு ஒன்று விரைவில் வெளிவரச் செய்த புண்ணியம் தமிழ் மக்களைச் சாரும்.

1982 பிற்குறிப்பு

இந்த 1957 முதல் பதிப்பு அனுபந்தத்தில் கூறியுள்ள விஷயங்களை அப்படியே தரக் காரணம், ஒன்றிரண்டு விவரத் திருத்தங்கள் தவிர அதில் வேறு மாற்றம் இன்றும் அவசியமில்லை என்பதனாலேயாகும்.

திருத்தங்களாவன:

‘Agni and Other Poems and Translations’ என்பதே அந்நூலின் முழுப் பெயர்.

எட்டயபுரம் பாரதி மணி மண்டபத்துக்கு ராஜாஜி அடிக்கல் நாட்டியது 1945 ஜூன் 5ஆம் தேதி என்று ஓர் அன்பர் தெரிவிக்கிறார்.

வ.ரா. தஞ்சையிலிருந்து நடத்திய பத்திரிகை பெயர் ‘சுதந்திரன்’; புதுவையிலிருந்து வி. சுப்பையா நடத்திவரும் பழைய பத்திரிகை ‘சுதந்திரம்.’ இரண்டிலும் நிறைய பாரதி எழுத்துகள் வந்துள்ளன; முன்பு இரண்டும் ஒரே அளவில், ஒரே மாதிரி அச்சில் வந்ததால், சில சமயம் எந்தப் பத்திரிகையில் வந்ததென்ற சந்தேகம் நேருவதுண்டு.

பாரதி பாடல்களைத் தனிப்பட்டவர் உரிமையாக இன்றி மக்கள் உரிமையாக்க வேண்டும் என்ற நோக்கத்துடன் ‘பாரதி விடுதலை இயக்கம்’ நடத்தியவர்களான டி.கே. சண்முகம், நாரண. துரைக்கண்ணன், திருலோக சீதாராம், வல்லிக்கண்ணன், அ.வெ.ர. கிருஷ்ணசாமி ரெட்டியார் முதலியவர்களது பாராட்டத்தக்க முயற்சி விவரங்கள் ‘எதிரொலி’ விசுவநாதன் நூலிலும் பிற நூல்களிலும் காணலாம்.

‘சக்ரவர்த்தினி’ பத்திரிகையில் பாரதி 13 மாதங்களே, 1905 ஆகஸ்ட் முதல் 1906 ஆகஸ்ட் வரை இருந்தார். அவை கிடைத்தால் போதும். சீனி. விசுவநாதன் நன்முயற்சியால் ஐந்து இதழ்கள் கிடைக்கப் பெற்றுள்ளன.

‘விஜயா’ ஒரு முழு இதழ் புதுவையில் உள்ளது.

‘சூர்யோதயம்’ ஒரு பிரதிகூடக் கிடைக்கவில்லை.

‘கர்மயோகி’ சில இதழ்கள் கிடைத்துள்ளன.

ஆகவே, இன்னமும் தேடுதல் முயற்சியைத் தளரவிடுவதற்கில்லை.

THIS COPY WAS
SIEZED BY GOVT.
On 20th. Sep. 1928.
Forfeiture order Cancelled
and book returned 22-1-29.

பறிமுதலாகி விடுதலை பெற்ற பிரதி:
1928இல் பாரதி பாடல் நூல்களைச் சென்னை அரசாங்கம் பறிமுதல் செய்து, முடிவில் உத்தரவு ரத்தாகி அவை திருப்பித்தரப்பட்டபோது மேலே உள்ள ரப்பர் ஸ்டாம்புடன் அவை விற்கப்பட்டன. பறிமுதல் நல்ல விளம்பரமாயிற்று.

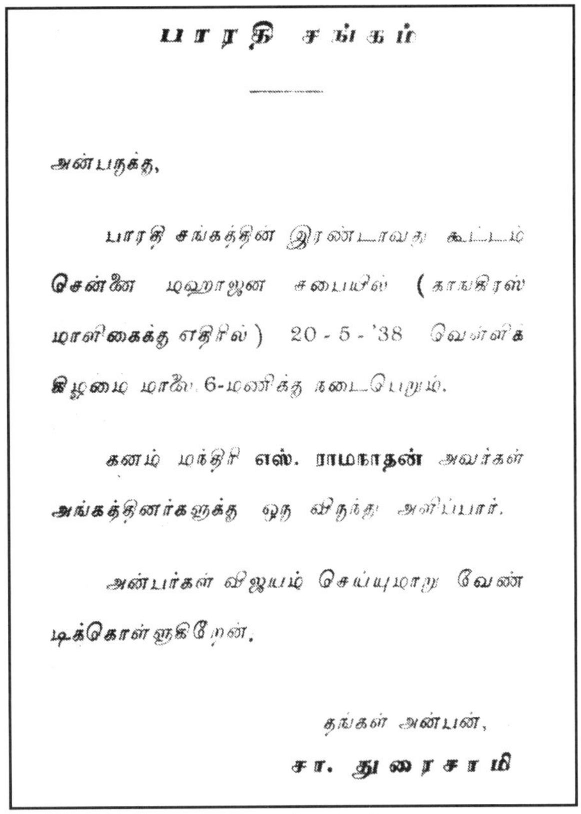
பாரதி சங்கம்

அன்பருக்கு,

பாரதி சங்கத்தின் இரண்டாவது கூட்டம் சென்னை மஹாஜன சபையில் (காங்கிரஸ் மாளிகைக்கு எதிரில்) 20-5-'38 வெள்ளிக்கிழமை மாலை 6-மணிக்கு நடைபெறும்.

கனம் மந்திரி எஸ். ராமநாதன் அவர்கள் அங்கத்தினர்களுக்கு ஒரு விருந்து அளிப்பார்.

அன்பர்கள் விஜயம் செய்யுமாறு வேண்டிக்கொள்ளுகிறேன்.

தங்கள் அன்பன்,
சா. துரைசாமி

பாரதி சங்கம்:
சா. துரைசாமி ஐயர், வ.ரா. முதலியவர்கள் முயற்சியால் 1937–38இல் நடந்த பாரதி சங்கம் இரண்டாவது கூட்ட அழைப்பு.

பாரதி நூல்கள்: சில பழைய பதிப்புகள்

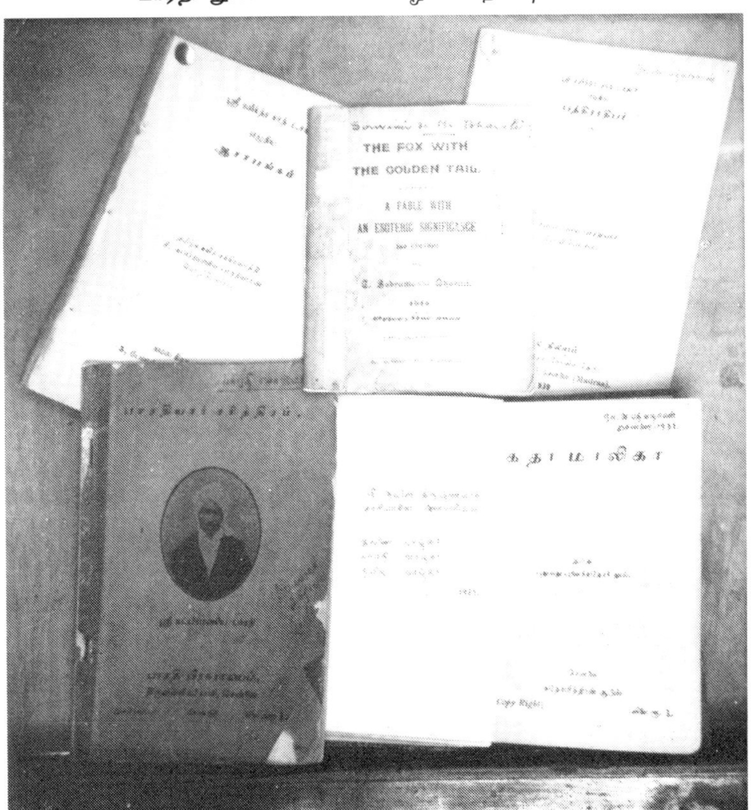
THE FOX WITH
THE GOLDEN TAIL
A FABLE WITH
AN ESOTERIC SIGNIFICANCE
கதா மாலிகா
Copy Right

பாரதி பாடல் பாடுவதில் புகழ் பெற்ற சங்கு சுப்பிரமணியன் (1924)

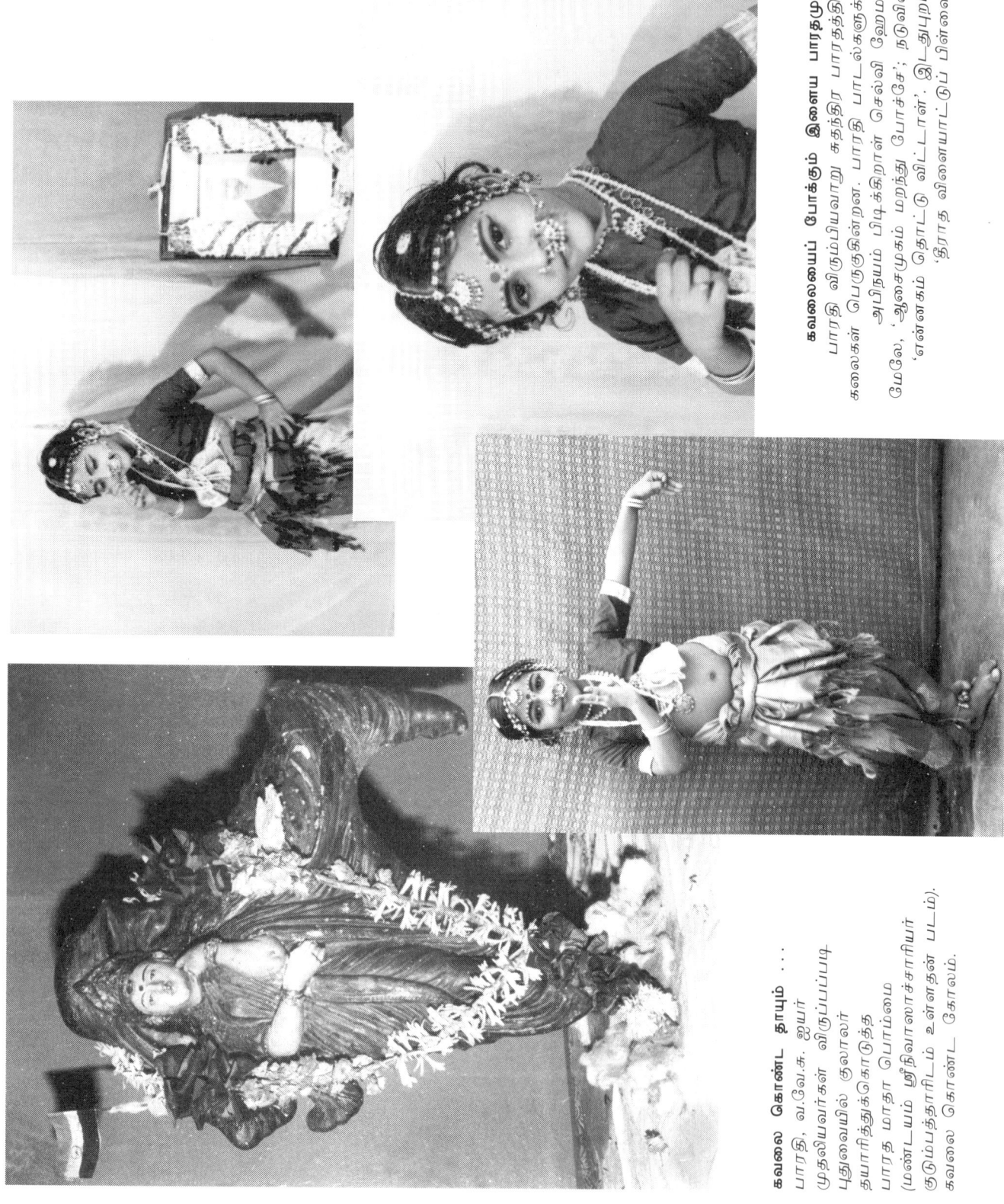

கவலை கொண்ட தாயும் . . .
பாரதி, வ.வே.சு. ஐயர்
முதலியவர்கள் விருப்பப்படி
புதுவையில் குலாலர்
தயாரித்துக்கொடுத்த
பாரத மாதா பொம்மை
(மண்டயம் ஸ்ரீநிவாஸாச்சாரியர்
குடும்பத்தாரிடம் உள்ளதன் படம்).
கவலை கொண்ட கோலம்.

கவலையைப் போக்கும் இளைய பாரதமும்:
பாரதி விரும்பியவாறு சுதந்திர பாரதத்தில்
கலைகள் பெருகுகின்றன. பாரதி பாடல்களுக்கு
அபிநயம் பிடிக்கிறாள் செல்வி ஹேமா.
மேலே, 'ஆசைமுகம் மறந்து போச்சே'; நடுவில்,
'என்னகம் தொட்டு விட்டாள்'. இடதுபுறம்,
'தீராத விளையாட்டுப் பிள்ளை.'

அனுபந்தம் 3

‘பூமண்டல நிறைந்த கீர்த்தி’

திறமான புலமையெனில் வெளிநாட்டார் அதை வணக்கம் செய்தல் வேண்டும் என்று பாடிய கவிஞனது கவிதைகளை இன்று பாரதப் புலவோரும் பிறநாட்டுப் புலவோரும் போற்றுகிறார்கள். பாரதி எழுத்துகளைப் பிறமொழிகளில் அளிக்க வேண்டும் என்ற ஆர்வமும் இன்று காண்கிறோம்.

ஆனால், இது இன்றுதான் ஏற்பட்டது என்று நினைக்க வேண்டாம். பாரதி இருந்த காலத்திலேயே அவரது கவிதைகளைப் பிறமொழி அறிஞர்கள் போற்றியிருக்கிறார்கள்.

புதுவையிலிருந்து திரும்பி வந்தபின் மீண்டும் சென்னையில் ‘சுதேசமித்திர’னில் வேலை பார்த்து வந்த பாரதி, தமது நூல்களை ஒழுங்காய்ப் பிரசுரிப்பதற்காக ‘தமிழ் வளர்ப்புப் பண்ணை’ என்ற ஸ்தாபனம் அமைத்து அதன் பெயரில் விடுத்த வேண்டுகோளில் தமது ‘பூமண்டல நிறைந்த கீர்த்தி’ பற்றிக் கூறுகிறார்:

‘ஆனால், இவருடைய கீர்த்தி தமிழ்நாட்டில் மாத்திரமே பரவியிருப்பதாக நினைத்துவிடக் கூடாது. இவருடைய பாட்டுக்கள் பல தெலுங்கு பாஷையில் மொழிபெயர்க்கப்பட்டு ஆந்திர தேசத்தாரால் கொண்டாடப்படுகின்றன. ஐயர்லாந்து தேசத்து மஹா கவிகளில் ஒருவரும் ஜப்பான் தேசத்தின் ராஜதானியாகிய டோக்யோ நகரத்திலுள்ள ‘இம்பீரியல் யுனிவர்ஸிடி’ என்ற ஸாம்ராஜ்ய ஸர்வகலாசங்கத்தில் இங்கிலீஸ் ஆசிரியராக விளங்கியவருமாகிய ஜேம்ஸ் எச். கஸின்ஸ் என்பவர் இவருடைய தமிழ்ப் பாட்டுக்கள் சிலவற்றை இங்கிலீஷில் மொழிபெயர்த்து மேல்நாட்டார் வியக்கும்படி செய்திருக்கிறார்.’

தெலுங்கில் பாரதி பாடல்

பாரதி பாடல்களை இவ்வாறு தெலுங்கில் மொழிபெயர்த்துப் போற்றியது யாரென்று தெரியவில்லை. துக்கிராலா கோபாலகிருஷ்ணய்யா என்ற ஆந்திரத் தலைவர் 1921இல் சீமையிலிருந்து சென்னைக்குத் திரும்பியபோது ஒரு பொதுக்கூட்டத்தில் பேசினார். அதே கூட்டத்தில் பாரதி முதலில் பாடினார். பாரதியின் பாட்டில் மயங்கிப் போன கோபாலகிருஷ்ணய்யா தமது பேச்சுக்குப் பின் பாரதியை மீண்டும் பாடும்படி செய்தாராம். பாரதி இரண்டாம் தடவை பாடி முடித்ததும் அவரை இறுகத் தழுவிக் கொண்டாராம். மேலும், கூட்டம் முடிந்ததும் பாரதியும் துக்கிராலா கோபால கிருஷ்ணய்யாவும் கடல் மணலில் நான்கு மணி நேரம் அளவளாவிக்கொண்டிருந்தனராம். பாரதி தமது தமிழ்ப் பாடல்களைப் பாடச் சொல்லி, அவற்றின் அர்த்தத்தைக் கேட்டு ரசித்தார் ஆந்திர நண்பர்; தமது ஆந்திர ரசிகருக்குத் தமது பாடல்களின் அர்த்தத்தை ஆங்கிலம் கலந்த தெலுங்கில் விளக்கினார் பாரதி.

பாரதி பாடல்களை துக்கிராலா கோபால கிருஷ்ணய்யாதான் தெலுங்கில் மொழிபெயர்த்துள்ளாரோ என்னவோ, தெரியவில்லை.

பிரெஞ்சிலும் ஆங்கிலத்திலும்

பாரதி 1919இல் எட்டயபுர மன்னருக்கு அனுப்பிய இரண்டாம் சீட்டுக்கவியில்,

> பிரான் ஸென்னும் சிறந்தபுகழ் நாட்டிலுயர்
> புலவோரும் பிறருமாங்கே
> விராவு புகழ் ஆங்கிலத்தீங் கவியரசர்
> தாமுமிக வியந்து கூறிப்
> பராவி யென்றன் தமிழ்க்கவியை மொழி பெயர்த்துப்
> போற்றுகின்றார் . . .

என்று கூறியிருக்கிறார். பிரெஞ்சு மொழியில் யார் எப்பாடலை எப்பொழுது மொழிபெயர்த்தனர் என்ற விவரம் தெரியவில்லை. ஆனால், புதுவையன்பர் ஒருவர், பாரதி தம் பாடல்கள் சிலவற்றைப் பிரெஞ்சு மொழியில் பெயர்த்து பாரிஸ் நகரிலுள்ள ஒரு பத்திரிகைக்கு அனுப்பியதாகவும், அவை பிரசுரிக்கப் பட்டு நூறு பவுன் சன்மானம் கிடைத்ததாகவும் கூறுகிறார்.

பாரதி தம் பாடல்கள் சிலவற்றைத் தாமே ஆங்கிலப்படுத்தி அன்னி பெஸண்டின் ‘காமன்வீல்’, ‘நியூ இந்தியா’ பத்திரிகைகளிலும், அரவிந்தரின் ‘ஆர்யா’விலும் தம் காலத்தில் வெளியிட்டிருந்தார். இவை பற்றி ஏற்கனவே இந்நூலின் 111ஆம் பக்கத்தில் குறிப்பிடப்பெற்றிருக்கிறது.

பாரதியின் காலத்துக்குப் பிறகு பல தமிழறிஞர்கள் அவரது கவிதைகளை ஆங்கிலத்தில் மொழிபெயர்த்திருக்கிறார்கள். ராஜாஜி பாரதி பாடல்கள் சிலவற்றை மொழிபெயர்த்து ‘யங் இந்தியா’வில் வெளியிடச் செய்தார். புரொபஸர் கே. ஸ்வாமிநாதன், பெ.நா. அப்புஸ்வாமி, புரொபஸர் அ. சீநிவாஸ ராகவன், மிஸஸ் ஹெப்ஷிபா ஜேசுதாஸன் முதலியோர் செய்துள்ள பாரதி பாடல் மொழிபெயர்ப்பு

களைக் ‘கவிக்குரல்’ (*Voice of a Poet*) என்ற ஆங்கில நூலாகக் கல்கத்தா பாரதி தமிழ்ச் சங்கம் 1951இல் வெளியிட்டிருக்கிறது.

பாரதியின் உரைநடை வளங்களையும் கவிதை களையும் வங்க மொழியில் அறிமுகம் செய்வதிலும் கல்கத்தா பாரதி தமிழ்ச் சங்கம் சிறப்பான பணி புரிந்துள்ளது. இதன் பாரதி ஜயந்தி மலர்கள் ஆண்டுதோறும் தொடர்ந்து இப்பணி புரிகின்றன.

வடமொழியிலும் ஹிந்தியிலும்

வடமொழி அறிஞர் எஸ்.என். ஸ்ரீராம தேசிகன் தேர்ந்தெடுத்த பாரதி பாடல்களை ஸம்ஸ்கிருதத்தில் மொழிபெயர்த்துள்ளார். பாரதி நூல்கள் ஹிந்தியில் கணிசமாக வந்துள்ளதாகச் சொல்வதற்கில்லை. 1940இல் பாரதி பிரசுராலயம் ‘ஞானரத்’, ‘தராசு’, ‘ஷஷ்டாம்ச’ (ஆறில் ஒரு பங்கு) ஆகிய மூன்று சிறுநூல்களை வெளியிட்டது; முறையே பண்டித க. ம. சிவராம், ‘பாரத்வாஜி’, பெயர் போடாத ஒருவர் மூவரும் மொழிபெயர்த்தனர்.

‘பாரதி பக்த்’ என்ற மஹேஷ் நாராயண் சிங் என்ற பிஹாரி கவிஞர், சென்னை ஹிந்தி பிரசார சபையில் பணிபுரிகையில், 1950 முதலாகப் பல சிறந்த பாரதி கவிதைகளை ஹிந்தி ஆக்கம் செய்து ‘தக்ஷிண பாரத்’, ‘ஹிந்தி பிரசார் பத்திரிகா’ ஏடுகளில் வெளியிட்டார்.

ஆர். சௌரிராஜன் என்ற ஹிந்தி பிரசாரகரும் ‘பாரத தேசம்’, ‘தாய்’ முதலிய பல பாடல்களை மொழிபெயர்த்து ‘நவநீத்’ என்ற ஹிந்தி மாதப் பத்திரிகையில் வெளியிடச் செய்தார். பாரதி பற்றிப் பல கட்டுரைகளும் ஹிந்தி பத்திரிகைகளில் ‘சௌரி’ எழுதியுள்ளார்.

பூர்ணம் சோமசுந்தரமும் ஹிந்தியில் பாரதி பற்றி எழுதியுள்ளார்; பாரதி பற்றியும் பிற தமிழாசிரியர்கள் பற்றியும் ருஷ்ய மக்களுக்கு அறிமுகம் செய்யும் பணியையும் இவர் மேற்கொண்டார்.

தெலுங்கு, கன்னடத்தில்

பாரதி காலத்துக்குப்பின், தெலுங்கில் 1947இல் நெல்லூர் கே. பார்த்தசாரதி ஐயங்கார் பாரதி பாடல்கள் சிலவற்றை மொழிபெயர்த்து நூலாக வெளியிட்டார். ஸாஹித்ய ரத்னாகர பூதலப்பட்டு ஸ்ரீராமுலு ரெட்டி, டாக்டர் ஸல்லா ராதாகிருஷ்ண சர்மா முதலியோரும் பாரதியைத் தெலுங்கில் அறிமுகப்படுத்தியிருக்கிறார்கள்.

1981 அக்டோபரில் சென்னையில் ‘ஆதர்ஸ் கில்டு’ கூட்டத்தில் பேசிய தும்மலப்பள்ளி ராமலிங்கேசுவர ராவ், ‘நோபல் பரிசு பெற்ற ரவீந்திரநாத தாகூரைவிடத் தமிழகத்து மகாகவி பாரதி சிறந்த கவிஞர்’ என்று ஆந்திரநாட்டுப் பெரும் கவிஞரும் ஞானபீட விருது பெற்றவருமான கவி ஸம்ராட் விசுவநாத ஸத்யநாராயணா சில ஆண்டுகளுக்குமுன் எழுதியுள்ளதாகத் தெரிவித்தார்.

கன்னடத்தில், எல். குண்டப்பா என்ற புகழ் மிக்க அறிஞர் பாரதி பாடல்கள் சிலவற்றை மொழிபெயர்த்துள்ளார்.

யுனெஸ்கோ – ஸாஹித்திய அகாதமி வெளியீடு

மத்திய அரசு ஆதரவு பெற்ற ஸாஹித்திய அகாதமி, நேஷனல் புக் ட்ரஸ்ட் – இந்தியா, பப்ளிகேஷன்ஸ் டிவிஷன் ஆகிய வெளியீட்டு நிறுவனங்கள் பாரதி நூல்களை ஆங்கிலத்திலும் இந்திய மொழிகள் அனைத்திலும் வெளியிட்டுள்ளன.

பிரேமா நந்தகுமார் என்ற சிறந்த மொழி பெயர்ப்பாளரது ‘சுப்பிரமணிய பாரதி’ என்ற பெரிய நூல், ஏராளமான பாரதி பாடல்களை ஆங்கிலத்தில் தருகிறது; இந்நூல் யுனெஸ்கோ ஆதரவு பெற்ற வெளியீடு. இவரே பாரதி பற்றி இரு சிறு நூல்களும் எழுதியுள்ளார். நேஷனல் புக் ட்ரஸ்ட்டில் இவை வந்துள்ளன.

பாரதியின் பேத்தி விஜயா பாரதி ‘சுப்பிரமணிய பாரதி’ என்ற பெரிய ஆராய்ச்சி நூலையும், அதே பெயரில் ஒரு சிறு நூலையும் எழுதியுள்ளார். முன்னது முன்ஷிராம் மனோஹர்லால் என்ற வெளியீட்டாளராலும், பின்னது பப்ளிகேஷன்ஸ் டிவிஷனாலும் கொண்டு வரப்பட்டுள்ளன.

பாரதியின் ‘பாஞ்சாலி சபதம்’, ‘குயில்’, ‘கண்ணன் பாட்டு’ ‘விநாயகர் நான்மணி மாலை’ முதலியவற்றைத் தஞ்சாவூர் டி.என். ராமச்சந்திரன் அழகுற ஆங்கிலப்படுத்தியுள்ளார்.

பன்மொழிகளில் பாரதி

ஸாஹித்திய அகாதமி, பாரதி பாடல் தொகுதி ஒன்றைத் தேர்ந்தெடுத்து, அதை இந்திய மொழிகள் அனைத்திலும் வெளியிட்டுள்ளது. மூலத் தொகுப்பைச் செய்தவர் ரா.பி. சேதுப்பிள்ளை என்று ஞாபகம்.

பாரதி நூற்றாண்டுக்காக அகாதமியும் நேஷனல் புக் ட்ரஸ்ட்டும் புதுத் திட்டங்கள் போட்டன. நேஷனல் புக் டிரஸ்ட், தனது ‘நேரு பால் புஸ்தகாலயா’ என்ற சிறுவர் நூல் வரிசையில் பாரதி சரிதம் ஒன்றை நிறைய படங்களுடன் 14 மொழிகளில் வெளியிட உள்ளது. இந்நூலை ரா.அ. பத்மநாபன் வரைந்துள்ளார்.

உலகப் பெருமொழிகளில்

பாரதி தமது புகழ் 'பூமண்டலம் நிறைந்த கீர்த்தி' கொண்டதெனக் கூறினார். இன்று மாஸ்கோ, பாரிஸ், லண்டன், சிகாகோ, பிராஹா முதலிய வெளிநாட்டுப் பெருநகர்களில் பாரதி புகழ் ஒலித்து வருவதைக் காண்கிறோம். முக்கியமாக, ருஷ்ய மக்கள் பாரதியிடம் கொண்டுள்ள பற்று குறிப்பிடத் தக்கது.

செக்கோஸ்லாவாகியா என்ற சிறு ஐரோப்பிய நாட்டின் தலைநகரம் பிராஹாவில் இருந்த டாக்டர் கமில் ஸ்வலேபில் என்ற தமிழறிஞர் பாரதியை செக் மொழியிலும், ஜெர்மன், போலிஷ், ருஷ்ய மொழிகளிலும் அறிமுகப்படுத்துவதில் கணிசமான தொண்டுபுரிந்துள்ளார். செக் மொழிப் பத்திரிகைகள் 'நவீ ஓரியண்ட்,' 'ஸ்வேடோவா லிட்டரட்டுவா' என்ற இரண்டிலும் அவர் எழுதியுள்ள கட்டுரைகளும் பாரதி பாடல் மொழிபெயர்ப்புகளும் வந்துள்ளன. செக் மொழியில் பாரதி பாடல் தொகுதி ஒன்று பல லட்சம் பிரதிகள் விற்றுள்ளதாம்! நமது 'சித்திர பாரதி' நூலையும் வரவேற்று டாக்டர் ஸ்வலேபில் மதிப்புரை செய்துள்ளார்.

ருஷ்யாவில் பாரதி

ருஷ்யாவில் ஆசிய மக்கள் கழகத்தின் கீழ்த் திசைப் பகுதியின் திராவிட மொழிப் பிரிவினர் தமிழ் பற்றியும், பாரதி பற்றியும், பிற தமிழ்க் கவிகள் பற்றியும் அரும்பணி புரிந்துள்ளனர்.

ஆசிய மக்கள் கழகத் தலைவர் டாக்டர் இ.பி. செலிஷேவ், டாக்டர் எம்.எஸ். ஆந்திரனோவ், பேராசிரியர் எஸ்.ஜி. ரூதின், யூரி கிளாஸாவ், ஸெமியோன் பாட்வின்னிக், டி. பெத்ரோவ், யூரி கோர்னியேவ், இரினா ஸ்மிர்னோவா, ஸ்வெட்லானா, ட்ரூப்னிகோவா, பேராசிரியர் விளாதிமிர் மகரெங்கோ முதலியவர்கள் தமிழுக்கும் பாரதிக்கும் சேவை புரிந்துள்ளார்கள்.

திருக்குறளுக்கு அடுத்தபடியாக ருஷ்யர்கள் அறிந்த தமிழ்க் கவி பாரதியே. ஸ்மிர்னோவா தயாரித்த பாரதி கவிதைகள் நூல் ஒன்றும், 1975இல் ட்ரூப்னிகோவா தயாரித்த பாரதி பாடல் நூல்களும் வெளிவந்துள்ளன. 'இந்திய நாட்டின் வளர்ச்சிக்கான திட்டவட்டமான உன்னத வேலைத் திட்டத்தைக் குறிப்பிடும் இலக்கிய ஆர்வமும் எழுச்சியும் அரசியல் துணிவும் பாரதியைப் போல வேறு எந்தக் கவிஞரிடமும் அந்த அளவுக்கு இருக்கவில்லை' என்று பேராசிரியர் மகரெங்கோ 'அயல்நாட்டு இலக்கியம்' என்ற பத்திரிகையில் எழுதியிருக்கிறார்.

1917 மார்ச் மாதம் ருஷ்யாவில் ஜார் கொடுங்கோல் அரசன் ஆட்சி முடிக்கப்பட்டதும் பாரதி 'புதிய ருஷ்யா – ஜார் சக்கரவர்த்தியின் வீழ்ச்சி' என்ற பாடலை இயற்றினார். இந்திய இலக்கிய விற்பன்னர்களிடையே ருஷ்யப் புரட்சியை வாழ்த்திய முதல் கவிஞர் பாரதி என்று பேராசிரியர் செலிஷேவ் பாராட்டுகிறார்.

பிரெஞ்சு மொழியில்

பாரிஸ் நகரில் அமைந்த பாரதி நூற்றாண்டு விழாக் குழுவினர் ஒரு மலர் வெளியிட்டுள்ளனர். இதில் பாரதி பாடல்கள் நிறைய பிரெஞ்சு மொழியில் வந்துள்ளன; பாரதி பற்றிக் கட்டுரைகளும் வந்துள்ளன; அனைத்தும் இந்திய அன்பர்கள் முயற்சியே. காரவேலன் என்பாருடைய மொழி பெயர்ப்புகள் பழமையானவை. மார்க்கண்டன் என்பார் முன்பு பிரெஞ்சுக் கவி வெர்னியேருடன் பாரதியை ஒப்பிட்டு ஒரு நூல் வெளியிட்டுள்ளார்.

உலக நூல்நிலையங்களில்

'சித்திர பாரதி' நூலாசிரியர், 'பாரதி கவிதை – அரசாங்கப் பதிப்பு' நூலை லண்டன் பிரிட்டிஷ் மியூஸியம் நூல் நிலையத்துக்கும், பாரதியின் ஆங்கில நூல்களான 'அக்னி முதலிய கவிதைகளும் மொழி பெயர்ப்புகளும்', 'கட்டுரைகளும் பிற குறிப்புகளும்', வ.வே.சு. ஐயரின் 'திருக்குறள்' மொழிபெயர்ப்பு ஆகிய நூல்களை வாஷிங்டனில் உள்ள லைப்ரரி ஆவ் காங்கிரஸ் நூல் நிலையத்துக்கும் நன்கொடையாக வழங்கியுள்ளார். நூலக அதிகாரிகள் இதை வரவேற்று நன்றி தெரிவித்துள்ளனர்.

மனித சமூகமனைத்துக்கும் உரியவர்

'பாரதி மொழியின் எல்லையைக் கடந்தவர்; அவர் மனித சமூகமனைத்துக்கும் பொதுச் சொத்து' என்று கவிக்குயில் ஸரோஜினி தேவி பாராட்டியுள்ளார்.

ஆம், பாரதி உலகச் சொத்தாகிவிட்டாராயினும், பாரதியை ஆழமாகவும் அகலமாகவும் விரிவாகவும் பரிபூரணமாகவும் அறிந்தாலன்றி, உலகப்புகழ் பற்றி நாம் பெருமைப்பட இயலாது.

நாமறிந்த பாரதி படங்கள்

பாரதியார் புகைப்படமெடுத்துக்கொள்வதில் பிரியம் கொண்டவரென்றாலும் இன்றுவரை நமக்குக் கிடைத்துள்ள அவரது புகைப்படங்கள் ஐந்தே ஐந்துதான். அவையாவும் அவருக்கு முப்பது வயதிலிருந்து முப்பத்தொன்பது வயதாவதற்குள் எடுக்கப்பெற்றவையே. புதுவையில் இரண்டு, காரைக்குடியில் இரண்டு, சென்னையில் ஒன்று. இவையே இன்று கிடைத்துள்ள படங்கள்.

இளமையில் ஒரு படம் எடுக்கப்பட்டதாகச் சொல்கிறார்கள்; கிடைக்கவில்லை. சென்னையில் மேலும் இரண்டு மூன்று படங்கள் எடுக்கப்பட்டதாயும் சொல்கிறார்கள். அவையும் இதுவரை கிடைக்கவில்லை.

எதிரே உள்ள பக்கத்தில் இவ்வைந்து படங்களும், இவற்றில் கடைசிப் படத்திலிருந்து எடுக்கப்பட்டதான மிகப் பிரபல பாரதி படமும் தரப்பெற்றுள்ளன.

புதுவை, 1917

புதுவை, 1917

காரைக்குடி, 1920

காரைக்குடி, 1920

39ஆம் வயதில் (1921) எடுக்கப்பெற்றதே கவிஞரின் கடைசிப் படமெனலாம். ஒளி படைத்த கண்ணினராக மிடுக்குடன் காட்சியளிக்கும் இச்சிறு படத்தின் முழு அளவு படம் அடுத்தாற்போலிருக்கிறது.

சென்னை, 1921

கல்கி கிருஷ்ணமூர்த்தி

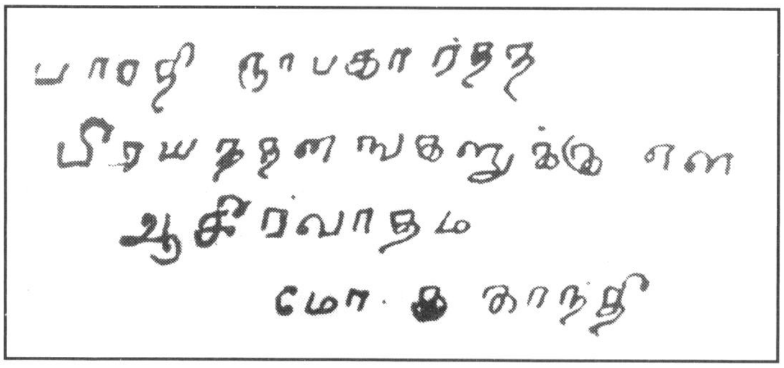

பாரதி ஞாபகார்த்த
பிரயத்தனங்களுக்கு என்
ஆசிர்வாதம்
மோ. க. காந்தி

ராஜாஜி

பாரதி மணிமண்டபம், எட்டயபுரம்:

மகாத்மா காந்தியின் ஆசி, ராஜாஜியின் ஆதரவு, 'கல்கி' கிருஷ்ணமூர்த்தியின் முயற்சி, தமிழ் மக்களின் பொருளுதவி – இவற்றால் எட்டயபுரத்தில் பாரதிக்கு எழுப்பப்பட்ட நினைவுச் சின்னம்.

மணிமண்டபத் திறப்பு விழா (1947)

அமரகவி சுப்பிரமணிய பாரதியார்

ஞாபகார்த்த தபால் முத்திரைகள்

1960 ஞு செப்டம்பர்மீ 11௳ ஞாயிற்றுக்கிழமை

காலே 9 மணிக்கு

சென்னே ஜெனரல் தபால் காரியாலயத்தில்

விற்பனேக்கு அளிக்கப்படும்.

அவ்வமயம் மத்திய சர்க்கார் மந்திரி

கனம் டாக்டர் சுப்பராயன்

தலைமை வகிக்கவும்

சென்னே முதலமைச்சர்

கனம் காமராஜ்

அவர்கள் விழாவில் கலந்துகொள்ளவும்

இசைந்துள்ளார்கள்.

தாங்களும் வந்திருந்து விற்பனே விழாவை

சிறப்பிக்குமாறு கேட்டுக்கொள்கிறேன்.

போஸ்ட்மாஸ்டர்-ஜனரல்,
சென்னே வட்டம்.

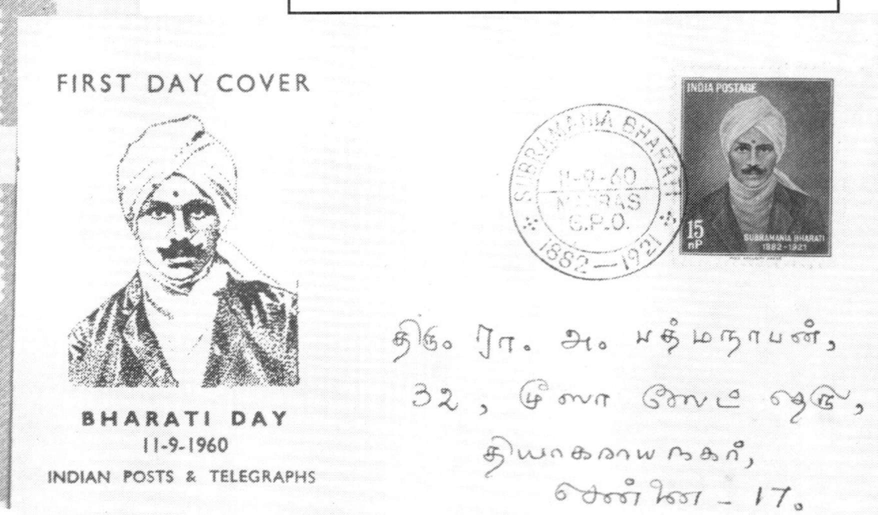

பாரதி குடும்பத்தினர்:

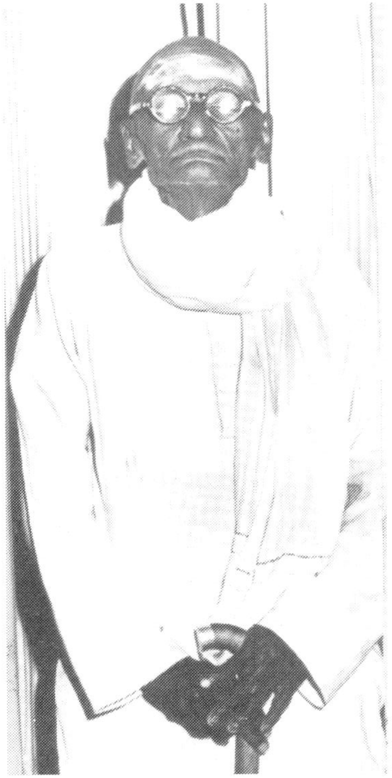

மாமா சாம்பசிவய்யர் (1957)

தம்பி சி. விசுவநாதன் (1957)

செல்லம்மாவும் இரு புதல்வியரும் பேரக் குழந்தைகளும் (1954)

மூத்த மகள் தங்கம்மாவும் கணவர் ஸ்தாணு ஐயரும் (1934)

இரு புதல்வியர் (1922)

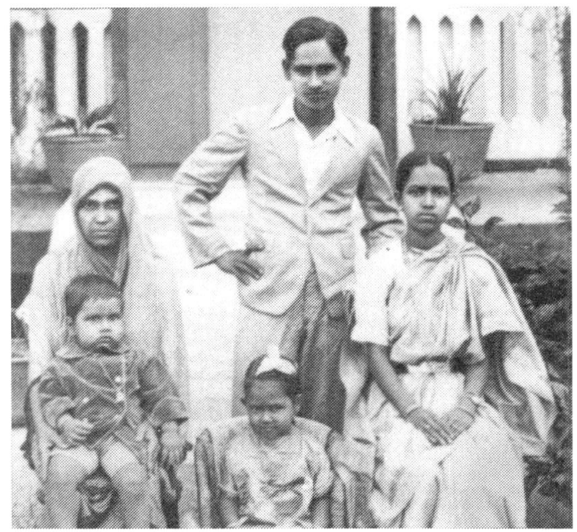

செல்லம்மா, மகள் சகுந்தலா, மாப்பிள்ளை நடராஜன், பேரக் குழந்தைகள் (1934)

சோமசுந்தர பாரதி,
இந்நூலாசிரியருடன்

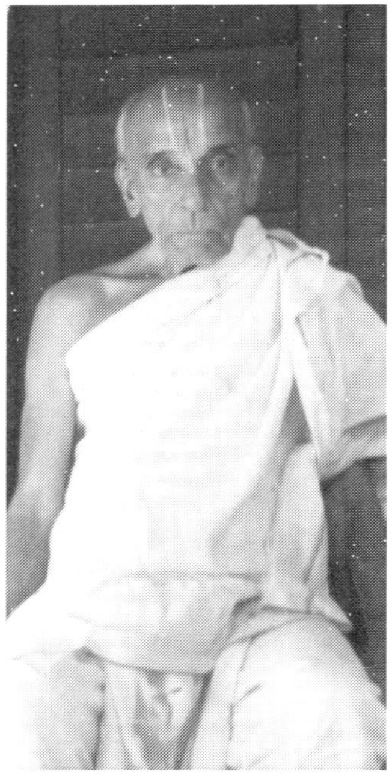
மண்டயம்
ஸ்ரீநிவாஸாச்சாரியார்

கணேஷ் கம்பெனி அதிபர்
எம். ராமசேஷ ஐயர்

வி. சக்கரை செட்டியார்

பாரதி நண்பர்கள் சிலர்
(பிற்காலப் படங்கள்)

மதுரையில் பாரதியுடன் பணிபுரிந்த
ப.ரா. அய்யாசாமி ஐயர்

டி. விஜயராகவாச்சாரியார்

ஆக்கூர் அனந்தாச்சாரி, பரலி சு. நெல்லையப்பர்

பாரதி நண்பர்கள் சிலர்:

கலவை சங்கர செட்டியாரின் மகள் பத்மாவதி, சகுந்தலா பாரதி, விஜயா பாரதி.

கே. எஸ். வெங்கடராமன்

புதுவை ஆறுமுகம் செட்டியார்

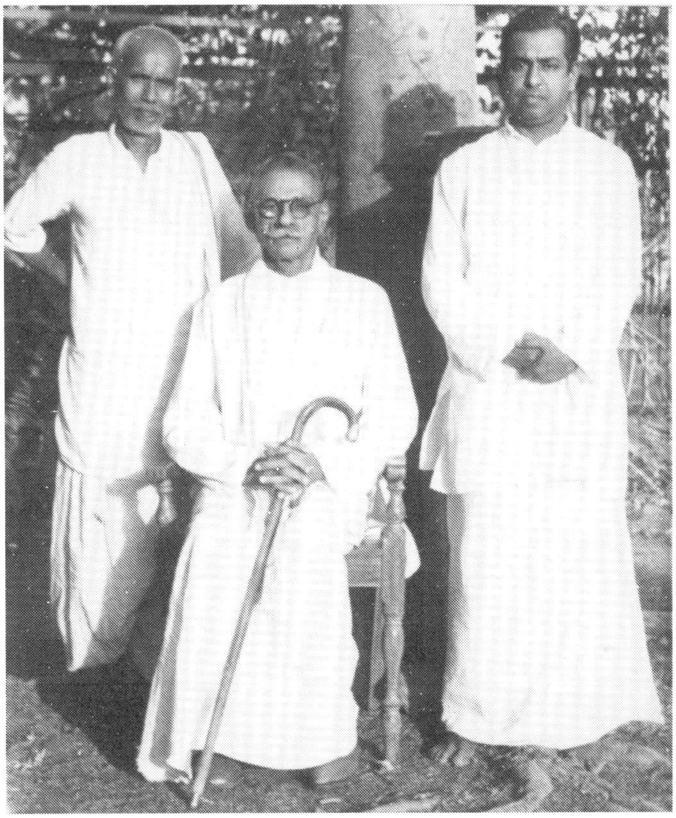

சோழவந்தான் ஸ்ரீநிவாஸவரதன்,
சோமசுந்தர பாரதி.
பாரதி ஆய்வாளர் மதுரை வி.ஜி. சீனிவாசன்.

பாரதி பொருட்காட்சி:

மேலே, முதல் காட்சி, *1953* செப்டம்பர்,
பாரதி விழா, சென்னை. சி. சுப்பிரமணியம் துவக்கிவைத்துப் பார்வையிடுகிறார்.
கீழே: *1953* சென்னை காங்கிரஸ் கண்காட்சியில் பாரதி காட்சிக்கு உழைத்தவர்கள்,
ஆக்கூர் அனந்தாச்சாரி, சித்திரக்காரர் பார்த்தன், ரா.அ. பத்மநாபன், ஜானகி பத்மநாபன்,
ப. மோஹன், ப. மீரா, ப. சுதர்சனம்.
வலது புறம், மேலேயும் கீழேயும்: பொருட்காட்சியில் சில படங்கள்.

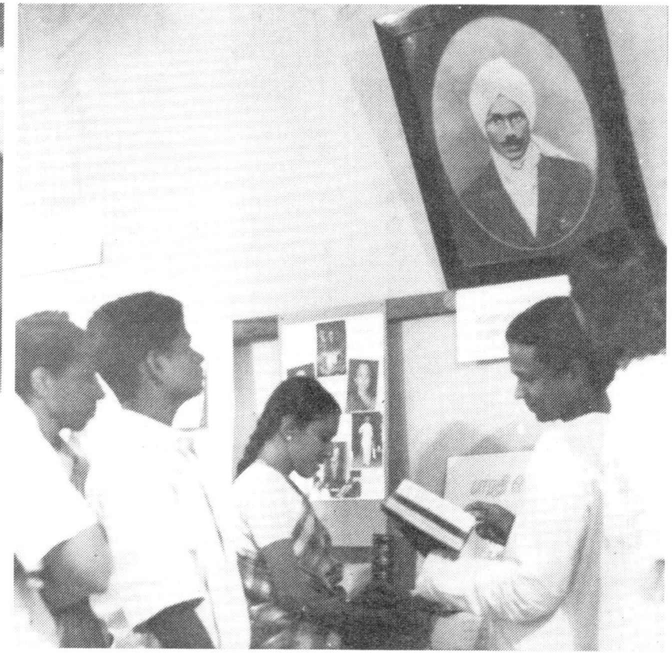

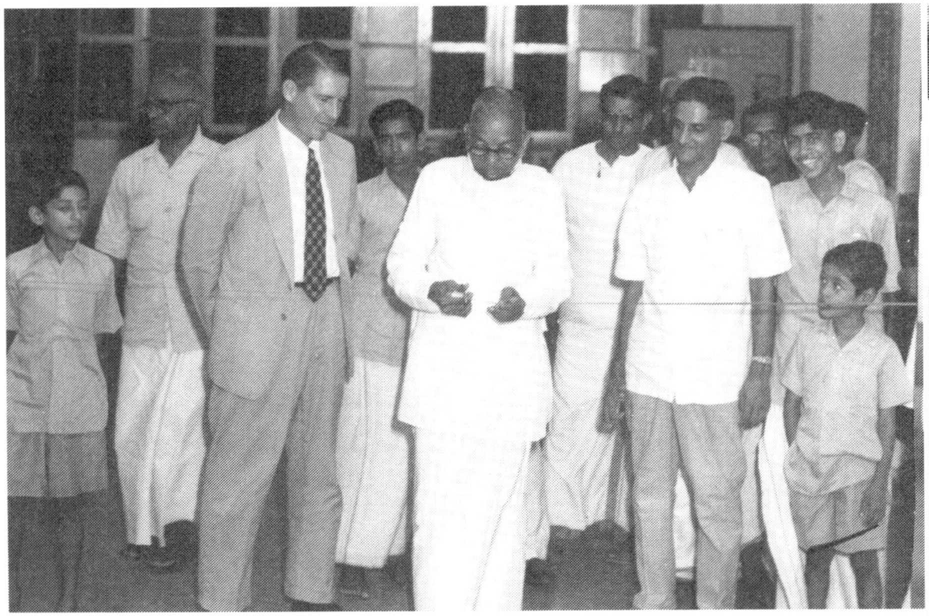

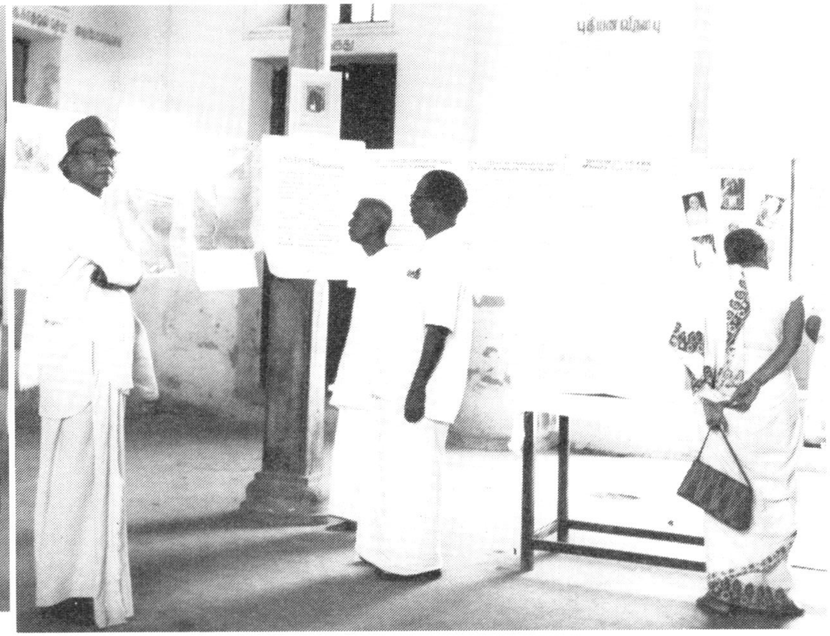

பாரதி பொருட்காட்சி:

சென்னை அமெரிக்கத் தகவல் நிலையம், பாரதி தினம், 1954, 'ஹிந்து' துணையாசிரியர் என். ரகுநாதன் திறந்துவைக்கிறார்.

கீழே, இடது கோடி: மக்கள் பார்வையிடுகின்றனர்.

மேலே, வலம்: பாரதிதாசன் ஏற்பாட்டில் புதுவையில் பாரதி தினம், 1957.

கீழே, மத்தியில்: மூன்றாவது அகில இந்திய எழுத்தாளர் மாநாடு, சென்னை, டிசம்பர் 1959; ராஜாஜி பார்வையிடுகிறார்.

கீழே, வலக்கோடி: புதுவையில் பாரதி வாழ்ந்த இல்லம் நூலகமாகத் திறக்கப்பட்டபோது, டிசம்பர் 1972, வ. சுப்பையா, ரா.அ. பத்மநாபன், குபேர், கவர்னர் சேடிலால்.

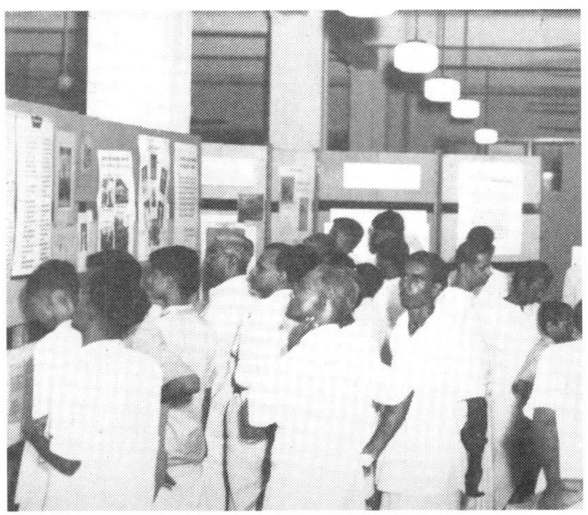

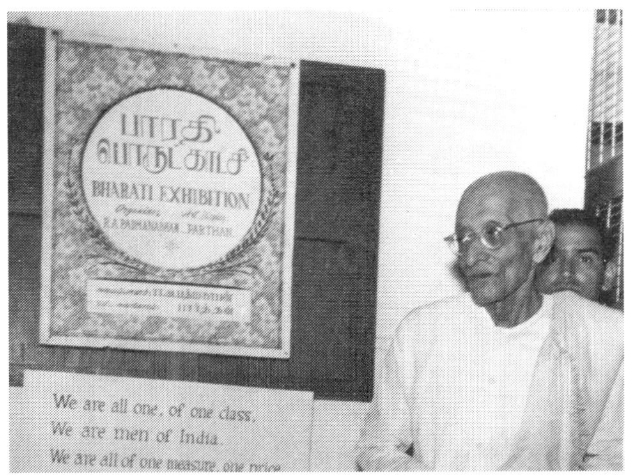

பொருளகராதி

பட அகராதி

ரா. அ. பத்மநாபனின் பிற நூல்கள்

[காலச்சுவடு வெளியீடு]

எழுதியது

தமிழ் இதழ்கள்

(கட்டுரைகள்)

ரூ. 145

சுதேசமித்திரன் முதல் தினமணி வரை தமிழ் இதழியலின் வரலாற்றைத் தனிக் கட்டுரைகளாகப் பதிவு செய்யும் நூல் இது. 1933இல், தமது பதினாறாம் வயதிலேயே, *ஆனந்த விகடன்* வழியாகத் தமிழ்ப் பத்திரிகை உலகில் நுழைந்துவிட்ட ரா.அ. பத்மநாபன், *ஜெயபாரதி* (1936–37), *ஹநுமான்* (1937), *ஹிந்துஸ்தான்* (1938), *தினமணி கதிர்* (1965–66) முதலான இதழ்களில் பணியாற்றியவர். ஓர் ஆராய்ச்சியாளராகத் தமிழ் இதழ்களைத் தேடிப் படிப்பதோடு, தமிழ் இதழியலின் வளர்ச்சியை நேரடியாகப் பார்த்தும் பணியாற்றியும் வாழ்ந்தும் அனுபவித்தவர். அந்த வகையில் நிகழ்ச்சிக் கோவையாகவும் தகவல் களஞ்சியமாகவும் இந்நூல் சுவைபட அமைந்துள்ளது. *ஸ்வராஜ்யா, தமிழ்நாடு, இந்தியா ஹிந்துஸ்தான்* முதலான காண்பதற்கரிய இதழ்களைப் பற்றிய முக்கியச் செய்திகளும் இந்நூலில் அடங்கியுள்ளன.

தொகுத்தவை

பாரதியின் கடிதங்கள்

ரூ. 140

கல்வி கற்பதற்கு எட்டயபுரம் அரண்மனையின் பொருளுதவி வேண்டி, பதினைந்து வயதுச் சிறுவனாக எழுதிய கவிதைக் கடிதம் முதல், இறப்பதற்குக் கொஞ்ச காலத்திற்கு முன்பு குத்தி கேசவப்பிள்ளைக்கு எழுதிய கடிதம் வரை, பாரதி எழுதிய இருபத்துமூன்று கடிதங்களின் அரிய தொகுப்பு இது. திலகர், மு. இராகவையங்கார், பிரிட்டிஷ் பிரதமர் ராம்சே மக்டோனால்டு, பரலி சு. நெல்லையப்பர் முதலானவர்களுக்கு எழுதிய இக்கடிதங்கள் நுட்பமான வாசிப்புக்கு உரியவை. ‘பாரதி புதையல் திரட்டுகள்’, ‘சித்திர பாரதி’ ஆகிய அருங் கொடைகளை வழங்கிய பாரதி அறிஞர் ரா.அ. பத்மநாபன் (1917) அவர்களின் பெருமுயற்சியில் உருவான நூலின் செப்பமான இரண்டாம் பதிப்பு இது.

பாரதியார் கவிநயம்

(கட்டுரைகள்)

ரூ. 275

1921இல் பாரதி காலமான அடுத்த இருபத்தைந்து, முப்பது ஆண்டுகளில் அவருடைய கவிதையை மதிப்பிட்டுப் பல்வேறு அறிஞர்கள் எழுதிய கிடைத்தற்கரிய கட்டுரைகளின் தொகுப்பு இந்நூல். பாரதி அறிஞர் ரா.அ. பத்மநாபன் அவர்களின் முயற்சியில் உருவான அரிய தொகுப்பின் புதிய பதிப்பு இது.

பாரதியைப் பற்றி நண்பர்கள்

(கட்டுரைகள்)

ரூ. 250

1921இல் காலமான பாரதியை நேரில் அறிந்த நண்பர்கள் அவரை நினைவுகூர்ந்து எழுதிய கட்டுரைகள் இவை. பாரதி அறிஞர் ரா. அ. பத்மநாபனின் பெருமுயற்சியில் உருவான அரிய தொகுப்பின் புதிய பதிப்பு இது. பாரதி என்ற ஆளுமையை அறிந்துகொள்ளவும் புரிந்துகொள்ளவும் இன்றியமையாத துணைநூல் இது.